Phật Giáo - Một Bậc Đạo sư, Nhiều Truyền Thống

Nguyên tác: **Buddhism: One Teacher, Many Traditions**

Đức Đạt Lai Lạt Ma 14th & Ni Sư Thubten Chodren

Chuyển Việt Ngữ: **Ni Sư Thích Giới Hương & Tỳ Kheo Thích Đạo Tỉnh**

Với sự cộng tác của Ban biên tập Prajna Upadesa Foundation

Tủ Sách Bảo Anh Lạc 23

Phật Giáo

Một Bậc Đạo sư, Nhiều Truyền Thống

Nguyên tác: **Buddhism: One Teacher, Many Traditions**

Đức Đạt Lai Lạt Ma 14th & Ni Sư Thubten Chodren

Chuyển Việt Ngữ:

Ni Sư Thích Giới Hương & Tỳ Kheo Thích Đạo Tỉnh

Với sự cộng tác của Ban biên tập Prajna Upadesa Foundation

Hòa Thượng Phương Trượng chùa Viên Giác
THÍCH NHƯ ĐIỂN cố vấn, kiểm duyệt và hiệu đính

Nhà Xuất Bản
HƯƠNG SEN

Published by:

HUONG SEN BUDDHIST TEMPLE

19865 Seaton Avenue, Perris, CA 92570, USA

Tel: 951-657-7272, Cell: 951-616-8620

Email: huongsentemple@gmail.com, thichnugioihuong@yahoo.com

Fanpage: Huong Sen Web: www.huongsentemple.com

Prajna Upadesa Foundation

Publication Gratis for the Vietnamese sangha and the community with granted permission from Wisdom Publications

MỤC LỤC

Lời Giới Thiệu

của Tỳ Kheo Thích Đạo Tỉnh

Nguồn gốc của đạo Phật vốn không chia Nam Tông hay Bắc Tông; sự phân chia bắt nguồn từ những diễn biến của lịch sử và sự truyền bá Phật Pháp qua nhiều truyền thống, văn hóa, ngôn ngữ, phong tục, và quốc độ khác nhau. Những lời dạy về đạo đức và trí tuệ của Ngài Đạt Lai Lạt Ma rất đặc sắc, thực tiễn phù hợp với hoàn cảnh hiện tại, loại bỏ các yếu tố thần quyền và huyền thoại. Đạo Phật khởi nguồn từ Ấn Độ, nhưng sự suy tàn Phật Giáo trên đất Phật tại Ấn Độ cũng là mối quan tâm đáng kể của các Phật tử khắp năm Châu. Quyển sách này cố gắng tháo gỡ những nút thắt từ nhiều truyền thống của Đạo Phật không ngoài mục đích tạo nên một nhịp cầu kết nối những người con tinh thần của Đức Thế Tôn trên toàn thế giới xích lại gần nhau hơn trong tinh thần lục hòa để chung sức gìn giữ và duy trì mạng mạch Phật Pháp được trường tồn mãi ở thế gian.

Với niềm tin rằng quyển sách này sẽ cung cấp đến quý độc giả xa gần một cái nhìn tổng thể về lịch sử truyền bá của Đạo Phật. Những lời dạy của Đức Phật và chư vị Tổ sư trong cuốn sách nhỏ này có thể hữu ích cả cho những người mới bắt đầu tìm hiểu Phật Giáo cũng như những hành giả đã dày kinh nghiệm tu tập. Nhằm giúp quý Phật tử Việt nam có một cái nhìn đúng với lẽ thật hơn về sự phát triển của Phật Giáo trong thế giới ngày nay, có thể đạt được một sự hiểu biết tận ngọn nguồn những truyền thống Phật Giáo từ nhiều nước văn hóa khác nhau mà chúng ta sẽ gặp trong cuộc sống của thế giới hiện đại.

Là những Phật tử thời nay, chúng ta cần thiết mở lòng học hỏi và tôn trọng những truyền thống đạo Phật này. Tất cả chúng ta là những người con của Đức Phật Thích Ca đồng nghĩa chúng ta là những anh em cùng một Người Cha khả kính; chính vì thế, mỗi người con Phật phải nên hiểu nhau hơn, đùm bọc lẫn nhau để cùng nhau xiển dương và thực hành những lời dạy cao quý của Đức Từ Phụ nhằm giúp chính bản thân mình và mọi người bớt khổ được an vui trong hiện đời và nhiều đời sau.

Mùa Đông 2018

***Tỳ Kheo Thích Đạo Tỉnh**,*

Thiền Viện Trúc Lâm Bảo Chí, Georgia U.S.A

Lời cảm tạ

của Ban biên tập

Phật Giáo, Một Bậc Đạo sư, Nhiều Truyền Thống (*ONE TEACHER, MANY TRADITIONS*) được dịch bởi Ni Sư Giới Hương, trụ trì Chùa Hương Sen, California và Tỳ kheo Thích Đạo Tỉnh, trụ trì Thiền Viện Trúc Lâm Bảo Chí, Atlanta, GA.

Phần hiệu đính kiểm duyệt do Hòa Thượng Phương Trượng chùa Viên Giác. Sách được tu bổ hiệu đính nhiều lần do Tỳ kheo Thích Đạo Tỉnh, trụ trì Thiền Viện Trúc Lâm Bảo Chí; tu bổ nghĩa từ Anh ngữ sang Việt ngữ do Suzan Đoàn. Trong thời gian hiệu đính lần đầu Hòa Thượng đã cố vấn, chỉ dạy để quyển sách được hoàn thiện.

Chúng con thành kính tri ơn Hòa Thượng đã giới thiệu Ni Sư Giới Hương, với khả năng Phạn ngữ (*Sanskrit*) và Pali, Ni Sư thật thích hợp để hợp tác hoàn tất cuốn sách: Phật Giáo, Một Bậc Đạo sư, Nhiều Truyền Thống này. Prajna Upadesa Foundation tri ân Hòa Thượng giúp chúng con hiệu đinh lời văn, và ý Pháp để quyển sách " Phật Giáo-Một Bậc Đạo sư, Nhiều Truyền Thống" được xuất bản.

Xin thành kính tri ơn Ni Sư Giới Hương đã tận lực dịch nhanh để Phật Giáo, Một Bậc Đạo sư, Nhiều Truyền Thống được phát hành.

Kính xin cảm tạ Thầy Thích Đạo Tỉnh, đã tu chỉnh kỹ lưỡng những lỗi chính tả và lời văn mạch lạc để quyển sách này gần gũi với quý độc giả Việt Nam. Bản dịch này được hoàn hảo như hôm nay là nhờ sự lưu ý của Thầy.

Xin cảm tạ Thúy Đỗ, giúp nghiên cứu Sanskrit, Pali và hợp tác chung cho những chương đầu. Xin cảm tạ các Phật tử Thiền Viện Trúc Lâm Bảo Chí: Quách Cao Khánh Pháp danh Tuệ Nhật – Melbourne, Australia; Diệp Cẩm Thu Pháp danh Chánh Hiếu Trung đã phụ giúp kiểm soát các lỗi chính tả và một vài thuật ngữ Phật học.

Special thanks to Meghan Walsh for the design of the cover.

Prajna Upadesa Foundation kính xin chia sẻ lời Đức Đalai Lama với cộng đồng người Việt. Xuất bản lần thứ nhất, 400 quyển, chúng con xin cúng dường đến Tăng đoàn mùa An Cư Kiết Hạ 2019, dưới sự hỗ trợ và hướng dẫn của Hoà Thượng Thích Thái Siêu.

Quyển sách này cũng sẽ được lên những websites sau đây.:

www.quangduc.com

www.thuvienhoasen.com

www.prajnaupadesafoundation.net

www.huongsentemple.com

Sau hết chúng con xin kính tạ ơn Thánh Đức Đalai Lama đời thứ 14 đã đến với cộng đồng người Việt tại New York và Boston, cho chúng con cơ hội chia sẻ với cộng đồng lời giảng của Ngài qua bản dịch Việt ngữ này.

Xin hồi hướng đến tất cả chúng sinh, mong mọi chúng sanh sớm nhận ra Phật tánh của chính mình.

Suzan Doan,

Đại diện Prajna Upadesa Foundation

Lời Giới Thiệu

"Xuất phát từ một nguồn phổ biến về lời dạy của Đức Phật lịch sử, truyền thống Nam Tông, dựa trên các Kinh điển tiếng Pāli, và các truyền thống Bắc Tông ở Tây Tạng và Đông Á, chủ yếu dựa trên các Kinh điển tiếng Phạn, tất cả đều phát triển có hệ thống các lý thuyết và thực hành đặc biệt theo tông phái của chính mình. Đây là những điểm ấn tượng trong nhận thức triết học về bản chất của thực tại và sự hiểu biết về những tiềm năng sâu xa trong tâm con người. Trong cuốn sách này, Đức Đạt Lai Lạt Ma và Ni Sư Thubten Chodron, người Mỹ, cùng khám phá độc đáo những điểm chung và riêng giữa các truyền thống Phật Giáo. Cuốn sách này sẽ vô cùng quý giá đối với những ai học Phật một cách cẩn thận với một sự hiểu biết sâu rộng về cách mà những truyền thống này đã mô tả những hướng đi tương ứng của họ về con đường giác ngộ. "

Bhikkhu Bodhi,

dịch giả của cuốn sách Lời Dạy của Đức Phật

(In the Buddha's Words)

"Đức Đạt Lai Lạt Ma và Ni Sư Thubten Chodron đã hợp tác để tạo ra một tác phẩm hiện đại có giá trị để khám phá, minh họa và làm sáng tỏ các điểm chung đa dạng, tổng hợp, và phân kỳ trong những dòng lịch sử lớn của giáo lý, đặc biệt là giải thoát, sự phân tích này chưa được làm trước đó. Tác phẩm cũng cho thấy những giáo lý đạo đức sâu xa này có thể được sử dụng một cách uyển chuyển như thế nào trong kỷ nguyên hiện tại của chúng ta, để phục vụ nhân loại và lợi lạc chúng sinh trong cả cộng đồng Phật Giáo và vượt xa hơn thế nữa. Đây là một sự dâng tặng đúng thời, đầy thích thú và sáng suốt."

***Jon Kabat-Zinn**,*

tác giả của Cuộc Sống đầy Thảm Họa

(Full Catastrophe Living)

"Phật Giáo: Một Bậc Đạo sư, Nhiều Truyền Thống giống như một chiếc cầu khéo xây trên một dòng sông sâu tuyệt đẹp. Nhiều người từ mọi truyền thống sẽ có thể tìm thấy quan điểm rõ ràng của Phật Giáo và cảnh quan phong phú bao la mà những giáo lý đó đã nuôi dưỡng. Tinh thần tôn trọng và hòa hợp được thể hiện trong cuốn sách thâm sâu này thật là tuyệt vời."

***Sharon Salzberg**,*

tác giả của cuốn Hạnh Phúc Chân Thật

(Real Happiness)

"Đây là một cuộc khảo sát vô giá về các nền văn minh Phật Giáo với lịch sử lâu đời, nền tảng triết học, nguyên lý đạo đức, các bài tập thiền, và mục tiêu đạt được - tất cả đều được giải thích trong một tập sách. Một món quà quý giá cho tất cả những ai yêu Phật Pháp."

***Tulku Thondup**,*

đồng tác giả của cuốn Độ sanh Vô biên

(Boundless Healing)

"Giờ đây, mọi người trên khắp thế giới đều có khả năng truy cập tất cả các truyền thống của Phật Giáo, một số lượng ngày càng tăng của các Phật tử cảm thấy như mình đang bị cuốn hút vào các lý thuyết và thực hành từ nhiều truyền thống khác nhau. Điều này khiến cho quyển sách trở nên có giá trị đặc biệt, vì cuốn sách so sánh chính xác và rõ ràng giữa các trường phái Phật Giáo dựa trên tiếng Pāli và Phạn, cho thấy nền tảng chung và sự khác biệt đáng kể trong việc diễn giải các chủ đề chính của phương Pháp giải thoát. Tôi rất muốn giới thiệu cuốn sách này cho những ai đang tìm hiểu toàn cầu hơn về các truyền thống Phật Giáo, tất cả sẽ lấy được năng lực từ Một bậc Đạo sư, Thích Ca Mâu Ni Phật."

B. Alan Wallace,

tác giả của cuốn Sự Tiến Hóa

(The Attention Revolution)

Lời Giới Thiệu

của Hòa Thượng Trụ Trì Henepola Gunaratana

Đức Đạt Lai Lạt Ma và tôi cùng hợp tác từ rất lâu. Ngài được xác định là nhà lãnh đạo Phật Giáo Tây Tạng từ khi còn là một đứa trẻ mới biết đi, không lâu trước khi tôi ở tuổi mười hai đã trở thành một Tăng sĩ theo truyền thống Phật Giáo Nam Tông ở quê hương Tích Lan của tôi. Nhân duyên đến cho mỗi chúng tôi cùng khoảng thời gian giống nhau để bắt đầu cuộc hành trình duy trì và chia sẻ tri tuệ của Đức Phật.

Lần đầu tiên tôi gặp Đức Đạt Lai Lạt Ma tại Ấn Độ vào năm 1956 tại Thánh địa Phật Giáo Sanchi. Ngài đang thực hiện một trong những chuyến hành hương đầu tiên ở hải ngoại, ba năm trước khi bị buộc phải trốn khỏi Tây Tạng. Chúng tôi đã không gặp lại nhau cho đến khi Hội Nghị Tôn Giáo trên Thế giới năm 1993 ở Chicago. Mặc dù không thường gặp Ngài, tôi vẫn cảm thấy có mối liên kết nội tâm với Ngài bởi vì trí tuệ và bình đẳng chia sẻ Phật Pháp của Ngài. Vì vậy, với sự ngưỡng mộ trước trí tuệ của Đức Đạt Lai Lạt Ma, tôi hân hạnh góp vài lời đầu ở cuốn sách về Truyền thống Phật Giáo của Đức Đạt Lai Lạt Ma và Ni Sư Thubten Chodron.

Con người ngày nay nói chung tâm mở rộng hơn những người sống trước đây. Mặc dù thế giới không phải là không có xung đột, nhưng có một xu hướng thống nhất đang nổi lên khi chúng ta muốn kết nối giữa kinh tế và văn hóa. Với xu hướng hiện nay, sự thống nhất Phật Giáo đã không đề cập đến nhiều. Phật Giáo Nam Tông đã có thời gian lâu dài gặp gỡ các Phật tử truyền thống khác, nhưng một khi cuộc gặp mặt kết thúc, chúng ta đi theo những truyền thống riêng của mình và không có gì xảy ra.

Những cuốn sách hay về các truyền thống khác nhau cho thấy những điểm chung của chúng ta, nhưng một cách lịch sự chỉ nói ít về sự khác biệt thôi. Chúng ta không cần phải coi đó là bất lịch sự khi chỉ ra sự khác nhau. Không chỉ có sự khác biệt về giáo lý giữa các truyền thống Phật Giáo, mà ngay cả văn hoá thực tiễn giữa các quốc gia cũng khác nhau. Ngay cả trong một đất nước, thực tiễn Phật Giáo có thể khác nhau giữa các khu vực hoặc giữa các nhóm. Trực tâm khảo sát một cách khoa học các truyền thống là một dấu hiệu lành mạnh về sức mạnh và chân thành của chúng ta. Không có gì ẩn giấu trong lời dạy của Đức Phật. Công việc hiện tại là kiểm tra một cách trung thực và có hệ thống về sự chồng chéo lớn giữa truyền thống Phật Giáo Pāli và Phạn, đồng thời nên thảo luận nhiều cách về giáo lý đa dạng.

Tuy nhiên, mặc dù việc thảo luận công khai về sự khác biệt là đáng khen, nhưng nếu tập trung vào việc loại bỏ di sản chung của các truyền thống cũng là một sai lầm. Cả hai truyền thống Pāli và Sanskrit đã có những nỗ lực lớn để mang lại hòa bình cho thế giới thông qua việc bảo vệ chân thành các giáo lý của Đức Phật. Rất hiếm hoi, ở một trong hai truyền thống, để tìm ra bất kỳ lời kêu gọi bạo lực nào để dẫn dụ một truyền thống này sang truyền thống kia. Vì vậy, chính trị Tôn Giáo hoàn toàn xa lạ với lời dạy của Đức Phật, nhưng đáng buồn là một số Phật tử không thực hành những gì mà Tôn Giáo của họ đã dạy. Nhiệt tình "thật sự" ủng Hộ Pháp đôi khi rất mạnh mẽ đến mức sự hướng dẫn rất cơ bản của Đức Phật về giảng Pháp bất bạo lực lại bị bỏ qua.

Về điểm này, Kinh Dụ Ngôn Người Bắt Rắn (MN 22) là khá thích hợp. Trong Kinh này, việc hiểu sai Pháp được so sánh với việc bắt một con rắn độc bằng đuôi của nó. Rắn sẽ cắn và gây chết hoặc bệnh tật nếu bắt không đúng cách, nhưng, nếu bắt đúng cách, nọc độc rắn có thể được chiết xuất làm thuốc và con rắn thả ra mà không gây hại. Cũng vậy, chúng ta phải nắm được ý nghĩa của Pháp một cách chính xác và không chấp thủ. Sử dụng Pháp sai có thể hại tâm như con rắn độc có thể hại cơ thể, và ngộ độc tâm là nguy hiểm hơn nhiều.

Nếu chúng ta nắm được ý nghĩa của Pháp, chúng ta có thể trải nghiệm những gì được gọi là phép lạ của Giáo Pháp. Bởi vì vô minh quá mạnh và sâu sắc, Đức Phật lúc đầu tiên đã tự hỏi liệu Ngài có thể giúp chúng sanh hiểu chánh Pháp để thoát khỏi đau khổ. Tuy nhiên, khi Ngài mới bắt đầu giảng dạy, và dùng trí tuệ, Ngài đã chuyển hóa những người xấu thành những vị Thánh, và kẻ giết người thành những người tạo ra hòa bình. Tiềm năng của sự chuyển hóa này là sức mạnh kỳ diệu của Giáo Pháp.

Để trải nghiệm phép lạ của sự giáo dục cho chính mình, chúng ta phải nhìn vào bên trong. Sự thật trong chúng ta mà chúng ta có thể trải nghiệm mọi lúc được gọi là Pháp. Chính Pháp này muốn chúng ta nói rằng, "Nếu bạn muốn thoát khỏi rắc rối, hãy nhìn tôi. Hãy chăm sóc tôi." Pháp trong chúng ta nói chuyện với chúng ta liên tục, ngay cả khi chúng ta không lắng nghe. Chư Phật không cần phải đến với thế giới này để Pháp mới tồn tại. Các Ngài đã nhận thức và hiểu được điều này và sau khi đã nhận ra Pháp, các Ngài phổ biến và khiến Pháp được biết đến; nhưng cho dù Pháp được giải nghĩa hay không, thì Pháp vẫn ở trong chúng ta để được nhìn thấy và nghe đến, chúng ta chỉ cần "*lau bụi*" ở mắt chúng ta là có thể nhìn thấy Pháp.

Chúng ta "***đến để thấy***" sự trải nghiệm của hòa bình khi tâm tham ái đã loại bỏ. Chúng ta "***đến để thấy***" sự trải nghiệm của hòa bình khi tâm hận thù đã loại bỏ. Chúng ta phải xây dựng thói quen"***đến để thấy***" những gì thực sự xảy ra bên trong chúng ta mà không chỉ ngón tay của chúng ta vào người khác. Chúng ta không duy trì và hoằng Pháp vì lợi ích riêng của mình. Thay vào đó, chúng ta giữ gìn những lời dạy của Đức Phật truyền lại từ thế hệ này sang thế hệ khác bởi vì những lời dạy này làm giảm đau khổ, phát khởi hạnh phúc.

Khi chúng ta khảo sát các truyền thống lớn của Phật Giáo, như cuốn sách hiện tại, chúng ta có thể thấy rằng các truyền thống đã góp phần tạo cho thế giới một bức tranh phong phú về văn hoá, xã hội và kiến thức tâm linh. Kiến thức đó mang lại những hiểu biết sâu sắc về tâm lý học, triết học, và sức khoẻ tinh thần. Nhận thức rộng rãi về điều này sẽ nuôi dưỡng sự thức tỉnh toàn cầu ngày nay về tầm quan trọng của Thiền Định. Một người không phải là Phật tử sẽ hưởng những lợi ích để đến thực hành Thiền Định.

Phật Giáo dưới mọi hình thức sẽ thu hút sự chú ý của thế giới vì sự hiện diện hòa bình của nó với các Tôn Giáo khác. Theo thông điệp thiết yếu của Đức Phật, mỗi người trong chúng ta nên là sứ giả của hòa bình. Đây là mối quan hệ chung của chúng ta. Tôi mơ ước rằng cuốn sách này có thể giúp các Phật tử ở khắp nơi buông xả sự chấp thủ tri kiến của mình mà tham gia vào cuộc đối thoại chân thành với sự tôn trọng lẫn nhau và có thể giúp tất cả chúng sinh được trải nghiệm chân lý Phật Pháp đang ẩn trong đó. Khi lòng nhiệt tâm của chúng ta đối với Pháp được hướng dẫn bởi từ, bi, hỉ và xả, chúng ta sẽ trân trọng sứ mệnh hòa bình của Đức Phật.

Hòa Thượng Trụ Trì Henepola Gunaratana.

Nhà sáng lập Hội Bhāvanā Society High View,

West Virginia

Lời Tựa

của Đức Đạt Lai Lạt Ma

Với lòng Từ bi, Đức Phật đã dạy Pháp và thành lập Tăng đoàn, con đường giải thoát được hướng dẫn cho tất cả chúng sinh tu tập. Khi Phật Pháp được lan truyền khắp các tiểu lục địa Ấn Độ, sau đó vào các nước khác và các truyền thống Phật Giáo khác cũng bắt đầu xuất hiện. Trong thời cổ đại, thậm chí vào kỷ nguyên hiện đại, phương tiện vận chuyển và giao tiếp giữa những người từ những truyền thống khác nhau còn hạn chế. Trong khi một số có thể đã nghe về các truyền thống khác, không có cơ hội kiểm tra sự chính xác của thông tin đó. Vì vậy những quan niệm sai lầm cứ nảy sinh và tiếp nối từ thế hệ này đến thế hệ khác.

Do sự cải thiện vận chuyển và giao tiếp trong thế kỷ 21, các đệ tử của Đức Phật có cơ hội để trực tiếp gặp nhau. Nhờ các bản dịch thuật mới, bây giờ chúng ta có thể đọc Kinh sách thuộc các truyền thống khác và chú giải của các bậc Đại sư. Vì những bản dịch có sẵn chỉ là một phần của tổng số Kinh điển, và phần chính tiềm năng của các Kinh điển và các Luận là khá rộng, chúng tôi soạn ra một cuốn sách nhỏ này như một cây cầu để bắt đầu học hỏi lẫn nhau.

Tất cả người con Phật chúng ta đều có cùng một vị Thầy, Đức Phật. Thật là lợi ích cho tất cả, nếu chúng ta có mối liên hệ gần gũi với nhau hơn. Tôi đã may mắn gặp được nhiều nhà lãnh đạo liên tôn như Kitô giáo, Hồi giáo, Do Thái, Hindu, đạo Lõa thể, và Sikh, nhưng tôi có ít cơ hội gặp gỡ các vị Thầy, Thiền sư và các nhà lãnh đạo Phật Giáo thuộc các truyền thống khác nhau. Hầu hết các bậc Xuất gia và tại gia Cư sĩ Tây Tạng đều biết rất ít về các truyền thống Phật Giáo khác và tôi tin rằng những người theo các truyền thống khác cũng ít biết về Phật Giáo đã được tu tập thế nào trong cộng đồng Tây Tạng. Nếu bậc Đạo sư của chúng ta, Đức Phật, đã đến hành tinh chúng ta ngày hôm nay, liệu Ngài có vui với điều này? Tất cả chúng ta, những đứa trẻ tinh thần của Đức Phật, tuyên bố tình thương đối với bậc "cha mẹ" giống nhau, nhưng chúng ta lại ít có giao tiếp với các huynh đệ tỷ muội của mình.

Trong những năm gần đây may mắn điều này đã bắt đầu có thay đổi. Nhiều Phật tử từ châu Á và phương Tây đã đến Dharamsala, Ấn Độ, trung tâm của cộng đồng Tây Tạng lưu vong; một số Tăng Ni Tây Tạng cũng đã đến thăm Châu Á và phương Tây. Giao tiếp với các huynh đệ Nam Tông (*Theravāda*) của chúng ta đã được thực hiện tối thiểu, nhưng một số vết nứt giữa Tăng già từ hàng thế kỷ cũng bắt đầu xuất hiện ở đó. Ví dụ, hai nhà sư Miến Điện đang học tại một trường đại học ở Ấn Độ đã đến thăm tôi. Họ liên đới học hỏi về Phật Giáo Tây Tạng để có thể mở rộng kiến thức về thế giới Phật Giáo trong khi tiếp tục thực hành theo truyền thống của họ. Tôi ngưỡng mộ động cơ của họ, và tôi muốn khuyến khích các vị từ mọi truyền thống đến để học cùng nhau, để hiểu sâu hơn về sự bao la thâm sâu của Phật Pháp. Điều này có thể giúp chúng ta nhận ra giá trị cao quý của Đức Phật là một bậc Đạo sư có trí tuệ, từ bi, biết sử dụng các phương tiện khéo léo để dẫn dắt chúng ta trên đường giác ngộ.

Mục đích chính của cuốn sách này là giúp chúng ta tìm hiểu thêm lẫn nhau. Tất cả Phật tử Quy Y Tam Bảo; giáo lý của chúng ta dựa trên bốn chân lý của bậc Thánh (*Khổ đế, Tập đế, Diệt đế và Đạo Đế*), tam vô lậu học (*giới, định, tuệ*), và tứ vô lượng tâm (*từ, bi, hỉ và xả*). Tất cả chúng ta tìm kiếm sự giải thoát khỏi luân hồi (*saṃsāra*), vòng tái sinh bị thúc đẩy bởi vô minh và ái nhiễm. Tìm hiểu về những điểm tương đồng và khác biệt sẽ giúp chúng ta gần gũi với nhau hơn.

Một mục đích khác của cuốn sách này là để loại bỏ những khái niện sai lầm lẫn nhau từ hàng thế kỷ. Một số hành giả Nam Tông nghĩ rằng các Tu sĩ Tây Tạng không tuân theo Giới Luật đạo đức vì họ là những người thực hành tantra, họ có quan hệ tình dục và uống rượu. Trong khi đó các học viên Tây Tạng nghĩ rằng truyền thống Nam Tông thiếu giáo lý từ bi và đặc trưng của Nam Tông là ích kỷ, chỉ giải thoát cho riêng mình. Giới Phật Giáo Trung Quốc thường nghĩ người Tây Tạng thực hiện phép thuật, trong khi người Tây Tạng tin rằng giới Phật tử Trung Quốc chủ yếu tu thiền. Tất cả những sai sót này đều dựa trên sự thiếu hiểu biết. Chúng tôi cung cấp cuốn sách này như là một bước để giảm bớt những quan niệm sai lầm này.

Bây giờ trong thế kỷ 21, Đông, Tây, Nam và Bắc đang nhích lại gần hơn. Chúng ta, tứ hải đều là huynh đệ phải có cách tiếp cận chặt chẽ hơn và trau dồi sự hiểu biết lẫn nhau. Điều này sẽ đem lại lợi ích cho chúng ta với tư cách từng cá nhân, sẽ giúp bảo tồn và truyền bá Phật Pháp, và sẽ là một biểu tượng đẹp cho sự hòa hợp Tôn Giáo trên toàn thế giới.

Ngày 13 tháng 6 năm 2014

Bhikṣu Tenzin Gyatso

(Đạt Lai Lạt Ma thứ 14)

Đức Đalai Lama giảng Pháp tại chùa Viên Giác

Lời Đầu

của Bhikṣuṇī Thubten Chodron

Cuốn sách thể hiện những điểm tương đồng và độc đáo của nhiều truyền thống Phật Giáo khác nhau có thể được tiếp cận từ bất kỳ quan điểm nào. Là Phật tử, chúng ta kính lễ Đức Phật, cúng dường, và sám hối cho những lỗi lầm của chúng ta. Chúng ta ngồi thiền, tụng kinh, nghiên cứu và lắng nghe lời dạy. Tất cả các cộng đồng của chúng ta có chùa, tu viện, tịnh thất, và trung tâm. Giải thích các điểm tương đồng hay dị biệt giữa các hoạt động bên ngoài này chắc chắn sẽ giúp hiểu biết lẫn nhau.

Tuy nhiên, cuốn sách này tập trung vào các giáo lý - mà chúng ta gọi là "truyền thống Pāli" và "truyền thống Phạn". Đó là những thuật từ hợp lý, không nên hiểu là cả hai truyền thống đồng nhất với nhau. Cả hai truyền thống có nguồn gốc từ chính Đức Phật. Truyền thống tiếng Pāli là hậu duệ từ Kinh Luận thuộc phương ngữ Prakrit, cổ ngữ Sinhala và Pāli. Kinh điển Pāli hiện nay được tìm thấy chủ yếu ở Tích Lan, Miến Điện, Thái Lan, Cam-bốt, Lào, một phần của Việt Nam và Bangladesh. Truyền thống tiếng Phạn là hậu duệ của các Kinh Luận bằng ngôn ngữ Prakrit, Sanskrit, Trung Á, Trung Quốc và Tây Tạng. Kinh điển tiếng Phạn hiện nay được tìm thấy chủ yếu ở Tây Tạng, Trung Quốc, Đài Loan, Hàn Quốc, Nhật

Bản, Mông Cổ, Nepal, vùng Hi-mã-lạp-sơn, Việt Nam, và một phần của Nga. Cả hai truyền thống đều có ở Malaysia, Singapore, Ấn Độ, ở các nước phương Tây và châu Phi.

Xuất phát từ một vị Thầy, Đức Phật, truyền thống Pāli và tiếng Phạn (*Sanskrit*) từng có những đặc điểm, những đóng góp và những điểm nhấn khác nhau. Ngoài ra, không có truyền thống nào là riêng rẽ. Chẳng hạn, Phật Giáo Đông Á và Tây Tạng rất khác nhau, nhưng vì cả hai xuất phát từ một bản văn Phạn ngữ tương tự nhau, chia sẻ nhiều giáo lý giống nhau, nên chúng được bao gồm trong thuật từ: "truyền thống Phạn ngữ".Các chủ đề trong cuốn sách này phần lớn mô tả từ một quan điểm phổ biến trong mỗi truyền thống.

Điều này có thể khác với cách thức một chi nhánh hoặc một vị Thầy cá nhân tiếp cận một chủ đề. Trong một số trường hợp, chúng tôi phải chọn một tượng trưng trong nhiều chủ đề để đưa ra trong cuốn sách này. Ví dụ, trong chương về Vô ngã (*không có cái tôi*), giữa tất cả các quan điểm trong truyền thống tiếng Phạn, chúng tôi đã giải thích quan điểm triết lý Trung quán cụ duyên (*Prāsaṅgika Madhyamaka*) như Đức Tông Khách Ba (*Tsongkhapa*) đã trình bày. Trong các trường hợp khác, chúng tôi đã giải thích một chủ đề - ví dụ như Bồ Đề Tâm (*bodhicitta*) - theo cách trình bày của Tây Tạng và sau đó đưa ra các đặc điểm riêng biệt từ diễn giải của Trung Quốc.

Trong cả hai truyền thống, văn học Phật Giáo rất phong phú và quyết định chọn đề tài nào bao gồm trong cuốn sách này là không dễ dàng. Đức Đạt Lai Lạt Ma và tôi có thể muốn đưa vào hoặc giải thích thêm về nhiều điểm nữa, nhưng cuốn sách đã trở nên quá dài. Chúng tôi xin lỗi vì không thể thảo luận quá rộng các quan điểm, các diễn dịch và tính thực tiễn trong mỗi truyền thống, xin bạn đọc kiên nhẫn nếu không có các chủ đề nào đó mà bạn xem là quan trọng. Những câu trích dẫn từ Kinh điển, tựa đề và thuật ngữ mà chúng tôi muốn bao gồm cũng bị bỏ qua vì sách đã quá dày.

Nhiều độc giả của cuốn sách này chắc chắn đã học truyền thống Phật Giáo của mình, cho nên khi đọc các luận mô tả, hoặc thậm chí các bản dịch từ các truyền thống khác thì một tư tưởng có thể nảy sinh, "Bản này là không chính xác." Vào lúc này, xin nhớ rằng các truyền thống khác có thể sử dụng những thuật từ khác nhau để diễn đạt ý nghĩa giống như truyền thống của mình. Quán niệm những lợi ích phát sinh từ kiến thức đa dạng của Phật Pháp.

Tập sách này được Đức Đạt Lai Lạt Ma biên soạn để thúc đẩy sự hiểu biết lẫn nhau giữa các Phật tử trên toàn thế giới. Tôi cảm thấy rất may mắn vì Ngài đã tin tưởng cho phép tôi thực hiện công việc lợi lạc nhất này. Đức Đạt Lai Lạt Ma đóng góp hầu hết cho các giáo lý truyền thống tiếng Phạn. Tôi đã biên soạn chúng lại từ các bài giảng cho quần chúng của Ngài và các cuộc phỏng vấn cá nhân của Ngài mà tôi biết trong nhiều năm. Những bản dịch này của Ngài Geshe Lhakdor, Geshe Dorji Damdul và Geshe Thupten Jinpa và được Ngài Geshe Dorji Damdul và Geshe Dadul Namgyal đã hiệu đính. Một số nguồn tài liệu của Phật Giáo Trung Quốc là các bài viết của các bậc Đạo sư Trung Hoa như Đại sư Hiền Thủ (*Zongmi*), Đại sư Ấn Thuận (*Yinshun*), Hàn Sơn Đức Thanh (*Hanshan Deqing*), Thích Nhàn (*Shixian*), KiếtTạng(*Jizang*), Thái Hư (*Taixu*), và Mãn Ích Trí Húc (*Ouyi Zhixu)* và các cuộc phỏng vấn Bhikṣu Hậu Quảng (*Houkuan*), Bhikṣu Huệ Phương (*Huifeng*), Bhikṣu Đàm Ma Mật Đa (*Dharmamitra*), Bhikṣu Thiên Hồ (*Jian-hu*), Dr. Lưu Chân Quá (Lin Chen-kuo), và Tiến sĩ Vương Thành Trường (*Wan Jing-chuang*). Vì tôi đã được thọ giới Tỳ kheo Ni tại Đài Loan, tôi quen thuộc với truyền thống tiếng Hoa đó. Đọc các bài Kinh Pāli, các luận của Đại sư Phật Âm (*Buddhaghosa*) và Đại sư Hộ Pháp (*Dhammapāla*), và các chú giải của các tác giả đương đại như Ledi Sayadaw, Ñāmamoli Thera, Nyanaponika Thera, Soma

Thera, Tỳ Kheo Bồ Đề, và Tỳ Khưu Anālayo giúp tôi thấy được giá trị của truyền thống tiếng Pāli. Tôi đã nghiên cứu một loạt 123 bài giảng về Trung Bộ (*Majjhima Nikāya*) của Tỳ kheo Bồ Đề và Ngài đã giúp tôi sáng tỏ rất nhiều thông tin.

Ngài cũng hiệu đính các phần tiếng Pāli của cuốn sách này. Đức Đạt Lai Lạt Ma cũng khuyên tôi đến thăm và tu học ở Thái Lan, tôi đến trải nghiệm hai tuần tại một tu viện Thái Lan.

Tiếng Pāli và Phạn có cùng ngôn ngữ nhưng không giống nhau. Bởi vì một số thuật ngữ, chẳng hạn như Thiền Định (*meditative stabilization*), thuật ngữ Pāli là jhāna, tiếng Phạn là dhyāna - đôi khi được sử dụng thay thế. Trong một số chương, tiêu đề của truyền thống tiếng Pāli và Phạn (Sanskrit) được trình bày riêng biệt, trong khi các chương khác chúng được trình bày song song. Bất cứ khi nào quan điểm của Pāli được đưa ra, sự đánh vần các thuật ngữ sẽ có trong Pāli, còn thuật ngữ Phạn ngữ sẽ bao gồm các cách viết dấu của tiếng Phạn. Khi hai từ trong dấu ngoặc đơn thì chữ thứ nhất là Pāli, kế tiếp là tiếng Phạn. Có khi chỉ có một thuật ngữ, hoặc từ này giống nhau trong cả hai ngôn ngữ, hoặc nó tương ứng với truyền thống của đoạn văn đang đề cập đó. Các thuật ngữ Pāli và Phạn thường được đưa ra trong dấu ngoặc đơn chỉ cho việc sử dụng từ này đầu tiên. Khi các thuật ngữ Pāli và Sanskrit không được dịch ra, chỉ những từ dùng đầu tiên được in nghiêng.

Tiếng Anh "bốn chân lý cao quý" đã được thay thế bằng một bản dịch chính xác hơn - "bốn chân lý của bậc Thánh (*āryas, ariyas)*", thường được viết tắt là "tứ đế".

Có nhiều thuật ngữ tiếng Anh mà các học giả theo truyền thống Pāli có thể thấy khác với những gì họ quen dùng. Vào lần xuất hiện đầu tiên của các thuật ngữ như vậy, tôi đã cố gắng dùng từ tiếng Anh quen thuộc hơn. Cũng có sự lựa chọn bản dịch của tiếng Phạn mà có thể chưa quen thuộc với một số độc giả. Điều này là không thể tránh khỏi, và tôi yêu cầu sự khoan dung của bạn.

Tất cả các sai sót, mâu thuẫn, và bất kỳ điểm nào có thể không phù hợp là do sự thiếu hiểu biết của một mình tôi, đây không phải là thiếu sót của Đức Đạt Lai Lạt Ma và xin hoan hỉ thứ lỗi cho tôi.

Tri Ân

Con tôn kính Đức Phật, bậc Đạo sư, Ngài đã hướng dẫn cho chúng con những bài Pháp quý giá làm cho cuộc sống có ý nghĩa và đưa chúng con giải thoát khỏi khổ (*duḥkha*). Con cũng tỏ lòng tôn kính các bậc Thầy thuộc nhiều truyền thống Phật Giáo, vì nhờ các Ngài mà Phật Pháp còn được lưu truyền đến ngày nay.

Ngoài ra, con cũng rất biết ơn sự trợ giúp của Ngài Samdhong Rinpoche, Geshe Sonam Rinchen, Tiến sĩ Alexander Berzin, Traci Thrasher, các nhân viên trong văn phòng của Đức Đạt Lai Lạt Ma, cộng đồng Tu Viện Sravasti, Tim McNeill và David Kittelstrom ở nhà in Wisdom Publications. Tất cả sự hiểu biết đều là nhân duyên, và các bậc trí tuệ cùng nhiều thiện hữu tri thức (*kalyānamitras*) khác đã từ bi làm cho tác phẩm hiện tại trở nên hoàn hảo hơn.

Cuối cùng, con cũng xin kính ngưỡng mang ơn Đức Đạt Lai Lạt Ma.

Bhikṣuṇī Thubten Chodron.

Tu viện Sravasti, ngày 13 tháng 6 năm 2013

CHƯƠNG 1

Nguồn Gốc Và Truyền Bá Giáo Lý Đức Phật

Không phải ai cũng nghĩ giống nhau. Họ có những nhu cầu, ảnh hưởng, và khuynh hướng riêng trong mọi lĩnh vực của cuộc sống, ngay cả về Tôn Giáo. Như một bậc Đạo sư trí tuệ, Đức Phật đã dùng nhiều phương tiện giáo huấn đa đạng đáp ứng theo nhu cầu căn cơ khác nhau của từng chúng sanh. Bây giờ, chúng ta sẽ nhìn vào sự phát triển của hai truyền thống chính của Phật Giáo, Pāli và Phạn (*Sanskrit*) ngữ. Trước hết, chúng ta bắt đầu với những câu chuyện về cuộc đời của Đức Phật Thích Ca Mâu Ni.

Cuộc Đời Của Đức Phật

Trong quan điểm chung của hai truyền thống, Thái tử Sĩ Đạt Đa (*Siddhārtha Gautama*), thuộc dòng họ Thích Ca (*Sakya*), sinh ra khoảng thế kỷ thứ năm hoặc thứ sáu trước Tây Lịch (b.c.e.) và lớn lên tại nơi mà ngày nay gọi là biên giới giữa Ấn Độ (*India*) và Nepal. Từ lúc thơ ấu, Ngài đã có thiện tâm và luôn xuất sắc trong các môn học và nghệ thuật. Thái Tử sống một cuộc đời được bảo bọc trong cung điện suốt thời niên thiếu. Khi còn thanh niên, Ngài mạo hiểm ra dạo ngoài thành cung điện. Khi vào thị trấn, Ngài thấy một người bệnh, một người già, và một xác chết, khiến Ngài suy nghiệm về bản chất khổ của cuộc sống. Khi nhìn thấy một vị Ẩn sĩ du hành, Ngài đã nhận ra được đường lối có thể giải thoát khỏi vòng luân hồi. Năm hai mươi chín tuổi, Siddhārtha Gautama rời khỏi cung điện, bỏ trang phục hoàng gia, để nhập vào lối sống hành khất.

Ngài theo học phương Pháp Thiền Định với các đại thiền giả trong thời đó và đạt được các Thiền Định cao, nhưng Ngài thấy rằng các Thiền Định cao này vẫn không dẫn đến sự giải thoát. Trong sáu năm, Ngài tu khổ hạnh trong rừng, và nhận ra rằng, hành hạ thân không thể chế ngự được tâm. Sau đó, Ngài đã chọn đường tu trung đạo, giữ thân lành mạnh để có nhu cầu cần thiết cho sự tu tập tâm linh.

Khi ngồi dưới gốc cây Bồ Đề tại Bồ Đề Đạo Tràng, Ấn Độ ngày nay (*Bodhgaya, India*), Ngài nguyện sẽ không đứng dậy cho đến khi nào đạt được toàn giác. Vào ngày trăng tròn của tháng Tư âm lịch, Ngài đã hoàn thành tiến trình loại bỏ các kiết sử, phát triển các thiền chứng, trở thành bậc toàn giác (*sammāsambuddha, samyaksaṃbuddha*) vào lúc đó, Ngài ba mươi lăm tuổi. Bốn mươi lăm năm tiếp theo, Đức Phật giảng dạy thông điệp giải thoát cho bất cứ những ai đến tìm giải thoát.

Đức Phật dạy tất, nam, nữ không phân giai cấp, chủng tộc, và lứa tuổi. Nhiều đệ tử chọn từ bỏ cuộc đời Cư sĩ vào cuộc sống Tăng lữ, từ đó Tăng đoàn được thành lập. Các vị đệ tử chứng Pháp, trở thành các bậc Giáo thọ trí tuệ, truyền bá Giáo Pháp khắp Ấn Độ. Trong những thế kỷ tiếp theo, Phật Pháp được lan rộng về phía Nam đến Tích Lan; vào phương Tây nước Afghanistan ngày nay; phía Đông Bắc đến Trung Quốc, Hàn Quốc, Nhật Bản; Đông Nam Á, Nam Dương; phía Bắc Trung Á, Tây Tạng và Mông Cổ. Trong những năm gần đây, nhiều trung tâm Phật Giáo đã thành lập tại Âu Châu, Mỹ Châu, các nước cộng hòa Xô Viết cũ, Úc Châu, và Phi Châu.

Tôi cảm thấy vô cùng biết ơn đối với giáo lý và cuộc đời của Đức Từ Phụ Thích Ca. Ngài thông suốt các hoạt động của tâm và dạy cho ta biết là quan điểm sẽ ảnh hưởng đến kinh nghiệm chúng ta. Quả của những kinh nghiệm khổ đau, hạnh phúc gây ra từ sự vô minh và phiền não là từ trong tâm chúng ta chứ không phải do người khác tạo ra. Tương tự, giải thoát và giác ngộ cũng là trạng thái của tâm, không phải do môi trường bên ngoài.

Kinh điển Phật Giáo Và Sự Truyền Bá Giáo Pháp

Thừa (*vehicle*) và Đạo (*path*) đồng nghĩa. Đôi khi những từ này được sử dụng để chỉ tiến trình của sự hành trì, đặc biệt nói đến tâm buông xả và trí tuệ.

Đức Phật chuyển Pháp Luân, qua thực hành ba Thừa: Thinh Văn Thừa (*Sāvakayāna, Śrāvakayāna*), Duyên Giác Thừa (*Paccekabuddhayāna, Pratyekabuddhayāna*), và Bồ Tát thừa (*Bodhisattayāna, Bodhisattvayāna*). Theo truyền thống Bắc Phạn (Sanskrit), ba thừa được phân biệt khác nhau ở động lực và kết quả tu tập, cũng như công hạnh và thời gian cần thiết để chứng đắc. Hai truyền thống Nam Tông (*Pali*) và Bắc Tông (*Phạn - anskrit*) đều có giáo lý Kinh sách và Tu sĩ của cả ba thừa. Những vị thực hành Thinh Văn Thừa chủ yếu tu theo truyền thống Pali, và những vị Bồ Tát Thừa tu theo truyền thống Bắc Phạn. Ngày nay, hầu như ít vị tu theo Duyên Giác.

Sau khi Đức Phật nhập niết bàn, Phật Pháp được truyền bá rộng rãi ở Ấn Độ qua nhiều thế kỷ. Vào thế kỷ thứ ba trước Tây Lịch (b.c.e.), hai người con của Vua A Dục (*Asoka*) đã đưa Phật Pháp đến đất nước Tích Lan (*Sri Lanka*). Đầu tiên, các bài Kinh được truyền khẩu từ các vị Xuất gia (*bhanakas*)

có nhiệm vụ ghi nhớ những Khế Kinh. Theo nguồn tin từ Sri Lanka, Kinh được viết trong khoảng thế kỷ đầu tiên trước Tây Lịch để hình thành Kinh Tạng Ba-Li Nam Tông (*Pāli Canon*). Trải qua nhiều thế kỷ, bắt đầu từ Ấn Độ, các nhà sư Sinhala dùng ngôn ngữ Sinhala để truyền bá, từ đó các bộ Luận giải được hình thành. Vào thế kỷ thứ năm, Đại sư Phật Âm (*Buddhaghosa*), nhà đại dịch giả và luận giả đã biên soạn các bài luận thư cổ đại và dịch sang tiếng Pāli. Đại sư Phật Âm cũng đã trước tác bộ Thanh Tịnh Đạo luận (*Visuddhimagga*), một kiệt tác nổi tiếng và có rất nhiều Luận giải. Vào thế kỷ thứ sáu, Dhammapāla, một nhà triết học Du Già phía Nam Ấn Độ, cũng đã viết nhiều bài luận giảng bằng tiếng Pāli. Hiện nay, Pāli là ngôn ngữ Kinh điển thống nhất tất cả các Phật tử của Trường phái Nguyên Thủy (*Theravāda*).

Bắt đầu từ thế kỷ thứ nhất trước Tây Lịch (*1st Century* b.c.e), truyền thống Bắc Phạn được phát triển và lan rộng ở Ấn Độ. Trong đó có bốn trường phái triết học (*four tenet systems*)

1- Tỳ Bà Sa hay Phân Biệt Bộ (*Vaibhāṣika*), 2- Kinh Lượng Bộ (*Sautrāntika*); 3- Du Già thiền phái, còn được biết là Duy Tâm hay Duy Thức (*Cittamatra, Vijñānavāda*); 4- Trung Quán (*Mādhyamika*). Mặc dù nhiều điểm trong giáo lý Kinh Nguyên Thủy được chia sẻ chung trong bốn trường phái triết học nói trên, học giả của từng trường phái đã biện giải theo hệ thống riêng của mình về các điểm không được giải thích rõ trong Kinh điển.

Nhiều viện Phật học đã được thành lập: Nālandā, Odantapuri, và Vikramaśilā, rất nhiều Phật tử từ nhiều truyền thống khác nhau đã đến đây cùng nghiên cứu và tu tập. Môn biện luận (*debate*) về triết học là một phong tục cổ được phổ biến rộng rãi tại Ấn Độ; những người thua thường phải chuyển sang trường phái của người thắng. Những bậc Thánh giả cần biện luận hợp lý để chứng minh giá trị của giáo lý Phật qua những cuộc biện luận triết lý với các nhà ngoại đạo. Vì vậy, những luận giả Phật Giáo danh tiếng cũng là những vị hành giả thâm sâu. Tuy nhiên, không phải tất cả các hành giả Phật Giáo đều quan tâm với khuynh hướng biện luận này. Nhiều vị chỉ thích nghiên cứu Kinh điển hoặc ẩn tu Thiền Định.

Hiện nay, Đại Tạng Kinh (*Buddhist Canon*) được ghi lại trong tiếng Pali, tiếng Hán, và tiếng Tây Tạng. Đại Tạng Kinh tiếng Phạn (*Sanskrit*) không được ghi lại tại Ấn Độ. Trong mỗi bộ Đại Tạng Kinh gồm có Tam Tạng (*Tripitaka*) tương quan với ba giáo lý Giới, Định và Tuệ. Luật Tạng với chủ đề Giới Luật cho Tu sĩ, Kinh Tạng nhấn mạnh về Thiền Định, và Luận Tạng chủ yếu liên quan với trí tuệ phân tích.

Đại Tạng Kinh tiếng Hán được xuất bản lần đầu vào năm 983, và một số đã được tái bản sau đó. Đại Tạng Kinh tiếng Hán thời nay ấn tống theo Taisho Shinshu Daizokyo (*Đại Chánh Tân Tu Đại Tạng Kinh*), xuất bản tại Tokyo vào năm 1934, bao gồm bốn phần: Kinh (*sūtras*), Luật (*vinayă*), Luận (*śāstra*), và vô số các bài Kinh được viết bằng tiếng Hán. Đại Tạng Kinh tiếng Hán rất là toàn diện, tương ứng nhiều Kinh trong Đại Tạng Kinh tiếng Pāli và Tây Tạng. Đặc biệt, Kinh A Hàm (*Āgamas*) trong Kinh Hán tạng tương ứng với bốn cuốn Kinh đầu tiên trong Kinh tạng Pāli (*Four Nikāyas*).

Vào thế kỷ thứ mười bốn, Buton Rinpoche đã biên tập và hệ thống hóa Đại Tạng Kinh tiếng Tây Tạng. Các phiên bản đầu tiên của Đại Tạng Kinh Tây Tạng được xuất bản năm 1411 tại Bắc Kinh. Các phiên bản sau này được xuất bản tại Nartang, Tây Tạng năm 1731-1742 và sau đó tại Derge và Choné. Đại Tạng Kinh Tây Tạng bao gồm Kinh (*Kangyur*) và Luận (*Tengyur*). Trong Kangyur, gồm có 108 quyển ghi lời dạy của Đức Phật. Trong Tengyur, gồm có trong 225 cuốn sách luận giải tuyệt vời từ các tổ Ấn Độ. Hầu hết các cuốn sách này đã được dịch sang tiếng Tây Tạng trực tiếp từ các ngôn ngữ Ấn Độ, chủ yếu là tiếng Phạn, mặc dù một số ít đã được dịch từ tiếng Hán và ngôn ngữ Trung Á.

Truyền Thống Pāli

Phật Giáo truyền bá đến Tích Lan, Trung Quốc và Đông Nam Á từ nhiều thế kỷ trước khi đến với Tây Tạng. Tôi xin tôn kính các bậc Sư trưởng huynh đệ này.

Trường phái Nguyên Thủy (*Theravāda*) ngày nay được bắt nguồn từ phái Sthaviravāda, một trong mười tám trường phái ở Ấn Độ cổ đại. Chữ Nguyên Thủy không có vẻ biểu thị một trường phái ở Ấn Độ trước khi Phật Giáo đến Tích Lan. Theo ghi chép những biến cố lịch sử Sinhala, vào thế kỷ thứ tư, Dipavamsa dùng thuật từ Nguyên Thủy (*Tiểu thừa*) để mô tả các Phật tử sống trên hải đảo này. Có ba tu viện thuộc ba nhánh của trường phái Nguyên Thủy, mỗi một tu viện mang một tên riêng: Abhayagiri (*Dharmaruci*), Mahavihara, và Jetavana.

Bộ phái Nguyên Thủy Abhayagiri có duyên chặt chẽ với Ấn Độ và mang nhiều Kinh sách tiếng Phạn từ Ấn độ sang. Bộ phái NguyênThủy Jetavanins cũng giống vậy nhưng ít duyên hơn. Bộ phái Nguyên Thủy Mahāvihārins luôn duy trì giáo lý Nguyên Thủy chính thống. Trong thế kỷ thứ mười hai, Đức Vua bãi bỏ hai truyền thống Abhayagiri và Jetavana, hợp nhất Tăng đoàn với một phái Nguyên Thủy. Từ đó, chỉ còn Nguyên Thủy Mahāvihārins được chú ý đến.

Phật Giáo chịu đựng nhiều gian nan sau khi thủ đô Tích Lan bị rơi vào áp lực của nhóm Cola năm 1017. Tăng đoàn Tỳ kheo và Tỳ kheo Ni đã bị phá hủy. Khi Vua Tích Lan mời các Sư Miến Điện đến để truyền giới, Tăng đoàn Tỳ kheo được phục hồi. Tích Lan được xem là trung tâm của Phật Giáo Nguyên Thủy và Phật Pháp phát triển trở lại. Khi Phật Giáo Nguyên Thủy bị ảnh hưởng bất lợi, các nhà lãnh đạo luôn yêu cầu các Sư từ các quốc gia Nguyên Thủy khác đến ban lễ truyền giới. Truyền thống này được tiếp tục đến ngày nay.

Vào cuối thế kỷ mười tám ở Thái Lan, Vua Rama I bắt đầu loại bỏ các yếu tố liên hệ đến Bà La Môn giáo và thực hành Mật Thừa, tuy vậy dấu vết lưu trữ vẫn còn ở nhiều ngôi chùa Thái Lan như tượng một Bà La Môn bốn mặt trong sân chùa ngày nay. Vua Rama IV (r. 1851-1868), là một nhà sư gần ba mươi năm trước khi lên ngôi đã chứng kiến sự lõng lẽo của Giáo lý và Giới Luật trong Tăng đoàn. Vua thiết lập một hệ thống cải cách Tăng đoàn và thỉnh các cao Tăng Miến Điện đến để truyền giới. Vua lập ra Dhammayuttika Nikaya, thống nhất các giáo phái khác vào Mahā Nikaya dưới quyền Giáo Hội trung ương, hướng dẫn giới luật trong tu viện chặt chẽ hơn. Vua Rama IV cải tổ hệ thống giáo dục tu viện, viết Kinh sách giáo khoa, loại bỏ các yếu tố văn hóa nào không gắn liền với Phật Giáo Thái Lan. Chính phủ Thái Lan thành lập một ủy ban Tăng đoàn làm lễ truyền giới. Đạo luật Tăng đoàn năm 1902, tập hợp tất cả Tu sĩ dưới sự kiểm soát của hoàng gia, bằng cách tập trung quyền hành toàn bộ Tăng đoàn trong Hội đồng Tăng già Trung Ương Tối Cao (*Mahathera Samakhom*) do Tăng Thống lãnh đạo. Em trai kế của Vua Rama V, Hoàng tử Wachirayan, dùng những Kinh Sách Giáo Khoa mới làm nền tảng cho các kỳ thi quốc gia khảo hạch Tăng sĩ, mục đích để nâng cao kiến thức cho Tăng sĩ cũng như để tuyển lựa và tuyển cử cấp bậc cao ưu tú trong giáo hội.

Chính sách thực dân (*colonialism*) gây ra sự tổn thương cho Phật Giáo tại Tích Lan, nhưng nhờ sự quan tâm về Phật Giáo của một số người Tây phương, đặc biệt là nhà Thông Thiên Học Helena Blavatsky và Henry Olcott, đã thúc đẩy Phật tử Anagarika Dhammapala diễn thuyết giáo lý đạo Phật hợp lý hơn để kết nối với tất cả Tín đồ Phật Giáo quốc tế. Phật Giáo cũng đã cung cấp một điểm tập hợp tốt cho dân chúng Tích Lan trong việc đối phó với chế độ thực dân và thành lập một quốc gia độc lập.

Chính sách thực dân không làm hại Phật Giáo ở Miến Điện, ngược lại khuyến khích nhà Vua thỉnh các nhà Sư đến dạy Thiền Minh Sát (Vipassanā) tại cung điện. Không bao lâu tất cả dân chúng trong các tầng lớp xã hội đều thích tu tập Thiền Định. Nhà sư Ledi Sayadaw (1846-1923) và Mingon Sayadaw (1868-1955) đã thành lập các trung tâm Thiền Định, và Mahasi Sayadaw (1904-1982) đã truyền các phương Pháp thực tập cho các Thầy Giáo thọ Cư sĩ. Cách thiền này hiện nay rất thịnh hành ở Miến Điện.

Hệ thống tuyển lựa Tăng Thống lãnh đạo khác nhau. Tại Thái Lan, thường là được nhà Vua bổ nhiệm. Ở các nước khác dựa vào thâm niên hay một quá trình bầu cử. Thẩm quyền của Tăng Thống cũng khác: một số là bù nhìn; số khác như Cố Hòa Thượng Mahā Ghosananda của nước Cam Bốt có uy tín ảnh hưởng rất lớn do đạo cao đức trọng, có công đức dấn thân vào phúc lợi chuyển hóa tiến bộ của xã hội.

Tăng Thống Thái Lan xuất hiện từ thế kỷ thứ mười tám, là một phần của hệ thống quốc gia điều hành xử lý những vấn đề quan trọng trong Tăng đoàn. Tăng Thống có toàn quyền với tăng sự, làm việc bộ máy chính phủ, và được hỗ trợ bởi Hội đồng Tăng già tối cao. Ở Cam Bốt, chức vụ trong Tăng Thống bị dẹp trong thời kỳ Khmer, nhưng trong năm 1981, chính phủ đã tái lập trở lại.

Trong nhiều trường hợp, chính phủ quốc gia thiết lập những sự thay đổi trên đã làm giảm bớt trách nhiệm truyền thống trong Tăng đoàn, là nhiệm vụ Thầy giáo thọ và Ysĩ trị bịnh, để thay thế vào đó bằng hệ thống giáo dục thế tục và y học hiện đại. Kết quả, Tăng đoàn Nguyên thủy, cũng như Tăng đoàn các nước huynh đệ theo truyền thống Bắc tông phải suy nghĩ lại vai trò của Tăng đoàn trong xã hội trong tiến trình hiện đại hóa.

Phật Giáo Trung Quốc

Phật Giáo bắt đầu vào Trung Quốc trong thế kỷ đầu tiên trước Tây Lịch, đầu tiên qua con đường buôn Tơ Lụa (*Silk Road*) từ Trung Á, nơi Phật Giáo phát triển mạnh sau đó bằng đường biển từ Ấn Độ và Tích Lan (*Sri Lanka*). Đến thế kỷ thứ hai, tu viện Phật Giáo Trung Quốc được thành lập, việc dịch Kinh sách tiếng Hán được tiến hành. Những bản dịch đầu tiên sử dụng thuật ngữ không phù hợp, dẫn đến một số hiểu lầm về tư tưởng Phật Giáo, nhưng đến thế kỷ thứ năm, các thuật ngữ trở nên ổn định hơn. Đầu thế kỷ thứ năm đánh dấu sự phát triển nhiều bản dịch Luật tạng. Trong nhiều thế kỷ, các hoàng đế tài trợ dịch vụ ấn tống, do đó một kho tàng Kinh, Luận từ Ấn Độ và Trung Á đã được dịch sang tiếng Hán.

Phật Giáo Trung Quốc bao hàm nhiều trường phái. Một số quan điểm và cách thực hành được phổ biến chung cho tất cả các trường phái, một số chỉ áp dụng cho từng trường phái riêng biệt. Một số trường phái được phân biệt dựa trên nguyên lý triết học (*tenets*), một số khác dựa trên cách hành trì, một số khác dựa trên tuyển chọn Kinh Luận riêng cho phái mình. Trong lịch sử có mười trường phái chính phát triển ở Trung Quốc như sau:

Thiền tông (C. *Chan*; J. *Zen*): Tổ Bồ Đề Đạt Ma (Bodhidharma) đưa Thiền Tông từ Ấn Độ đến Trung Quốc vào đầu thế kỷ thứ sáu. Ngài là tổ thứ hai mươi tám của Ấn Độ, là Tổ đầu tiên của Thiền Tông Trung Hoa. Hiện nay, hai chi nhánh của Thiền Tông là Lâm Tế (C. *Linji*, J. *Rinzai*) và Tào Động (C. *Caodong*, J. *Soto*). Lâm Tế, chủ yếu sử dụng công án (*hua-tous*) – thách thức thiền sinh vượt qua những giới hạn của khái niệm văn tự về tâm và đề cập đến đốn ngộ. Tào Động tập trung vào tiệm tu "ngồi" và từ từ đi đến giác ngộ.

Các thiền sư đầu tiên của Thiền Tông dựa vào Kinh Lăng Già (*Laṅkāvatāra*) và Bát nhã Tâm Kinh (*Prajñāpāramitā*),

Kinh Kim Cang (*Vajracchedikā Sutra*). Các Thiền sư sau đó áp dụng Kinh Như Lai Tạng (*tathāgatagarbha*), hay Phật tánh. Kinh Lăng Nghiêm (*Śūraṅgama Sūtra*) phổ biến ở Trung Quốc thời Thiền Tông Trung Hoa. Ngày nay, các Thiền sinh ở Hàn Quốc và một số ở Trung Quốc học theo triết lý Trung Quán (*Mādhyamaka-Middle Way philosophy*). Trong thế kỷ thứ mười ba, Dogen Zenji (*Đạo Nguyên Thiền Sư*) và Myōan Eisai (*Dinh Tây*) đã góp phần đưa Thiền vào Nhật Bản.

Tịnh Độ Tông (C. *Jingtu*, J. *Jodo*): dựa trên ba bộ Kinh- tiểu và đại Vô Lượng Thọ Kinh (*Sukhāvatīvyūha sūtras*) và Quán Vô Lượng Thọ Kinh (*and the Amitāyurdhyāna Sūtra*). Tịnh Độ Tông nhấn mạnh trì danh hiệu Phật A Di Đà đến nhất tâm bất loạn với lời nguyện tha thiết được vãng sinh về cảnh giới Cực lạc, nơi giúp hành giả có nhiều phương tiện, hoàn cảnh cần thiết để học Pháp và đạt giác ngộ viên mãn qua phương Pháp tụng Kinh, niệm Phật A Di Đà. Thế giới Tịnh Độ cũng chính là Phật tánh, bản chất thanh tịnh của tâm chúng ta. Những bậc Tổ Tịnh Độ củaTrung Quốc như Trí Di (*Zhiyi*), Hàn Sơn Đức Thanh (Hanshan Deqing), và Mãn Ích Trí Húc (*Ouyi Zhixu*) viết những bài luận về cách thực hành Tịnh Độ, thảo luận thế nào để đạt được sự thanh tịnh, an lạc và nhận ra Phật tánh khi quán tưởng về Phật A Di Đà. Sau thế kỷ thứ chín, Tịnh Độ Tông đã du nhập vào nhiều thiền phái khác của Trung Quốc, ngày nay nhiều tu viện ở Trung Quốc thực hành cả hai phương Pháp Thiền - Tịnh. Tổ Pháp Nhiên (*Honen*) đã đem giáo lý Tịnh Độ đến Nhật Bản vào cuối thế kỷ thứ mười hai.

Thiên Thai Tông (*Tendai* J.): do Tổ Huệ Tư (*Huisi*, 515-76) thành lập. Đệ tử của Ngài là Trí Di (*Zhiyi*, 538-97) sáng lập cách thực hành tiệm tu, tiến triển từ dễ đến sâu, với những lời dạy thâm sâu được tìm thấy trong các Kinh như Diệu Pháp Liên Hoa (*Saddharmapuṇḍarīka Sūtra*), Kinh Đại Bát Niết

Bàn (*Mahāparinirvāṇa Sūtra*), và Ma Ha Bát Nhã Ba La Mật. Nghị Luận Kinh (*Mahāprajñāpāramitā-upadeśa*) của Đại sư Long Thọ (I). Trường phái Thiên Thai (*Tendai* J.) cân bằng giữa học và hành.

Hoa Nghiêm Tông (Japanese: *Kegon*; Chinese: *Hua Yen*) được dựa trên Kinh Hoa Nghiêm (*Avataṃsaka Sūtra*). Kinh Hoa Nghiêm (*Avataṃsaka Sūtra*) được dịch sang tiếng Hán khoảng năm 420. Nhà Sư Đỗ Thuận (*Dushun*, 557-640) và Nhà sư Hiền Thủ Pháp Tạng (*Zongmi Fa-tsang*, 781-841) là hai Tổ của Hoa Nghiêm Tông. Hoa Nghiêm Tông nhấn mạnh Lý Nhân Duyên phụ thuộc lẫn nhau của tất cả các Pháp. Giáo lý Hoa Nghiêm cũng nhấn mạnh Bồ Tát thực hành các hạnh nguyện trong thế gian để lợi ích cho tất cả chúng sinh.

Tam Luận Tông (C. *Sanlun*, J. *Sanron*) hoặc trường phái Trung Quán được thành lập bởi các đại dịch giả Ấn Độ nổi danh như Cưu Ma La Thập (*Kumarajiva*, 334-413), chủ yếu dựa vào Căn Bản Trung Luận Tụng (Mūlamadhyamakakārikā) và Thập Nhị Môn Luận (*Dvādaśanikāya Śāstra*) của Đại sư Long Thọ và Nhất Bách Kệ Luận (*Śataka Śāstra*) của Bồ Tát Thánh Thiên (*Āryadeva*). Đại Bát Nhã Ba La Mật Nghị Luận Kinh (*Mahāprajñāpāramitā-upadeśa*) của ngài Long Thọ cũng được thêm vào như là luận thứ tư của trường phái Tam Luận (*Sanlun*). Trường phái Tam Luận dựa trên Kinh Bát nhã Ba La Mật (*Prajñāpāramitā Sūtras*) và các Kinh điển của Bồ Tát Akṣayamatinirdeśa. Trường phái Tam Luận khẳng định rằng những Kinh này trình bày những ý nghĩa tuyệt đối của lời Đức Phật dạy.

Du Già Tông (*Yogācāra*, C. *Faxiang*, J. *Hossō*): dựa trên Kinh Giải Thâm Mật (*Saṃdhinirmocana Sūtra*) và Du Già Sư Địa Luận (*Yogācāryabhūmi Śāstra*), Thành Duy Thức Luận (*Vijñaptimātrasiddhi Śāstra*), và các Luận thuyết khác của Bồ tát Di Lặc (*Maitreya*), Đại sư Vô Trước (*Asaṅga*), và Đại Sư Thế Thân (*Vasubandhu*). Pháp Sư Huyền Trang (*Xuan-*

zang, 602-64) đã dịch nhiều Kinh quan trọng này và thành lập trường phái Du Già này tại Trung Quốc sau khi Ngài trở về từ Ấn Độ.

Kim Cang Tông (C. *Zhenyan*, J. *Shingon*): dựa trên kinh Đại Nhật Như Lai (*Mahāvairocana Sūtra*), Kinh Kim Cang (*Vajraśekhara Sūtra*), Bát Nhã Tâm Kinh (*Adhyardhaśatikā Prajñāpāramitā Sūtra*), và Tô Địa Kinh (*Susiddhikara*), giải thích phương Pháp tu tập Du già mật chú. Kim Cang Thừa-Mật Tông không thịnh hành ở Trung Quốc, trường phái này đã được đưa đến Nhật Bản bởi Tổ Không Hải (*Kukai*, 774-835) vẫn được Phật tử tu tập ở Nhật.

Luật Tông (*The Vinaya*, C. *Lu*, J. *Ritshū*): do Tổ Đạo Tuyên (*Daoxuan*, 596- 667) thành lập, chủ yếu dựa vào tứ phần luật của bộ phái Đàm Vô Đức (*Dharmaguptaka vinaya*) dịch sang tiếng Hán vào năm 412. Bốn Luật tạng khác cũng đã được dịch sang tiếng Hán.

Thành Thật Tông (*Satyasiddhi*, J. *Jōjitsu*; C. *Chengshi*,): dựa trên Luận Thành Thật Tông (*Satyasiddhi Śāstra*), một luận bản theo cách giảng của Vi Diệu Pháp (*Abhidharma-style*), bàn về Tánh Không của mọi hiện tượng. Một số nói trường phái này nhấn mạnh Thanh Văn thừa, người khác nói trường phái này là nhịp cầu nối Thinh Văn thừa (Śrāvaka) với Bồ Tát Thừa (*Bodhisattva*). Trường phái này hiện nay không có phổ biến rộng rãi.

Câu Xá Tông (C. *Kosa*, J. *Kusha*): dựa trên A Tỳ Đạt Ma Câu Xá của Đại Sư Thế Thân (*Abhidharmakośa by Vasubandhu*), được Pháp Sư Huyền Trang (*Xuanzang*) mang vào Trung Quốc. Trường phái này được thịnh hành trong "thời vàng son của Phật Giáo (*Golden Age of Buddhism*)" trong triều đại nhà Đường (618-907), bây giờ thì không còn hung thịnh như xưa.

Hiện nay có một số trong mười trường phái nói trên vẫn

giữ chủ trương độc lập. Nhưng trường phái Luật Tạng (*Vinaya school*) không còn là một phái riêng, vì Luật Tạng có trong tất cả các phái khác và Tăng già hưng thịnh ở Đài Loan, Đại Hàn và Việt Nam. Không còn nữa các trường phái riêng biệt của Vi Diệu Pháp, Du Già Tông, và Trung Quán Tông được nghiên cứu và quán chiếu trong các trường phái bản địa của Trung Quốc, Hàn Quốc, Nhật Bản, Việt Nam.

Những thay đổi của xã hội trong đầu thế kỷ thứ hai mươi thúc đẩy cải cách Phật Giáo ở Trung Quốc. Sự sụp đổ của triều đại nhà Thanh năm 1911 làm ngưng sự bảo trợ của hoàng gia cho Tăng đoàn. Chính phủ, quân đội, và các tổ chức giáo dục muốn tịch thu tài sản của những tu viện để sử dụng cho việc đời. Phật tử hoang mang về vai trò của Phật Pháp chuyển vận ra sao khi gặp gỡ với những bước tiến hiện đại, khoa học, và văn hóa ngoại lai.

Biến chuyển của xã hội gây ra một loạt các phản ứng. Hòa Thượng Thái Hư (*Taixu*, 1890-1947), một nhà Sư Trung Quốc có tiếng thời đó, đổi mới lại hệ thống Trung quán và Du Già, thành lập các viện Phật học mới cho Tăng đoàn ứng dụng các phương Pháp giáo dục hiện đại. Hòa Thượng Thái Hư kết hợp kiến thức hữu dụng ngoài đời và kêu gọi Phật tử tham gia vào việc xã hội. Ngài đi thăm các nước châu Âu và châu Á, liên lạc với các Phật tử của các truyền thống khác, thành lập chi nhánh Viện Nghiên Cứu Phật Giáo Thế Giới, Ngài khuyến khích Phật tử Trung Quốc đi Tây Tạng, Nhật Bản, và Tích Lan để nghiên cứu. Ngài đã thành lập các Phật học viện ở Trung Quốc để dạy Kinh Tây Tạng, Nhật Bản, và Pāli. Hòa Thượng cũng chủ trương mô hình "Phật Giáo Nhân Văn" (*Phật Giáo vì con người*), trong đó hành giả Tinh Tấn tu tập để thanh tịnh hóa thế giới bằng cách thực hành Bồ Tát đạo cũng như thanh tịnh hóa tâm mình qua Thiền định.

Một số Tăng sĩ trẻ Trung Quốc nghiên cứu, tu tập Phật Pháp ở Tây Tạng trong những năm 1920 và 1930. Thượng Tọa

Pháp Tôn (Fazun, 1902-1980), đệ tử của Hòa Thượng Thái Hư, là một nhà Sư đang tu tập tại tu viện Drepung, đã dịch ra tiếng Hán nhiều bộ Luận thuyết Ấn Độ thâm áo, và một số tác phẩm của Đức Lạt Ma Tông Khách Ba (*Je Tsongkhapa*). Nhà sư Năng Hải (*Nenghai*, 1886-1967) từng tu học tại Tu viện Drepung, khi quay về lại Trung Quốc, Ngài đã thành lập nhiều tu viện theo phương Pháp của Đức Lạt Ma Tông Khách Ba. Vào năm 1945, Thượng Tọa Bisong (*còn gọi là Thanh Tố Chất - Xing Suzhi*, 1916-) đang tu học tại Tu viện Drepung, là người Trung Quốc đầu tiên đã trở thành Pháp Sư Tiến sĩ Phật học Tây Tạng (*Geshe Lharampa*).

Để mở rộng sự hiểu biết về Kinh Luận Phật Giáo, học giả Lộ Thành (*Lucheng*) làm một danh sách Đại Tạng Kinh tiếng Hán và Tây Tạng đã dịch sang ngôn ngữ khác rồi, để các học giả Trung Quốc và Tây Tạng có tài liệu trao đổi và nghiên cứu. Khoảng nửa đầu của thế kỷ thứ hai mươi, các Phật tử Trung Quốc bắt đầu quan tâm về Phật Giáo Tây Tạng, đặc biệt về mật chú (*tantra*), và mời một số Thầy Giáo thọ Tây Tạng đến giảng dạy tại Trung Quốc. Quý Thầy Tây Tạng và các đệ tử Trung Quốc đã dịch hầu hết các tài liệu Mật Tông. Đại Sư Ấn Thuận (*Yinshun*, 1906-2005), đệ tử của Hòa thượng Thái Hư (Taixu), là một đại tăng học vấn uyên bác, nghiên cứu Kinh, Luận bằng tiếng Pāli, Hán, và Tây Tạng. Đại Sư Ấn Thuận cũng là một nhà văn nổi tiếng, đặc biệt sớ giải xuất sắc các tác phẩm của Đức Lạt Ma Tông Khách Ba (*Tsongkhapa*). Đại Sư Ấn Thuận đã nhấn mạnh về Trung Quán và các bộ Kinh Bát Nhã Ba-la-mật khiến cho Phật tử Trung Quốc đã bắt đầu thích thú quan điểm của hai tác phẩm này.

Đại Sư Ấn Thuận đã phát triển một sơ đồ của các hệ thống triết học chính hiện nay trong Phật Giáo Trung Quốc: 1- duy thức (C. *Weishi*) là quan điểm của Du Già Pháp. 2- chân như (C. *Zenru*) là Như Lai Tạng, được phổ biến tại Trung Quốc có ảnh hưởng mạnh mẽ đến truyền thống tu tập. 3- Bất không

(C. *Buruo*) là quan điểm Trung quán dựa trên các Kinh Bát Nhã Ba-la-mật. Đại Sư Ấn Thuận cũng khuyến khích đem đạo vào đời qua mô hình "Phật Giáo Nhân Văn"(*Phật Giáo vì con người*)

Phật Giáo Tây Tạng

Phật Giáo Tây Tạng bắt nguồn từ các trường Đại học Phật Giáo Ấn Độ như Nālandā. Bắt đầu từ những thế kỷ đầu kỷ nguyên (*the Common Era*) kéo dài cho đến đầu thế kỷ thứ mười ba, Nālandā và các viện Phật học khác có nhiều học giả thông thái và các hành giả tu học nghiên cứu kinh sách, biện luận triết lý Phật học một cách sâu sắc đã thúc đẩy một nền triết học đa dạng phát sanh.

Phật Giáo đầu tiên đến Tây Tạng vào thế kỷ thứ bảy qua hai phu nhân của quốc vương Tây Tạng Songtsen Gampo (605 hoặc 617-49), một phu nhân là công chúa nước Nê-pan (Nepal) và phu nhân khác là công chúa Trung Quốc. Hai công chúa đã mang tượng Phật đến Tây Tạng sau đó là các Kinh sách Phật bằng tiếng Phạn cũng được du nhập. Từ cuối thế kỷ thứ tám trở đi, người Tây Tạng bắt đầu quan tâm Kinh sách Phật trực tiếp đến từ Ấn Độ. Do đó, phần lớn Kinh trong Đại Tạng Kinh Tây Tạng được dịch từ kinh sách Ấn Độ.

Phật Giáo phát triển mạnh ở Tây Tạng dưới thời Vua Ngật-lật-song Đề-tán (*King Trisong Detsen r.* 756-ca. 800). Vua đã mời hai vị Tổ quan trọng: 1- Đại sư Tịch Hộ (*Śāntarakṣita*), nhà luận lý và triết học Trung Quán Luận (*Madhyamaka*), từ trường đại học Na-lan-đà. 2- Đại Sư Liên Hoa Sanh (*Padmasam bhava*), người Ấn Độ, tu theo Mật Thừa Pháp đến Tây Tạng truyền giáo. Ngài Tịch Hộ thành lập Tăng đoàn và thực hành những nghi lễ truyền giới cho các Tăng sĩ Tây Tạng, trong khi Đại sư Liên Hoa Sanh ban những Pháp Quán đảnh Mật Thừa và hướng dẫn việc hành trì Mật chú.

Đại Sư Tịch Hộ khuyến khích Vua Tây Tạng dịch kinh điển sang tiếng Tây Tạng. Vào đầu thế kỷ thứ chín, nhiều bản dịch đã được thực hiện, một ủy ban các học giả Tây Tạng và Ấn Độ đã tiêu chuẩn hoá nhiều thuật ngữ và soạn thảo một bản danh sách các thuật ngữ tiếng Phạn-Tạng. Tuy nhiên, dưới thời trị vì của Vua Langdarma (838-42), Phật Giáo bị đàn áp và nhiều tu viện đã bị đóng cửa. Vì Kinh sách không còn nữa, sự hành trì của người dân bị lạc mất phương hướng, họ không còn biết làm thế nào để thực hành giáo lý một cách thống nhất đúng Pháp.

Tại thời điểm quan trọng này, đại sư A-đề-sa còn gọi là Nhiên Đăng Cát Tường Trí (*Atisa*, 982-1054), một học giả uyên thâm của trường đại học Na-lan-đà, đã được mời đến Tây Tạng. Đại sư Nhiên Đăng Cát Tường Trí giảng giải sâu rộng, phá tan được nhiều quan niệm sai lầm. Ngài đã biên soạn bộ Ánh Sáng Giác Ngộ (*Bodhipathapradīpa - The Lamp for the Path to Enlightenment)*, giải thích rằng cả hai sự giáo huấn của Kinh điển và Mật điển (*tantra*) có thể được thực tập song song không có mâu thuẫn. Nhờ Ngài mà người Tây Tạng hiểu Giới luật Xuất gia (*vinaya*), lý tưởng Bồ Tát trong Kinh tạng (*sutrayana*), và phương tiện chuyển hóa thiện xảo của Kim Cương thừa (*Vajrayāna*) có thể tu tập bổ sung lẫn nhau. Các tu viện được xây dựng lại và Phật Pháp đã phát triển mạnh mẽ ở Tây Tạng.

Trước khi Đại sư Nhiên Đăng Cát Tường Trí (*Atisha*) đến Tây Tạng, Phật Giáo Tây Tạng được gọi là phái Ninh-Mã (*Nyingma*) hay "cựu phái dịch thuật". Các dòng mới của Giáo Pháp vào Tây Tạng bắt đầu từ thế kỷ thứ mười một đã trở thành "tân phái dịch thuật" (*Sarma*), tạo thành những tông phái Mật Tông như Kadam, Kagyu và Sakya. Truyền thống Kadam sau này được gọi là Gelug.

Bốn truyền thống Phật Giáo Tây Tạng tồn tại ngày nay: Nyingma, Kagyu, Sakya và Gelug đều nhấn mạnh tu Bồ Tát hạnh, dựa theo cả Kinh điển lẫn Mật điển (*tantra*) và quan điểm triết học Trung Quán. Theo gương Đại sư Tịch Hộ (*śāntarakṣita*), nhiều Tăng sĩ Tây Tạng, ngoài việc thiền định, còn nghiên cứu Kinh, Luật và Luận biện giáo lý.

Trong quá khứ, đáng tiếc, một số người dùng thuật ngữ sai và gọi Phật Giáo Tây Tạng là "Lạt ma giáo" (*Lamaism*), "Phật sống" (*living Buddha*) và "thiên vương" (*God king*). Người Tây phương tiếp xúc với Phật Giáo Tây Tạng vào thế kỷ thứ mười chín gọi "Lạt-ma giáo", một thuật ngữ ban đầu do người Trung Quốc đặt ra, có lẽ bởi vì họ nhìn thấy rất nhiều Tăng sĩ ở Tây Tạng lầm tưởng tất cả Tăng sĩ đều là các vị Lạt Ma (*đạo sư*). Hoặc có lẽ người Trung Quốc thấy các đệ tử tôn sùng vị Thầy và nghĩ lầm rằng họ cũng nên thờ phượng các bậc Thầy giáo thọ này. Trong cả hai trường hợp, không nên gọi Phật Giáo Tây Tạng là Lạt-ma giáo.

Lạt ma (*lamas*) và những bậc hóa thân (*tulkus, xác định các hiện thân của bậc Thầy*) được tôn trọng trong xã hội Tây Tạng. Tuy nhiên, trong một số trường hợp, các chức danh này đơn giản chỉ là địa vị trong xã hội. Cách gọi một người nào đó là bậc hóa thân (*tulku*), hàng Tăng bảo (*rinpoche*), hay Đấng Đạo sư (*Lạt ma, lama*) dễ dẫn đến sự lạm dụng.

{Chú thích của dịch giả: Lama nghĩa là Thầy, không phải Tu sĩ nào cũng là Thầy. Nhưng có rất nhiều Lamas. Đức Đạt Lai Mạt Ma là vị lãnh đạo tâm linh của người Tây Tạng và chỉ có một Đức Đalai Lama trong hiện tại là Thánh Đạt Lai Mạt Ma đời thứ 14}

Tôi buồn là con người đặt quá nhiều giá trị vào các chức danh. Phật Giáo không phải là các địa vị xã hội. Quan trọng là nên quán chiếu đạo cao đức trọng của một vị Thầy trước khi nhận người đó làm cố vấn tinh thần. Bậc Thầy giáo thọ phải tu tập Tinh Tấn và xứng đáng với sự tôn kính, dù vị Thầy có chức danh hay không.

Một số người lầm tưởng rằng, những bậc hóa thân *(tulkus*) được công nhận là tái sinh của các bậc Thầy lớn đời trước, họ chắc là chư Phật và do đó gọi họ là "Phật sống" (C. *huofo*). Tuy nhiên, không phải tất cả các vị hóa thân (*tulkus*) đều là Bồ Tát, thì tại sao lại gọi các vị đó là chư Phật?

"Thiên vương" có thể đã bắt nguồn từ báo chí Tây phương gán cho vị trí của Đức Đạt Lai Lạt Ma. Từ khi người Tây Tạng thấy Đức Đạt Lai Lạt Ma là hiện thân của Quán Thế Âm, vị Bồ Tát từ bi, báo chí cho rằng Đức Đạt Lai Lạt Ma là một "thiên vương". Từ khi Đạt Lai Lạt Ma làm nhà lãnh đạo chính trị của Tây Tạng, nên báo chí coi là một vị quốc vương. Tuy tôi hiện đang nắm giữ chức vụ của Đức Đạt Lai Lạt Ma, nhưng tôi liên tục nhắc nhở mọi người rằng đơn giản tôi chỉ là một Tăng sĩ Phật Giáo, không có gì hơn. Đức Đạt Lai Lạt Ma không phải là một vị thiên vương. Hiện giờ, người đang đứng đầu Trung tâm hành chính Tây Tạng ở Dharamsala, Ấn Độ, là một vị thủ tướng, do đó Đạt Lai Lạt Ma không còn là một vị quốc vương.

Một số người nhầm lẫn nghĩ rằng chức vị của Đức Đạt Lai Lạt Ma giống như một giáo hoàng của Phật Giáo. Bốn truyền thống chính trong Phật Giáo Tây Tạng và chi nhánh của họ hoạt động nhiều hoặc ít một cách độc lập. Các tu viện trưởng, ngài Rinpoche, và các bậc Thầy Giáo thọ có uy tín thỉnh thoảng gặp nhau để thảo luận về các vấn đề chung dưới sự bảo trợ chứng minh của Bộ Tôn Giáo và Văn hóa trung tâm hành chính của Tây Tạng. Đức Đạt Lai Lạt Ma không kiểm soát các quyết định của họ. Tương tự, Đức Đạt Lai Lạt Ma không phải là người đứng đầu của bất kỳ một trong truyền thống nào. Đứng đầu giòng Gelug là Đức Ganden Tripa, một chức vị có nhiệm kỳ luân phiên, và các truyền thống khác đều có phương Pháp riêng trong việc lựa chọn các nhà lãnh đạo cho Giáo phái của mình.

Tương Đồng Và Khác Biệt

Đôi khi Phật Giáo Tây Tạng, đặc biệt là Kim Cang thừa bị nhầm lẫn là tách biệt ra ngoài Phật Giáo. Khi tôi đến thăm Thái Lan trong nhiều năm trước, một số người ban đầu nghĩ rằng người Tây Tạng có Tôn Giáo khác. Tuy nhiên, khi ngồi lại với nhau và cùng thảo luận về Kinh, Luật, Luận, và các chủ đề như Ba Mươi Bảy Phẩm Trợ Đạo (*thirty-seven aids to awakening*), Tứ Niệm Xứ (*the four concentrations*), Tứ Không (*four immaterial absorptions*), Tứ Diệu Đế (*four truths of the āryas*), và Bát Chánh Đạo (*noble eightfold path*), chúng tôi thấy rằng Phật Giáo Nguyên Thủy và Phật Giáo Tây Tạng có nhiều thực hành và giáo lý tương đồng như nhau.

Phật tử Trung Quốc, Hàn Quốc, và Việt Nam, Phật Giáo Tây Tạng cùng tương đồng chia sẻ truyền thống Xuất gia, Bồ Tát Giới, Kinh sách tiếng Phạn, và trì danh, niệm Đức Phật A Di Đà, Bồ Tát Quán Thế Âm, Bồ Tát Văn Thù, Bồ Tát Phổ Hiền, và Đức Phật Dược Sư. Khi Phật Giáo Tây Tạng và Nhật Bản gặp gỡ, chúng tôi thảo luận về Bồ Tát Giới và Kinh điển như Kinh Diệu Pháp Liên Hoa (*Saddharmapuṇḍarīka Sūtra*). Với phái Chân Ngôn (*Shingon*) của Nhật Bản, chúng tôi chia sẻ thực hành Mật Thừa, Mạn đà la của Kim Cang tông (*Vajradhātu maṇḍala*) và Đức Tỳ Lô Giá Na Chánh Giác (*Vairocanābhisaṃbodhi*).

Tuy có những Kinh riêng trong mỗi Đại Tạng Kinh, có rất nhiều điểm chung đáng kể. Chúng ta sẽ khảo sát tỉ mỉ sâu xa hơn trong những chương kế tiếp, nhưng sau đây là một vài ví dụ của sự tương đồng.

Trong Kinh Pāli (SN 11: 4-5), Đức Phật đã nói chi tiết về những nhược điểm của sự tức giận và cho thuốc giải.

Trong Luận Nhập Bồ-đề Hành Luận (*Śāntideva's Bodhicaryāvatāra*) của ngài Tịch Thiên, Ngài cũng đã dạy phương Pháp khắc phục sự tức giận.

Kinh Tập (SN 04:13) kể lại câu chuyện của Đức Phật trải qua cơn đau khi chân của Ngài đã bị cắt bởi một mảnh đá vụn. Tuy nhiên, Ngài không bị phiền muộn. Khi bị thúc giục quấy rối của Ma vương, Ngài đã trả lời: "Ta nằm xuống, lòng đầy từ bi đối với tất cả chúng sinh". Đây là lòng Từ bi phát sanh từ thiền quán "cho và nhận" (Tây Tạng gọi là Tonglen) đã được dạy trong truyền thống tiếng Phạn khi hành giả quán tưởng bản thân xin nhận lấy những sự đau khổ của người khác, xin đem hạnh phúc của riêng mình ra cho người khác.

Hơn nữa, hạnh nguyện Bồ Đề Tâm rất quan trọng trong truyền thống Phạn là sự mở rộng của Tứ Hạnh (*four brahmavihāras*) hoặc Tứ Vô Lượng Tâm (*four immeasurables*) như được dạy trong Kinh Pāli. Các truyền thống Kinh tiếng Pāli và Phạn (*Sanskrit*) cùng chia sẻ nhiều Ba La Mật (pāramī, pāramitā). Những phẩm chất của một vị Phật, như Thập Lực (ten powers), Tứ Vô Úy (*four fearlessness*), và Thập Bát Bất Cộng (*eighteen unshared qualities*) được mô tả trong Kinh điển của cả hai truyền thống. Cả hai truyền thống cùng nói về Vô thường, Khổ, Không, Vô ngã. Truyền thống Bắc Phạn bao gồm các giáo lý của truyền thống Pāli và nhấn mạnh thêm một số điểm chính ví dụ cách quán về Diệt Đế theo các bộ Kinh Bát Nhã (*Prajñāpāramitā sutras*) và theo Kinh Như Lai Tạng (*Tathāgatagarbha sutras*) và một số Mật Pháp.

Những thuật từ Phật Giáo Thái Lan, Phật Giáo Sri Lanka, Phật Giáo Trung Quốc, Phật Giáo Tây Tạng, Phật Giáo Hàn Quốc, v.v… là tùy thuận theo lợi ích xã hội. Trong mỗi trường hợp, Phật Giáo trong một quốc gia không phải chỉ là một truyền thống mà thật ra có nhiều truyền thống. Trong số này, chia ra thêm những chi nhánh theo các hệ thống tu viện hay các bậc giáo thọ. Một số những truyền thống chi nhánh nhấn mạnh tu học, trong khi một số khác quan tâm về thiền. Một số thích Thiền chỉ (*samatha, śamatha*), một số khác thích Thiền Minh Sát Tuệ (*vipassanā, vipaśyanā*), và nhóm khác thì thích tu tập cả hai.

Trong khi một quốc gia có thể có nhiều truyền thống, một truyền thống cũng được thực hành ở nhiều quốc gia. Phật Giáo Nguyên thủy (*Theravāda*) được thực hành ở Tích Lan, Thái Lan, Miến Điện, Lào, Campuchia, và cả Việt Nam. Trong những quốc gia Nguyên thủy (*Theravāda*), một số dựa theo những bài Kinh Phật trong giai đoạn mà không dựa vào các Luận giải (giai đoạn sau), trong khi một số khác thì theo Luận giải. Ngay cả y phục Tăng đoàn trong một nước hay một truyền thống cũng khác.

Tương tự, Thiền tông (*Chan, Zen*) được thực hành ở Trung Quốc, Đài Loan, Hàn Quốc, Nhật Bản và Việt Nam. Thiền sinh thực hành thiền trong các quốc gia này căn bản dựa theo những Kinh giống nhau, nhưng cách dạy và phương Pháp thiền lại khác nhau.

Ở các nước Phương Tây, nhiều truyền thống Phật Giáo đang hiện diện. Một số chùa Châu Á di dân, được thành lập như những trung tâm Tôn Giáo, nơi cộng đồng Châu Á có thể sử dụng ngôn ngữ mẹ đẻ để giao tiếp, dùng những thực phẩm quê hương quen thuộc, và dạy thế hệ trẻ về văn hóa của quê hương mình. Một nhóm khác ở Phương Tây phần đông là những người Phương Tây chuyển đạo. Một số khác là trộn lẫn các chủng tộc (*hợp chủng*).

Là đệ tử của Đức Phật, chúng ta hãy giữ trong tâm sự đa dạng phong phú của nhiều truyền thống. Tương tự như vậy, chúng ta cũng không nên nghĩ rằng tất cả các truyền thống hay các chùa có thể hòa hợp lẫn nhau trong một đất nước.

Chúng ta là một đại gia đình Phật Giáo có cùng một bậc Thầy từ bi trí tuệ, chính là Đức Phật Thích Ca Mâu Ni. Tôi tin rằng sự đa dạng là một trong những sức mạnh của chúng ta, sẽ giúp Phật Giáo lan rộng khắp thế giới, làm lợi ích cho hàng tỷ người trên hành tinh này.

CHƯƠNG 2

Quy Y Tam Bảo

Tất cả các truyền thống Phật Giáo đều đồng ý rằng Quy Y Tam Bảo là bước quan trọng để trở thành một Phật tử. Mọi người có thể Quy Y Tam Bảo vì những lý do khác nhau, nhưng sự Quy Y chín chắn được xuất phát từ sự thấu hiểu và trải nghiệm các giáo lý, rồi tự mình xác định lời dạy của Đức Phật là chân thật. Phương Pháp chủ yếu Đức Phật hướng dẫn chúng ta là tu tập theo con đường giải thoát và giác ngộ. Kinh Thiền Định Vương (*Samādhirāja Sūtra*) dạy rằng: Chư Phật không rửa sạch những phiền não nhiễm ô bằng nước, xóa sự đau khổ của chúng sanh bằng bàn tay, hoặc chuyển trí tuệ của các Ngài cho người khác được, các Ngài hướng dẫn giải thoát chúng sanh qua sự giảng dạy về chân lý.

Chúng ta theo sự hướng dẫn này, tu tập cho chính mình; không ai có thể tu dùm cho chúng ta. Đức Phật khuyến khích chúng ta tìm ra chân lý qua giáo lý thực nghiệm chứ không nên tuân theo lời dạy của Ngài một cách mù quáng. Đặc biệt ở trong thế kỷ thứ 21, khi trình độ học vấn và sự giáo dục Tôn Giáo được phổ thông, nên con người khó hài lòng với niềm tin mù quáng. Để lợi ích cho thế hệ tương lai, chúng ta phải học và tu tập một cách chân chánh, rồi hướng dẫn cho người khác, chỉ ra sự lợi ích của sự tu học Phật Pháp qua thân giáo hàng ngày.

Để hiểu Quy Y một cách đúng đắn, chúng ta cần phải nhận định và hiểu rõ ràng về Tam Bảo. Để làm được điều này, điều quan trọng là hiểu Tứ Diệu Đế. Dựa trên Quy Y, chúng ta sẽ tiếp tục tu học và thiền quán về lời Phật dạy. Lòng tha thiết Quy Y sẽ thúc đẩy chúng ta Tinh Tấn tu học nhiều hơn. Quy Y và hiểu Pháp sẽ hỗ trợ lẫn nhau.

Tam Bảo

Trong kinh tiếng Pāli và Phạn, Đức Phật dạy rằng ai nhìn thấy Lý Nhân Duyên (*interdependent nature*) là thấy Pháp, và ai thấy Pháp là thấy Như Lai. Đại sư Long Thọ xác định rằng hiểu Lý Nhân Duyên của các Pháp là chìa khóa để xác minh về Tam Bảo.

Khi quán sát như vậy, chúng ta thấy rằng ngã và Pháp phụ thuộc lẫn nhau. Ba khía cạnh của sự phụ thuộc là:

1. Các Pháp Hữu Vi tùy thuộc vào nhân duyên của chúng, mầm phát sinh từ hạt giống, và những kinh nghiệm của chúng ta hiện nay phụ thuộc do những hành động trong kiếp trước.
2. Các Pháp Vô Thường và Thường đều phụ thuộc vào các thành phần cấu tạo của chúng. Tay, chân, và bộ phận nội tạng tạo nên cơ thể của chúng ta được cấu tạo từ đất, nước, gió, lửa. Tâm trí của ta được hợp thành do sự liên tục nối tiếp của những sát na tâm.
3. Trong mức độ vi tế nhất, tất cả các Pháp hình thành phụ thuộc vào tâm để nhận biết và định danh chúng. Trên cơ sở của hai tay, hai chân, thân, đầu, v.v... tâm nhận ra và chỉ định là cơ thể. Sự kết hợp của cơ thể và tâm tạo thành con người.

Vô minh là gốc rễ của luân hồi, chấp Ngã Pháp là thật-độc lập, không liên quan gì đến các cái khác như Nhân duyên, thành phần cấu tạo, và tâm để nhận và dán nhãn tên cho chúng.

Bởi vì Ngã Pháp tồn tại tương duyên với các yếu tố khác, không có gì là độc lập, cố hữu. Vì vậy, Vô minh là tâm sai lầm bởi lẽ thiếu một nền tảng sáng suốt vững chắc. Mặt khác, trí tuệ là một tâm đáng tin cậy, bởi lẽ nó biết rõ thực tại, giác biết Ngã và Pháp không có sự tồn tại cố hữu, chỉ dựa vào Nhân duyên phụ thuộc với nhau. Trí tuệ nhận biết thực tại có thể phá tan vô minh, khiến khả năng giải thoát có thể đạt được. Khi tập thiền thường xuyên, trí tuệ có thể hoàn toàn loại bỏ vô minh từ dòng tâm thức của chúng ta để đưa đến trạng thái giải thoát.

Bằng cách này, Lý Nhân Duyên giúp chúng ta hiểu được Lý Tứ Diệu Đế, để hình thành nền tảng cơ bản về giáo lý của Đức Phật. Vì vô minh chúng ta sinh ra phiền não, tạo nghiệp và dẫn đến khổ (duḥkha). Đức Phật giảng hai chân lý đầu tiên về Khổ đế và Tập đế. Chúng ta hiểu được hai đặc tánh Vô Ngã và Không cũng qua Lý Nhân Duyên: Ngã Pháp là không có thực thể độc lập bởi lẽ chúng phụ thuộc lẫn nhau. Lý Không và Lý Nhân Duyên được thiết lập bằng lý luận và trực tiếp trải nghiệm lẫn nhau.

Đế thứ tư là trí tuệ giác ngộ lý không, Đạo Đế, loại bỏ Tà Kiến, vô minh, và phiền não do hiểu sai thực tại phát sanh. Bằng cách này, chúng ta sẽ trải nghiệm một trạng thái thực tại trong đó các vô minh và phiền não đã được loại bỏ. Đây là niết bàn, đế thứ ba trong tứ diệu đế.

Đó là sự hiện hữu bốn chân lý của một bậc Thánh. Hai chân lý sau là Diệt Đế và Đạo Đế, đóng vai tò như là Pháp bảo. Ai đã đạt một phần kinh nghiệm trong Đạo Đế và Diệt Đế là Tăng bảo (Sangha jewel). Khi loại hết tất cả phiền não và kiết sử và các công hạnh tu tập khác đã được hoàn hảo thì hành giả trở thành Phật Bảo (Buddha jewel). Vì vậy, chúng ta có thể chứng minh sự tồn tại của Tam Bảo bắt đầu với hiểu biết Lý Không và Lý Nhân Duyên. Đức Phật nói những ai nhìn thấy Lý Duyên Khởi là thấy Pháp, những ai thấy Pháp là sẽ thấy Như Lai.

Hiểu được điều này khiến chúng ta tăng niềm tin vào Tam Bảo bởi vì chúng ta hiểu rằng khả năng phát triển tinh thần là do trở về nương tựa vào Tam Bảo. Bằng cách này, giác ngộ được Tứ Đế, sẽ cho ta một lòng quyết tâm rằng không chỉ tin vào Tam Bảo như là một hướng dẫn tinh thần đưa chúng ta đến giác ngộ viên mãn, mà còn tin rằng chúng ta cũng có thể trở thành Tam Bảo trong chính chúng ta.

Trong lịch sử, thứ tự của Tam Bảo như sau: Đức Phật xuất hiện, Ngài thuyết Pháp. Qua sự tu hành Pháp, những đệ tử chứng ngộ, gọi là Thánh Tăng (*āryas*).

Bậc Xuất gia giác ngộ Pháp Bảo bằng cách tu tập Đạo Đế, đạt được Diệt Đế, do đó vị ấy trở thành Tăng Bảo (*Saṅgha jewel*). Qua hành trì Pháp bảo, khi giác ngộ viên mãn, Tăng Bảo trở thành Phật Bảo (*Buddha jewel*).

Đức Tánh Của Như Lai

Học về đức tánh quý báu của Tam Bảo, đặc biệt của Như Lai giúp chúng ta có lòng tin vững chắc khả năng hướng dẫn của Chư Phật để vượt khỏi luân hồi sanh tử. Cả hai truyền thống tiếng Pāli và Phạn đều ca ngợi về các đức tánh của Như Lai tánh: bốn vô úy, mười lực, và mười tám đức.

Luận Sư Nguyệt Xứng (*Candrakirti*) trích dẫn một đoạn trong Trung Quán Luận (*Madhyamakāvatāra* 6.210cd) cũng trong kinh Pāli (MN 12:22–26) mô tả về bốn tự tin (*tứ vô úy*) của Như Lai ví như "tiếng rống sư tử giữa hội chúng".

Chưa từng có một vị Ẩn sĩ, Tu sĩ Bà La Môn, thần, hay bất cứ ai khác có thể buộc tội Đức Phật rằng:1. Tuyên bố giác ngộ tuy rằng Đức Phật chưa hoàn toàn giác.2. Tuyên bố loại bỏ hết các lậu hoặc (āsava, āśrava) khi chưa thật tiêu diệt được.3. Gọi kiết sử khi không phải là kiết sử. 4. Dạy Pháp không hoàn toàn đạt được Diệt đế (*khổ diệt*). Với bốn vô úy này, khiến Như Lai dạy giáo Pháp với sự tự tin hoàn hảo, giải toả tất cả các nghi ngờ bởi vì Ngài đã giác ngộ viên mãn biết hết các Pháp, diệt tận các lậu hoặc, xác định chính xác chướng ngại trên đường đạo, và dạy giáo lý để hướng dẫn hành giả đạt đến niết bàn.

Mười lực là khả năng phi thường của Như Lai. Với mười lực, khiến Ngài hoàn thành mạnh mẽ các công hạnh, truyền bá chánh Pháp tại thế gian này, và khéo léo hướng dẫn dạy chúng sinh đạt đến giác ngộ. Trong Kinh điển tiếng Pāli (MN12) và Phạn (*Daśabhūmika Sūtra*), mười năng lực diệu dụng phát xuất từ trí tuệ siêu việt đã loại bỏ tất cả các lậu hoặc và thông suốt các Pháp.

Trừ khi có ghi chú khác, những giải thích dưới đây được trình bày ở cả hai truyền thống.

1. Với trực giác, Như Lai biết cái gì duy trì hay không duy trì được, biết mối tương quan giữa nghiệp quả cũng như những hạnh nghiệp giữa Hiền Thánh và chúng sanh.
2. Chỉ có Như Lai mới biết hoàn toàn sự phức tạp của nghiệp quả trong quá khứ, hiện tại và tương lai, kể cả những nguyên nhân vi tế dẫn đến những trải nghiệm cụ thể trong nhiều kiếp sống từ vô thủy của mỗi chúng sanh.
3. Như Lai biết được các nghiệp đa dạng - cảnh giới luân hồi sanh tử và đường đưa đến tái sanh của chúng sanh. Ngài cũng biết điểm đến của bậc Thánh trong ba thừa, Niết Bàn, và phương Pháp để đạt đến đó.
4. Như Lai hoàn toàn hiểu biết về thế giới và những yếu tố (*dhātu*) hợp thành nó như mười tám giới (*dhātu*), sáu

căn, sáu trần (*āyatana*), mười hai nhân duyên (nidāna), hai mươi hai lực (*indriya*), v.v... Với trí tuệ, Ngài thấy chúng vô thường, hữu vi và tùy thuộc nhân duyên.

5. Như Lai biết căn cơ khác nhau của chúng sanh (*adhimutti, adhimokṣa*) - những mục đích tâm linh và trường phái Phật Giáo nào thích hợp với họ. Điều này giúp Ngài có thể giảng dạy theo từng căn cơ, khả năng và nguyện vọng của họ.

6. Như Lai biết năm lực như tín (*sad-dhā, śraddhā*), tấn (*viriya, vīrya*), niệm (*sati, smṛti*), định (*samādhi*), và tuệ (*paññā, prajñā*) của từng căn cơ chúng sanh và hướng dẫn phù hợp với căn cơ của chúng sanh.

7. Như Lai đã chứng các tầng thiền (*jhanas*), đạt tám tam muội giải thoát (*vimokkha, vimokṣa*), và chín tầng định (*samāpatti*), Ngài quan tâm đến phiền não chướng, trạng thái thanh tịnh hóa, xuất thiền (*Pāli: sankilesa, vodāna, vuṭṭhāna*). Phiền não chướng làm chướng ngại sự nhập định. Sau khi nhập định, nó lại cản trở sự an trú. Trạng thái thanh tịnh hóa là phương Pháp loại bỏ kiết sử. Xuất định là phương Pháp xả thiền sau khi đã nhập. Ngài hướng dẫn chúng ta nhập thiền mà không bám vào thiền vị để đạt đến Niết Bàn.

8. Qua túc mạng minh, Như Lai biết được những kiếp sống quá khứ của mình với những hạnh nghiệp cụ thể. Túc mạng minh và minh kế tiếp là hai minh cuối cùng (*abhiññā, abhijñā*). Vì vậy, Ngài biết hết các mối liên quan trước đây với từng chúng sinh và biết nên dùng mối quan hệ nào để giúp chúng sanh trong hiện tại cũng như tương lai.

9. Với thiên nhãn minh, Như Lai nhìn thấy chúng sanh chết đây sanh kia theo nghiệp của họ. Biết được điều này, Ngài làm bất cứ điều gì có lợi để hướng dẫn mỗi

chúng sanh trên con đường giác ngộ.

10. Với lậu tận minh, bây giờ và ở đây Như Lai nhập và an trú vào tâm giải thoát vô nhiễm (*cetovimutti, cittavimukti*), tuệ giải thoát (*paññāvimutti, prajñāvimukti*) và biết rằng tất cả hoặc lậu đã được loại trừ. Ngài biết khả năng giác ngộ và chứng đạt của mỗi chúng sanh trong ba thừa. Ba minh sau cùng là ba trí (*tevijjā, trividyā*) mà Đức Phật đắc được khi tọa thiền vào đêm trước khi Ngài giác ngộ. Những kinh trong truyền thống Pāli và Phạn ngữ (*Kinh Bát Nhã Ba La Mật Prajñāpāramitā sutras*) mô tả mười tám hạnh của một vị Phật mà những vị A-la-hán không có được (*aṭṭhārasāveṇikabuddhadhammā, aṣṭādaśāveṇika buddhadharma*) như sau:

Sáu Hạnh

1. Do Chánh Niệm và tỉnh giác khi đi, đứng, nằm, ngồi, Như Lai không có làm lỗi trong thân hành khi đi đứng nằm ngồi. Ngài luôn hành động theo như những gì Ngài nói và luôn đáp ứng với nhu cầu của mỗi chúng sanh trong khoảnh khắc đó.
2. Với lời nói mềm mại, phù hợp, chân thực, Như Lai thoát khỏi khẩu nghiệp của nói thị phi tán ngẫu và không tranh chấp với thế giới, không than phiền, không bàn cải về những gì người khác đã làm.
3. Như Lai hoàn toàn thông suốt và thấy rõ các căn cơ của chúng sanh, hướng dẫn họ một cách thích hợp.
4. Như Lai luôn an trú trong Thiền Định Tánh Không, và đồng thời cũng thuyết Pháp cho tất cả chúng sanh.
5. Như Lai giác ngộ vô ngã và vô Pháp, nên Ngài không thiên vị với chúng sanh.

6. Như Lai trụ trong tâm Xả hoàn hảo và biết rõ từng đặc tính của mỗi hiện tượng.

Sáu Pháp

1. Do lòng Từ bi, Như Lai không bao giờ mệt mõi trong hạnh nguyện mang lợi ích cho tất cả chúng sanh và giúp họ tăng trưởng công hạnh.
2. Như Lai không bao giờ lười biếng trong việc giác ngộ chúng sanh. Thân khẩu ý của Ngài không mệt mõi và giải đãi trong chí nguyện mang lợi lạc đến cho số đông.
3. Như Lai luôn an trú trong Chánh Niệm liên tục để rõ hoàn cảnh mỗi chúng sanh trong quá khứ, hiện tại, tương lai và đưa ra các phương Pháp để giúp điều phục họ.
4. Như Lai luôn trong trạng thái nhập định (*Samadhi*), thoát khỏi các kiết sử vả trú tâm ở thực tại tối hậu.
5. Trí tuệ của Như Lai vô tận, không bao giờ suy thối. Ngài biết một cách hoàn hảo 84,000 Pháp môn và giáo lý của ba thừa, biết thời điểm khi nào, thế nào để diễn tả chúng cho chúng sanh.
6. Như Lai không bao giờ mất trạng thái toàn giác, thoát kiết sử lậu hoặc. Ngài biết tâm bản lai luôn chiếu sáng, không còn đối đãi nhị nguyên.

Ba Giác

1. Với trí tuệ siêu việt, Như Lai luôn hành đạo vì lợi ích của chúng sanh. Ngài thị hiện nhiều hóa thân tại bất kỳ nơi nào để được dẫn dắt chúng sanh trên con đường giác ngộ. Bất kỳ cái gì Như Lai làm đều có hiệu quả tích cực cho chúng sanh và điều phục tâm của họ.
2. Như Lai giảng Pháp thích hợp theo nhu cầu, ý thích

của mỗi chúng sinh. Lời dạy của Ngài thông suốt, chính xác, rõ ràng và dễ nghe không dối gạt đưa chúng sanh đi sai đường.

3. Với lòng tràn đầy từ bi không mệt mỏi, Như Lai thương yêu tất cả chúng sanh và chỉ làm cái gì mang giá trị lợi ích cao nhất. Ngài kiên trì Tinh Tấn thông đạt các Pháp.

Tam Tuệ

1. Trí tuệ của Như Lai biết tất cả ba thời, quá khứ, hiện tại, tương lai một cách rõ ràng không có lỗi lầm hay chướng ngại. Sự biết của Ngài về tương lai không có nghĩa là mọi sự đã định sẵn. Thay vào đó, Ngài biết rằng nếu chúng sanh làm hành động gì đó thì kết quả sẽ theo sau, và nếu có một hành động khác thì kết quả khác sẽ đưa đến nữa. Ngài biết tất cả các cõi Phật, cảnh giới và hạnh nghiệp của các loài chúng sanh.
2. Khi nghiên cứu những đoạn kinh như trên, chúng ta hiểu thêm về những năng lực diệu dụng đặc biệt của Phật. Quán niệm những công hạnh này, sẽ mang sự hoan hỉ và phát triển tâm linh của chúng ta. Những đoạn kinh này cũng cho chúng ta biết về những diệu dụng mà chúng ta sẽ có thể đạt được, nếu chúng ta biết tu tập theo lời Phật dạy này.
3. Bốn vô úy và mười lực trong truyền thống Pāli và Phạn ngữ có sự khác biệt không đáng kể, tuy nhiên truyền thống Phạn nhấn mạnh làm thế nào những khả năng này có thể làm lợi cho chúng sanh.

Tam Bảo Trong Truyền Thống Pāli

Phật tử Quy Y Tam Bảo chứ không hẳn Quy Y một truyền thống, tông phái hoặc một vị Thầy riêng biệt nào. Tam Bảo là nơi nương tựa tâm linh của chúng ta. Truyền thống Pāli và Phạn chứa nhiều điểm chung, và riêng khi mô tả về Tam Bảo. Trước hết chúng ta nghiên cứu truyền thống Pāli.

Phật Bảo là vị Phật lịch sử đã sống cách đây khoảng 2,600 năm, đã chuyển Pháp Luân vì lợi ích của chúng sinh. Đức Phật thường sử dụng thuật ngữ Như Lai khi nói về mình (*Tathāgata*), "Người đã đi từ cõi chân như như thế" (one thus gone), bởi lẽ Ngài đã qua đến bờ Niết Bàn Vô Vi, bằng phương Pháp chỉ quán và tuệ quán, tu tập và thành quả. Như Lai (*Tathāgata*) cũng có ý nghĩa "người đã đến từ cõi chân như như thế" (*one thus come*) bởi vì Ngài đã đến Niết Bàn giống như tất cả các chư Phật trước đó, bằng cách hoàn thiện ba mươi bảy phẩm trợ đạo, mười ba la mật; thân thí, tài thí, và Pháp thí.

Với trí tuệ toàn giác thấu hiểu về bản chất thế giới, nguồn gốc, sự diệt tận và con đường đưa đến sự tiệt tận, Như Lai hoàn toàn thấu hiểu và nhận biết được tất cả những gì thấy, nghe, cảm xúc, sờ, nếm và giác biết các Pháp như chúng đang là. Những gì Ngài nói là đúng sự thật và chính xác. Lời nói và hành động của Ngài phù hợp với nhau. Ngài đã chinh phục được phiền não. Do đó, Ngài có đại hùng lực để mang lợi ích cho thế gian.

Như Lai đã nhận ra hai nguyên lý tuyệt vời: duyên khởi và niết bàn. Duyên khởi được áp dụng cho toàn thế giới luân hồi hữu vi của khổ và khổ tập. Các Pháp sinh khởi tùy thuộc vào duyên cụ thể của chúng (*idappaccayatā, idampratyayatā*) đều là vô thường. Niết Bàn là Vô Vi, Diệt đế được đạt đến do Đạo Đế. Lý Duyên khởi và Niết Bàn bao gồm trong tất cả các Pháp, do đó nếu hiểu được điều đó là hiểu rõ tất cả các Pháp hiện hữu.

Đức Phật được tán thán như bậc đã chứng Pháp và truyền Pháp cho chúng sinh. Một đoạn kinh Pāli nổi tiếng đã diễn tả mối quan hệ giữa Pháp và Phật. Một hôm Thầy Vakkali khi đang bệnh trầm trọng và nói hối tiếc không gặp được Phật sớm hơn, Đức Phật trả lời (SN 22:87) như sau:

Đủ rồi Vakkali! Sao con lại phải muốn thấy thân bất tịnh này? Ai thấy Pháp là đã thấy ta; ai thấy ta là đã thấy Pháp.

Thấy và biết Phật không phải qua hình tướng mà qua sự phát triển Thiền Định. Gần gủi Phật có nghĩa là tu tập Đạo Đế và chứng ngộ Diệt đế mà Đức Phật đã trải nghiệm. Tâm chúng ta càng được chuyển hóa nhiều thì mức độ chúng ta càng thấy Đức Phật gần hơn. Trong cuốn chú giải Tuyển Tập Kinh Liên Kết (*Sāratthappakāsinī*), Đại sư Phật Âm (*Buddhaghosa*) giải thích như sau:

Ở đây, Đức Phật chỉ ra chính mình như là Pháp Thân (*dhammakāya*), như đoạn Kính: "Như Lai, bậc đại vương, là Pháp thân". Chín Pháp siêu thế (*bốn Thánh đạo, bốn quả, và niết bàn*) được gọi là thân của Như Lai.

Pháp bảo là bao gồm Diệt đế và Đạo Đế. Diệt đế là mục đích của việc tu tập tâm linh. Đó là Niết Bàn Vô Vi bất tử. Niết Bàn không sanh khởi do nhân duyên và cũng không vô thường thay đổi trong từng phút giây. Bốn thuật từ đồng nghĩa của Niết Bàn mô tả những góc cạnh đa dạng khác nhau:1- Diệt tận lậu hoặc của tham, sân, si, và đặc biệt là ái dục.2- Vô tham, vô sân, vô si. 3- Bất tử thoát khỏi sanh, lão, bệnh, tử luân hồi. 4- Siêu việt tối thượng, thường còn, và vô tận.

Đạo Đế là Bát Chánh Đạo (*ariya aṭṭhaṅgika magga, āryāṣṭāṅgamārga*) dẫn đến Niết Bàn. Để tiến tu Đạo Đế, trước hết chúng ta hành trì Bát Chánh Đạo bằng cách trì giới, tu tứ niệm xứ và Chánh Định. Khi lực định tăng trưởng, chúng ta nhận ra thân, thọ, tâm, Pháp là vô thường, khổ, vô ngã và chúng ta sẽ đạt đến một điểm mà trí tuệ đột phá (*paññāya abhisamaya*) xuất hiện và giác ngộ Niết Bàn. Qua Thiền Định, trí tuệ liễu ngộ chân lý tối thượng. Lậu hoặc tiêu tan, và khi xuất định, vị ấy trở thành bậc nhập dòng Thánh (*arya*) với quả vị Tu Đà Hoàn (*Nhập lưu*). Định này vượt trên các định khác bởi vì đưa chúng ta đến kết quả lợi ích lâu dài, vượt lên trên Thiền Sắc giới và Vô Sắc giới.

Tăng bảo là một cộng đồng của các Thánh (ariyas) giác ngộ Niết Bàn, trở thành cao quý (noble) và được chia tám bậc, bốn cặp:

1. Tu Đà Hoàn hướng và Tu Đà Hoàn quả (*Nhập Lưu, sotāpanna, srotāpanna*)
2. Tư Đà Hoàn hướng và Tư Đà Hoàn quả (Nhất Lai, sakadag-ami, sakṛtāgāmi)
3. A-na-hàm hướng và A-na-hàm quả (*Bất Lai, anāgāmi*)
4. A-la-hán hướng và A-la-hán quả (*Bất sanh, arhat*).

Trong giai đoạn tiến triển của mỗi cặp, hành giả đang trong tiến trình của hướng đến quả và đạt quả. Mỗi đạo lộ được đánh dấu một bước đột phá trong đó hành giả có thể thấy Niết Bàn rõ hơn và có thể loại trừ một phần của các lậu hoặc nào đó.

Hành giả đạt được bốn cặp này được gọi là Thánh Thanh Văn (*śrāvaka*) bởi lẽ đã chứng đắc và xứng đáng nhận cúng dường. Ai cúng dường cho các bậc Thánh Thanh Văn sẽ gặt hái nhiều công đức, đưa đến tái sanh cảnh giới tốt đẹp cao hơn và tiếp tục tu tiếp.

Chứng ngộ Tứ Diệu Đế là sự thiết yếu của Đạo Đế. Khi nào mức tu tập của hành giả đã thuần thục, Đức Phật sẽ dạy tiếp các Pháp khác. Sau khi thâm nhập đầy đủ về Tứ Diệu Đế tức là chuyển tiếp thực hành ba mươi bảy phẩm trợ đạo giác ngộ, tu tập thiền chỉ và thiền quán, lúc đó hành giả sẽ chứng

Tu Đà Hoàn (*stream enterer*), trải nghiệm một bước đột phá, gọi là khai mở Pháp nhãn vì đây là lần đầu tiên ta trực tiếp thấy Pháp, chứng nghiệm lời Phật dạy, Niết Bàn. Điểm này bước chuyển biến hành giả từ Phàm đến Thánh.

Qua sự trực giác Niết Bàn, những vị Tu Đà Hoàn dứt toàn Tam Kiết (*samyojana, saṃyojana*):

1. Hành giả không còn nắm giữ bản ngã (*sakkāyadiṭṭhi, satkāyadṛṣṭi*) cho có một ngã liên quan với ngũ uẩn. Một ngã như vậy là một cái tôi đồng nghĩa với các uẩn, sở hữu các uẩn, bị sở hữu bởi uẩn và bên trong uẩn (*giống như viên ngọc trong hộp*) hoặc chứa các uẩn (*giống như một hộp chứa năm viên ngọc*).
2. Nghi (*vicikicchā, vicikitsā*) rằng Phật, Pháp, Tăng là nơi để Quy Y sẽ biến mất.
3. Hành giả loại bỏ quan điểm giới cấm thủ (*sīlabbataparāmāsa, śīlavrata- parāmarśa*). Những vị Tu Đà Hoàn tuy trì Giới Luật và thực hành nghi lễ nhưng không chấp nghi lễ có thể đem lại sự giải thoát.

Những vị Tu Đà Hoàn (*Nhập Lưu*) có thể là Tu sĩ hoặc các Cư sĩ. Các Tu sĩ giữ Giới Luật xuất thế trong khi các Cư sĩ giữ năm giới. Tuy những vị Tu Đà Hoàn vẫn có thể phạm lỗi, vẫn sân hận, nhưng hành giả không che đậy những lỗi và luôn sám hối ngay với quyết tâm không tái phạm nữa. Do sức mạnh của sự chứng ngộ, các vị Tu Đà Hoàn không thể nào phạm sáu tội trọng: năm ác (*ngũ nghịch: giết mẹ, cha hay một vị A La Hán, gây sự ly gián trong Tăng đoàn, cố tình làm tổn thương Đức Phật*) và xem ai đó hơn Phật như là bậc Thầy tối thượng thiêng liêng. Vì những lý do này, được đến giai đoạn của Tu Đà Hoàn được đánh giá cao.

Những vị Tu Đà Hoàn (*Stream enterers*) sẽ không tái sanh trong Địa ngục, Ngạ quỷ, Súc vật, hoặc A Tu La và sẽ còn bảy lần tái sanh trong cõi luân hồi trước khi chứng quả A-la- hán.

Những vị thượng căn thì chỉ cần tái sanh một lần nữa; những bậc trung căn sẽ tái sanh từ hai đến sáu lần nữa; và bậc hạ căn sẽ tái sanh bảy lần.

Tuy những vị Tu Đà Hoàn có tuệ tri sâu sắc và vững trên con đường giải thoát, nhưng các Ngài chỉ mới loại trừ ba trong mười kiết sử, nên tâm chưa thoát khỏi tám Pháp trần: tài lợi, lời khen, danh tiếng, và thất vọng với mất mát, đổ lỗi, tai tiếng và không thỏa mãn.

Hành giả vẫn có thể tạo nghiệp xấu, mặc dù không mạnh lắm để đem lại tái sanh trong cõi bất hạnh. Trong một số trường hợp, hành giả có thể có hành vi như người phàm, như luyến ái với gia đình, hưởng thụ, thích khen ngợi, hoặc cạnh tranh với những người khác. Tuy nhiên, nếu niềm tin vào Tam Bảo bất động vững chắc, hành giả chắc chắn sẽ tiến trên con đường đến A La hán quả.

Những vị Tư đà hàm (*Nhất Lai, once returners*) giảm nhiều tham ái và tâm ác so với những vị Tu Đà Hoàn, tuy rằng chưa hoàn toàn loại bỏ hết. Hành giả sẽ tái sanh trong cõi Dục giới một lần nữa. Bậc A-na-hàm (*Bất lai*) đã loại bỏ những trói buộc ái nhiễm của cõi Dục giới và tâm ác, sẽ không tái sanh trở lại trong Dục giới. Nếu hành giả không đạt Niết Bàn trong kiếp đó, các Ngài sẽ tái sanh trong cõi trời Sắc giới, thường là cõi tịnh cư, một nơi đặc biệt, chỉ có những vị A-na-hàm (*Bất lai*) hoặc A-La-hán an trụ và sẽ đạt quả Niết Bàn ở đó.

Những ai trên giai đoạn hướng đến quả vị A La Hán, sẽ thực hành lời Phật dạy với sự nỗ lực Tinh Tấn. Trong giai đoạn thành quả A La Hán, hành giả hiện thực hóa lý tưởng giải thoát của mình, chứng đắc quả A-la-hán và không còn bị ràng buộc bởi tham ái. Tất cả những kiết sử trong cõi Dục giới, Sắc giới và Vô Sắc giới, tự cao tự đại, trạo cử, và vô minh, v.v... đã được loại trừ và hành giả chứng đạt bất tử, một trạng thái thoát khỏi luân hồi tái sanh, an lạc giải thoát.

Tam Bảo Trong Truyền Thống Phạn

Hầu hết những gì trình bày trong phần trên về truyền thống Pāli, cũng được trình bày trong truyền thống tiếng Phạn. Truyền thống tiếng Phạn cũng dựa vào những chú giải như tập Bảo Tính Luận (*Ratnagotravibhāga, Uttaratantra Sastra*) là những nguồn tài liệu để học hiểu về Tam Bảo thường trụ thế gian hoặc xuất thế gian. Học hỏi và quán chiếu những phẩm hạnh nói trên sẽ cho ta thấy hướng tu tập tinh thần để chúng ta có thể trở thành Tam Bảo.

Mỗi Tam Bảo có thường trụ thế gian hoặc xuất thế gian bao gồm bốn thân (*kāya*) của một vị Phật. Tam Bảo thường trụ thế gian hoặc xuất thế gian.

I. Phật Bảo thường trụ xuất thế gian là Pháp thân (dharmakāya).

Có hai loại thân như sau:

1. Pháp Thân Trí Tuệ (*jñāna dharmakāya*) có ba thực tánh: do có nhất thiết trí, nên chư Phật có thể nhậm vận thông đạt hoàn toàn các Pháp bao gồm cả tánh khí và căn cơ của các chúng sanh. Với lòng Từ bi và khả năng không ngần ngại, không nghi ngờ, chư Phật sẵn sàng dạy chúng sanh các Pháp cao thấp theo nhu cầu căn cơ của họ.

2. Pháp Thân Tự Tánh (*svabhāvika dharmakāya*) Vô Vi, không sanh, không diệt. Có hai loại:
   - Bản chất thanh tịnh vô nhiễm là Tánh Không vốn hằng hữu trong tâm Phật.
   - Thanh tịnh hóa những phiền não là đề cập đến sự diệt tận của chư Phật thoát khỏi các phiền não chướng (*kilesāvaraṇa, kleśāvaraṇa*) trói buộc chúng ta trong luân hồi và những sở tri chướng (*ñeyyāvaraṇa, jñeyāvaraṇa*), những chướng này

che đậy nhất thiết trí và diệu dụng vô tác lợi ích chúng sanh.

Phật Bảo thường trụ thế gian là sắc thân (*rūpakāya*) của một vị Phật. Có hai loại:

1. Báo Thân (*Enjoyment body- saṃbhogakāya*) an trú trong tịnh độ đang giảng dạy cho các Hiền Thánh Bồ Tát.
2. Hóa Thân (*Emanation body - nirmāṇakāya*) là hiện thân của chư Phật trong một hình tướng để chúng sanh có thể nhận biết được.

Quán chiếu bốn thân của chư Phật cho chúng ta sự hiểu biết sâu sắc hơn về Đức Phật Thích Ca Mâu Ni. Đức Phật xuất hiện như một con người chẳng hạn Đức Phật Cồ Đàm (*Gautama*) là một hóa thân (*emanation*), phù hợp với tánh khí và cơ cơ, nhu cầu của chúng sanh. Hóa Thân xuất phát từ nhất thiết trí của Phật, tức là Pháp Thân Trí Tuệ (*dharmakāya*). Pháp Thân Trí Tuệ phát sanh từ bản chất tiềm ẩn của thực tại, tức là Pháp Thân Tự Tánh của Phật.

II. Pháp Bảo thường trụ thế gian và xuất thế gian

Pháp Bảo thường trụ xuất thế gian là Diệt đế và Đạo Đế trong dòng tâm thức của các bậc Thánh của cả ba thừa: Thinh Văn (*Śrāvaka*), Duyên Giác (*Pratyekabuddha*) và Bồ Tát (*Bodhisattva*).

1. Đạo Đế được nhận thức bằng trí tuệ trực tiếp và giác ngộ vô niệm về ngã không và Pháp không. Trong số đó, đạo vô đoạn là trí tuệ trực tiếp giác ngộ Tánh Không, đó là tiến trình loại bỏ kiết sử. Khi những kiết sử ô nhiễm, đã hoàn toàn loại bỏ thì trí tuệ trở thành đạo giải thoát.
2. Diệt đế là lãnh vực thanh tịnh hóa của sự trống rỗng của tâm, tức đã từ bỏ một mức độ cụ thể của các lậu

hoặc. Diệt đế có hai yếu tố: bản tánh thanh tịnh và thanh tịnh những uế trược phiền não như đã mô tả ở trên. Thiền quán về lý không đưa đến Diệt đế, trong đó tất cả các nhị nguyên đối đãi đã biến mất.

Pháp Bảo thường trụ thế gian là đề cập đến Phật Pháp đã truyền qua 84,000 Pháp môn, mười hai bộ Kinh Phật Giáo – được truyền dạy từ chính kinh nghiệm của Đức Phật với lòng Từ bi và trí tuệ.

III. Tăng Bảo thường trụ thế gian và xuất thế gian

Tăng Bảo thường trụ xuất thế gian là trí tuệ (*Đạo Đế*) và giải thoát (*Diệt đế*) trong dòng tâm thức của bậc Thánh. Diệt đế và Đạo Đế là Pháp Bảo thường trụ xuất thế gian và Tăng Bảo thường trụ xuất thế gian.

Tăng Bảo thường trụ thế gian là một bậc Thánh hoặc các bậc Hiền Thánh trong bất cứ thừa nào trong ba thừa, cũng bao gồm tám bậc Thánh Thanh Văn và các vị Bồ Tát. Tăng bảo có trí tuệ nội quán biết một cách chính xác về thực tại và biết một số phần sự đa dạng của các Pháp. Thánh chúng đã thoát được một số phiền não chướng, vô minh, tham dục, những chủng tử và nghiệp ái nhiễm. Một số vị đã thoát khỏi ước muốn giải thoát cá nhân khiến ngăn chặn phát khởi Bồ Đề Tâm. Một số bậc Thánh cũng diệt được một phần của sở tri chướng, những vô minh và chấp ngã vi tế.

Một cộng đồng có từ bốn vị Tăng là đại diện của Tăng Bảo.

Phân tách chi tiết những phẩm chất của Tam Bảo như trên, giúp chúng ta nhận ra giá trị cao quý và hoàn hảo của quy

y. Hiểu được điều này, chúng ta sẽ tận lòng Quy Y từ tâm khảm của mình và có sự kết nối sâu sắc với Tam Bảo. Theo đó, chúng ta sẽ luôn có thể nương tựa vào Tam Bảo trong bất cứ hoàn cảnh khó khăn nào gặp phải trong cuộc sống hoặc trong giờ lâm chung.

Tam Bảo nhấn mạnh đến khía cạnh kinh nghiệm nội tâm của Tôn Giáo và tâm linh. Chúng ta Quy Y Tam Bảo là tin tưởng hoàn toàn để dẫn chúng ta đến sự giải thoát, giác ngộ tối thượng, không phải Quy Y với những cơ sở Tôn Giáo. Tuy Hiền Thánh giác ngộ có thể ở trong tự viện chùa chiền, nhưng những cơ sở này lại thường do người phàm điều hành. Khi Quy Y, chúng ta cần nhận thức được sự khác biệt giữa các cơ sở Tôn Giáo và Tam Bảo là điều quan trọng.

Giác Ngộ, Niết Bàn Và Toàn Tri

Tam Bảo được gọi là "bảo châu" vì hiếm quý. Như một viên bảo châu huyền thoại có thể ban cho tất cả những ước muốn và nhu cầu, cũng thế Tam Bảo liên tục sẵn sàng và có khả năng cung cấp cho chúng ta nơi trú ẩn, bảo vệ chúng ta khỏi khổ của luân hồi sinh tử, cho chúng ta thấy con đường để đạt được sự an lạc thường trụ, thanh tịnh và viên mãn. Phật Bảo là nguồn gốc những đức hạnh của chúng sinh, khuyến khích chúng ta tìm giải thoát, và giác ngộ viên mãn.

Phật tử của cả hai truyền thống tiếng Pāli và Phạn đều Quy Y Đức Phật, tuy có thể có những quan điểm khác nhau về sự giác ngộ, Niết Bàn, và toàn tri của Phật. Các truyền thống Pāli nói rằng Đức Phật tu hành như là một Bồ Tát trong nhiều đời trước đó, đã đạt được toàn giác dưới cây Bồ Đề trong cuộc đời của Ngài như là thái tử Sĩ Đạt Đa (*Siddhattha Gotama*). Là một vị Phật, Ngài không còn khổvề tinh thần nhưng còn nỗi đau thể xác do sự chi phối của ái dục và nghiệp lực. Một số khác nói rằng khi Đức Phật nhập tịch vào Đại Niết Bàn (*mahāparinibbāna*), tất cả sự tái sinh luân hồi chấm dứt, và tâm thức của Ngài vào Niết-bàn, một trạng thái an lạc thường trụ, bền vững, Vô Vi mà không thể quan niệm được theo quan điểm thời gian và không gian. Ở đây, Niết Bàn (*parinibbāna*) là một thực tại, ngược lại với các uẩn bất tịnh và vô thường. Một số khác nói Niết Bàn là sự chấm dứt của những ái nhiễm và sự tiếp nối của các uẩn. Ở đây, sự diệt tận hoàn toàn các uẩn là an lạc.

Nói chung, truyền thống tiếng Phạn tin rằng Đức Phật Cồ Đàm (*Gautama*) đã tu tập như một vị Bồ Tát trong nhiều kiếp trước đó, đã đạt được giác ngộ viên mãn trước cuộc đời của Ngài như là thái tử Sĩ Đạt Đa (*Siddhattha Gotama*). Tuy nhiên, bằng cách thị hiện như một người chưa giác ngộ, đi tìm chân lý và đắc đạo được trong đời, Ngài đã làm gương chỉ rõ sự quan trọng của nỗ lực và Tinh Tấn để đắc đạo. Qua gương sáng của Ngài, Ngài đã cho ta niềm tự tin rằng tu Tinh Tấn có thể đạt được sự giác ngộ như Ngài đã từng trải nghiệm.

Truyền thống tiếng Phạn đồng ý rằng khi nguyên nhân của luân hồi được dập tắt thì ngũ uẩn bất tịnh không còn tiếp tục được, nhưng không có một tác nhân hay thuốc giải nào có thể đoạn dứt hoàn toàn bản Tâm Quang Minh liên tục và bất tận. Một số chú giải nói rằng các uẩn tâm lý bị diệt lúc nhập Niết Bàn, Đại sư Long Thọ giải thích rằng các uẩn không xuất hiện trong thiền quán về Tánh Không của vị A La Hán. Khi nhập Niết Bàn, các uẩn vẫn tiếp tục nhưng bây giờ thì đã được thanh tịnh hóa. Đức Phật xuất hiện từ Báo thân (*enjoyment body*), và rốt ráo là từ Pháp thân (*dharmakāya*), cả hai thân này đều vô tận. Khi Ngài nhập tịch, tâm giác ngộ vẫn còn. Tuy Đức Phật Cồ Đàm (*Gautama*) không còn tồn tại, sự tương tục của nhất thiết trí vẫn tiếp tục để Ngài hoàn thành mục đích tu tập Tinh Tấn trong nhiều đời, đưa tất cả chúng sanh đến giác ngộ viên mãn. Để hiện thực hóa điều này, Ngài thị hiện nhiều hóa thân làm lợi cho chúng sinh trong khắp vũ trụ.

Đức Phật luôn sẵn sàng với khả năng làm lợi cho chúng sinh, nhưng vì chúng ta thiếu công đức và kinh nghiệm tâm linh, chúng ta không thể thấy Phật. Hóa thân của chư Phật như ánh sáng mặt trời tỏa khắp mọi nơi. Tuy nhiên, nếu như chiếc thuyền bị lật ngược thì không thể nhận được ánh sáng mặt trời, cũng thế nghiệp chướng và thiếu phước của chúng ta che khuất Phật tánh. Khi chiếc thuyền được chuyển lật lên, ánh sáng mặt trời sẽ hiển lộ; khi chúng ta thanh tịnh hóa tâm, tích lũy công đức, các công hạnh giác tỉnh sẽ tăng trưởng, chúng ta sẽ cảm nhận các Pháp như là bổn thân Phật.

Tôi nghe nói có một số vị sư Nguyên Thủy là Thiền sư chứng đạo, nên nói tâm [*citta*] là tỉnh thức, thanh tịnh và sáng suốt, nhưng khi bị phiền não che mờ, thì không bị chi phối đến hủy diệt hoàn toàn như những hiện tượng trong cõi Ta Bà. Phiền não vốn không cố hữu trong tâm [*citta*], mặc dù nó cần được tẩy sạch những phiền não ô nhiễm đã che mờ tâm. Tâm bất tử, độc lập giữa không gian và thời gian, tiếp tục tồn tại sau khi diệt hết phiền não thì tuệ hiển lộ. Trong thiền quán, Thiền sư Ajahn Mun, người Thái, sống cuối thế kỷ XIX và XX, đã thấy Đức Phật Thích Ca Mâu Ni và các vị A La Hán. Điều này khiến Ngài tin rằng tuệ giác của các vị giác ngộ hoàn toàn bất diệt, không chết. Khi phiền não của chúng ta đã được thanh tịnh hóa, chúng ta cũng có thể có kinh nghiệm như vậy.

Bàn về trí toàn tri hay nhứt thiết trí (*sabbaññutañāṇa, sarvākārajñāna*) của một vị Phật, truyền thống tiếng Phạn nói rằng tất cả hiện hữu: quá khứ, hiện tại, và tương lai - xuất hiện nơi tâm Phật trong từng sát na bởi lẽ Phật tánh là rõ ràng, trong sáng, khi tất cả các lậu hoặc diệt tận, tri kiến hiện ra rõ ràng. Kinh điển Pāli ghi rằng tuy Đức Phật có nhất thiết trí, nhưng Ngài không nhận mình cùng lúc biết tất cả. Khi du sĩ ngoại đạo Vacchagotta hỏi Phật rằng có phải bất cứ lúc nào trong ba thời, tri kiến của Phật cũng hiện ra cùng lúc? Đức Phật trả lời rằng không phải như vậy. Các nhà bình luận Pāli giải thích rằng như vậy Đức Phật có nhất thiết trí, nhưng không phải tri kiến luôn luôn tồn tại liên tục. Đúng hơn, tuy tất cả tri kiến ba thời của Phật có sẵn với Phật, nhưng Ngài phải tác ý hướng đến từng chủ đề riêng khi cần biết. Những học giả trong truyền thống Pāli ngày nay cũng có nhiều tư tưởng khác nhau về tri kiến toàn tri này.

Một số người nghi ngờ rằng Đức Phật có thể nhìn thấy tương lai, tuyên bố tương lai đã được định trước. Bất kỳ thời điểm nào, Đức Phật có thể thấy sự hợp thành của những nguyên nhân và điều kiện mà có thể mang đến một quả nào đó trong tương lai, đồng thời biết rằng những nguyên nhân và điều kiện có thể thay đổi trong từng sát na. Chú giải trong Thanh Tịnh Đạo Luận (*Visuddhimagga*) nói rằng Đức Phật biết các sự kiện trong quá khứ và tương lai qua trực giác, và bộ Phân Tích Đạo (*Patisambhidāmagga*) xác nhận rằng tất cả hiện tượng quá khứ, hiện tại và tương lai đều ở trong nhứt thiết trí của Phật.

Chúng ta cũng nên phân định rõ sự mô tả về Đức Phật giữa hai quan điểm của hai truyền thống tiếng Pāli và Phạn (*Sanskrit*). Chúng ta không cần phải chọn một quan điểm. Chúng ta có thể nhìn xem quan điểm nào thích hợp cho chúng ta ý tưởng tốt lúc đó. Khi chúng ta nản chí thì hãy quán niệm về Thái tử Sĩ Đạt Đa (*Siddhartha Gautama*) là một con người bình thường như chúng ta đã phải qua nhiều thử thách, khó khăn trên con đường tu tập để thành công; quán như thế sẽ khuyến khích ý chí dõng mãnh của chúng ta. Vì chính Ngài đã nỗ lực Tinh Tấn tu tập để đạt giác ngộ, thì chúng ta cũng có thể làm được.

Lúc khác, sẽ hữu ích hơn nếu quán niệm Đức Phật Thích Ca Mâu Ni là bậc đã giác ngộ trong nhiều kiếp trước, xuất hiện trong thế giới của chúng ta qua một hóa thân để lợi ích chúng sanh. Quan điểm này sẽ giúp chúng ta cảm được tình yêu thương che chở của chư Phật đối với chúng ta; các Ngài đã hiện diện vì chúng ta.

Khi quán tưởng những công hạnh của Đức Phật được mô tả trong những bài Kinh Pāli giai đoạn đầu, tôi cảm thấy Kinh điển tiếng Phạn cũng minh họa Ngài giống như vậy. Ví dụ,

Đức Phật nói với A-nan (DN 16: 3.22) rằng lúc tham dự hàng trăm cuộc hội nghị với giai cấp quý tộc Sát đế lợi (*Khattiyas*), Như Lai nhớ rõ nơi Ngài an tọa và thảo luận với họ. Để hội nhập, Như Lai phải thay đổi bề ngoài cho thích hợp, dùng lời nói hợp căn cơ hướng dẫn Phật Pháp và làm vừa lòng họ. Những vị tướng lãnh Sát đế lợi này không biết Ngài là ai và tự hỏi Ngài là một Chư Thiên hay là người Phàm. Sau khi thuyết Pháp hướng dẫn xong, Ngài biến mất. Đức Phật cũng truyền Pháp như thế trong cộng đồng Bà La Môn, Cư sĩ, Ẩn sĩ và Chư Thiên. Đoạn này nhắc nhở tôi về các hạnh nghiệp của một vị Phật hóa thân.

Không có nơi nào trong kinh Pāli hay Phạn ngữ xem Đức Phật là đấng toàn năng hay đấng sáng tạo. Ngài không muốn chúng ta thờ phượng Ngài, và chúng ta cũng không phải cầu thỉnh Ngài ban cho ân huệ. Ngài không thưởng cho người theo lời dạy của Ngài và phạt người không theo Ngài. Đức Phật chỉ hướng dẫn con đường giác ngộ từ chính kinh nghiệm giác ngộ của mình. Ngài mang lợi ích cho chúng sinh theo căn cơ và tánh cách của từng cá nhân.

Dù chúng ta xem Đức Phật là bậc toàn giác, hay đắc đạo trong đời này, Ngài vẫn là một nguồn cảm hứng, một tấm gương sáng về thành tựu tâm linh cho chúng ta noi theo.

Ngài có sức mạnh nội tâm và sự tự tin của Ngài trong tiềm năng con người là chắc chắn. Với sự kiên trì dõng mãnh, Ngài đã dày công phu trong tu tập thiền chỉ và thiền quán.

Khi tôi quán về ba minh như được đề cập trong Kinh điển Pāli, tôi nhận ra một tương xứng với Phật Giáo Tây Tạng Tsongkhapa gọi là ba Pháp chính yếu để tu tập: buông xả, Bồ Đề Tâm, và Chánh Kiến. Những yếu Pháp này phát huy trước khi thành Phật, sẽ viên mãn khi thành Phật. Với hạnh buông xả, Đức Phật đã tuệ tri thấy những kiếp trước của mình với những khổ đau (*duḥkha*) và vô thường (*transience*). Ngài thấy biết do phiền não và nghiệp chướng tạo ra tất cả những đau khổ. Để đi ngược lại điều này, Ngài từ bỏ hoàn toàn cuộc đời luân hồi, quyết định tìm đường giải thoát.

Với Bồ Đề Tâm, Đức Phật nhìn thấy sự sanh đây chết kia của chúng sinh dưới sự chi phối của phiền não và nghiệp. Để đi ngược lại điều này, Ngài phát sanh lòng Từ bi, bình đẳng và Bồ Đề Tâm. Để thực hiện lòng vị tha này, Ngài thanh tịnh hóa tâm ô nhiễm và kiết sử bằng cách Chánh Kiến thấy rõ về vô ngã (*no self*) và vô Pháp (*non phenomena*). Do dùng gươm tuệ để thanh tịnh hóa tâm, Ngài đạt được Chánh Kiến biết được tâm mình đã hoàn toàn thanh tịnh và từ đó Ngài đạt chứng Niết Bàn.

Hai truyền thống Pāli và Phạn ngữ nói chúng ta đang ở trong thời chánh Pháp, may mắn được Đức Phật Cồ Đàm (*Gautama*) chuyển Pháp Luân lần thứ tư và Phật Di Lặc sẽ là người chuyển Pháp Luân lần thứ năm. Chư Phật chuyển Pháp Luân là những vị ban Giáo Pháp đến nơi nào mà Phật Pháp chưa được biết. Theo truyền thống tiếng Pāli, năm Ngài này là chư Phật duy nhất trong thế giới của chúng ta ở hiện kiếp (*eon*) này; các hành giả khác sẽ đắc A La Hán. Theo truyền thống tiếng Phạn, mỗi chúng sinh đều có khả năng thành Phật, và có rất nhiều chư Phật trong hiện kiếp của chúng ta.

Quy Y Và Trì Giữ Pháp Quy Y Đúng Cách

Tôi tin rằng có thể có những mức độ khác nhau khi Quy Y Tam Bảo, có người có thể Quy Y ở mức độ dễ dàng và thích hợp cho họ. Điều này giúp họ trên con đường tâm linh và khuyến khích họ tiếp tục tu tập và thực hành giáo lý của Đức Phật. Với một số người, mức độ dễ dàng của sự Quy Y liên quan đến việc hiểu rõ những lời dạy về lòng Từ bi. Với người khác, Quy Y phải bao gồm niềm tin vào tái sanh luân hồi. Điều quan trọng ở đây là họ phải tin tưởng và tôn trọng

Tam Bảo.

Trong bối cảnh, giới Phật tử chấp nhận thuyết tái sanh, có nhiều nguyên nhân dẫn đến Quy Y như sau:

1. Nhận thức sự tái sanh ở các cảnh giới bất hạnh là một nguyên nhân trực tiếp dẫn chúng ta lập tức tìm nơi nương tựa trong Tam Bảo. Nhận thức về khổ đau đã thúc đẩy chúng ta Quy Y Tam Bảo để hướng dẫn chúng ta thoát khổ.
2. Hiểu diệu dụng, khả năng của Tam Bảo hướng dẫn chúng ta, chúng ta phát khởi niềm tin bất động nơi Tam Bảo, lấy đó làm nền tảng để trí tuệ hiển bày.
3. Với lòng Từ bi, những ai theo Bồ Tát thừa (*Bodhisattvayāna*) Quy Y Tam Bảo để đạt được toàn giác, để giúp giảm bớt những khổ đau của chúng sinh.

Điều quan trọng để quán tưởng về diệu dụng của Tam Bảo là lý do và ý nghĩa nương tựa vào Tam Bảo. Khi tâm chúng ta tin tưởng vào sự hướng dẫn tinh thần của Tam Bảo vì chúng ta nhận ra đây là nơi đáng tin cậy, chúng ta đã tìm thấy ý nghĩa thực sự của việc Quy Y và đã trở thành Phật tử. Tuy nhiên, ngay cả khi chưa trở thành Phật tử, mọi người cũng có thể thực hành giáo lý nhà Phật để giúp đỡ họ trong cuộc sống, để qua một bên những phần khác còn lại trong lúc này.

Một số người muốn khẳng định Quy Y trong Tam Bảo bằng cách tham gia buổi lễ, trong đó họ đọc lại qui tắc Quy Y theo Thầy truyền giới và nhận một số hoặc tất cả năm giới Cư sĩ (*pañcasīla, pañcaśīla*). Năm giới là không sát sanh, không trộm cắp, không tà hạnh, không nói dối, và không dùng các chất say.

Sau khi Quy Y, Phật tử giữ Giới Luật để giúp họ duy trì việc Quy Y của họ. Giới Luật là hướng dẫn chúng ta tránh làm tổn hại đến chúng sinh, tránh chỉ trích điều gì chúng ta không thích, tránh thô tháo và kiêu ngạo, tránh các đối tượng khả ái, tránh tham gia vào mười ác nghiệp, tránh nương tựa ở những Thần linh, Ma quỷ, và tránh nuôi dưỡng tình bạn với những người hủy báng Tam Bảo hay hành động theo những ác nghiệp.

Chúng ta cố gắng theo một bậc Thầy đức hạnh, tu học và đưa giáo lý vào thực tế trong cuộc sống hàng ngày của chúng ta, kính trọng chư tôn đức Tăng Ni và theo gương tốt của chúng Xuất gia, từ bi thương chúng sinh, thọ Bát Quan trai giới hai lần một tháng, cúng dường Tam Bảo, khuyến khích người khác Quy Y Tam Bảo, Quy Y ba lần vào mỗi buổi sáng và buổi tối, cúng dường thực phẩm của chúng ta trước khi ăn, và tôn trọng các tượng Phật và Kinh sách.

Một nguyên tắc hướng dẫn cho việc duy trì Quy Y thanh tịnh là chúng ta không Quy Y những ai thiếu khả năng hướng dẫn ta đến giác ngộ. Đức Phật Thích Ca Mâu Ni là Thầy tổ của chúng ta, một hình ảnh của Đức Phật Thích Ca Mâu Ni phải được thờ ở chính giữa trung tâm bàn thờ của chúng ta.

Chúng ta tin tưởng vào Đức Phật – bậc toàn giác. Nếu chúng ta cảm thấy hối hận vì hành động xấu, trước sự hiện diện của Đức Phật, chúng ta phải sám hối cho thanh tịnh và phát nguyện sẽ trở nên đức hạnh giống như Đức Phật và Thánh chúng của Ngài.

Hầu hết các truyền thống Phật Giáo nói về những vị Hộ Pháp - những vị Bồ Tát giúp hành giả trên con đường tu tập. có những Hộ Pháp siêu xuất thế gian hay thế gian. Các vị Hộ Pháp siêu xuất thế gian đã giác ngộ Tánh Không, có thể đang trú trong Tăng đoàn. Trong Kinh sách Tây Tạng, Hộ Pháp như Tứ thiên vương và vị tiên tri Nechung là những vị Hộ Pháp thế gian, đã nguyện bảo vệ Phật Pháp và các người tu hành. Họ không có trong danh sách Tam Bảo, nhưng chúng ta có thể cầu các vị này giúp đỡ tạm thời cho các thiện hạnh của mình, giống như chúng ta dựa vào một người mạnh để giúp chúng ta trong lúc cần thiết. Tuy nhiên, chúng ta không Quy Y với những vị Hộ Pháp thế gian này.

Thần linh là những chúng sanh trong cõi luân hồi. Giống như loài người, một số thần linh rất hữu ích và một số khác thì lại có hại. Một số có nhãn thông, một số thì không có. Một số có phẩm chất đạo đức, một số khác thì đầy sân si và thù hận. Do vô minh, một số người quay sang nguyện cầu và Quy Y những thần địa phương như Tinh Linh Phẫn Nộ Dorje Shugden. Bởi vì các thần linh này giúp ban phước giả tạm trong đời này, thúc đẩy các hành giả lạc đường tu, chỉ lo có nhiều tiền bạc, địa vị danh tiếng bằng cách làm vừa lòng các thần linh, thay vì đi tìm kiếm sự tu tập tỉnh giác. Điều này làm bại hoại sự tu tập và đi ngược lại lời dạy của Đức Phật, trong đó Đức Phật dạy rõ ràng là chúng ta đang chịu trách nhiệm cho nhân quả an lạc bằng cách từ bỏ ác hạnh và gieo trồng thiện hạnh. Quy Y Tam Bảo và đi theo luật nhân quả là một sự bảo vệ chân thật để tránh đau khổ.

Người phàm hay tìm kiếm những thứ bên ngoài như bùa hộ mệnh, nước Thánh, và những sợi dây bảo hộ để bảo vệ họ khỏi nguy hiểm. Nếu những điều này giúp họ nhớ những lời dạy của Đức Phật và thực hành, đó là điều tốt. Nhưng nếu họ nghĩ rằng các đối tượng này sở hữu có một sức mạnh cố hữu bên trong, họ đang nhầm lẫn. Trong thực tế, con người cần phải bảo vệ bùa hộ mệnh, những sợi dây vì chúng dễ bị hư!

Chúng ta phải luôn luôn nhớ rằng thực hành Pháp xảy ra trong tâm trí của chúng ta. Thực hành đúng đòi hỏi chúng ta phải nhận diện phiền não và áp dụng đúng thuốc để giải độc phiền não.

CHƯƠNG 3

Lý Tứ Đế

Bốn chân lý (*S: āryas, P: ariyas*), thường được gọi là bốn sự thật, là giáo lý căn bản của Đức Thế Tôn. Quán lý Tứ đế sẽ giúp chúng ta hiểu phương cách thế nào vượt khổ để giải thoát. Cả hai truyền thống Pāli và Sanskrit (*Phạn ngữ*) đều nói đến mười sáu thuộc tính của bốn chân lý. Mặc dù danh sách và ý nghĩa có khác nhau đôi chút, nhưng nhìn tổng quát, cả hai truyền thống đều có những điểm chung nào đó.

Truyền Thống Phạn

Theo cuốn A-tỳ-đạt-ma Câu xá luận (*Abhidharma-kośa*) của Bồ Tát Thế Thân (*Vasubandhu*) và cuốn Thích Lượng Luận (*Pramāṇavārttika*) của Ngài Pháp Xứng (*Dharmakīrti*) giải thích rằng mỗi bốn chân lý đều có bốn thuộc tính để đối phó với bốn khái niệm méo mó sai lầm về chân lý đó. Tất cả mười sáu thuộc tính (4 x 4 = 16) sẽ giải thích các chức năng khác nhau của chân lý khổ, trình bày sự hiện hữu của giải thoát và phương Pháp để đạt được sự giải thoát khỏi khổ đó.

A. Bốn Thuộc tính của Chân lý về khổ (*duḥkha*)

Khổ (*duḥkha*) hay sự thật của khổ (*dukkha-sacca, duḥkha-*

satya), là năm uẩn: sắc uẩn, thọ uẩn, tưởng uẩn, hành uẩn (*các yếu tố cấu thành*) và thức uẩn. "Bị ô nhiễm" nghĩa là bị chi phối bởi phiền não, đặc biệt là vô minh và nghiệp. Nội khổ là thân thể và tâm trí bị đau khổ. Ngoại khổ là cảnh môi trường bên ngoài chúng ta đang sống cũng khổ.

Thân thể và tinh thần của chúng ta được chỉ rõ là những ví dụ của khổ (*duḥkha*) bởi vì chúng là sản phẩm trực tiếp của các phiền não và nghiệp chướng. Thêm vào đó, chúng hình thành cơ sở chỉ định của khái niệm tôi hoặc tự ngã. "Ngã" có nhiều ý khác nhau tùy thuộc vào tùy bối cảnh như sau:

"Bản ngã" trong thuộc tính thứ tư đề cập đến đối tượng phủ định do trí uệ thực tại giác tỉnh ra. Đối tượng của sự phủ định như cho làcó một cái tôi, một linh hồn vĩnh cửu, một cá thể tồn tại hoặc sự hiện hữu vốn có hoặc độc lập của mọi hiện tượng như "Tất cả các hiện tượng là vô tự thể" hay "Vô ngã và vô Pháp". Ở đây "vô ngã" không có nghĩa là ngược lại sự ích kỷ, mà là "không có tự thể của ngã."

"Bản ngã"là chấp có người hiện hữu, cái tôi, cái ta, người đi bộ, người hành thiền, v.v...

1. Các uẩn là vô thường (*anicca, anitya*) bởi vì trải qua sự sanh và diệt tương tục

Hiểu được điều này sẽ xua tan những tư tưởng méo mó khi cho rằng vô thường là thường còn vĩnh viễn. "Vô thường" ở đây có nghĩa là thay đổi từng khoảnh khắc. Tất cả các hiện tượng hữu vi đều trải qua sự thay đổi, tan rã từ những gì họ đang có và trở thành cái gì đó mới mẻ hơn. Sự thay đổi thô thiển xảy ra khi một hiện tượng chấm dứt như: một người chết, một cái ghế gãy. Sự thay đổi tinh tế âm thầm xảy liên tục trong từng sát na khoảnh khắc một- một vật sẽ không còn nguyên vẹn trong sát na này và sẽ thay đổi khi so với sát na tới.

Các giác quan của chúng ta có thể quan sát sự vô thường thô thiển bên ngoài như cơ thể của chúng ta được sinh ra và chết rất rõ ràng. Tuy nhiên, hẳn phải có một tiến trình thay đổi tinh tế âm thầm hơn diễn ra bên trong thân thể của chúng ta ở mỗi sát na. Còn sự thay đổi thô sơ bên ngoài, chúng ta có thể quan sát bằng mắt như dung nhan thời thơ ấu đến tuổi già là khác nhau.

Hầu như tất cả Phật tử chấp nhận rằng ngay khi một vật xuất hiện, nó đã có bản chất tan rã, chỉ đơn giản bởi thực tế là nó đã được cấu thành bởi những điều kiện nguyên nhân. Do nhân sanh ra Pháp. Pháp đó tồn tại trong một khoảng thời gian, và sau đó một yếu tố khác xen vào khiến đưa đến sự phân bố tan rã. Nói đúng hơn, chính mỗi yếu tố có khả năng tạo một cái gì đó phát sinh thì cũng khiến nó chấm dứt. Mỗi giây phút tồn tại một vật là nó chứa bản chất tan rã. Học thuyết sát na đã chỉ ra rằng phát sinh và chấm dứt không phải là mâu thuẫn, mà là hai thuộc tính của cùng một tiến trình.

Hiện tại là không thể chất. Không thể tìm được chất thật giữa quá khứ (*những gì đã xảy ra*) và tương lai (*những gì vẫn chưa xảy ra*). Mặc dù chúng ta dành rất nhiều thời gian để tưởng nhớ về quá khứ và lên kế hoạch cho tương lai, nhưng thật ra quá khứ và tương lai không xảy ra trong giây phút hiện tại. Thời gian duy nhất chúng ta đang sống là hiện tại, nhưng hiện tại là khó nắm bắt, thay đổi trong mỗi sát na. Chúng ta không thể chặn được dòng thời gian để nắm khoảnh khắc hiện tại.

Hiểu được sự vô thường là một loại thuốc giải độc mạnh mẽ cho những cảm xúc có hại dựa trên việc nắm bắt những thứ vô thường - những người thân yêu, của cải, tâm trạng và những vấn đề - như là vĩnh viễn. Cũng tránh không rơi vào chủ nghĩa vô minh, khi nghĩ rằng không có gì đáng giá bởi lẽ nó sẽ thay đổi. Hơn nữa, bởi các Pháp đều tạm thời ngắn ngủi, nên sự chấp thủ và sân giận đối với họ trở nên không thực tế. Thật ra, vô thường cũng có nghĩa là khi chúng ta tạo ra nguyên nhân tốt để có những hoa quả tích cực như tình yêu, từ bi và long vị tha sẽ tăng lên.

Các bài Kinh Pāli mô tả sự vô thường là "phát sanh và biến mất". Đôi khi, họ nói về "Quán các Pháp khi nó sanh khởi, tồn tại và trôi qua", phác thảo ba giai đoạn như: phát sinh, thay đổi trong khi tồn tại và tan rã. Luận A-tỳ-đàm (*Abhidhamma*) đồng ý với ý nghĩa này. Những nhà biên tập bộ luận đã nhấn mạnh sự tồn tại của phát sanh biến mất, và trong đó, đặc biệt là khi biến mất bởi vì nó mạnh mẽ làm nổi bật tính cách vô thường. Thực hành Chánh Niệm, thiền giả sẽ chú ý đến các quá trình vật chất và tinh thần, đến để thấy những gì xuất hiện trong các trần hay các Pháp kết hợp với nhau là quá trình theo nhân duyên sanh và diệt trong từng sát na. Khi Chánh Niệm càng sâu sắc hơn, sự vô thường tinh tế càng được nhìn thấy rõ ràng với những thực nghiệm trực tiếp.

Thấy được sự sanh khởi xua tan thuyết hư vô–khái niệm các Pháp không tồn tại hoặc sự liên tục của con người và những ảnh hưởng của nghiệp chướng hoàn toàn dừng khi chết. Thấy sự tiêu diệt xua tan thuyết thường hằng - quan niệm rằng con người và những sự vật có một thực tại vĩnh viễn, thường còn.

2. Các uẩn là không được thỏa mãn (*dukkha, duḥkha*) vì bị kiềm chế bởi hành động và nghiệp.

Hiểu được điều này sẽ ngược lại tư tưởng bóp méo cho bất như ý không thỏa mãn này là một hạnh phúc. Bởi dưới sự kiểm soát của phiền não và nghiệp, các uẩn của chúng ta phải chịu chi phối bởi ba loại khổ (*duḥkha,dukkha*):

1. Khổ khổ (*dukkha of pain*) bao gồm cảm giác đau đớn về thể chất và tinh thần mà tất cả chúng sinh hay gọi là đau khổ.

2. Hoại khổ (*dukkha of change*) bao gồm những cảm xúc hạnh phúc không trọn vẹn, bởi lẽ chúng không ổn định, không lâu dài, và không thỏa mãn như ý. Bất kỳ hoạt động thú vị nào, chúng ta thích thú theo đuổi liên tục và cuối cùng trở nên đau khổ vì sự chấm dứt tan biến.
3. Hành khổ (*dukkha of pervasive conditioning*) là các uẩn của chúng ta bị chi phối bởi phiền não - vô minh, đặc biệt là nghiệp chướng.

Trong khi tất cả chúng ta đều muốn có hạnh phúc, nhưng hạnh phúc cứ lẩn tránh, bởi vì cơ thể và tinh thần của chúng ta bị chi phối bởi phiền não và nghiệp chướng. Nếu hiểu rằng những hiện tượng trong thế giới ta bà (*saṃsārās*) sẽ không thỏa mãn như mong muốn, thì chúng ta sẽ quay lưng lại với việc xem chúng là nguồn hạnh phúc và niềm vui lâu dài, chúng ta sẽ buông bỏ những kỳ vọng không thực tế về chúng. Nếu thấy rằng việc bám víu vào những điều ở thế giới ta bà (*saṃsārica*) này là vô dụng và phiền não, chúng ta sẽ từ bỏ chấp thủ để thực hành con đường của sự chấm dứt khổ đau.

3. Các uẩn là không (*suñña, śūnya*) bởi lẽ sự không thường còn, đơn nhất và độc lập.

Hiểu được điều này sẽ ngược lại tư tưởng bóp méo cho cơ thể bất tịnh (*không sạch*) này là một chủ sở hữu hoàn hảo.

Phật Giáo Nguyên Thủy (*Theravāda*), Du-già (*Yogācāra*), và Trung Luận (*Madhyamaka*) có một số tư tưởng tương tự giống nhau và cũng có một số ý tưởng khác nhau về ý nghĩa của thuộc tính thứ ba và thứ tư. Một lời giải thích mà tất cả các trường phái Phật Giáo chấp nhận: "không" là ám chỉ sự vắng mặt của một thực thể hoặc linh hồn vĩnh viễn, đơn nhất, độc lập, đó là một thực thể khác biệt với các uẩn. "Thường còn" có nghĩa là không thay đổi mãi mãi, không sanh, không diệt."Đơn nhất" là sự không phụ thuộc vào các bộ phận, là một nguyên khối."Độc lập" không bị chi phối bởi nhân duyên.

4. Các uẩn là vô ngã (*anattā, nairātmya*) bởi lẽ không có một bản ngã tự tồn tại.

Hiểu được điều này sẽ đi ngược lại tư tưởng bóp méo rằng vô ngã là ngã. Lời giải thích được tất cả các Phật tử chấp nhận: vô ngã là sự vắng mặt của một cá thể tồn tại độc lập. Một người như vậy sẽ là một thực thể tương tự như các uẩn, một ngã điều khiển các uẩn như vị chúa tể cai trị thần dân của mình.

Khi chúng ta nói "Tôi" hay "thân thể và tinh thần của tôi", chúng ta có ấn tượng rằng có một cái ngã sở hữu để thống trị các uẩn. Chúng ta cảm thấy tự ngã này không chỉ đơn thuần là các uẩn. Ở đây "chỉ đơn thuần" có nghĩa là người đó không thể được nhận dạng mà không có sự xác định một cái gì đó khác như là các uẩn.

Theo truyền thống Pāli, vô thường, khổ và vô ngã được gọi là Tam Pháp Ấn của các Pháp Hữu Vi do vô minh tạo nên. Quán sâu sắc về Tam Pháp Ấn là cốt lõi của đạo. Trong truyền thống Phạn ngữ, vô thường và khổ được quán chiếu trước, sau đó mới quán vô ngã, không, và Bồ Đề Tâm.

Trường phái Du-già (*Yogācāra*) chấp nhận con người là trống không, vô ngã và các Pháp cũng không có tự thể; ý thức nhận thức chúng không có tồn tại bởi các đặc tính riêng biệt nào như thuật ngữ đã đề cập.

Trường phái Trung Luận (*Mādhyamikas*) cũng đồng thuận với ý nghĩa của không và vô ngã như được đề cập trong các kinh Đại Bát Nhã (*Prajñāpāramitāsutras*). Ở đây, cả hai thuật từ này liên quan đến sự vắng mặt của một sự tồn tại cố hữu, có thật, độc lập và áp dụng cho tất cả các hiện tượng trên thế gian. Nếu sự tồn tại vốn có là một thực thể, thì phải được tìm thấy trên cơ sở chỉ định, phải tồn tại mà không phụ thuộc vào các yếu tố của bất cứ nhãn hiệu hay khái niệm nào. Đây là mô hình sai lầm về sự tồn tại, bởi sự tồn tại của người và các hiện tượng khác bị bác bỏ. Tất cả các hiện tượng đều trống rỗng và vô ngã bởi chúng tồn tại, do sự phụ thuộc vào các yếu tố khác.

Do ảnh hưởng của bốn thuộc tính này với nhau, thân tâm của chúng ta thay đổi từng khoảnh khắc, đây là bản chất của vạn Pháp. Các uẩn bị chi phối bởi các nguyên nhân của chúng và tột cùng chính là bởi vô minh. Bất cứ điều gì gây ra bởi vô minh là do bản chất không thỏa mãn như ước muốn, đó là hành khổ. Một khi chúng ta giác tỉnh điều này, bất kể những điều đẹp, thú vị và hấp dẫn thế nào, chúng ta sẽ biết rằng chúng không có giá trị nào cả bởi lẽ bản chất chúng là trống không và vô ngã.

Âm thầm quán về bốn đặc tính của duḥkha sẽ có một sự thay đổi lớn về quan điểm của chúng ta đối với vấn đề chúng ta là ai và điều gì sẽ mang lại hạnh phúc cho chúng ta, khiến chúng ta có khả năng từ bỏ tham ái đối với các uẩn bị ô nhiễm và tìm cầu Niết Bàn an lạc thực sự. Thực hành của Tứ niệm xứ, sẽ được mô tả sau này, là một phương Pháp mạnh mẽ để nhận ra bốn đặc tính của chân lý về duḥkha này.

B. Bốn Thuộc tính của Chân lý về khổ tập

Khổ tập (*samudaya-sacca, samudaya-satya*) là tạo nhân phiền não và nghiệp chướng để sẽ lãnh quả khổ. Nghiệp hoặc hành động bị chấp thủ và sân giận lèo lái, bắt nguồn từ những ái nhiễm và vô minh. Vô minh ngăn cản chúng ta thấy như thật các uẩn là trống rỗng và vô ngã.

Theo truyền thống Pāli, vô minh là một trạng thái ngu tối che mờ sự thật. Sự thiếu hiểu biết này theo hai cách. Khi tinh thần bị u tối, nó che giấu bản chất thực sự của các hiện tượng và tạo ra những tướng giả dối hoặc biến dạng (*vipallāsa*, *vaparyāsa*) –như bốn khái niệm bị bóp méo về duḥkha đã đề cập ở trên. Sự bóp méo có ba mức:

Đầu tiên, chúng ta nhận thức sai (*Tà Kiến*) sẽ đưa đến sự suy nghĩ sai (*tà tư duy*) thì cái thấy như thật về ba Pháp ấn này sẽ bị bóp méo. Nhờ học và quán chiếu, chúng ta sẽ có cái nhìn đúng về ba Pháp ấn và nếu có cái nhìn thông qua Thiền Định, chúng ta càng hiểu sâu hơn bản chất bên trong chúng.

Theo Du-già (*Yogācāra*) và Trung Luận (*Madyamaka*), vô minh không chỉ là một trạng thái không hiểu biết mà còn là một kiến thức sai lầm khi khư khư chấp thủ những nguyên lý tồn tại không đúng. Theo phái Cụ Duyên Trung Quán (*Prāsaṅgika Mādhyamikas*), con người và hiện tượng không tồn tại vốn có chính chúng, nhưng vô minh lại nắm bắt sự nghịch lý của thực tế và khư khư cho chúng hiện hữu như thật.

Những cảm thọ như khát ái và sân hận bắt nguồn sâu từ sự thiếu hiểu biết. Càng nắm vào cái tôi độc lập mạnh mẽ thì càng bày tỏ mối quan tâm của bản ngã này. Chúng ta bám víu vào bất cứ điều gì có vẻ quan trọng đối với bản thân của chúng ta và thù nghịch với những gì cản trở việc thực hiện những lợi ích của bản thân. Ví dụ: chúng ta thấy một mặt hàng đẹp trong một cửa hàng. Trong khi nó thuộc cửa hàng, nhưng chúng ta muốn sở hữu nó. Sau khi chúng ta mua nó và dán nhãn cho nó là "của tôi", chúng ta trở nên gắn bó với nó. Mặc dù món hàng vẫn như cũ, nhưng phản ứng cảm xúc của chúng ta đối với nó đã thay đổi bằng cách dán nhãn cho nó là "của tôi". Đằng sau nhãn hiệu của "tôi" là một niềm tin vào một cái tôi mà sự hưởng thụ là quan trọng. Nếu ai đó phá vỡ đối tượng "của tôi", chúng ta sẽ trở nên tức giận. Việc bác bỏ cái "tôi" là một thực tế độc lập sẽ loại bỏ được sự chấp thủ và sân hận của chúng ta.

Khát ái (*taṇhā, tṛṣṇā*) là sự khao khát, mong thỏa mãn những ham muốn dục nhiễm của chúng ta, là một ví dụ về phiền não; đó là khổ tập. Do sinh tiền, chúng ta huân tập khát ái, nên lúc cận tử nghiệp, khát ái cứ bám níu (upādāna) không rời, làm chín mùi hạt giống nghiệp chướng khiến đưa đến tái sanh trong vòng luân hồi.

1. Ái dục và nghiệp là nhân khổ (*hetu*) bởi lẽ nhân là gốc, do gốc nhân, khiến quả khổ liên tục tồn tại.

Thiền quán duḥkha xuất phát từ ái dục và nghiệp lực, khiến chúng ta có niềm tin sâu sắc rằng tất cả những đau khổ đều có nguyên nhân - ham muốn và nghiệp chướng. Ý tưởng này bác bỏ chủ trương cho rằng duḥkha xảy ra một cách tình cờ hoặc không có nguyên nhân. Một số nhà duy vật chối bỏ định luật nghiệp quả và hành động theo chiều hướng đạo đức, chỉ tin vào lối sống theo thuyết thọ hưởng ngũ dục mà ít suy nghĩ về những ảnh hưởng lâu dài về hành động của họ đối với bản thân và người khác.

2. Ái dục và nghiệp là nguồn gốc (*samudaya*) của duḥkha bởi vì chúng sanh ra nhiều dạng thức đau khổ.

Hiểu được điều này, chúng ta sẽ bác bỏ ý tưởng rằng duḥkha chỉ đến từ một nguyên nhân duy nhất, chẳng hạn như một chất gốc, rồi từ đó sanh ra mọi thứ. Nếu duḥkha chỉ dựa vào một nguyên nhân, thì nó sẽ không phụ thuộc vào nhiều yếu tố khác. Nếu các điều kiện kết hợp thì không cần một nguyên nhân để tạo ra một kết quả, hoặc nguyên nhân đó sẽ không bao giờ tạo ra kết quả, hoặc nó sẽ không bao giờ ngừng tạo ra kết quả. Nếu một mầm chỉ phụ thuộc vào một hạt giống, thì không cần những điều kiện khác cho hạt giống mọc, vì vậy nó nên nảy mầm vào mùa đông.

Hoặc, vì không có điều kiện nào khác là cần thiết để nó nảy mầm, thì sự ấm áp vào mùa xuân sẽ không làm cho nó phát triển. Bởi vì các Pháp phát sinh từ nhiều nguyên nhân, chúng không phải là sự phán định mà phụ thuộc vào sự kết hợp của các yếu tố đa dạng.

3. Ái dục và nghiệp là những thúc đẩy mạnh mẽ (*pabhava, prabhava*) bởi vì chúng hành động mạnh mẽ để tạo ra vô số khổ.

Hiểu được điều này để bác bỏ quan niệm cho rằng duḥkha phát sanh từ những nguyên nhân khác biệt, chẳng hạn như do đấng sáng tạo bên ngoài tạo ra thế giới có duḥkha trong đó, mỗi một chúng sinh được tạo ra bởi tâm trí, ý hướng, không ý hướng, trung lập, hành động cụ thể hay lời nói của các đấng sáng thế thúc đẩy. Thật ra, tất cả đều là do nghiệp cố ý, xuất phát từ tâm của chúng sinh mà ra. Những hành động này ảnh hưởng đến những gì chúng ta trải nghiệm hàng ngày.

Phiền não và nghiệp báo khiến đau khổ càng mãnh liệt như những người trải qua những hoàn cảnh bất hạnh. Ngay cả khi những chúng sinh bình thường hành động với tâm tốt, không ái nhiễm, nghiệp chướng của họ vẫn bị ô nhiễm bởi vô minh, đưa đến sự tái sinh trong luân hồi (*saṃsāra*). An lạc và giải thoát không thể nảy sinh từ vô minh hoặc khát ái.

Khi chúng ta hiểu rằng ái dục và nghiệp là nguồn gốc thực sự của duḥkha, chúng ta sẽ không đổ lỗi cho người khác vì những vấn đề của chúng ta và chấp nhận trách nhiệm cho những hành động và trải nghiệm của chúng ta. Với quyết tâm xua tan ái dục và nghiệp lực, chúng ta trở nên mạnh mẽ thay đổi hoàn cảnh của chúng ta và tạo ra những nhân duyên an lạc mà chúng ta mong muốn qua phương Pháp học, trầm tư và Thiền Định về Pháp.

4. Ái dục và nghiệp là hoại khổ (paccaya, pratyaya) bởi vì chúng phụ thuộc vào điều kiện nhân duyên để sanh ta khổ.

Hiểu rằng duḥkha tùy thuộc vào các nhân duyên thì sẽ xua tan ý nghĩ cho rằng bản chất của sự vật là cố định, vĩnh viễn nhưng thật chất chỉ là tạm thời thoáng qua. Nếu duḥkha là thường còn vĩnh viễn thì nó sẽ không bị ảnh hưởng bởi các yếu tố khác. Tuy nhiên, khi những nguyên nhân tan rã, duḥkha sẽ không còn nữa. Tuệ tri được điều này, chúng ta sẽ Tinh Tấn trong tu tập Pháp hành.

Thiền quán bốn thuộc tính sẽ giúp chúng ta củng cố quyết tâm Từ bỏ nguyên nhân của khổ này.

C. Bốn thuộc tính của khổ diệt

Khổ diệt (*nirodha-sacca, nirodha-satya*) là sự chấm dứt tất cả loại khổ bằng cách thực hành phương Pháp Chánh Niệm hoàn toàn và chứng ngộ quả A-la-hán. Khổ có hai loại: bẩm sinh (*sahaja*) là loại khổ tiếp tục không gián đoạn từ đời này sang đời khác, và tri kiến (*parikalpita*) là khổ mới phát sanh, do ảnh hưởng từ các tri kiến sai lầm hiện đời mà sanh ra khổ.

Chân lý diệt khổ của A La Hán là Niết Bàn, trạng thái tịch diệt không có các loại phiền não bẩm sinh hay mới sanh là một ví dụ của sự chấm dứt thực sự.

1. Nirvāṇa là trạng thái của sự tịch diệt (*nirodha*) hay dập tắt, trong đó các nguyên nhân của khổ đã bị dập tắt và đảm bảo khổ không thể phát sanh được nữa.

Thấy như thật rằng phương thức chấm dứt khổ có thể đạt được bằng cách loại bỏ sự liên tục của phiền não và nghiệp báo, để xua tan quan niệm sai lầm cho rằng phiền não là một phần vốn có của trí tuệ và sự giải thoát là không thể có được. Với lòng tin biết rằng sự giải thoát đang tồn tại có thể đạt được, điều này sẽ truyền cảm hứng lạc quan tích cực đầy năng lượng cho chúng ta hướng thượng.

2. Niết Bàn là an lạc (*santa, śānta*) bởi vì đây là một trạng thái tách biệt khỏi sự đau khổ.

Hiểu được điều này để bác bỏ quan niệm cho rằng: có các trạng thái vẫn bị ô nhiễm vi tế, chẳng hạn như cõi trời Sắc giới và Vô Sắc giới khi nhập thiền không còn ô nhiễm vi tế; cõi trời Dục giới, thanh tịnh hơn cõi người, nhưng cõi này chỉ tạm thời ức chế cho phiền não không hiển hiện và các phiền não bẩm sinh từ gốc vẫn còn, hoặc họ không hiểu rằng sự chấm dứt của tất cả tham ái là tối hậu an lạc, cho nên một trong số họ tìm cầu thõa mãn ngũ dục trong thế gian (*saṃsāra*).

3. Niết Bàn là tuyệt đối (*panita, praṇīta*) bởi vì đó là trạng thái cứu cánh không vướng mắc.

Niết Bàn là sự tự do hoàn toàn thoát khỏi ba loại khổ (khổ khổ, hoại khổ và hành khổ). Không một trạng thái giải thoát nào khác có thể thay thế, bởi lẽ nó là tối cao cứu cánh. Biết được điều này ngăn cản sự suy nghĩ nông cạn rằng có một số trạng thái tốt hơn cả sự chấm dứt của khổ và khổ tập. Nó cũng ngăn ngừa việc lầm lẫn cho những trạng thái tạm thời hoặc một phần nào đó của dứt khổ là Niết Bàn cuối cùng. Hoặc cho rằng một ai đó trong cõi Dục giới có phép thiên nhãn, nhìn thấu cõi trời để thích thú hưởng thọ phước trời cho là Niết Bàn. Nhưng thiên nhãn của vị đó còn hạn chế không thấy hết nhân quả đọa lạc của cõi trời, nên đã mắc sai lầm khi bám trụ vào đó, không tiến lên.

4. Niết Bàn là tự do (*nissaraṇa, niḥsaraṇa*) bởi vì hoàn toàn không bị ràng buộc trong cõi Ta Bà (*saṃsāra*).

Giải thoát là sự tự do khỏi buộc ràng của biển khổ luân hồi (*saṃsāra*). Điều này phản ánh quan niệm sai lầm cho rằng tự do có thể thay đổi và trạng thái an lạc của tối hậu Niết Bàn có thể suy giảm. Bởi vì Diệt đế là dập tắt tất cả các phiền não và nghiệp, không còn tồn tại bất cứ nguyên nhân nào để tái sanh hay bị khổ luân hồi (*saṃsāric duḥkha*). Thật ra, một khi đã đạt được Niết Bàn thì chúng ta sẽ ngộ ra rằng giải thoát không thể thoái hoá.

Quán bốn thuộc tính này khuyến khích chúng ta đừng dừng lại, vẫn nên tiếp tục tiến tục cho đến khi đạt đến Niết Bàn.

D. Bốn thuộc tính của Đạo Đế

Truyền thống Pāli mô tả Đạo Đế là con đường của Bát Chánh Đạo (tám Pháp cao quý). Trung Luận (*Mādhya-mikas*) tuyên bố rằng có một con đường chân thật (*maggasacca, mārgasatya*) là đạo lộ chứng ngộ của các bậc Đạo sư (*ārya*) qua phương Pháp chứng ngộ lý không của các Pháp hiện hữu.

Đạo Đế của các bậc Đạo sư (*āryas*) bao gồmcả ba thừa. Tuệ tri về sự trống rỗng (*vô ngã*) là con đường đích thực của Đạo Đế bởi lẽ nó đi ngược lại với vô minh. Trong khi vô minh nắm giữ sự tồn tại vốn có, còn tuệ tri lý không là thấy sự vắng mặt của các Pháp hằng hữu. Do đó, nó có thể nhổ rễ triệt tiêu hoàn toàn vô minh và những phiền não bắt nguồn từ vô minh. Khi khổ chấm dứt, nghiệp chướng gây khổ cũng không còn tồn tại nữa. Không còn một động lực nữa để được tái sanh ở luân hồi (saṃsāra) và như thế đạt được giải thoát.

1. Tuệ tri vô ngã là đạo **lộ (*magga, mārga*)** bởi lẽ nó là con đường đưa đến sự giải thoát.

Trí tuệ này dẫn tới sự giải thoát. Biết được điều này thì tránh được quan niệm sai lầm cho rằng không có đạo lộ để thoát luân hồi (*saṃsāra*). Nếu chúng ta tin rằng không có con đường, chúng ta sẽ không nỗ lực tu học, hành Pháp, do đó sẽ bị mắc kẹt trong saṃsāra.

2. Tuệ tri vô ngã là phù hợp (*nāya, nyāya*) bởi lẽ nó đóng vai trò như một năng lực trực tiếp để đối nghịch lại khổ.

Tuệ tri vô ngã là con đường đúng đắn bởi vì nó là một loại thuốc giải độc mạnh mẽ trực tiếp chống lại ngã chấp và diệt khổ.

Hiểu được điều này sẽ loại bỏ tư tưởng sai lầm khi tuyên bố rằng tuệ tri không phải là một con đường để giải thoát. Với sự hiểu biết đúng đắn rằng đó là con đường đưa đến sự giải thoát, chúng ta sẽ hăng hái trau dồi trí tuệ để chứng nghiệm bản chất của sự trói buộc và giải thoát khỏi saṃsāra đúng như nó là.

3. Tuệ tri vô ngã là một sự hoàn thành (*paṭipatti, pratipatti*) bởi lẽ nó nhận như thật bản chất của tâm.

Không giống như những con đường trần thế không thể đạt được mục tiêu tối thượng của chúng ta. Trí tuệ này dẫn đến những thành tựu tâm linh đúng đắn, bởi vì đó là trí huệ sáng suốt, trực tiếp giác ngộ sự tồn tại của tâm và lý không trong sự tồn tại vốn có đó. Bằng cách làm như vậy, nó sẽ dập tắt các phiền não và thành tựu giải thoát.

Hiểu được điều này chống lại quan niệm sai lầm cho rằng các đường hướng thế gian, chẳng hạn như sự nhập thiền của cõi trời Sắc giới và Vô Sắc giới đã dập tắt khổ. Sự an lạc của các cõi trời như họ đang có, những khinh an khi nhập thiền của các cõi này không bảo đảm giải thoát như thật. Tương tự như vậy, con đường thế gian của khổ hạnh cực đoan không loại trừ được tham ái.

4. Tuệ tri trực tiếp về vô ngã là giải thoát (*niyyānika, nairyāṇika*) bởi lẽ nó mang lại sự giải thoát bất thoái chuyển.

Hiện tượng này thiếu sự tồn tại vốn có. Hai hiện tượng của sự tồn tại vốn có và phủ định sự tồn tại vốn có là loại trừ lẫn nhau. Do tuệ tri sự tồn tại vốn có là không có, nên trí tuệ có thể loại bỏ vô minh của việc chấp giữ sự tồn tại vốn có.

Trí tuệ này chắc chắn loại bỏ mọi sở tri chướng, không dừng lại ở một phần đường, mà giúp chúng ta thoát hẳn luân hồi (*saṃsāra*), hoàn toàn không để duḥkha xuất hiện nữa. Điều này cũng bác bỏ quan niệm sai lầm khi cho rằng phiền não có thể tái tạo và không thể được tận diệt hoàn toàn. Nó cũng chống lại quan niệm sai lầm cho rằng trong khi một số con đường có thể chấm dứt một số thuộc tính của duḥkha, nhưng không có con đường nào có thể chấm dứt khổ hoàn toàn.

Quán tưởng bốn thuộc tính này khuyến khích chúng ta thiền quán về các đạo lộ như thật, dập tắt khổ, khổ tập và thực hiện sự chấm dứt cuối cùng là khổ diệt.

Truyền Thống Pali

Theo cuốn Đạo Vô Ngại Giải (*Paṭisambhidāmagga*), một tác phẩm nói về tiểu sử của tôn giả Xá Lợi Phất (*Sāriputta*) trong Kinh Tạng (Sutta Piṭaka), có giải thích mười sáu thuộc tính của bốn chân lý như sau:

A. Bốn Thuộc tính của Khổ đế

Năm uẩn cũng như tất cả các Pháp Hữu Vi - nhà của chúng ta, bạn hữu, của cải, danh tiếng, vv… - đều nằm trong Khổ đế (*chân lý về khổ*). Ở đây "những hiện tượng có điều kiện" đã chỉ ra các Pháp Hữu Vi bị sự chi phối của vô minh và nghiệp báo. Thuộc tính chính của Khổ đế là sự áp bức; ba thuộc tính khác của Khổ đế là minh họa cách thức mà các uẩn và các Pháp Hữu Vi bị ép bức, áp đặt và nặng nề.

1. Các uẩn là ép bức (*pīḷana*)

Dukkha (*duhkha*) có ý nghĩa "bị ép bức bởi sanh diệt."Mỗi uẩn đều bị thoái hóa, không còn tồn tại như cũ trong mỗi sát na, do không hài lòng với bản chất ép bức bởi sanh diệt này nên khổ.

Bất cứ nơi nào chúng ta được sinh ra trong cõi saṃsāra này- từ cõi trời cao nhất tới cõi thấp nhất là địa ngục, chúng sanh bị áp bức bởi sự tồn tại của luân hồi, chánh báo và y báo.

2. Các uẩn là hữu vi (*saṅkhata*)

Nhu cầu cần thiết để tạo ra những nguyên nhân cho sự tái sinh như ý là một khía cạnh của sự áp đặt. Để được sinh ra như một vị trời (*deva*) của thế giới Phạm Thiên (*Brahma*), chúng ta phải tạo ra nguyên nhân bằng cách đạt được thiền (*jhāna*) như một con người, điều đó không dễ. Sự tốt bụng và hành vi đạo đức là những nguyên nhân để được sinh ra như là một vị trời của cõi trời Dục giới. Khi chúng ta thực hành hai điều này với khát vọng tái sanh, những thách thức không phải là trải nghiệm là quá nặng nề. Nhưng khi mục đích của chúng ta là một sự tái sinh may mắn, thì những thực hành như vậy trở nên khó khăn, bởi vì chúng chỉ mang lại một sự tái sanh luân hồi (*saṃsāric*) khác.

Sinh ra trong những cảnh giới bất hạnh do phạm mười điều bất thiện. Hành động bất thiện bây giờ mang lại rất ít niềm vui, và chúng ta thường bị cảm giác tội lỗi sau đó. Hơn nữa, trong chính cuộc sống đó chúng ta trải nghiệm những phản ứng của người khác đối với những thiệt hại mà chúng ta đã lỡ gây ra.

3. Các uẩn bị cháy như lửa (*santāpa*)

Các uẩn của những cõi bất hạnh đangđau khổ do bị đốt cháy liên tục ít có dừng nghỉ. Ngay cả khi chúng ta có một sự tái sinh thuận lợi, nhưng chúng ta thường xuyên phải chịu đựng những sự bất mãn. Cõi trời Phạm Thiên (*Brahma*) bị ảnh hưởng từ "Tôi" (*đại ngã*), Tà Kiến và những phiền não khác. Các cõi trời Dục giới đang bị đốt cháy bởi dục vọng, chấp ngã và chấp thủ.

Con người bị áp bức bởi cường độ của phiền não của chính họ. Chỉ để sống còn, chúng ta phải làm việc chăm chỉ và thậm chí không bao giờ cảm thấy an toàn. Để tham lam đạt vật chất, nhiều người sẵn sàng phạm mười điều bất thiện. Tài sản của chúng ta bị mất, bị đánh cắp, cơ thể chúng ta bị ốm. Chúng ta thích được yêu lâu, được tôn vinh và kính trọng, nhưng những điều này không bao giờ xứng công với những gì chúng ta làm để kiếm được chúng.

Động vật bị ăn thịt bởi các động vật khác hoặc bởi con người. Chúng không thể cất tiếng than oán cho chính bản thân khi bị săn bắn, tiêu diệt hoặc lạm dụng. Những con ma đói đang đau khổ bởi đói, khát, và thất vọng. Tội nhân ở địa ngục đang bị tra tấn bởi sự đau đớn thể xác. Đối với những chúng sanh bất hạnh thì một chút hạnh phúc tạm thời cũng không có huống là được hưởng Pháp lạc thì rất khó.

4. Các uẩn có bản chất thay đổi (*vipariṇāma*)

Phải chết và tái sinh nhiều lần là nỗi khốn khổ cho tất cả chúng sinh.

Những người đang ở cõi may mắn sau khi hết phước, bị rơi xuống những cõi bất hạnh khổ đau, thì họ sẽ đối diện rất nhiều khó khăn trong việc tạo phước duyên để được tái sinh trong cõi lành sắp tới. Mang thân xác luân hồi (*saṃsāric*) đảm bảo sẽ có sự mất mát, cái chết và nhiều sự tái sinh.

Tất cả các Pháp Hữu Vi có thể thay đổi. Không có gì tồn tại giống vậy khi mỗi giây phút qua đi. Với Chánh Niệm sâu sắc bằng trí tuệ có thể thấy tiến trình thay đổi từng sát na như thác nước chảy ào. Khi chúng ta làm, nó gần như có vẻ như không có gì ở đó, bất động, bởi vì bất cứ điều gì nảy sinh thì đã biến mất trong khoảnh khắc tiếp theo.

Các uẩn, cảnh giới và sự hưởng thụ của chúng ta là những gánh nặng vì ban đầu chúng ta phải nỗ lực khổ công tạo ra các nguyên nhân để đạt được chúng. Khi chúng ta có chúng, chúng ta bị đốt cháy bởi những khổ mà chúng gây ra, và cuối cùng, chúng ta phải tách rời khỏi chúng trong tâm trí rối loạn và không bền. Qua việc suy ngẫm sâu sắc về bốn thuộc tính của dukkha, một sự thôi thúc mạnh mẽ để chúng ta được giải thoát khỏi vòng luân hồi (saṃsāra) đang nảy sinh trong chúng ta.

B. Bốn thuộc tính của Tập đế

Tập đế (*nguyên nhân của khổ*) chịu trách nhiệm cho sự phát sinh và tăng trưởng của khổ. Đối tượng gây rối chính là ái dục. Có ba loại ái dục:

Thèm muốn các đối tượng dục lạc (*kāma taṇhā*): ước ao tiếp xúc những cảm giác dục lạc sảng khoái của sáu trần. Tâm lý này sẽ dẫn đến điều phi đạo đức, sẽ chống cự và bảo vệ những gì họ đang say mê.

Tham muốn cho sự tồn tại (*bhava taṇhā*): khao khát phước báo của cõi trời Sắc giới và Vô Sắc giới, nên tìm kiếm sự tái sinh ở đó. Tâm lý này khiến cho chúng sanh cảm thấy hài lòng với việc đạt được các trạng thái thiền (jhānas) mà không tu tập trí tuệ mang lại giải thoát.

Sự khao khát vô ngã (*vibhava taṇhā*): tin rằng sự chấm dứt của cái ngã khi chết là an lạc và cao cả và thèm khát cho điều này. Trong một dạng nhẹ nhàng hơn, chúng sanh thèm khát sự chấm dứt của bất cứ điều gì mà họ không thích. Vô minh và ái dục làm việc song song: sự thiếu hiểu biết là liên kết đầu tiên bắt đầu một tập hợp các sự phát sinh phụ thuộc. Ái dục là yếu tố tích cực tạo nghiệp cho một kiếp sống mới. Nó cũng làm chín mùi nghiệp đó vào lúc chết. Cả vô minh lẫn tham ái đều không có sự khởi đầu rõ rệt. Chúng không được sáng tạo bởi một đấng thần linh tối cao, cũng không phải sinh ra mà không có nguyên nhân nào cả. Đây là các Pháp Hữu Vi do vô minh và ham muốn của chúng ta trong thời quá khứ.

1. Sự đam mê tích lũy nhân (*āyūhana*) khổ

Do luôn khát khao được thấy, nghe, ngửi, nếm, xúc, và suy nghĩ những đối tượng sắc dục đẹp, nên ái dục thúc giục điên cuồng săn tìm thọ hưởng làm cho tâm bị lú lẫn, tê liệt chính mình ra khỏi thế giới và không thể chữa trị được nỗi đau.

Bằng cách này, chúng ta không bao giờ thực sự giải quyết vấn đề khổ của chúng ta.

Thông thường chúng ta thường nghĩ rằng khổ là do chúng ta không nhận được những gì chúng tôi muốn. Trên thực tế, đó là do thèm muốn ái dục: ái dục gây ra sự không bao giờ hài lòng Biết đủ. Không thấy rằng vấn đề nằm bên trong chúng ta, chúng ta giống như một con chó có bọ chét. Không thể có được sự thoải mái ở một nơi, con chó di chuyển đến nơi khác và nghĩ rằng nơi đó sẽ không có bọ chét. Nếu chúng ta chưa thoát khỏi ái dục, đau khổ sẽ theo xung quanh chúng ta. Khi tâm trí không dính mắc ái dục là tâm trí thanh tịnh.

2. Ái dục là nguồn khổ liên tục (*nidāna*)

Sự khao khát sẽ không dừng lại khi chúng ta có được những gì chúng ta muốn. Giống như uống nước mặn, càng uống, càng khát. Khi chúng ta có được một cái gì đó mới, và sau khi thưởng thức một thời gian ngắn, lại sanh chán, không hài lòng và khao khát cái gì khác. Trong mỗi khoảnh khắc của tham ái tạo ra nhiều thói quen của ái dục, điều này dẫn tới chúng ta khao khát ái dục mãi trong tương lai.

3. Ái dục khiến chúng ta trói buộc và cột hiệp nhất (saṃyoga) chúng ta với khổ.

Do không bao giờ muốn tách biệt với con người, của cải, địa điểm, ý tưởng, sự thọ hưởng và danh thơm mà chúng ta đang tìm kiếm, nên ái dục kết hợp chúng ta với khổ. Nó làm cho chúng ta muốn kết hợp với chính những điều kích động lòng khao khát và cảm giác luôn thiếu thốn của chúng ta. Vì khao khát, chúng ta cạnh tranh với người khác. Nếu chúng ta chứng minh bản thân mình tốt hơn, chúng ta sợ rơi khỏi tình trạng đó và chịu đựng những căn thẳng trong việc duy trì vị trí của mình. Nếu người kia xuất hiện giỏi hơn mình, thì chúng ta sẽ phải chịu đựng sự ghen tị trong lòng mình. Sự thèm muốn làm cho chúng ta trở nên không bao giờ có an bình ổn định trong bất kỳ tình huống nào.

4. Ái dục là một chướng ngại cản trở (*palibodha*) việc thoát khỏi khổ.

Ái dục ngăn cản chúng ta tách khỏi những điều chúng ta gắn bó. Nhìn sâu vào chính kinh nghiệm của chúng ta, chúng ta thấy rằng ngay cả khi chúng ta hoàn thành mong muốn của mình, tâm trí chúng ta chưa phải là đã an bình; chúng ta lo lắng sợ mất đi những gì chúng ta muốn. Theo cách này, ái dục ngăn cản một tâm trí an bình và cản trở chúng ta thực hành Pháp, vốn là một trong những nguồn bình an thật sự.

Theo cả hai truyền thống Pāli và Phạn ngữ, ái dục được coi là một ví dụ chính về nguồn gốc của dukkha và Luận A-tỳ- đạt-ma Câu xá (*Abhidharmakośa*) thảo luận về mười sự trói buộc (*saṃyojana*) là các yếu tố tinh thần liên kết chúng ta với luân hồi (*saṃsāra*) cản trở việc đạt được giải thoát. Năm hạ phần kiết sử là thân kiến, nghi, giới cấm thủ, tham (*kāmachanda, kāmacchanda*), và sân (*vyāpāda*).

Năm thượng phần kiết sử là khao khát sự hiện hữu trong cõi Trời Sắc giới (*rūparāga*), tham hiện hữu trong cõi trời Vô Sắc (*arūparāga*), kiêu mạn (māna), trạo cử (*uddhacca, uddhatya*), và vô minh (*avijjā, avidyā*).

TruyềnthốngPālivàA-tỳ-đạt-maCâuxá(*Abhidharmakośa*) phác thảo ba yếu tố gây ô nhiễm (*āsava, āsrava*) bắt nguồn từ cội rễ, các phiền não bẩm sinh căn bản đã buộc chúng ta phải luân hồi (*saṃsāra*) không dừng: đó là dục lạc (*kāmāsava, kamās-rava*), sự tồn tại (*bhavāsava, bhavāsrava*) và vô minh (*avijjāsava, avidyāśrava*). Văn học A-tỳ-đàm Pali (*Pāli: Abhidhamma*) thêm một yếu tố thứ tư là Tà Kiến (*diṭṭhāsava*).

Kinh điển Pāli có một danh sách các phiền não (*kilesa, kleśa*) căn bản và các phiền não phụ (*upakkilesa, upakleśa*) là những gốc rễ của bệnh. Có rất nhiều sự chồng chéo hai danh sách này trong truyền thống tiếng Phạn. Truyền thống tiếng Phạn thường nói đến những trở ngại chủ yếu của giải thoát sáu căn bản phiền não:

Tham (*ràga*), giận (*paṭigha, pratigha*), Tà Kiến (*diṭṭhi, dṛṣṭi*), nghi ngờ, kiêu mạn và vô minh.

Với sự thêm vào lòng khát khao được hiện hữu (bhavarāga), điều này tương ứng với danh sách các khuynh hướng căn bản (*anusaya, anuśaya*) trong truyền thống Pāli, nơi mà chúng được xem như những khuynh hướng tiềm ẩn để trở thành phiền não.

Các bình luận của Pāli đã giải thích rõ rằng những trói buộc và các phiền não khác (*sankilesa, saṃkleśa*) tồn tại cả ba trình độ. Như những khuynh hướng cơ bản, chúng là khả năng tiềm ẩn trong tâm trí. Khi xuất hiện (*pariyuṭṭhāna*), chúng chủ động nô lệ tâm trí, và là động lực thúc đẩy (*vītikkama*), khiến thân chúng talàm bất thiện. Khi những phiền não ở mức độ khuynh hướng cơ bản, tâm chúng ta tương đối bình tĩnh, chúng ta có thể lừa dối chúng ta khi nghĩ rằng chúng ta không còn có vấn đề với những phiền não đó. Khi định tâm ấy trôi qua và chẳng bao lâu phiền não lại tràn ngập tâm trí của chúng ta. Không thể kiềm chế được, nó tràn ra, trở thành động lực thúc đẩy khiến lời nói hoặc hành động trở thành có hại.

C. Bốn thuộc tính của Khổ diệt

Niết Bàn là sự chấm dứt thực sự của khổ và khổ tập. Niết Bàn được cảm nhận bởi bốn bậc Thánh:

1. Tu-đà-hoàn (*ariyas-stream-enterer*): bậc vào dòng Thánh hay còn bảy lần tái sanh.
2. Tư đà-hoàn: còn một lần tái sanh.
3. A-na-hàm: không còn tái sanh.
4. Arahant: bậc chứng ngộ, thoát luân hồi sanh tử (*magga-phala*).

1. Diệt tận là sự tự do khỏi những trói buộc của khổ.

Tu-đà-hoàn, bậc vào dòng Thánh là tận hưởng sự bình an của cảm giác tự do thoát khỏi đám mây thân kiến, nghi, giới cấm thủ, tham (*kāmachanda, kāmacchanda*), và sân (*vyāpāda*). Tuy nhiên, vẫn chưa thoát khỏi bất kỳ phiền não mới nào, bậc Tu-đà-hoàn chỉ giảm dục vọng và tâm ác thôi. BậcA-na-hàm đã thoát được năm hạ phần kiết sử trong khi bậc Thánh A-la-hán thì không còn bị trói buộc, phiền não và ái nhiễm. Các vị A La Hán đạt được trạng thái niết bàn (*saupādisesa, sopadhiśeṣa*), khi còn hiện tiền thì gọi là Niết Bàn hữu dư y vì thân năm uẩn vẫn còn. Sau khi các Ngài tịch diệt thì gọi là vô dư y vì không có thân để lại (*anupādisesa, anupadhiśeṣa*).

2. Diệt tận là tách rời khỏi sự loạn động (*paviveka*).

Không giống những chúng sanh từ địa ngục đến cõi trời vô sắc thường bị phiền não và tái sanh làm dao động, bốn bậc Thánh này không còn dao động. Tâm của các Ngài trở nên an tịnh dần dần hơn cho đến khi đạt được giải thoát.

3. Diệt tận là bất tử (*amata – không chết*)

Sự diệt tận không có nghĩa là biến mất mặc dù bốn bậc Thánh vẫn còn các uẩn bất tịnh khi sinh ra. Trong khi bậc Tu-đà-hoàn, Tư- đà hàm, A-na-hàm có thể bị chết và tái sinh, những sự diệt tận của các Ngài sẽ không bao giờ mất đi và tiếp tục. Niết Bàn là Vô Vi và vô tác, nên thoát khỏi vòng sanh tử.

4. Diệt tận là Vô Vi (*asaṅkhata*).

Do hữu vi và vô thường, năm uẩn luân hồi (saṃsāri) của chúng ta thường cảm thấy bất an và sợ hãi liên tục. Khi hoàn toàn thoát khỏi hữu vi, diệt tận trở thành sự an lạc đích thực. Sự diệt tận của bốn bậc Thánh sẽ không thoái chuyển, phân rã, hoặc chấm dứt. Các Ngài không cần phải tạo ra cái mới mỗi ngày hoặc trong mỗi buổi Thiền Định.

D. Bốn Thuộc Tính của Đạo Đế

Bát Chánh Đạo là tám con đường cao quý - trực tiếp đưa đến giác ngộ Niết Bàn (*Nibbāna*) - chấm dứt khổ và các khổ tập. Tuệ tri được phát sanh do thiền quán về sự vô thường tinh tế của các uẩn và giác tỉnh rằng các uẩn không đáng tin cậy và không thể thỏa mãn. Bởi vì các uẩn sanh và diệt trong mỗi khoảnh khắc nên các uẩn không thể là một tự ngã độc lập. Điều này đưa đến tuệ tri (*pañati, paśyati*) rằng Tam Pháp Ấn - Vô thường, Khổ và Vô ngã (*pajānāti, prajānāti*), năm uẩn (hoặc sáu căn, mười tám giới, v.v...) được đặc trưng bởi ba tánh cách này. Do đó, đối tượng trực tiếp của tuệ tri là các uẩn, các căn, v.v... và chúng được hiểu qua theo đặc điểm của Tam Pháp Ấn ấy. Khi trí tuệ này tiến sâu hơn thì một bước đột phá về siêu thế sẽ xảy ra và trí tuệ quán chiếu đối tượng Niết Bàn sẽ nảy sinh.

Mỗi con đường trong Bát Chánh Đạo: Chánh Kiến, Chánh Tư Duy, Chánh Ngữ, Chánh Nghiệp, Chánh Mạng, Chánh

Tinh Tấn, Chánh Niệm và Chánh Định đều có khía cạnh trần tục (*lokiya*) và siêu thế (*lokuttara*). Khía cạnh trần tục là đi cùng với các ái nhiễm được thực hiện bởi những người chưa phải là bậc Thánh, thì được đưa đến một sự tái sinh đầy phước báu, còn các bậc Thánh tu Bát Chánh Đạo thì sẽ trở thành bậc Siêu Xuất thế gian.

Đức Phật giải thích mỗi Bát Chánh Đạo có sự đối nghịch của Bát Tà Đạo như Đại Kinh Bốn Mươi Tám (*Mahācattārīsaka Sutta*) (MN 117) đã trình bày như sau:

Tà Kiến là những quan điểm sai lầm tin rằng hành động của chúng ta không có giá trị đạo đức hoặc không bị quả báo, không có sự liên tục của sự hiện hữu và mọi thứ đều kết thúc vào lúc chết, các lĩnh vực khác của cuộc sống không tồn tại, sự giải thoát là không thể, và phiền não luôn trú trong tâm trí, v.v...

Chánh Kiến thế gian là ngược lại với Tà Kiến. Ví như tin rằng hành động của chúng ta có giá trị đạo đức và sẽ mang lại kết quả tốt, có một sự liên tục của sự sống sau khi chết, có các cõi khác tồn tại, có những con đường Thánh thiện để tu tập, v.v...

Chánh Kiến siêu thế gian là trí tuệ, sức mạnh của sự sáng suốt, yếu tố phân biệt các quan điểm đúng-sai trong tâm trí của một bậc Thánh. Quan điểm đúng của siêu thế là sự thâm nhập trực tiếp của bốn chân lý cũng như kiến tri trực tiếp về Niết Bàn (*Nibbāna*). Ý chí sai là khao khát dục vọng, ác độc, và tàn nhẫn. Ý chí đúng của thế gian là sự buông xả, nhân từ và từ bi. Ở đây, buông xả là một tâm thức cân bằng không dính mắc với các đối tượng giác quan. Từ bi bao gồm lòng trắc ẩn, tha thứ, và tình yêu. Từ bi là bất bạo động. Ý chí đúng đắn này thúc đẩy chúng ta phát huy ngôn ngữ, hành động và suy nghĩ của chúng ta sẽ đúng đắn và chia sẻ sự hiểu biết đúng của chúng ta với người khác. Đây là những vị theo Bồ Tát thừa có huynh hướng đúng và có phát Bồ Đề Tâm.

Ý chí của Chánh Kiến là sự tác ý, suy nghĩ, ý định và sự

hấp thụ tinh thần thô hay tế trong tâm trí của một bậc Thầy (*ariya*). Chánh Kiến thuộc về trí tuệ.

Tà ngữ là những lời nói không đúng như nói dối, nói lời hung ác, nói lưỡi đôi chiều và nói lời thêu dệt. Chánh Kiến thế gian là ngược lại với bốn cách nói trên. Muốn phát triển Chánh Kiến cần phải nỗ lực, quyết tâm để nói thật, ái ngữ nhẹ nhàng, tử tế, và nói đúng thời điểm thích hợp.

Tà hạnh là giết hại chúng sinh, trộm cắp, và tà dâm ngoại tình. Chánh Hạnh thế gian là không sát, đạo và dâm, dùng năng lượng thể chất của chúng ta để bảo vệ cuộc sống và bảo vệ tài sản của người khác. Đối với Phật tử tại gia, đòi hỏi phải lèo lái tình dục một cách khôn ngoan và đúng đắn, chung thủy với bạn đời của mình. Đối với bậc Xuất gia thì phải giữ đời sống độc thân. Sử dụng các chất gây nghiện không những đó là hành động sai lầm, mà điều thiết yếu để phát triển Bát Chánh Đạo là phải tránh xa chúng. Chánh Niệm làm đúng đắn là khó thực hiện ngay cả khi tâm trí chúng ta đang minh mẫn, huống gì tâm đã say xỉn làm sao giữ tâm ý.

Tà mạng là đối với các bậc Xuất gia bao gồm không được tỏ ý muốn có vật dụng đó bằng cách lừa đảo, hối lộ, tâng bốc, đạo đức giả, ám chỉ, ép buộc để thí chủ cúng cho, hoặc giả vờ tặng một món quà nhỏ để có được một món quà lớn, sử dụng không đúng cách của các phẩm vật cúng dường, ví dụ như dùng chúng để thọ hưởng hay giải trí. Đối với các Phật tử tại gia, đừng vì sinh kế mà làm những điều sai trái như sản xuất hoặc bán vũ khí, đồ tể giết gia súc, sản xuất, bán các chất say xỉn, xuất bản hoặc phân phối nội dung khiêu dâm, điều hành sòng bạc, tiêu diệt côn trùng, bán mắc quá, tham ô và bóc lột người khác, v.v...

Chánh Mạng thế gian: là từ bỏ năm sinh kế sai lầm - ám chỉ, tâng bốc, hối lộ, ép buộc, và đạo đức giả, thu nhận các lợi nhuận một cách trung thực không hại. Đối với Phật tử tại gia tham gia vào công việc đúng đắn, góp phần hoạt động lành mạnh làm cho xã hội tăng tiến và mang phúc lợi đến người khác. Chánh Mạng cũng là một lối sống tự do khỏi những cực đoan của khổ hạnh và thọ hưởng. Chánh Ngữ, Chánh Hạnh và Chánh Mạng thuộc về giới.

Chánh Ngữ và Chánh Nghiệp là bảy hành vi đạo đức về thân và khẩu, trái ngược với bảy hành vi bất thiện. Chánh Ngữ, Chánh Nghiệp và Chánh Mạng là sự từ bỏ lời nói, hành động, và sinh kế sai trái ngược lại là sự thực hành chánh ngữ, hành động và sinh kế đúng đắn.Chánh Tinh Tấn thế gian là bốn phép siêng năng Tinh Tấn hợp với chánh đạo. Bốn phép Tinh Tấn ấy là:

1. Tinh Tấn ngăn ngừa những điều ác chưa phát sinh.
2. Tinh Tấn dứt trừ những điều ác phát sinh.
3. Tinh Tấn phát triển những điều lành chưa phát sinh.
4. Tinh Tấn tiếp tục phát triển những điều lành đã phát sinh.

Với Chánh Tinh Tấn, chúng ta nỗ lực hướng năng lượng của chúng ta tránh xa những ý nghĩ độc hại vào sự phát huy đạo đức, cố gắng sống một đời sống không bạo lực và từ bi. Chánh Tinh Tấn cho phép chúng ta từ bỏ năm chướng ngại (*Triền Cái*) đạt được Thiền Định và trí tuệ. Chánh Tinh Tấn, Chánh Niệm và Chánh Định thuộc về Định.

Chánh Niệm thế gian là bốn cơ sở của Chánh Niệm. Sự tỉnh thức hàng ngày giúp chúng ta giữ các Giới Luật của Phật. Thiền Định giúp chúng tathấy như thật các đặc tính, mối quan hệ và phẩm chất từng Pháp. Khi tâm trí tập trung cao độ, Chánh Niệm sẽ dẫn đến trí tuệ sâu sắc.

Chánh Tinh Tấn và Chánh Niệm siêu thế là hai yếu tố hiện diện với các đạo lộ chân chánh khác đến đưa đến chứng ngộ Niết Bàn.

Chánh Định bao gồm bốn tầng thiền. Thiền giúp chúng ta hướng về giải thoát và thấy như thật bản chất của các hiện tượng. Đối với người mới bắt đầu, Chánh Định liên quan đến việc dần dần phát triển năng lực Thiền Định trong thực hành Thiền Định hàng ngày.

Chánh Định siêu thế gian là bốn thiền (jhānas) kết hợp với trí tuệ và các đạo lộ để đưa đến chứng ngộ Niết Bàn (Nibbāna). Con đường siêu thế là Chánh Định. Trong đó, tất cả Bát Chánh Đạo đều có mặt đồng thời, mỗi con đường đều có chức năng riêng. Chánh Định dẫn đến Chánh Kiến, tuệ tri và giải thoát. Các nhà bình luận mô tả Chánh Kiến là một tri kiến biết rằng tâm được giải thoát hoàn toàn từ các phiền não.

Là đạo lộ đầu tiên, Chánh Kiến tập trung vào nhân quả và nhân sinh quan là điều rất cần thiết cho những người mới bắt đầu thực hành. Nếu không chấp nhận những điều này ở một mức độ nào đó, thì họ vẫn có thể hưởng lợi ích từ việc thực hành bảy đạo lộ còn lại, nhưng lợi ích đó sẽ không tuyệt vời lắm đối với một người chưa có hay thiếu Chánh Kiến.

Mỗi yếu tố đạo lộ tiếp theo được kết nối với các yếu tố trước nó. Chánh Kiến là nền tảng căn bản cho mọi tu tập khác. Chánh Ngữ, chánh nghiệp và Chánh Mạng sẽ hướng dẫn hành động hàng ngày của chúng ta được thực hành trước tiên. Trên cơ sở đó, Chánh Định với Chánh Tinh Tấn, Chánh Niệm, và tập trung được phát triển. Điều này dẫn đến hiểu được Chánh Kiến về bản chất của thực tại. Đây thuộc về Chánh Kiến sâu sắc vì nó tập trung vào bản tánh tối thượng và Niết Bàn. Sự thực hành Bát Chánh Đạo là phổ biến cho tất cả căn cơ của ba thừa Phật Giáo.

1. Bát Chánh Đạo đưa đến sự cởi mở các trói buộc (*niyyāna*).

Tám con đường cao quý trực tiếp đi ngược lại mọi xiềng xích phiền não, giải thoát chúng ta khỏi những điều này.

2. Bát Chánh Đạo là nguyên nhân (*hetu*) để đạt được sự diệt tận, đặc biệt là chứng A-la-hán.

Vì thực hành tám con đường cao quý, hành giả sẽ nhập vào dòng Thánh Tu-đà-hoàn. Ba mươi bảy phẩm trợ đạo sẽ hỗ trợ con đường Thánh thiện của hành giả từ đời sống này đến đời sống kế tiếp, cho đến khi đạt được Niết Bàn đích thực.

3. Bát Chánh Đạo đưa đến nhận ra và thấy (*dassana*) lý tứ đế.

Hành giả thực hành bốn chân lý (*tứ đế*) như thật chúng là, mà những điều này chúng sanh bình thường không thể thấy được. Các vị ấy không còn loạn động, buông lung, hoặc thiếu quyết đoán về những gì cần thực hành hay buông bỏ.

4. Bát Chánh Đạo đưa đến sự kiềm chế (*ādhipateyya*) để vượt qua tất cả ái dục.

Hành giả không bao giờ sợ mất đi sự thành tựu của mình và trí tuệ luôn tồn tại vững chắc trong tâm trí của họ. Bằng cách thực hành tam vô lậu học, hành giả có thể làm chủ lấy mình. Qua việc chứng nghiệm Niết Bàn (*nibbāna*), dù chỉ trong chốc lát, các Ngài vẫn có đầy đủ niềm tin vào Pháp và những thành tựu của Đức Phật và chư Thánh tăng.

Khi ai đó tuệ tri (sammāpaññāya) được ba hoặc bốn thuộc tính của khổ (dukkha) đích thực, người đó tự nhiên sẽ tuệ tri được mười hai thuộc tính của bốn chân lý này.

CHƯƠNG 4

Giới

Tứ Diệu Đế thành lập nguyên nhân và mô hình cho việc hành Pháp. Để đạt được Niết Bàn, chúng ta phải tu tập tam vô lậu học: Giới, Định, Tuệ (DN 10: 1.6). Tam vô lậu học này khác với tam học bình thường vì mục tiêu của chúng cao hơn. Hoàn thành xong tam vô lậu học là việc cần làm trong luân hồi (*saṃsāra*) chúng ta đã làm, chẳng hạn như sẽ có sự tái sinh tốt hơn. Tam vô lậu học hướng chúng ta tới giải thoát và giác tỉnh hoàn toàn.

Tầm Quan Trọng Của Giới

Phật tử chấp nhận rằng cuộc sống con người có một mục đích sâu sắc hơn, ví dụ như có sự tái sanh tốt hơn, giải thoát, và thức tỉnh hoàn toàn là những mục đích đầy giá trị để hướng đến. Bởi phiền não ngăn cản chúng ta thực hiện mục đích đạo đức của mình, chúng ta nỗ lực chuyển hóa phiền não và thậm chí diệt tận chúng. Giới được thành lập để giúp chúng ta làm chủ thân, khẩu, ý của mình.

Theo truyền thống Phạn, trí tuệ nhận thức được sự vô ngã sẽ loại bỏ sự che chướng khỏi gốc rễ của ngã. Để sự tuệ tri được đúng đắn, nó cần phải có Thiền Định. Để có Thiền Định sâu sắc, cần phải Chánh Niệm vững vàng và nhận thức sâu sắc (*sampajañña, samprabanya*) để hàng phục những chướng ngại nội tại tinh tế. Những điều này ban đầu được thực hiện thông qua việc giữ giới để kiềm chế những chướng ngại thô buông lung bên ngoài của thân và miệng. Giới có nghĩa là kiềm chế không làm hại và áp dụng cho cả bậc Xuất gia và tại gia. Phật Giáo Tây Tạng có ba mức độ về giới: Biệt giải thoát (*S: prātimokṣa, P: pāṭimokkha*), Bồ Tát và Mật Giáo (*tantric*). Giới biệt giải thoát (*prātimokṣa*) tập trung vào việc từ bỏ những hành động và lời nói có hại. Giới của Bồ Tát nhấn mạnh việc lọc bỏ tư tưởng, lời nói và hành động lấy chấp ngã làm trung tâm. Giới của Mật giáo (*tantric*) nhằm vượt qua những chướng ngại tinh thần tinh tế. Bởi mục đích của giới dần dần tinh tế hơn, nên tam vô lậu học được thực hiện dần dần và theo thứ tự đó.

Một lòng hứa giữ giới là chúng ta đã nắm được chìa khóa cần thiết để đạt được sự chứng ngộ. Một số người vững mạnh nhanh chóng khi thọ giới, nhưng lại không vững lòng khi giữ giới. Ngược lại điều trên, chúng ta nên suy nghĩ sâu sắc trước khi thọ giới, rồi đãnh lễ tha thiết thỉnh giới sư truyền giới, và sau đó mạnh mẽ trì giới không lùi bước. Dù giữ giới Thanh Văn (*Śrāvaka*) hoặc Bồ Tát (*Bodhisattva*), giới vẫn là nền tảng của tu tập. Các Giới Luật biệt giải thoát (*prātimokṣa*) giúp chúng ta điều ngự thân và khẩu nhân đó, tâm ý cũng được kiểm soát theo.

Tất cả các Phật tử cố gắng từ bỏ mười Pháp bất thiện, giữ thập thiện để mang an lạc cho mình. Giới ngăn ngừa nghiệp phá hoại và thanh lọc những thói quen có hại. Giới cũng mang lại sự tích lũy công đức nhanh chóng, bởi lẽ mỗi khi chúng ta không phạm một giới nào, là chúng ta đang chủ động từ bỏ hành động phá hoại đó, do đó làm phong phú thêm tâm trí của chúng ta bằng công đức tác ý không phạm giới. Giới làm nguội đi các lửa phiền não, chuẩn bị tâm trí để đạt được trạng thái Thiền Định cao hơn, là con đường dẫn tới sự thức tính của cả ba thừa và hoàn thiện sự mong muốn của chúng ta. Giới ngăn ngừa cảm giác tội lỗi, hối tiếc và lo lắng. Giới tránh được sự sợ hãi và hổ thẹn từ người khác và là nền tảng cho lòng tự trọng. Hành vi đạo đức giữ giới của chúng ta góp phần vào nền hòa bình thế giới, cho những người khác tin tưởng và cảm thấy an toàn xung quanh một người đã hoàn toàn từ bỏ mong muốn làm hại người khác.

Hành vi đạo đức tốt không thể bị đánh cắp hoặc tham ô. Nó là cơ sở để có một sự tái sinh may mắn, điều đó là cần thiết để tiếp tục thực hành Giáo Pháp. Sống an ổn trong các Giới Luật sẽ tạo ra nhân tốt, để gặp cảnh thuận lợi và có thể tiếp tục tu tập trong tương lai. Bởi chúng ta quen thuộc đời sống giới hạnh trong tương lai để cởi bỏ những chấp trước và tiến tu, chúng ta sẽ đạt được giác ngộ một cách nhanh chóng.

Biệt Giải Thoát (*Prātimokṣa*)

Động cơ chủ yếu để giữ tám giới (*prātimokṣa*) là quyết tâm thoát khỏi vòng luân hồi (*saṃsāra*). Có năm loại giới dành cho bậc Xuất gia:

(1-2) Tỳ kheo Cụ Túc Giới (*bhikkhu, bhikṣu*) và Tỳ kheo Ni Cụ Túc Giới (*bhikkhunī, bhikṣuṇī*),

(3) Thức-xoa-ma-na (*sikkhamānā, śikṣamāṇā*),

(4-5) Sadi (*sāmaṇera, śrāmaṇera*) và sadini (*sāmaṇerī, śrāmaṇerikā*).

Ba loại giới dưới đây là dành cho Phật tử:

(6-7) Ưu-bà-tắc (*upāsaka*) và Ưu-bà di (*upāsikā*).

(8) Cận trú: những người giữ Giới Luật trong một ngày (*upavāsa*).

Phật tử trọn đời giữ năm giới: không sát sanh, trộm cắp, tà dâm trộm cắp, lừa dối, và uống chất say sưa (rượu, thuốc giải trí và lạm dụng thuốc theo toa). Khi giữ một ngày tu bát quan trai giới, hành giả phải: sự giữ gìn cho thân tâm được thanh tịnh trong 24 giờ bằng cách ngăn chặn 8 điều tội lỗi:

1. Không sát sinh;
2. Không trộm cướp;
3. Không dâm dục;
4. Không nói dối;
5. Không uống rượu;
6. Không trang điểm, dầu thơm, múa hát và xem múa hát;
7. Không nằm ngồi giường cao rộng đẹp;
8. Không ăn quá giờ ngọ (*giữa trưa cho đến sáng hôm sau*).

Mọi người có những khả năng và sở thích khác nhau, vì vậy có thể chọn loại giới (*praticamokṣa*) nào phù hợp nhất với mình. Cho dù bạn chọn giới nào, hãy thực hành Giới Luật với ý hướng tốt. Nếu mục đích là trốn nợ nần hoặc tránh chăm sóc con cái hay cha mẹ già đều không phải là những lý do chính đáng để Xuất gia. Không phải là muốn có một nơi an nhàn trong chùa để sống hoặc nhận thực phẩm cúng dường của thí chủ mà Xuất gia.

Một số người nghĩ rằng giới Xuất gia là để kiềm chế những hành động tội lỗi về thân và khẩu, sự thanh khiết của Giới Luật chỉ liên quan đến những hình tướng bên ngoài-hành động và lời nói một cách tinh tế. Tuy nhiên, để thực sự chinh phục hành vi bên ngoài, đòi hỏi chúng ta phải chinh phục tâm trí, bởi vì tất cả các hoạt động của thân và miệng đều xuất phát từ ý chí tinh thần.

Đối với những ai chọn trở thành Tu sĩ, Giới Luật là để giúp tăng trưởng sự thanh tịnh. Bởi vì chúng ta tự nguyện giới hạn những gì chúng ta làm, chúng ta thực hành biết vui đủ với những gì chúng ta có và buông bỏ những động lực ái dục của chúng ta. Đời sống nhà chùa có thể chỉ cho phép ăn trong một số thời gian quy định và không được yêu cầu loại thực phẩm cụ thể nào khác. Bất cứ điều gì vị Tăng sĩ nhận được, vị ấy phải chấp nhận mà không đòi hỏi. Các Tu sĩ Phật Giáo không bắt buộc phải ăn chay, tuy nhiên các Tu sĩ Trung Quốc giữ Bồ Tát Hạnh nên ăn chay.

Vị Tăng sĩ được giới hạn có ba y, được xem như tài sản của riêng mình, không được đắp những y đắt tiền và chỉ giới hạn trong việc có một ít vật dụng cá nhân. Mọi thứ khác được xem như tài sản chung của chùa hay vì lợi ích được chia sẻ với các chùa khác. Điều này làm giảm tâm trí không hài lòng cứ loay hoay tìm kiếm "cái ngày càng nhiều và tốt hơn."

Chùa cũng giới hạn mối quan hệ với gia đình để tránh sự lệ thuộc tình cảm và sự tham gia vào các hoạt động khiến vị Tăng sĩ khó hành Pháp. Dùng Pháp Danh có nghĩa là bỏ lại đằng sau danh nghĩa cũ, ngoài đời, của chúng ta mà những người thân hoặc bạn bè dùng để nhận dạng mình.

Giữ Giới (*vinaya*) phát triển Chánh Niệm và nhận thức sâu sắc. Khi chúng ta định làm một số việc gì đó, chúng ta liền trầm tư ngay lập tức nghĩ rằng "Tôi là một Tăng sĩ và đã chọn không làm điều này." Bằng cách nuôi dưỡng sự Chánh Niệm đó và kiểm tra xem hành vi của chúng ta có đúng hay không, khi chúng ta giác tỉnh, sự Chánh Niệm của chúng ta trở nên mạnh hơn và ngay cả cũng sẽ hiện ra trong giấc mơ của mình.

Giữ giới (*vinaya*) giúp chúng ta phát triển hạnh nhẫn nhục (*khanti, kṣānti*).

Trong phần khuyến giới của Giới Bổn (*Prātimokṣa Sūtra*) dạy rằng:

"Nhẫn nhục đệ nhất đạo" (Nhẫn nhục là Pháp môn thù

diệu nhất). Đức Phật tuyên bố đó là con đường tối thượng để đạt đến Niết Bàn.

Một người đã rời khỏi đời sống gia đình nhưng vẫn gây tổn thương hoặc còn làm hại người khác thì không được gọi là người từ bỏ thế gian."

Để phát huy đức hạnh này, Đức Phật dạy những Tăng sĩ hãy thực hành bốn tình huống:

1. Nếu những người khác đang giận chúng ta, phải nhẫn chịu và đừng phản ứng trả đũa lại.
2. Nếu những người khác đánh chúng ta, đừng trả đũa lại.
3. Nếu những người khác chỉ trích chúng ta, đừng phê phán lại họ.
4. Nếu những người khác bêu xấu hoặc xúc phạm chúng ta, đừng phản ứng bằng cách sỉ nhục hoặc xúc phạm họ.

Đây là những hoàn cảnh thực tế thực sự giúp chúng ta tăng trưởng hạnh nhẫn nhục chịu đựng, mang lại sự hài hòa cho các mối quan hệ của chúng ta nói riêng và với xã hội nói chung, dẫn đến sự thức tỉnh Chánh Niệm cho chính mình.

Một số người nghĩ rằng Giới Luật là những quy tắc bất khả kháng, được thành lập bởi một thẩm quyền tuyệt đối. Đương nhiên, điều suy nghĩ này khiến họ không thoải mái khi giữ giới. Thật ra, Giới Luật (*prātimokṣa*) không giống như vậy. Giới là những sự tu tập hữu ích để dẫn đến kết quả tốt lâu dài. Ví dụ, nếu chúng ta muốn khỏe mạnh, chúng ta tự nguyện chấp nhận những thói quen ăn uống mới và tránh những hoạt động làm suy yếu cơ thể chúng ta. Tương tự như vậy, khi chúng ta muốn từ bỏ sự vô minh, tức giận, và chấp trước, chúng ta tự nguyện giảm bớt các hành động do những yếu tố tiêu cực thúc đẩy và tránh tái phạm. Do đó các Giới Luật là tự nguyện, không bị ép buộc bởi một thẩm quyền bên ngoài nào. Giữ giới là do chúng ta tự nguyện hộ chúng ta để đạt đến mục đích tinh thần của mình.

Trong mười hai năm đầu của Phật Giáo, Tăng già (*Saṅgha*) chưa có Giới Luật. Nhưng khi một số Tăng sĩ có hành động sai trái được báo cáo lên Đức Phật, Ngài mới thiết lập một hệ thống Giới Luật để từ bỏ hành động không đúng Pháp đó. Sau đó, do nhiều điều kiện khác nhau, Ngài lại lập ra Khai, Giá, Trì, Phạm, tức tùy hoàn cảnh có những ngoại lệ mở ra không phạm hoặc đưa ra các hướng dẫn khác. Như vậy, các Giới Luật không phải là các quy tắc tuyệt đối tuân theo.

Một số Giới Luật liên quan đến quy ước xã hội. Vì nghi thức khác nhau từ văn hoá này sang văn hoá khác, nên Giới Luật phải uyển chuyển để thích nghi với từng nơi cụ thể.

Nói chung, Giới Luật là phổ biến cho cả ba thừa. Những ai theo Bồ Tát thừa hay Mật Tông không thể bỏ qua hoặc coi thường các Giới Luật (prātimokṣa) của họ. Trên thực tế, thái độ lơ là, không kính trọng các Giới Luật (*prātimokṣa*) là bị cấm tuyệt đối trong Bồ Tát và Mật Tông, và làm như vậy là khiến Phật Pháp suy sụp nghiêm trọng. Chúng ta phải cố gắng giữ gìn tất cả các Giới Luật của chúng ta càng lâu càng tốt.

Tại Sao Lại Sống Độc Thân?

Kể từ khi xã hội hiện đại mở ra nhiều niềm vui tình dục, một số người tự hỏi tại sao Tu sĩ lại giữ giới sống độc thân. Điều này liên quan đến mục đích tâm linh của chúng ta.

(1) Ở cấp độ đầu tiên của tu tập, trong bản chất con người, việc dâm dục sẽ bắt nguồn cho việc luân hồi (*saṃsāric*), nên ở đây để giảm dần mức độ nặng nề của ái dục và tránh mười điều bất thiện như đã nêu trên. Nhiều người được khuyến khích không hưởng thọ nhục dục cực đoan, từ bỏ những hành vi tình dục bạo hành không khôn ngoan hoặc tạo ra nỗi đau và nhầm lẫn cho bản thân hoặc người khác. Tuy nhiên, sử dụng hợp lý tình dục giữa vợ chồng là được phép cho các Phật tử

tại gia. Thiền sư Thích Nhất Hạnh, một nhà sư Việt Nam nổi tiếng, xem tình dục mà không tình thương hiểu biết là tình dục không khôn ngoan.

Mặc dù điều này không được đề cập trong Kinh Phật, nhưng tôi nghĩ điều đó là đúng. Tình yêu đối với người bạn đời và ý thức trách nhiệm là quan trọng cho sự ổn định và lâu dài của một mối quan hệ nam nữ.

(2) Ở cấp độ thứ hai của tu tập, chúng ta không còn tìm kiếm những thú vui luân hồi (*saṃsāri*) nữa mà muốn vượt xa saṃsāra. Vì ái dục là một trong những nguyên nhân chủ yếu của saṃsāra, chúng ta muốn thoát ra khỏi sự dính mắc vào các đối tượng của năm căn là rất quan trọng. Trong tất cả các hình thức chấp thủ, ái dục là cực kỳ phức tạp và khó bởi vì nó liên quan đến tất cả năm căn cộng với ý căn. Như vậy, Đức Phật khuyên những người tìm kiếm tự do khỏi tham ái.

Tại thời điểm này của đạo lộ này, chúng ta phải đối mặt và đi ngược lại những khuynh hướng có thể được coi là bản chất bình thường của con người và là một phần của đòi hỏi sinh học, bao gồm cả ham muốn tình dục. Mục đích của chúng ta bây giờ là giải thoát, vậy cần ngăn chặn các chấp trước vào quan hệ tình dục này. Mặc dù ái dục phát sinh tự nhiên trong cơ thể chúng ta, nhưng chúng ta phải kiểm soát nó. Do đó, việc thọ giới Xuất gia được thực hiện với quyết tâm thoát khỏi saṃsāra bao gồm một giới cấm nghiêm ngặt là không đụng chạm tình dục.

Các lực sỹ với mục tiêu cao phải bỏ các hoạt động làm cản trở khả năng đạt được mục đích của họ. Họ sẵn sàng kiêng ăn một số thực phẩm, tránh xã giao rộng và chỉ dành thời gian cho việc huấn luyện phù hợp.

Sự huấn luyện của họ không phải là đàn áp không lành mạnh nhưng là cần thiết và có khả năng để thực hiện mục tiêu mong muốn của họ. Tương tự như vậy, các Tu sĩ sẵn lòng Từ bỏ mối quan hệ tình dục và những khoái cảm nhục dục lạc vì những điều này không thể đạt được các mục tiêu tinh thần giải thoát của họ.

Nhiều nhân tố trong việc lựa chọn làm thế nào, hoặc có nên sử dụng tình dục và những điều này mỗi cá nhân cần xem xét cẩn thận cho mình. Đức Phật không nói rằng tất cả mọi người phải từ bỏ hoạt động tình dục bởi lẽ đó là sự lựa chọn riêng. Tuy nhiên, nếu trở thành Tu sĩ, họ phải độc thân. Không có gì gọi là "nhà tu với vợ hay chồng"!

Các Trường Phái Luật (*Vinaya*)

Tất cả các trường phái Luật (*vinaya*) được bao gồm trong Thanh Văn Thừa (*Śrāvakayāna*). Không có điều gì giống như lễ thọ giới của đại thừa (*Mahāyāna*), mặc dù nhiều hành giả Bồ Tát hạnh phát tâm Xuất gia và giữ giới (*vinaya*). Có ba hệ thống Giới Luật còn tồn tại bắt nguồn từ mười tám trường phái của Phật Giáo Nguyên Thủy:

1. Bộ Luật Nguyên Thủy (*Theravāda Vinaya*) (T. *gnasbrtanpa*, C. *shangzuo*-bu): là bộ Luật viết bằng ngôn ngữ Pāli và được thực hành chủ yếu ở Nam và Đông Nam Á. Nó xuất phát từ dòng truyền thừa của Tích Lan (*Sri Lanka*) do con gái và con trai của Vua ADục (*Aśoka*) vào thế kỷ thứ ba trước Tây lịch mang đến Tích Lan.
2. Bộ Luật Đàm-vô-đức (*Dharmaguptaka Vinaya*) (T. chos sbas pa, C. fazang-bu): Ngài Buddhayaśas dịch Luật sang tiếng Trung Hoa vào năm 410-12, và vào năm 709, hoàng đế Zhongzong đã ra lệnh rằng đây sẽ là Bộ Luật (vinaya) duy nhất được sử dụng ở Trung Quốc. Sau đó, luật được lưu truyền và được dùng chủ yếu ở Trung Quốc, Đài Loan, Hàn Quốc và Việt Nam.
3. BộLuậtCănbảnNhấtThiếtHữuBộ(*Mūlaesarvāstivāda*

Vinaya) (T. zhi thams cad yod par smra ba, C. genben shuoyiqieyou-bu): Ngài Tịch Hộ (*Śāntarakṣita*) là Đạo sư của trường đại học Nālandā đã đem Luật sang Tây Tạng Tây Tạng, Mông cổ (*Mongolia*) và vùng núi cao của dãy Hi-mã-lạp-sơn (*Himalayan*).

Hệ thống của các trường phái luật (*vinaya*) này đã được truyền thừa bằng lời nói trước khi được viết bằng chữ và khoảng cách địa lý không gian giữa chúng là đáng kể. Như vậy, sự tương đồng đáng lưu ý trong việc trình bày đời sống tu viện của họ là điều nổi bật. Tất cả đều tuân theo cùng những Giới Luật và thực hiện những nghĩa vụ giống nhau trong Tăng già saṅgha (*saṅghakamma*, *saṅghakarma*).

A. Luật Nguyên Thủy (*Theravāda vinaya*) được chia làm ba phần:

1. Bộ Phân Tích Giới Bổn (Suttavibhaṅga) chứa đựng Giới Luật biệt giải thoát (pāṭimokkha). Mỗi giới được giải thích theo bốn phần: Bối cảnh câu chuyện nền tảng khiến cho Đức Phật lập giới, chính giới hình thành, giải thích từ ngữ của Giới Luật từ Padabhājaniya, lời bình luận cũ, và nhiều câu chuyện cho thấy những tình huống ngoại lệ đặc biệt liên quan đến Giới Luật này và làm thế nào để đối phó với chúng.
2. Hợp PhầnLuật (*Khandhaka*) gồm có hai tập:
   - Bộ Đại Phẩm (*Mahāvagga*) đề cập đến các chủ đề như thọ giới, sám hối mỗi hai tuần và tụng giới bố tát (*uposatha, poṣadha*), an cư mùa mưa (*vassa, varṣā*), tự tứ (*pavāraṇā, pravāraṇa*), vớ, thuốc, y kaṭhina, nội y, và vật dụng tứ sự, v.v...
   - Bộ Tiểu Phẩm (*Cullavagga*) mô tả những hành sự khiển trách, hành sự chỉ dạy, hành sự xua đuổi, hành sự hòa giải, án treo trong việc không nhìn

nhận tội, trong việc không sửa chữa lỗi, và trong việc không từ bỏ Tà Kiến ác, biệt chúng, Tỳ kheo Ni và hai bộ Tăng già.

3. Tập Yếu phân tích Giới Luật (*Parivāra*) là một phụ lục của mười chín chương bao gồm các phần của bộ Phân Tích Giới Bổn (Suttavibhaṅga) và bộ Hợp Phần (Khandhakas). Dường như đây là một sự bổ sung sau đó, do một người Tích Lan (Sri Lanka) viết hay biên soạn.

   - Bồ Tát Phật Âm (*Buddhaghosa*) đã soạn Bộ Samantapāsādikā (một bộ sớ giải về Luật Tỳ kheo), vào khoảng thế kỷ thứ năm, và Ngài Pháp Hộ (*Dhammapāla*) cũng viết sớ giải sau đó một thế kỷ. Cả hai Ngài Phật Âm (*Buddhaghosa*) và Pháp Hộ (*Dhammapāla*) dựa chủ yếu vào các bình luận cũ, được viết tại Chùa Đại Tự (*Mahāvihāra*) ở Tích Lan (*Sri Lanka*). Có vài sớ giải về Luật nữa được viết ra sau đó.

Bộ Luật Đàm-vô-đức (*Dharmaguptaka vinaya*) còn được gọi là Luật Tứ Phần bởi vì nó bao gồm sáu mươi cuốn được chia trong bốn phần. Nó cũng được chia thành ba loại:

1. Phân tích Giới Bổn (*Sūtravibhaṅga*)là luật các Tỳ kheo và Tỳ kheo Ni.
2. Hợp Phần (Skandha) gồm các vấn đề tu tập liên quan Tăng già được sắp xếp thành hai mươi phẩm. Nội dung của nó tương tự như luật Hợp Phần (*Khandhakas*).
3. Tập yếu (*Parivāra*) là phụ lục, được biên soạn vào khoảng thế kỷ thứ ba trước Tây lịch. Nó bổ sung cho tập Phân tích Giới Bổn (*Sūtravibhaṅga*) và Hợp Phần (*Skandha*) và thảo luận về việc biên soạn Luật (*vinaya*) của hai lần kiết tập đầu tiên và thứ hai. Tập yếu giảng

giải những nghi ngờ, mô tả các hoàn cảnh bất thường liên quan đến các Giới Luật, và đề cập đến các chủ đề thích hợp khác.

Luật Căn Bản Nhất Thiết Hữu Bộ (*Mūlasarvāstivāda vinaya*) gồm có bốn phần vinaya-āgama, đã được dịch từ tiếng Phạn sang tiếng Tây Tạng như sau:

1. Phẩm luật (*Vinayavastu*) tương ứng với Hợp Phần (*Khandhaka*) và bao gồm 17 phần: lễ Xuất gia, lễ Uposatha (Bố Tát), lễ Tự Tứ (*Pavāraṇā*), việc An cư mùa mưa, che tội, thuốc, y áo, y kaṭhina, tranh chấp tại Kausambi, các lễ nghi, biện Pháp kỷ luật, người, thay đổi nơi ở, bị biệt chúng, nơi ở và giường nằm, tranh chấp, và phân ly, v.v...
2. Phân Tích Luật (*Vinayavibhaṅga*) kể các câu chuyện nguồn gốc giới Tỳ kheo (*bhikṣu*) và Tỳ kheo Ni (*bhikṣuṇī*) được thành lập, giải thích chi tiết về mỗi Giới Luật và ngoại lệ. Nó tương ứng với bộ Phân Tích Luật bằng tiếng Pali (*Pāli Suttavibhaṅga*).
3. Bộ Tạp Luật (*Vinayakrudrakavastu*) bàn về những điều luật nhỏ của các Tỳ kheo và các Tỳ kheo Ni.
4. Các Vinayottaragrantha làm rõ những điểm sâu sắc và khó khăn của ba phần ở trên.

Người Tây Tạng theo các sớ giải luật của các Đạo sư Ấn Độ như Ngài Đức Quang (*Guṇaprabha*) và Thích Ca Quang (*Śākyaprabha*). Guṇaprabha là một học giả Ấn Độ rất thông suốt kinh, luật và luận. Những sớ giải của ông như Kinh Luật (*Vinaya Sūtra*) và Bách-Nhất-Yết-ma (*Ekottarakarmaśataka*) được sử dụng để nghiên cứu về Giới Luật nhà Phật.

Số lượng và ý nghĩa của Giới Luật trong ba bộ luật (*vinaya*) rất giống nhau, và sự khác biệt chỉ là nhỏ. Chẳng hạn, bảy giới có liên quan đến cách mặc nội y trong bộ Căn Bản Nhất Thiết Hữu Bộ (*Mūlasarvāstivāda*) là được gộp vào một giới trong Luật Nguyên Thủy.

Số Giới Theo Mỗi Truyền Thống

Bộ Luật Vinaya

<u>Giới Tỳ Kheo-Bhikṣu</u>

Nguyên Thủy	227
Đàm-vô-đức	250
Căn Bản Nhất Thiết Hữu Bộ	253

<u>Giới Tỳ kheo Ni-Bhikṣuṇī</u>

Nguyên Thủy	311
Đàm-vô-đức	348
Căn Bản Nhất Thiết Hữu Bộ	364

Phân Loại Số Giới Tỳ Kheo	**Nguyên Thủy**	**Đàm-vô-đức**	**Căn Bản Nhất Thiết Hữu Bộ**
Ba-la-di (*pārājika*): Cự các hay khí	4	4	4
Tăng tàn (*saṅghādisesa, saṅghāvaśeṣa*),Tăng-già-bà-thi-sa:tộinặng, còn cứu được	13	13	13
Bất định (*aniyata, ani-yata*): khôngnhất định là nặng hay nhẹ	2	2	2

Xả đọa (*nissaggi-ya-pācittiya, naiḥsargi-ka-pāyattika*), Ni-tát-kỳ Ba-dật-đề: tích tụ tứ vật dụng	30	30	30
Đơn đọa (*pācittiya, śuddha- pāyattika*), Ba-dật-đề: phạm là đọa	92	90	90
Hối quá (*pāṭidesanīya, pratideśanīya*), Ba-la-đề-xa-ni: sám hối là tiêu tội	4	4	4
Chúng học hay Học Pháp (*sekhiya, śaikṣa*), đột cát la: các oai nghi nhỏtrong đời sống	75	100	112
Diệt tránh (*adhi-karaṇasamatha, adhi-karaṇaśamatha*), đột cát la: là bảy cách để chấm dứt sự bất hòa trong chúng.	7	7	7

Giá Trị Của Tập Thể Tăng già

Theo truyền thống Phạn (*Sanskrit*), Quy Y tăng bảo là bất cứ người nào, dù Xuất gia hay tại gia, là người đã trực tiếp giác ngộ tánh Không. Tăng già (*Saṅgha*) là tập thể các bậc Xuất gia hướng về thanh tịnh giải thoát tu viện có ít nhất có bốn vị Xuất gia được đào tạo đầy đủ. Tăng già (saṅgha) đại diện cho Tăng bảo (Saṅgha Jewel), mặc dù không phải ai là Tăng sĩ cũng đã trực tiếp giác ngộ tánh Không. Để hoàn thành trách nhiệm của một Tăng già (*saṅgha*) thanh tịnh, Tăng Ni phải thực hiện ba bổn phận ở chùa- sám hối mỗi hai tuần, An Cư Kiết Hạ cơn mưa, và tự tứ.

Đức Phật cũng nói về "bốn hội chúng" (*catuparisā, caturparṣadāh*) - cộng đoàn rộng lớn của Đức Phật, bao gồm các Tỳ kheo, Tỳ kheo Ni được đào tạo đầy đủ và những Ưu bà tắc (*Phật tử nam*) và Ưu bà di (*Phật tử nữ*) đã Quy Y Tam Bảo và giữ năm giới. Gọi một nhóm các Phật tử tại một đạo tràng là Tăng già (*saṅgha*) là sai, đặc biệt nếu người ta lầm tưởng rằng nhóm Phật tử này là Tăng bảo, một nơi quý báu để nương tựa. Vì lý do này, việc sử dụng từ saṅgha theo nghĩa truyền thống là cộng đồng Tăng chúng trong tu viện, chứ không phải Phật tử.

Lý do Tăng già (*saṅgha*) đã được tôn trọng và có giá trị trong suốt lịch sử là các Tăng sĩ tu tập đạo đức thông qua việc thực hiện và tuân theo các Giới Luật Tỳ kheo (*bhikṣu*) và Tỳ kheo Ni (*bhikṣuṇī*).

Bởi vì các thành viên của Tăng già (*saṅgha*) sống một đời sống đơn giản và không có bị ràng buộc với các mối quan hệ của gia đình và không phải làm việc để nuôi gia đình, nên Tăng chúng có nhiều thời gian hơn để học Pháp và hành Pháp. Như vậy, Tăng già (*saṅgha*) đã chịu trách nhiệm chính trong việc duy trì mạng mạch của Đức Phật trong nhiều thiên niên kỷ bằng cách ghi nhớ, nghiên cứu, suy ngẫm, và Thiền Định về chúng, bằng cách truyền dạy cho người khác. Các Phật tử thực hành cũng có đủ khả năng để làm điều này. Tuy nhiên, ngôi nhà của mỗi Phật tử có chức năng khác với chức năng của tu viện. Vai trò của nhà chùa là phục vụ trọn thời gian vào việc hoằng Pháp. Khi chúng ta nghĩ về những Tăng Ni sinh sống cùng nhau trong ngôi chùa để cùng tu học và hành Pháp, chúng ta sẽ cảm thấy phấn khởi, lạc quan, hy vọng và mong muốn đi đến tu viện, ngôi chùa, hoặc đạo tràng để tu học cùng với Tăng đoàn (*saṅgha*).

Tầm quan trọng của việc hoằng Pháp là để Phật Pháp được tồn tại cho các thế hệ tương lai. Truyền bá chánh Pháp được giữ vững khi chúng ta tiếp tục nghiên cứu, giải thích và tu học Phật Pháp. Pháp chứng ngộ được duy trì tiếp tục khi mỗi người chúng ta hành Pháp và thực hiện ý nghĩa của những lời dạy đó trong tâm trí của mình. Trong mối liên hệ này, Tăng già (*saṅgha*) là quan trọng, vì các vị Tăng sĩ thực hành rộng rãi và trải nghiệm sâu về Giới Luật. Đây là nền tảng cho định và tuệ.

Theo Kinh điển, liệu học thuyết Phật Giáo có phát triển ở nơi nào đó được xác định bởi sự hiện diện của bốn chúng, sẽ tạo ra "một đạo tràng". Sự tồn tại của tập thể Tăng đoàn thực hành Giới Luật (*vinaya*), cụ thể bằng cách thực hiện tam vô lậu học, rất quan trọng để làm cho Phật Giáo trở thành một truyền thống thanh tịnh sống động trong xã hội. Mặc dù một cá nhân có thể thực hành tốt và được giác ngộ sâu, điều này không tạo thành sự hưng thịnh của một học thuyết ở một nơi.

Lợi ích lớn trong việc trở thành một Tăng đoàn sẽ phát triển tự nhiên từ sự quán chiếu sâu sắc về các giáo lý cơ bản của Phật Giáo. Như là kết quả của Pháp quán từ bi và nhân duyên, người ta trở nên quan tâm đến bản chất của tâm, đưa đến sự đánh giá cao về các học thuyết của Tánh Không, tái sanh và nghiệp.

Điều này dẫn đến sự hiểu biết về khả năng đạt được giải thoát. Khi chúng ta tin chắc về khả năng này, chúng ta sẽ từ bỏ lối sống cũ một cách tự nhiên để sống một cuộc sống giới hạnh theo các Giới Luật đạo đức. Từ đó có thể dẫn đến việc xin thọ giới Xuất gia. Đức Phật đã giải thích động cơ chân chính để thọ giới (MN 29: 2) như sau:

Ở đây, một người từ bỏ đời sống gia đình để sống đời không gia đình đã suy ngẫm như sau, "Tôi là nạn nhân của sanh, lão, bịnh, chết, sầu, bi, khổ, ưu, và não. Tôi là một nạn nhân của khổ (*dukkha*), một con mồi củakhổ (*dukkha*). Chắc chắn sự diệt tận của toàn bộ khổ này có thể được đạt được. "

Đức Phật thành lập Tăng đoàn cho một mục đích là để vượt qua những phiền não; chúng ta cần trí tuệ đúng như thật, duy trì một quan điểm như vậy, Chánh Niệm là điều cần thiết. Để có Thiền Định, Chánh Niệm và tỉnh thức sâu sắc, chúng ta cần thiết phải rèn luyện giới đức. Giới của các Tu sĩ nghiêm khắc hơn Phật tử tại gia và do đó có hiệu quả hơn trong việc tu tập và làm chủ tâm.

Cuộc sống gia đình của một Cư sĩ có thể có nhiều màu sắc hơn, nhưng đời sống tu viện sẽ ổn định hơn. Mặc dù sẽ có nhiều khó khăn và đòi hỏi phải từ bỏ quan hệ tình dục, v.v..., thì có những lợi ích an lạc ngay trong cuộc đời này. Cách sống tu hành được ca ngợi bởi vì nó có liên quan trực tiếp đến việc phát triển tam vô lậu học (giới, định, tuệ).

Được tam vô lậu học này rất quan trọng, vì sẽ ít người nghĩ sai rằng đời sống tu viện đã lỗi thời hoặc không liên quan đến thời hiện đại. Đạo sư của chúng ta là Đức Phật Thích Ca (*Buddha Śākyamuni*) là một Tăng sĩ. Đức Phật đã sống như một Tu sĩ từ khi Ngài rời cung điện cho đến khi nhập Niết Bàn - hơn năm mươi năm. Sự tu tập về giới hạnh và đời sống Tăng đoàn của Ngài là những biểu hiện tự nhiên của sự thanh tịnh tinh khiết trong tâm trí của Ngài. Vì vậy, nhiều bậc Thầy vĩ đại của Phật Giáo cũng đã sống theo cách này, và những mẫu cuộc đời của các Ngài đã truyền đạt cho chúng ta tầm quan trọng về lợi ích của đời sống Tăng đoàn.

Tuy nhiên, đời sống Tăng đoàn không phải thích hợp cho tất cả mọi người. Người ta phải chọn lối sống phù hợp nhất cho bản thân họ và tự tin vào khả năng thực hành của mình. Một Phật tử thuần tâm tu tập luyện tinh thần có thể đạt được chứng ngộ cao. Marpa và đệ tử của Ngài Milarepa đã đánh giá cao các vị hành giả, thiền sinh và Đạo sư tại gia.

Thực hiện mục đích của Tăng đoàn

Đức Phật mô tả cuộc sống của một Tu sĩ như thế nào (DN 2:42)

Sau khi ra khỏi (đời sống trần thế để theo đời sống không nhà của người Tăng sĩ trong Tăng đoàn), vị ấy giữ các Giới Luật, kiên định giữ hành vi đạo đức đúng đắn, thấy nguy cơ trong những sai lầm nhỏ nhất, quan sát những lời nguyện mà vị Tăng sĩ hứa giữ gìn thân, khẩu và ý của mình, thành tâm để biến cuộc sống trở nên thanh tịnh và khéo léo, hoàn thiện trong cách ứng xử đạo đức, giới hạnh, sáu căn được hộ trì, có khả năng thức tĩnh và cần mẫn.

Để nhận Giới Luật Tu sĩ, một người phải được thúc đẩy bởi sự từ bỏ khát vọng để thoát khỏi luân hồi (*saṃsāra*) và đạt được giải thoát. Tuy nhiên, một số người Xuất gia với nhiều động cơ thế gian hơn. Kết quả là một số Tăng đoàn có những Tăng sĩ tu tập chân chính, trong khi những nơi khác thì không. Sẽ tốt hơn nếu những vị ấy nên hoàn tục trở lại cuộc sống trần thế và làm những Phật tử tại gia thuần thành. Tôi tin rằng cần nhấn mạnh điều cần thiết về chất lượng của các Tu sĩ hơn là số lượng.

Một bước nữa là sẽ lọc những Tăng sĩ cẩn thận hơn và đảm bảo rằng Tăng sĩ sau khi Xuất gia được đào tạo và hướng dẫn đúng đắn từ những Đạo sư trí tuệ.

Đắp y và cạo tóc không đủ để trở thành vị Tăng sĩ, vị ấy phải giữ giới thanh tịnh. Nhận lễ cúng dường nhưng không giữ các Giới Luật sẽ hủy hoại nghiệp và khi nghiệp xấu chín muồi sẽ tái sinh trong cảnh giới bất hạnh. Bài sớ giải về Tăng Chi Bộ Kinh giải thích bốn cách thọ hưởng dùng tứ sự (*thực phẩm, quần áo, chỗ ở và thuốc men*).

1. **Thọ hưởng như tên trộm**: nếu vị tăng vi phạm Giới Luật, có hành vi kém đạo đức, nhưng vẫn sử dụng các vật dụng cần thiết do thí chủ cúng dường, điều này

giống như ăn cắp vì những điều kiện tiên quyết để nhận cúng dường là tu hành nghiêm chỉnh để thí chủ có phước.

2. **Thọ hưởng như món nợ** là nếu vị Tăng sĩ có hành vi đúng đắn, giữ giới, hưởng thọ cúng dường mà không quán chiếu lòng tốt, tâm quảng đại, hồi hướng công đức đến thí chủ hiến tặng cho việc cúng dường. Vị Tăng sĩ này không hoàn thành tâm nguyện của thí chủ.
3. **Thọ hưởng như một sự nối tiếp** là các bậc Thầy thọ hưởng vật cúng dường để tiếp nối con đường trở thành bậc Thánh, giống như họ đang sử dụng di sản mà sau này sẽ trở thành của họ.
4. **Thọ hưởng như người chủ** là như bậc Thánh A-la-hán như một chủ sở hữu là sử dụng các vật cúng dường. Vì các Ngài đã tận diệt được tất cả các lậu hoặc và đã hoàn thành mục tiêu giải thoát, thì những sản phẩm cúng dường xứng đáng là của họ, xứng đáng thọ nhận.

Như Đức Phật chỉ ra (MN. 29: 2), một số người có thể bắt đầu cuộc đời của họ như là một Tăng sĩ với những động lực chân thành nhưng sau đó bị phá hoại bởi tám điều cám dỗ giống người đời. Họ nhận cúng dường và được tôn trọng, điều này dẫn họ đến tự ca ngợi tôn vinh mình và chê bai người khác. Do say mê với sự gia tăng về vật chất và tiếng tăm, họ sinh lòng tự mãn buông lung cẩu thả, sống trong đau khổ và tạo ra những nguyên nhân cho những đau khổ trong tương lai.

Những vị khác thực hành đạo đức tốt nhưng kiêu ngạo, ca ngợi chính mình cho việc giữ Giới Luật thanh tịnh và chê bai người khác vì buông lung cẩu thả. Kiêu ngạo như vậy làm cho họ trở nên tự mãn và buông lung trong việc phát triển các nhân đức khác. Tương tự như thế, các Tu sĩ có thể đạt được sự thanh thản hoặc trải nghiệm sự giải thoát ngắn ngủi với thiền quán sâu sắc. Thiếu thức tỉnh nội tâm, họ trở nên chấp thủ và khao khát về sự thành đạt của họ, do đó mất năng lượng, trở nên tự mãn, và không hoàn thành mục đích tâm linh của họ. Do vậy, điều quan trọng là phải luôn luôn khiêm tốn và tập trung vào những thành tựu cuối cùng của giải thoát và giác tỉnh hoàn toàn.

Vị Tăng sĩ phải liên tục tăng cường ý chí của mình để từ bỏ tám điều cám dỗ giống thế gian và khổ (*duḥkha*) để đạt được giải thoát. Là Tăng sĩ, nhiệm vụ của chúng ta là học hỏi, suy gẫm trầm tư, và Thiền Định về những giáo lý sâu sắc của Đức Phật càng nhiều càng tốt.

Để làm điều đó, chúng ta nên dạy, dịch, viết, và hướng dẫn người khác trong thực tập để Pháp có thể tồn tại lâu trong thế giới của chúng ta. Nếu vị Tăng sĩ không hoàn hảo, và chúng ta có thể thấy vị ấy cư xử theo cách không thích hợp. Lúc đó, chúng ta nên cố gắng hết sức để giúp vị này sửa hành vi của vị ấy. Nhưng chúng ta không được để cho hành vi xấu của một cá nhân khiến chúng ta mất niềm tin vào toàn bộ Tăng già (*saṅgha*). Chúng ta nên tránh việc bị chỉ trích tất cả Tăng sĩ trong Tăng đoàn, chỉ vì dựa trên hành vi phi đạo đức của một vị.

Thầy, Tu sĩ & Giáo thọ. (*Monastic, Priest and Lay teachers*)

Ở Tây Tạng, có hai cộng đồng: "trắng" và "nâu sẫm". Màu trắng dùng để chỉ các Phật tử, bởi vì họ mặc quần áo trắng phổ biến cho Phật tử tại gia. Mặc dù họ không theo các hình thức bên ngoài của đời sống Xuất gia, chẳng hạn như cạo tóc, họ tuân giữ năm giới cũng như Bồ Tát giới và tu luyện theo Mật Giáo (*Tantric*). Y nâu sậm là đời sống độc thân và tuân theo sự kiềm chế đạo đức Giới Luật của các tu viện. Bên ngoài, các Ngài choàng một tấm y màu.

Ở Tây Tạng, cả hai cộng đồng này đã thực hành theo

hướng rõ ràng như vậy. Tuy nhiên, hôm nay chúng ta tìm thấy có một nhóm những người không ở trong trong hai cộng đồng trên. Chúng ta thấy các Tu sĩ đã mặc quần áo tại gia và các Phật tử tại gia đắp y nâu sẫm. Công chúng bối rối và hỏi, "Người này trông giống như một Tu sĩ nhưng lại có vợ và mặc đồ trang sức. Làm thế nào?" Ngay cả chúng tôi cũng bối rối khi nhìn thấy những người này!

Đây cũng là một vấn đề trong cộng đồng Phật Giáo quốc tế nói chung. Nhiều người trở nên bối rối khi không thể xác định rõ ràng tình trạng của tăng và tục: người này là một Tu sĩ, một Thầy giáo tại gia, một Tăng sĩ? Bây giờ chúng tôi có thể trông đợi từ những vị tu tập khác nhau này cái gì nếu không thể phân biệt giữa họ?

Danh hiệu gây nhầm lẫn. Từ khi lễ thọ giới (*prātimokṣa*) không có ở Nhật Bản, giáo sĩ Nhật Bản thường kết hôn. Tôi khuyên các Tăng sĩ kết hôn đã lập gia đình của tất cả các truyền thống Phật Giáo được gọi là giáo sĩ. Tôi nghe nói rằng Tổ chức Thế giới Hiệp Hội Phật Giáo Thế giới đề cập đến những vị tăng có thọ giới (*vinaya*) là "Thượng Tọa" (*Venerable*) và những người được kết hôn là giáo sĩ (*Reverend*). Điều này rất hữu ích.

Về trang phục, sẽ tốt hơn nếu các Tu sĩ, giáo sĩ, và Phật tử có các trang phục đặc biệt riêng của mình. Nhiều lần tôi đã yêu cầu Thầy giáo tại gia theo truyền thống Tây Tạng mặc trang phục dành cho người Cư sĩ của Tây Tạng hoặc phương Tây là y dưới màu trắng và khăn choàng trên màu trắng với vài vạch màu nâu đỏ. Bằng cách này, mọi người sẽ biết rằng họ không phải là Tăng sĩ và sẽ có thể liên hệ với họ theo cách đó.

Tuy nhiên, nhiều người trong số này tiếp tục đắp trông giống như y Tăng sĩ. Chúng tôi bất lực, không có thể làm được về điều này.

Vị Tăng sĩ phải đắp y, trừ khi có một số tình trạng trong

công việc nguy hiểm phải không đắp y. Ví dụ như nếu họ đang làm công việc thủ công, tránh dơ y, cháy y...

Tu Viện Tây Tạng Và Tu Viện Của Các Truyền Thống Khác

Tăng sĩ Tây Tạng và một số Tăng sĩ theo truyền thống khác như Nguyên Thủy (*Theravāda*), Đàm-vô-đức (*Dharmaguptaka*), và Căn Bản Nhất Thiết Hữu Bộ (*Mūlasarvāstivāda*) không ăn sau trưa, và nhiều Tu sĩ Nguyên Thủy thường đi khất thực sẽ không nhận tiền cúng dường. Đây thật là điều tuyệt vời. Do phần lớn dân chúng Tây Tạng đều là Tăng Sĩ Thọ Giới, việc không nhận tiền này sẽ ngăn chặn nhiều điều tiêu cực xảy ra.

Trước năm 1959, khoảng một phần tư dân số nam giới ở Tây Tạng là nhà sư. Ở Tây Tạng và bây giờ ở Ấn Độ, một số tu viện có hàng ngàn nhà sư bằng sỉ số của cư dân ở các thị trấn nhỏ. Những tu viện lớn này cũng là những trường học có chương trình học toàn thời gian kéo dài khoảng 20 năm và bao gồm các bài giảng, học thuộc lòng, tranh luận, tụng giới (*vinaya*), nghiên cứu cá nhân, và các buổi lễ tập thể. Nhiều thanh niên trẻ trai tham gia các tu viện, nhiều trẻ em và thanh thiếu niên đang học thuộc lòng và tu học, những tu viện này đầy những hoạt động tích cực. Các nhà sư lớn tuổi đi đến những nơi xa để Thiền Định cho khỏi bị xáo trộn loạn động.

Truyền thống tranh luận (*debate*) bắt nguồn từ Ấn Độ cổ đại. Chính Đức Phật đã tranh luận về các nguyên lý triết học với các sa môn (*śramaṇa*) và người Bà la môn (*Brahman*) thời đó. Trong những thế kỷ sau này, các trường đại học Phật Giáo lớn của Ấn Độ đã sử dụng tranh luận như một công cụ học tập và thiết lập tính hiệu lực trong giáo lý của Đức Phật khi được các học giả không phải là Phật Giáo thách thức kiến thức. Phật Giáo Tây Tạng đã tiếp tục truyền thống này.

Một yếu tố then chốt trong cuộc tranh luận là có một số lượng lớn các Tu sĩ đang chia sẻ những ý tưởng đa dạng của họ. Với dân số đông đảo tại các tu viện lớn này, người dân địa phương không thể cống hiến thực phẩm hàng ngày, và đường phố sẽ bị kẹt với hàng ngàn Tu sĩ đi khất thực! Trong khi Phật tử cúng dường thực phẩm cho các tu viện, sẽ cảm thấy khó khăn khi nấu cho cả hàng ngàn, vì vậy nhiều nhà sư phải chia nhóm, để đích thân nấu các bữa ăn trong tu viện. Điều này đòi hỏi việc mua và nấu thức ăn của chính họ, đòi hỏi phải có tịnh tài.

Tuy nhiên, ở Tây Tạng và trong những năm đầu lưu vong ở Ấn Độ, một số nhà sư tiếp tục học tập, nghiên cứu và thực hành với bụng của họ chỉ có một nửa phần ăn. Tôi biết một số nhà sư xuất sắc hiện nay là Đạo sư đã sống như thế ấy.

Thử thách cho các Tăng sĩ Phương Tây

Tình hình đối với các Tu sĩ phương Tây trong truyền thống Tây Tạng là đặc biệt khó khăn, vì ít có các tu viện được thành lập ở phương Tây và sống ở Ấn Độ với nhiều khó khăn về thị thực visas, sức khoẻ và ngôn ngữ. Một số Đạo sư không sàng lọc và chuẩn bị cho các Tăng sĩ phương Tây trước khi Xuất gia hoặc đào tạo thích hợp cho họ sau đó, nên Tăng sĩ phương Tây gặp khó khăn về tài chính. Trong một cuộc hội nghị với các Tăng sĩ Phật Giáo phương Tây vào năm 1993, một số Tu sĩ phương Tây đã nói với tôi về những khó khăn mà họ phải đối mặt, và chúng tôi không thể không khóc.

Chúng ta phải nghĩ làm thế nào để cải thiện tình trạng này. Giải Pháp tốt nhất là để các Tu sĩ phương Tây thành lập các tu viện và phát triển các chương trình đào tạo của họ. Người Tây Tạng sẽ giúp đỡ trong khả năng từ phía chúng tôi.

Chúng tôi đánh giá cao phương Pháp tiếp cận dần dần trong nhiều tu viện, nơi các Tăng sĩ trải qua nhiều giai đoạn trước khi thọ giới cụ túc. Điều này cho Tăng sĩ thêm thời gian để suy nghĩ về đời sống tu viện và quán sát xem nó có phù hợp với họ hay không. Tương tự, Tăng đoàn có cơ hội để quan sát sự phù hợp của từng Tăng sĩ.

Tôi khuyến khích những người phương Tây xem Tu sĩ sống trong một tu viện như là người Cư sĩ tại gia thực tập trong một thời gian để họ có thể trải nghiệm cuộc sống và thực hành theo cách này. Nếu điều này hợp với họ, họ có thể từ từ tiến hành giữ các Giới Luật từ thấp lên cao và có thể điều chỉnh cho từng mức độ trước khi thực hiện quyết tâm sâu hơn.

Nên sống chung với các Tu sĩ khác – dù họ là Đạo sư, bạn đạo, hay học trò của chúng ta – đều có giá trị. Mặc dù các tu viện ở phương Tây hiện nay hiếm hoi, hy vọng sẽ có nhiều tu viện được thành lập trong tương lai. Những Tăng sĩ nào không sống trong một cộng đồng Tăng già thì nên tạo dựng với những bạn đạo cùng giới phẩm, quan điểm, lý tưởng giải thoát, và cố gắng tiếp xúc với các Tu sĩ sống ở những nơi khác. Lúc đó, họ có thể thảo luận về Phật Pháp và những thách thức mà họ phải đối mặt.

Người Nữ được Thọ Cụ Túc Giới

Trong những năm qua, tôi đã nói nhiều lần về việc giới cụ túc Tỳ kheo Ni (*bhikṣuṇī*) và bày tỏ ước muốn của tôi hy vọng rằng việc truyền giới này sẽ được ban cho trong truyền thống Căn Bản Nhất Thiết Hữu Bộ (*Mūla- sarvāstivāda vinaya*) của chúng ta. Khi Ngài Tịch Hộ (*Śāntarakṣita*) đưa dòng truyền thừa của vị Tỳ kheo vào Tây Tạng khoảng thế kỷ thứ tám, thật không may mắn khi Ngài đã không mang theo luôn giới phẩm Tỳ-kheo-ni (*bhikṣuṇīs*), do đó sự tấn phong bhikṣuṇī không bao giờ được bắt nguồn từ Tây Tạng. Tuy nhiên, Thầy của chúng ta, chính Đức Phật, đã thiết lập giới đoàn Tỳ kheo Ni (*bhikṣuṇī*) trong cuộc đời của Ngài, đồng thời khẳng định khả năng của người Nữ có thể đạt giải thoát giác thức hoàn toàn.

Đức Phật cũng bày tỏ ước muốn tổ chức bốn chúng để tồn tại và nói rằng bốn chúng này hòa hợp thực hành Phật Pháp, sẽ làm cho lời dạy của Ngài kéo dài lâu hơn trong thế giới này. Vì tất cả những lý do này, điều quan trọng là bhikṣuṇīs đã tồn tại trong cộng đồng Tây Tạng của chúng ta. Điều này trở thành hiện thực bây giờ, khi chất lượng giáo dục của các Sư cô, Ni sư đã được cải thiện rất nhiều. Bây giờ chúng ta thấy nhiều Ni sư trở thành những học giả giỏi; Một số Sư cô đã nhận được bằng cấp Tiến sĩ (*geshema*), có nghĩa là họ nắm vững triết học Phật Giáo.

Bất cứ nơi nào tôi đi trên thế giới, tôi thấy nhiều nữ Phật tử; ở nhiều nơi, họ còn nhiều hơn cả nam giới. Vì thế, phụ nữ có quyền đúng đắn tiếp cận với những trách nhiệm và đặc ân cho việc thọ giới cụ túc này. Là một cá nhân riêng rẽ, tôi không có thẩm quyền tổ chức việc tấn phong bhikṣuṇī trong cộng đồng Tây Tạng. Đây là một vấn đề mà Tăng đoàn (*saṅgha*) tập thể phải quyết định. Trong nhiều năm nay, tôi đã đề nghị có một cuộc gặp gỡ quốc tế về Tăng già (*saṅga*) để quyết định vấn đề này. Để chuẩn bị cho điều đó, sẽ tốt nếu các vị Tỳ kheo Tây Tạng đều đồng ý về một phương cách để truyền giới Tỳ kheo Ni (*bhikṣuṇī*) thuộc hệ phái Luật Căn Bản Nhất Thiết Hữu Bộ (*Mūlasarvāstivāda*). Tôi vui mừng nhận thấy sự hỗ trợ này từ nhiều người gốc Tây Tạng.

Tôi cũng đã chia sẻ vài tài liệu về luật với các nhà lãnh đạo Phật Giáo Lào và Thái Lan. Chúng tôi sẽ có một cuộc thảo luận nghiêm túc, và tôi hoàn toàn chắc chắn một số thỏa thuận sẽ đạt được cuối cùng.

Chúng tôi, những người Tây Tạng, rất may mắn khi sau cuộc sát hại của Vua Langtela vào thế kỷ thứ chín, chúng tôi đã có thể phục hồi dòng truyền thừa Tỳ kheo (*bhikṣu*) đang trên bờ vực tuyệt diệt ở Tây Tạng.

Kết quả là rất nhiều nam Phật tử đã có thể lắng nghe và suy gẫm Pháp như các Tu sĩ được đào tạo đầy đủ, và điều đó đã đem lại lợi ích cho xã hội Tây Tạng cũng như thế giới. Do đó, chúng ta hãy cố gắng hết sức để nghiên cứu vấn đề này mà tìm ra một phương Pháp để thiết lập Tăng đoàn Ni giới (*bhikṣuṇī saṅgha*) nữa. Ở các quốc gia hiện đang có sự tấn phong của bhikṣuṇī, chẳng hạn như Đài Loan, Hàn Quốc và Việt Nam, bhikṣuṇīs lợi ích cho Pháp và xã hội theo nhiều cách. Gần đây, giới đàn Tỳ kheo Ni đã được khôi phục lại ở Tích Lan có gần 1000 ngàn Tỳ kheo Ni được thọ vào năm 2014 và hiện nay có một số Tỳ kheo Ni ở Thái Lan.

Cơ hội bình đẳng trong việc thọ giới là rất quan trọng. Trích dẫn các đoạn trong vinaya, một số giới sư Tây Tạng cho rằng trong những trường hợp đặc biệt, việc truyền giới chỉ do Tăng đoàn (*bhikṣu saṅgha*) đơn độc thực hiện cũng có giá trị. Những trường hợp đặc biệt này bao gồm một nơi mà các Tỳ kheo Ni không có mặt để thọ giới, vì không có bhikṣuṇīs cư trú trong khu vực đó hoặc vì nó quá nguy hiểm đối với các bhikṣuṇīs để đi đến nơi đó. Giới sư trước đây và đương đại trong cộng đồng Trung Quốc cũng đồng ý với điều này.

Trong khi đó, một số Nữ tu theo Phật Giáo Tây Tạng đã nhận được sự tấn phong bhikṣuṇī theo Luật Đàm Vô Đức (*Dharmaguptaka vinaya*) của Tăng đoàn (*saṅghas*) Trung Hoa, Việt Nam, hoặc Hàn Quốc. Chúng ta nhận ra các Sư cô là bhikṣuṇīs. Tôi khuyến khích họ thực hiện ba hoạt động chính của Tăng già (*saṅgha*) với nhau.

Ngoài việc giới thiệu thọ giới bhikṣuṇī, bhikṣuṇīs cũng phải trở thành đối tượng tôn kính. Do đó, chúng ta phải xem xét các đoạn văn trong các văn bản Kinh Phật cũng như các thái độ, thực tiễn trong cộng đồng của chúng ta có định hướng chống lại phụ nữ. Đức Phật muốn saṅgha của mình phù hợp với nhiều nền văn hoá của thời đại. Là Tăng đoàn, chúng ta cũng phải làm điều này trong thế kỷ 21. Vì xã hội hiện đại, cũng như Liên hiệp quốc, nhấn mạnh tầm quan trọng của bình đẳng giới và tôn trọng phụ nữ, chúng ta, những người con Phật, cũng phải làm như vậy.

Lời Khuyên cho Tăng sĩ

Bây giờ tôi muốn nói đến những người Tăng sĩ. Vì chúng ta đã có được cuộc sống con người quý báu với mọi điều kiện thuận lợi cho việc hành Pháp, bây giờ là thời gian để ngăn chặn khổ đau của luân hồi (*saṃsāra*). Hãy dành thời gian và cơ hội để hành Pháp mà tu viện đã tạo cơ hội cung cấp cho chúng ta, chúng ta phải làm hết sức mình để từ bỏ các hoạt động không cần thiết để chỉ lo tu dưỡng. Là một Tăng sĩ, thực hành quan trọng nhất của chúng ta là từ bỏ phiền não.

Đời sống Tăng sĩ không gì hơn là tuân thủ Giới Luật. Để giữ giới, chúng ta phải quán chiếu tâm của chúng ta để đối đầu với những phiền não. Để làm được điều này, Đức Phật khuyên chúng ta nên sống ẩn dật. Sự tách biệt không có nghĩa là đơn giản chỉ sống một mình ở một nơi xa xôi. Ý nghĩa sâu xa hơn của sự tách biệt là tách rời khỏi những phiền não, những hành động phá hoại và tám điều hấp dẫn của thế gian. Sự tách biệt khỏi ngã và vô minh là tốt nhất. Sự tách rời như vậy đòi hỏi sự phát triển trí tuệ, nhận thức sâu sắc và huấn luyện tâm trí của chúng ta kiên nhẫn và Tinh Tấn vượt thời gian.

Chúng ta có nhiều Giới Luật bởi lẽ chúng ta là những con người không hoàn hảo, đang phụ thuộc vào tinh thần của chúng ta. Một cách tự nhiên, khi chúng ta phạm sai lầm, chúng ta không được đối xử nhẹ nhàng. Khi chúng ta vi phạm một Giới Luật, chúng ta phải phơi bày nó và sử dụng các phương Pháp giảng dạy trong luật (*vinaya*) để sám hối, tịnh hóa nghiệp ác phá hoại và phạm giới. Việc vi phạm các giới trọng sẽ dẫn đến việc mất giới thể, vì vậy chúng ta phải đặc biệt cẩn thận để tránh điều đó. Do mỗi người quyết tâm trở thành Tu sĩ, nên chúng ta được thọ giới, chúng ta phải chân thành giữ giới. Nếu chúng ta đắp Y nhưng hành vi của chúng ta không tốt, cộng đồng Phật tử tại gia sẽ mất sự tôn trọng đối với Tăng già (*saṅgha*). Điều đó sẽ rất buồn. Vì vậy, vị Tăng sĩ phải thực hành tốt và làm cho mình thành những đối tượng xứng đáng được tôn trọng.

Tăng sĩ giúp đỡ lẫn nhau để phát triển trong Pháp bằng cách cho và nhận sự khen thưởng. Khi một Tăng sĩ hành động sai lầm, nhưng không thừa nhận lỗi của mình, với động cơ từ bi chúng ta nên khuyên vị ấy để vị ấy có thể điều chỉnh cách của mình.

Khi chúng ta nhận lãnh sự khiển trách, chúng ta phải lắng nghe một cách trân trọng và quán chiếu những lời dạy của các bậc trưởng thượng về kinh nghiệm giữ Giới Luật. Bướng bỉnh và không nghe đến lời khuyên của Đức Phật hay lời khuyên của Tăng đoàn (*saṅgha*) sẽ tạo ra rất nhiều trở ngại cho việc tu tập của chúng ta. Khi nhận sự nhắc nhở với tâm khiêm tốn và lòng Biết ơn sẽ giúp chúng ta tiến nhanh trong Pháp.

Cho dù chúng ta được thọ giới hay chưa thọ giới, điều quan trọng, đánh giá cao là tính đơn giản trong cuộc sống nhà chùa với Giới Luật. Đánh giá cao giá trị của đời sống nhà chùa sẽ giúp chúng ta có tiềm năng được tấn phong và thọ giới trong tương lai.

Niềm vui trong Giới Luật

Để diễn tả một cách ngắn gọn sự tôn trọng kỷ luật nhà chùa của tôi, tôi muốn chia sẻ với bạn vài câu tôi viết năm 1973.

"Niềm vui của Giới Biệt Giải Thoát (Prātimokṣa)".

Chúng ta may mắn những người theo

Một Đạo sư tối cao *của chúng ta, bậc hoàn hảo:*

Điều này đang trở thành hiện thực nếu chúng ta có thể gia nhập với lòng tin tuyệt đối vào Giới Luật.

Bên ngoài trong sáng, bên trong trong sáng,

Sẽ hữu ích và an lạc, cả ở đây và xa hơn,

Là thuốc hay cho cả bản thân và người khác, tuyệt diệu!

Chúng ta đã gặp nhau trên con đường giác ngộ của Đức Thế Tôn!

Mặc dù khó khăn, chúng ta đã gặp phải nó một lần;

Những người nắm bắt nó thậm chí còn ít hơn.

Với quyết tâm vững chắc trong trái tim của chúng ta, hãy quán chiếu các hạnh thanh tịnh bằng mọi phương tiện có thể.

Vượt qua mọi nghi ngờ, Giới Luật này đã chinh phục những nỗi phiền muộn cực đoan;

Thậm chí cả các khổ đau trong cuộc sống của các chủ hộ Những gì cần phải đề cập đến rằng giới Phật sẽ làm giảm đau khổ luôn?

Trí tuệ tối cao của tâm Bồ Đề (bodhicitta) cuộc sống của con đường dẫn tới Bồ Tát hạnh.

Thiền Định như sự kết hợp của khinh an và trí tuệ sâu sắc,

Những gì sẽ thoát ra được do giữ giới này?

Con đường sâu sắc kỳ diệu của Mật Tông,

Phương Pháp để nhận ra sự vô ngã với mức độ tinh tế nhất của tinh thần đó cũng vậy, được thành lập trên Giới Luật này.

Trạng thái của một vị Phật,

Là sự hiệp nhất không thể tách rời của từ bi và Tánh Không,

Emaho! Con đường nhanh nhất dẫn đến đạo lộ đó.

Điều đó, cũng vậy, dựa vào Giới Luật này mà nó thành tựu.

Do đó, vị Tăng sĩ có tuệ,

*đừng coi thường hoặc coi nhẹ giới biệt giải thoát (*prātimokṣa*),*

*Bắt nguồn từ kinh của các bậc Thánh Thanh Văn (*śrāvaka*).*

Biết rằng giới được ca ngợi là nền tảng và gốc rễ của mọi học thuyết.

Phấn đấu để giữ gìn giới tốt,

được hỗ trợ bởi nghiên cứu và phân tích.

Với Chánh Niệm, nhận thức sâu sắc, và tận tâm.

Giới bảo vệ chúng ta tốt với nỗ lực tối đa

Khiến ta được hoàn hảo và tôn trọng;

Không nên thờ ơ và buông lung phạm giới,

Chánh Niệm với nguồn gốc của xây dựng nhân cách tốt.

Bồ Tát và các Giới Mật Tông (*Tantric*)

Những người thực hành Bồ Tát thừa nguyện giữ giới với mong muốn đạt được giác ngộ hoàn toàn, vì lợi ích cho số đông. Các Giới Luật Bồ Tát tập trung vào việc làm giảm cái tôi (*ngã*) bởi lẽ đó là điều cản trợ chính để tạo tâm Bồ Đề (*bodhicitta*) và hạnh dấn thân vào Bồ Tát hạnh. Có nhiều phiên bản giới khác nhau của các Bồ Tát được tìm thấy trong Phật Giáo Tây Tạng, Trung Quốc và Nhật Bản.

Giới Mật Tông (*tantric*) được thực hiện với động lực mạnh mẽ của tâm Bồ Đề (*bodhicitta*), muốn đạt được giác ngộ hoàn toàn một cách nhanh chóng để có thể có lợi cho chúng sinh sớm hơn. Nó bao gồm mười bốn giới, tám giới trọng, và các Giới Luật khác. Mục đích chính của giới là giúp làm giảm quan điểm nhị nguyên, nhưng củng cố làm mạnh tất cả các hình thái đạo đức, bằng cách cấm chỉ trích Giới Luật (*prātimokṣa*) và Bồ Tát (*bodhisattva*), khinh chê Giáo Pháp, từ bỏ tình thương và tâm Bồ Đề (*bodhicitta*).

Không giống như các Giới Luật (*prātimokṣa*) tập trung vào thân và khẩu, Bồ Tát và giới Mật Tông (*Tantric*) nhấn mạnh đến hành vi đạo đức ở mức độ tâm ý. Ở đây động lực là quan trọng nhất. Điều này có nghĩa là nếu động lực của chúng ta, tinh khiết, chúng ta có thể biến đổi mọi hành động vào Pháp.Tuy nhiên, điều này không cho chúng ta giấy phép để hợp lý hóa hành động ích kỷ của ngã và phi đạo đức bằng cách giả dối nói rằng "động lực của tôi là từ bi bác ái".

Giới nhấn mạnh việc giảm bớt sự chấp thủ dính mắc, do đó các Tăng sĩ không được chạm vào vàng bạc hay những thứ quý giá. Các Giới Luật Bồ Tát, giả định có một sự kiểm soát tâm tốt về chấp trước và nhấn mạnh đến phúc lợi của người khác, chỉ rõ rằng người cúng dường sẽ bị tổn thương nếu chúng ta từ chối món quà bằng tịnh tài của họ. Trong trường hợp đó, chúng ta nên chấp nhận tiền và sau đó sử dụng nó để làm lợi cho người khác. Mặc dù những hành động này bề ngoài có vẻ mâu thuẫn, nhưng chúng đều là những Giới Luật để áp dụng cho tùy từng trường hợp độ người, lợi đại chúng hay một người trong quá trình huấn luyện.

Các Tăng sĩ tuân thủ các giới Mật Tông và hứa giữ Giới Luật thanh tịnh. Điều này sẽ giúp dễ giữ và chuẩn bị tốt hơn cho việc áp dụng giới Bồ Tát và các Giới Luật Mật Tông (*tantric*) cao hơn. Chúng ta không nên lấy cái cớ thực hành Mật Tông rồi bỏ mặc Giới Luật căn bản của mình. Ngược lại, chúng ta nên nghiêm khắc chặt chẽ giữ Giới Luật như băng sương, bởi lẽ nếu không, làm sao chúng ta có thể trông đợi có được giới Mật Tông, đây là cái khó có thể theo được?

CHƯƠNG 5

Định

Tầm Quan Trọng Của Thiền Định

Có rất nhiều lợi ích từ Thiền Định (*samādhi*) và thiền chỉ (*samatha, Śamatha*). Thiền chỉ kết hợp với thiền Quán Tuệ Minh Sát (*vipassanā, vipaśyanā*) sẽ giúp nhổ gốc rễ vô ngã, nguyên nhân chính của luân hồi (*saṃsāra*). Định mở cửa cho chúng ta phát triển phẩm chất đạo đức, hoà nhập Pháp vào tâm trí của chúng ta, và đạt được những trí tuệ siêu việt, đây là điều thiết yếu để đem lại lợi ích cho số đông một cách hiệu quả nhất. Nếu chúng ta nghiêm chỉnh thực hiện phương cách này, thì thực hành định lực (*samādhi*) là điều thiết yếu.

Thật hữu dụng khi tâm chúng ta định lại một chỗ, trước tiên chúng ta nên tập trung vào việc phát triển một sự hiểu biết rộng rãi về Phật Pháp và phát tâm cho việc thực hành những lời dạy của Đức Phật, chẳng hạn như hạnh buông xả hoặc phát Bồ Đề Tâm (bodhicitta). Nếu chúng ta phát triển samādhi với động cơ để có năng lực siêu nhiên thần thông, nổi tiếng, hoặc vẫn ở trạng thái nhập thiền an lạc, là chúng ta đang làm hại mình. Nỗ lực chúng ta đặt vào Thiền Định sẽ mang lại ít lợi ích, so với kết quả khi định được nuôi dưỡng với động cơ mong muốn giải thoát hoặc tỉnh giác.

Ý nghĩa của định cũng phụ thuộc vào ngữ cảnh. Định

tâm luôn hiện diện trong tâm trí của chúng ta, mặc dù nó đang thiếu phát triển. Các nghệ sĩ, học sinh, thể thao viên và thợ máy cần sức tập trung của định. Khác với Chánh Định trong Bát Chánh Đạo, đặc biệt tác ý đến sự tập trung đơn hướng, dẫn đến bốn trạng thái Thiền Định (jhāna, dhyāna). Định lực là một trạng thái tâm mạnh mẽ có thể kiểm soát các hoạt động tinh thần và sự sanh khởi của phiền não. Thiền chỉ có được là do sự an lạc của định lặng đưa đến (passaddhi, praśrabdhi) để có thể giữ tâm trí cân bằng với các đối tượng. "Thiền Định" cũng đề cập đến các Thiền Định đặc biệt cho phép hành giả dấn thân tham gia vào các hoạt động cụ thể (*đi, đứng, nằm, ngồi*).

Thiền Định cân bằng hợp nhất tâm với các yếu tố tinh thần liên quan đối tượng thiền bằng cách tác ý liên tục, Chánh Niệm về đối tượng khiến không loạn động và được sự an tĩnh khinh an vô biên. Do buông xả các phiền não, nên tâm trong sáng như một tấm gương phản chiếu rõ ràng đối tượng. Khi định kết hợp với trí tuệ, thì tâm sẽ được giác ngộ sâu sắc. Điều này rất khác với tâm trí bình thường của chúng ta hay bị phân tâm, chỉ thấy bề ngoài và thường gây ra phiền não.

Điều quan trọng là phải hành thiền (*samādhi*) dưới sự hướng dẫn của Thiền sư có chứng nghiệm. Trải nghiệm tâm linh là một sự khám phá tinh tế, và nếu không có hướng dẫn đúng, chúng ta có thể dễ lạc lối. Một Thiền sư giỏi sẽ có nhiều kinh nghiệm để san sẻ và hướng dẫn thiền sinh một cách khéo léo chính xác và khẳng định sự tiến bộ của chúng ta, như vậy sẽ tránh lo lắng vì đi đường vòng không cần thiết trong thực tập.

Chính Đức Phật đã nhấn mạnh đến việc nhập thiền (samādhi) và chứng các tầng thiền (jhānas). Trong truyền thống Pāli, các hướng dẫn Thiền Định chi tiết được tìm thấy trong các bài sớ giải và Thanh Tịnh Đạo Luận (Visuddhimagga). Theo truyền thống tiếng Phạn, các sớ luận của Bồ Tát Di Lặc (Maitreya), Vô Trước (Asaṅga) và Liên Hoa Giới (Kamalaśīla) đã thảo luận về thiền chỉ và Thiền Định rất sâu sắc.

Các cảnh giới hiện hữu và các phạm vi thuộc ý thức.

Nhiều Thiền sư quen thuộc với các cõi (*tồn tại, bhūmi – địa*) và các lĩnh vực thuộc ý thức (*avacara*), như được trình bày trong Pali A-tỳ-đạt-ma (*Pāli Abhidhamma*). Điều này rất hữu ích trước khi huấn luyện để giúp đạt được định (*samādhi*). Luân hồi (*Saṃsāra*) bao gồm ba cõi: Dục giới, Sắc giới và Vô Sắc giới. Tương ứng với đó là ba lĩnh vực của ý thức: ý thức Dục giới (*kāmāvacaracitta*), ý thức Sắc giới (*rūpāvacaracitta*) và ý thức Vô Sắc giới (*arūpāvacaracitta*) (CMA trang. 29- 31).

Còn có tâm thức siêu việt (*lokuttaracitta*). Cảnh giới của ý thức là các trạng thái tinh thần, trong khi cõi là những hành tinh có sự tồn tại mà trong đó chúng sinh được sinh ra.

Ba lĩnh vực của ý thức là những trạng thái ý thức trần tục; Chúng bao gồm trong luân hồi (*saṃsāra*) và đau khổ xảy ra thường xuyên nhất trong cảnh giới tương ứng của nó, một phạm vi ý thức đặc biệt không giới hạn ở lĩnh vực đó. Ví dụ, ý thức cõi Sắc giới xảy ra thường xuyên nhất cho những vị trời sinh trong cõi Sắc giới.

Tuy nhiên, con người trong Dục giới khi nhập thiền sâu, có thể bước vào cảnh định, tâm của vị ấy trở thành ý thức của cõi Sắc giới. Tùy theo độ sâu của thiền, mà vị ấy đạt được tầng thiền (*jhāna*) thứ nhất, thứ hai, thứ ba hoặc thứ tư. Nếu sự tập trung càng tinh tế hơn, thì tâm trí của vị ấy trở thành ý thức của cõi Vô Sắc giới, nhưng khi xuất định thì trở về trạng thái cũ của cõi Dục giới.

Nếu một vị đạt được mức thiền cụ thể nào đó và duy trì nó trong suốt phần đời còn lại của mình, vị ấy sẽ tạo nghiệp báo, sau khi chết, sẽ sinh ra trong cảnh Sắc giới hay Vô Sắc giới tương ứng với mức thiền đạt được. Thí dụ, thiền sinh đã đạt được tâm thức được gọi là căn bản của cảnh vô sắc, tạo ra nghiệp báo được sinh ra trong cõi vô sắc sau khi chết.

Truyền thống Pāli

Những bộ sớ giải truyền thống Pāli chính thức hóa trong ThanhTịnh Đạo Luận (*Visuddhimagga*) nói về bốn mươi đối tượng thiền để đạt được sự dừng lại của thiền chỉ. Tùy theo tánh cách mỗi thiền sinh, Thiền sư thường khuyên nên thực hiện một trong những đối tượng thiền như sau:

1. Đề mục mười tướng (*kasiṇas*): đất, nước, gió, lửa, màu xanh, vàng, đỏ, trắng, hư không giới hạn và ánh sáng.
2. Đề mục bốn đối tượng (*asubha*): tử thi trong quá trình tan hoại.
3. Đề mục mười hạnh (*anussati, anusmṛti*): quán niệm về Đức Phật, Pháp và Tăng già (*saṅgha*), Giới, Bố thí, Thiên (*cõi trời*), Chết, 32 phần của cơ thể, hơi thở và Niết Bàn.
4. Đề mục bốn Vô lượng tâm: (*brahmavihāra hoặc appamañña, apramāṇa*): từ (*mettā, maitrī*), bi (*karuṇā*), hỉ (*muditā*) và xả (*upekkhā, upekṣā*)
5. Đề mục bốn cõi Trời Vô Sắc: Tứ không (*arūpa*): Trời Không Vô biên xứ; Trời Thức Vô biên xứ; Trời Vô sở hữu xứ; Trời Phi Tưởng phi phi trưởng xứ.
6. Đề mục bột tướng (*ekasaññā*): quán sự phân hủy của thực phẩm.
7. Đề mục bốn đại (*dhātuvavaṭṭhāna*): đất, nước, gió, lửa.

Không phải tất cả bốn mươi đối tượng thiền đều là duy nhất của Phật Giáo. Các đề mục (*kasiṇas*) và đối tượng bốn cõi vô sắc, thân, hơi thở, thực phẩm và bốn yếu tố của cận định để mang lại sự tập trung (*upacāra samādhi*) cũng được các hành giả của các Tôn Giáo khác quán chiếu. Tất cả những đề mục khác cũng mang lại thiền vị đầy đủ (*appanā samādhi*), tức là jhānas. Bất kỳ đề mục (*kasiṇa*) nào cũng là điều kiện đạt được trí tuệ siêu việt đầu tiên trong năm trí tuệ.

Mỗi hành giả thích nghi nhất định với đề mục thiền cụ thể riêng. Một số vị hay bị dính mắc thích hợp với sự tập trung vào mười đối tượng bất tịnh hay các bộ phận của cơ thể. Ai thường đau khổ từ sự tức giận thì quán bốn vô lượng tâm hay bốn màu sắc (*kasiṇas*). Ai dễ phân tán tâm thì trụ nơi hơi thở. Ai nghiêng về đức tin thì tu sáu quán niệm. Ai thông minh thì quán cái chết, Niết Bàn (*nibbāna*), bốn đại và sự phân hủy của thức ăn. Các đề mục (*kasiṇas*) còn lại và đề mục bốn cõi vô sắc tất cả mọi người có thể quán.

Trước khi đi đến một nơi yên tĩnh để thực hành, hãy nghĩ rằng chúng ta đang cống hiến cuộc đời của mình cho Đức Phật. Điều này sẽ giúp làm mạnh mẽ thêm tâm trí. Một động cơ tốt với sự quyết tâm mạnh mẽ để đối đầu với các phiền não là yếu tố cần thiết để bắt đầu vào cửa tu tập. Yêu cầu Thiền sư đề nghị một đối tượng thiền cho mình và nhận hướng dẫn về cách phát triển thiền (*samādhi*) qua sự trải nghiệm đối tượng đó.

Khi bắt đầu một buổi thiền, hãy xem xét các bất lợi của dục lạc và khởi ý muốn thoát ly khỏi chúng. Nhớ lại những phẩm chất Thánh thiện của Tam Bảo, cảm thấy vui mừng rằng chúng ta đang bước vào con đường xuất ly thế gian mà tất cả các bậc Thánh xưa kia đã làm và tin tưởng rằng chúng ta sẽ đạt được an lạc hạnh phúc của Niết Bàn (*nibbāna*).

Có ba bước trong quá trình phát triển samādhi:

1. Chuẩn bị sơ khởi (*parikamma nimitta*),
2. Thực hành Chánh Niệm (*uggaha nimitta*), và
3. An trú liên tục nhờ duy trì nhất tâm trên đối tượng

quang tướng (*paṭibhāga nimitta*).

Ví dụ quán đất (*kasiṇa*), chuẩn bị một đĩa tròn của đất sét sạch khoảng bốn ngón tay, được đặt trên một bảng ở phía trước hành giả. Với đôi mắt mở to, chúng ta nhìn vào nó, suy nghĩ "đất, đất". Khi hình ảnh của đất vững chắc trong tâm trí, chúng ta liền nhắm mắt lại và tiếp tục tập trung "đất, đất". Đối tượng thực tế của thiền bây giờ là hình ảnh của đất, đó là một đối tượng của tâm thức, chứ không phải ý thức về thị giác. Đây là dấu hiệu chuẩn bị sơ bộ. Nếu hình ảnh mờ dần, chúng ta mở mắt và nhìn vào đất để làm mới sức nhìn của ta và rồi khép đôi mắt lại và Thiền Định về hình ảnh của đất xuất hiện với ý thức tinh thần của ta. Bằng cách này, chúng ta "phát triển đối tượng này", hình thành hình ảnh trong đầu dù khi chúng ta mở mắt và đóng lại.

Ở giai đoạn đầu của thực hành gọi là bước đầu sơ khởi (*parikamma samādhi*) phần lớn nỗ lực tác ý đến đối tượng, quán sát sự tán tâm khi có các trở ngại khác xuất hiện, thì phải áp dụng phương Pháp chuyển hóa (*thuốc giải độc*) để đưa tâm trở lại đối tượng thiền. Hành giả tiếp tục phát triển tu tập bước đầu (*parikamma nimitta*), cho đến bước hai là thực hành Chánh Niệm (*uggaha nimitta*). Bước hai này đối tượng vi tế hơn, dù mình nhắm hay mở mắt, đối tượng vẫn hiện ra trước mắt. Bây giờ nếu hành giả không nhìn vào tướng bên ngoài mà chỉ tập trung chủ yếu vào đối tượng trong tâm, thì đối tượng vẫn hiện trong tâm rõ ràng.

Tuy nhiên, nếu đề mục bị phai mờ, hành giả nhìn vào tướng đất (*kasiṇa*) bên ngoài bằng mắt lại. Tầm (*vitakka*) là tìm kiếm đối tượng bên ngoài là quan trọng bởi giúp hành giả trở nên quen thuộc với các đối tượng.

Khi hành thiền, năm Triền Cái sẽ bị dập tắt do năm tầng thiền chi (*jhānaṅga*). Ở đây "diệt trừ" có nghĩa là những chướng ngại không xuất hiện nữa. Sự dập tắt năm Triền Cái đưa đến sự thanh tịnh và khả năng phân biệt các chức năng của tâm. Khi thân và tâm khinh an; Tâm sáng suốt và hành giả cảm thấy hoặc là an lạc hoặc khinh an thanh thản.

Do không bị chi phối bởi những phiền não và năm Triền Cái, tâm trở nên tập trung hơn, thì bước thứ ba cuối là an trú liên tục nhờ duy trì nhất tâm trên đối tượng quang tướng (*paṭibhāga nimitta*) sẽ đạt được. Tâm trong sáng, thanh tịnh và sống động, không có màu sắc hoặc hình thể vật chất là một đối tượng duy nhất của ý thức tinh thần. Nó không có ba đặc tính của vô thường, khổ và vô ngã, v.v...

Ổn định vững vàng vào giai đoạn ba là khó, vì vậy thiền sinh phải duy trì mức Chánh Niệm cẩn thận, tiếp tục thực hành để đạt được thiền chỉ đầy đủ.

Thiền chỉ bắt đầu với trạng thái tập trung trước khi có thiền chỉ (*jhāna*) đầu tiên. Trong khi tiếp cận thiền, còn được gọi là giai đoạn buông bỏ (*vikkhambhana-pahāna*), được đánh dấu bởi sự dập tắt năm Triền Cái, thiền chỉ (*jhāna*) đầu tiên được đánh dấu bằng sự phát triển đầy đủ, ổn định của năm yếu tố: ly dục sinh hỷ, còn tầm còn tứ (*xóa bỏ ái dục, đạt được an vui, nhưng còn tiềm ẩn*).

Sơ thiền là mức nhập định (*thiền chỉ*) đầu tiên, nhưng phải là đã chứng được Chánh Niệm tỉnh giác, phá trừ xong năm Triền Cái. Hành giả như sống trong trạng thái thanh tịnh hơn và tự động, chứ không còn phải gắng sức giữ gìn như trong Chánh Niệm tỉnh giác nữa. Khi chứng được Chánh Niệm, hành giả thấy tâm mình cũng đã là thanh tịnh rồi, nhưng còn phải khéo léo giữ gìn nhè nhẹ. Nhưng từ Sơ Thiền trở đi, hành giả không còn phải giữ gìn nữa mà tâm tự động an trú trong định. Hành giả thấy thân của mình chuyển động từ trạng thái thô (*lúc phá xong Triền Cái trạo cử*) sang trạng thái mềm lỏng như một khối nước gì nhớt nhớt giống như xà bông. Trong sơ thiền, hành giả lìa bỏ được các ham muốn thế gian vì niềm an vui của nội tâm vừa đầy đủ, vừa thanh khiết, không cần phải giải trí bằng vật chất bên ngoài. Toàn thân hành giả luôn ở trong trạng thái vui sướng nhè nhẹ và tràn đầy. Sau khi chết, nếu vẫn còn giữ được trình độ này thì sẽ sinh vào sơ thiền của cõi trời Sắc giới.

Các Thiền sư gợi ý sử dụng hơi thở như là đối tượng thiền vì khi tập trung vào hơi thở khiến khả năng suy nghĩ chậm lại, làm định tâm khỏi tán loạn. Trong trường hợp này, ai bắt đầu bằng cách quan sát các cảm giác vật lý của hơi thở ở mũi và môi trên thì sẽ cảm giác hơi thở đi vào và thoát ra. Tác ý là một hình ảnh phát sinh từ cảm giác vật lý này. Khi hơi thở xuất hiện, người thiền tập chuyển sự chú ý của mình sang một tướng (*nimitta*) - một quả cầu đầy màu sắc hoặc một ánh sáng rực rỡ - điều đó trở thành đối tượng Thiền Định của hành giả.

Năm Triền Cái và năm thiền chi

Cả hai truyền thống Pāli và Phạn đều nói về năm Triền Cái (*nīvaraṇa*) và thuốc giải độc chúng là Chánh Niệm tỉnh giác ngay từ đầu.

Dục vọng (*kāmacchanda*) tạo ra ham muốn và chấp thủ. Trong khi trải nghiệm cảm giác khoái cảm về bản thân nó không phải là "xấu" nhưng sự tưởng nhớ nó, làm tâm trí tán loạn khỏi sự thực hành tâm linh là xấu. Quán tưởng vô thường và bản chất không thỏa mãn của khoái lạc giúp làm dịu tâm trí chúng ta. Ham muốn tình dục là mong muốn mạnh mẽ nhất của con người, nó có thể rất mất tập trung.

Quán chiếu không ngừng các bộ phận của cơ thể để thấy sự không hấp dẫn của chúng là một phương Pháp hiệu quả để chống lại nó.

Ác tâm (*vyāpāda*) có thể nảy sinh nơi một người đang bị đau nơi cơ thể hoặc tinh thần, cô đơn hoặc ý tưởng, âm thanh, ý nghĩ đang bị chi phối, v.v... Thiền về tình thương hay sự dũng cảm là thuốc giải độc.

Chứng mệt mỏi và hôn trầm (*thīnamiddha, styānamiddha*) thể hiện rõ ràng ở thể chất và tinh thần. Chứng mệt mỏi là một sự nặng nề của tâm. Tâm trí thiếu năng lượng, chán nản, lừ đừ bị kẹt trong sương mù không có lối thoát. Hôn trầm là muốn ngủ nhưng nó không liên quan đến việc thiếu ngủ hoặc bị mệt mỏi về thể chất. Trầm tư về phẩm chất của Tam Bảo, sự quý giá đời sống con người của chúng ta, cơ hội của chúng ta được tu dưỡng những phẩm chất tinh thần tuyệt vời, tiếp thêm sinh lực cho tâm trí. Quán tưởng ánh sáng mặt trời rực rỡ tràn ngập chúng ta, xua tan bóng tối tinh thần cũng rất hữu ích.

Trạo cử và hối hận (*uddhaccakukkucca, uddhatya-kaukṛtya*) đưa tâm rơi vào quá khứ hoặc tương lai. Trạo cử là một trạng thái tinh thần phấn khích hoặc bồn chồn, lo lắng, sợ hãi, và e ngại. Hối hận là một cảm xúc không thoải mái mà chúng ta đã làm một điều không nên làm hoặc đã không làm điều gì đó mà chúng ta nên làm. Chúng ta nên tập trung vào hơi thở hoặc bất kỳ đề mục nào khác có thể làm dịu tâm trí, phấn khích, bồn chồn và lo lắng. Tác ý vào giây phút hiện tại cũng rất hữu ích như: chúng ta đang ngồi trong một nơi an toàn, nuôi dưỡng đức hạnh và tập trung vào đối tượng thiền của chúng ta.

Nghi ngờ (*vicikicchā, vicikitsā*) liên quan đến việc nghi ngờ khả năng của mình, giáo lý, hay khả năng thực hiện các mục tiêu tinh thần của chúng ta. Sau khi xác định thì tinh thần hết mơ hồ, đưa tâm trí chúng ta trở lại đối tượng Thiền Định. Nghi ngờ này khác với tâm trí đạo đức muốn tìm hiểu và học hỏi như khi chúng ta nghi ngờ vì chúng ta không hiểu một chủ đề tốt, chúng ta nên đi đến một bậc Đạo sư và xin giúp rõ vấn đề.

Đức Phật dạy năm phương Pháp để huấn luyện tâm trí khi chúng ta mất đi đối tượng thiền của mình (MN 20). Khi một

Triền Cái không quá mạnh, chỉ cần tác ý trở lại tâm trí cho đối tượng thiền là đủ. Nhưng khi điều đó không hiệu quả, chúng ta phải tạm thời rời bỏ đối tượng Thiền Định và suy nghĩ về một chủ đề khác để chủ động chuyển hóa lại Triền Cái và đưa tâm trở lại trạng thái cân bằng. Thuốc chống trầm cảm để áp dụng theo thứ tự là:

1. Chú ý đến một đối tượng đúng đắn khác. Hãy quán chiếu ngược lại suy nghĩ hoặc cảm xúc đang phân tâm.
2. Quán chiếu sự nguy hiểm và các việc không thuận lợi của những suy nghĩ đó.
3. Đừng chú ý đến những suy nghĩ đó và làm điều gì khác.
4. Tác ý vào những suy nghĩ. Ví dụ như hãy tự hỏi mình: "Tất cả những yếu tố dẫn đến suy nghĩ và cảm xúc đang xuất hiện trong tâm trí này của chúng ta là gì?" Quan sát những suy nghĩ này từ từ tan cho đến khi biến mất yên lặng.
5. Thay thế một trạng thái tinh thần không tốt bằng trạng thái tâm đạo đức.

Bằng cách sử dụng các biện Pháp đối phó này một cách nhất quán và đúng cách, chúng ta có thể trở lại đối tượng Thiền Định của chúng ta và giảm những trở ngại. Theo thời gian tâm sẽ trở nên lắng đọng, trụ một chỗ và tập trung.

Khi tu tập năm thiền chi sẽ đạt được sự khinh an nhất tâm, đánh dấu hành giả bước vào trạng thái sơ thiền (jhāna).

- Tầm (*vitakka, vitarka*): tâm hướng tới đối tượng cần quan sát.
- Tứ (*vicāra*) là tâm đi sâu, suy xét kỹ đối tượng. Nhờ đó, không còn nghi hoặc. Tầm là biết tìm tiếng chuông, trong khi tứ là sự kết hợp tinh tế với sự cộng hưởng của âm thanh.

- Hỉ (*pīti, prīti*) là tâm cảm thấy vui vẻ, không còn sân giận. Do tâm lắng sâu xuống, thanh bình.
- Lạc (*sukha*) là tâm cảm thấy vui vẻ, không còn hối tiếc lăng xăng. Sự hỉ lạc phát sinh liên tục, do sự nhập thiền trở nên tinh tế hơn và sự tập trung sâu hơn. Hỉ lạc là kết quả của tầm và tứ. Hỉ lạc là trạng thái vui thô thiển hơn khi so với lạc là niềm hạnh phúc, yên tĩnh và khinh an.
- Nhất tâm: (*ekaggatā, ekāgratā*) tâm chuyên chú vào một điểm, tức là đối tượng được lựa chọn để quan sát. Tâm không còn bị phân tán, tán loạn. Đó là sự tĩnh lặng thư giãn của tâm trí an trú chỉ một việc vào đối tượng Thiền Định.

Khi thiền sinh tiếp cận với sơ thiền (*jhāna*), sẽ tăng cường năm thiền chi này theo tuần tự. Khi tất cả năm thiền chi đều có mặt và cùng nhau thâm nhập vào tâm tĩnh lặng thì lúc đó, sơ thiền (*jhāna*) sẽ đạt được.

Năm thiền chi này phải kiên nhẫn tu tập. Chúng ta không thể tự mình đạt được sự tập trung hoặc không thể tiếp cận với sự tập trung hoàn toàn. Nếu chúng ta nỗ lực nhất quán thực hành năm thiền chi và khi thành tựu mạnh mẽ, tâm sẽ tự thâm nhập chúng hoàn toàn.

Một tâm với định giống như một căn phòng chỉ có một cái ghế. Khi chiếc ghế bị chiếm giữ, một khách mời đến phòng bỏ đi ngay lập tức vì không có chỗ cho anh ta ngồi. Tương tự, khi định (*samādhi*) tập trung chuyên nhất vào đối tượng Thiền Định, thì những tư tưởng khác không thể ở lại trong tâm trí.

Định lực không loại trừ các Triền Cái và phiền não bởi chúng ngăn chặn các hình thức biểu hiện của thiền. Chỉ có trí tuệ phát triển bằng cách hợp nhất giữa thiền chỉ và thiền quán sâu sắc mới có thể diệt trừ chúng hoàn toàn.

Tứ Thiền (*Jhānas*)

Một thiền giả trong cõi người có thể đạt được tứ thiền cõi trời Sắc giới và tứ thiền cõi trời Vô Sắc giới. Tùy trạng thái nhập thiền cao thấp, mà tầng thiền tăng giảm khác nhau. Tuy nhiên, các tầng thiền Vô Sắc giới không hữu ích cho việc nuôi dưỡng trí tuệ bởi lẽ tâm trí còn kẹt vào thức định.

Trong Kinh điển của Pāli, Đức Phật mô tả Chánh Định qua tứ thiền (*jhāna*), được phân biệt bởi các yếu tố thành phần của chúng. Trong khi, các kinh sớ trong A-tỳ-đạt-ma luận (*Abhidhamma*) phân tích tứ thiền khác biệt một cách siêu nhiên và chúng cũng đến cùng một điểm chung. Bảng ở trang sau cho thấy cả hai cách trình bày này.

Lực thiền là tập trung, sáng suốt và không bị căng thẳng. Thiền đạt được thông qua những nỗ lực cân bằng tâm nhưng không chặt chẽ. Tâm hoàn toàn không vướng mắc vào sáu trần, mặc dù có một số ý kiến khác nhau về việc có nhận thức âm thanh hay không. Nhưng ngay cả khi có nhận ra âm thanh, nó cũng không làm phiền tâm trí. Tâm trí bị tách rời khỏi các trạng thái phi đạo đức và năm Triền Cái.

Một số người hiểu lầm rằng Phật Giáo đòi hỏi chúng ta phải từ bỏ niềm vui. Ở đây, chúng ta thấy không phải như vậy. Chúng ta chủ động trau dồi hỉ và lạc tràn ngập toàn thân trong giai đoạn đầu tiên của sơ thiền (*jhāna*) (MN. 39:15). Hỉ và lạc giúp ngăn chặn sự ám ảnh của tâm trí với niềm vui cảm xúc có thể ngăn chặn việc tạo ra các nghiệp xấu khi tiếp xúc sáu trần.

Cũng như sự chuyên nhất trong tập trung là cần thiết trước khi đạt được sơ thiền (*jhāna*), cần phải có sơ thiền trước khi đi đến nhị thiền, v.v... Điều này liên quan đến việc hoàn thiện kỹ năng của chúng ta trong các tầng thiền thấp để chúng ta có thể bước vào, an trú và từ đó nhập thiền mà không gặp khó khăn. Chúng ta có thể trú trong thiền đó đến khi nào mà chúng ta muốn và khi đó tâm trí chúng ta sẽ hiện lên rõ ràng, không có bối rối về trạng thái đang có hoặc những gì đang xảy ra xung quanh chúng ta. Sau khi xuất thiền, chúng ta có thể xem lại những trải nghiệm thiền vị, lưu ý quá trình mà chúng ta nhập vào, an trú, và xuất thiền. Phân tích và hiểu rõ từng tiến trình của chúng.

Hành giả phải phát triển vài kỹ năng Thiền Định trong một tầng thiền (*jhāna*) trước khi tiếp tục bước lên tầng thiền cao hơn (SN 34): biết các thiền chi mà tầng thiền jhāna yêu cầu; nhập thiền (*jhāna*) dễ dàng; an trú trong jhāna; và có thể xuất thiền jhāna vào thời điểm chúng ta đã xác định trước khi vào nó; tâm trí thanh thản và làm cho nó linh hoạt; tỉnh giác và cảm thấy thoải mái với các trần; nhận biết một hay ba Pháp ấn đang là đối tượng thiền, dần dần lực thiền sẽ được nâng cao hơn; Giữ tâm cẩn thận khi nhập jhāna; Duy trì tính liên tục trong việc nhập thiền; thực hiện những phẩm chất cần thiết và có lợi cho sự tập trung của thiền vị.

Tiến Trình Của Tứ Thiền

TẦNGTHIỀN	LUẬN A-TỲ-ĐẠT-MA	KINH
Sơ Thiền	**Hiện diện**: 1. Tầm 2. Tứ 3. Hỉ 4. Lạc 5. Nhất tâm	**Không còn**: 1. Dục lạc 2. Tâm xấu ác **Hiện diện**: 1. Tầm 2. Tứ 3. Hỉ 4. Lạc
Nhị Thiền	**Hiện diện**: 1. Hỉ 2. Lạc 3. Nhất tâm	**Không còn**: 1. Tầm 2. Tứ
		Hiện diện: 1. Thanh tịnh 2. Nhất tâm tánh cảnh 3. Hỉ 4. Lạc

Tam Thiền	**Hiện diện**: 1. Lạc 2. Nhất tâm	**Không còn**: 1. Hỉ **Hiện diện**: 1. Hành xả 2. Chánh Niệm 3. Chánh trí 4. Thọ lạc
Tứ thiền	**Hiện diện**: 1. Không khổ, không lạc 2. Niệm thanh tịnh	**Không còn**: 1. Khổ vui nơi thân 2. Hỉ và lạc **Hiện diện**: 1. Trung tánh 2. Niệm thanh tịnh 3. Xả thanh tịnh 4. Tâm sáng, không bị mờ nhạt, thoát khỏi sự không hoàn hảo, uyển chuyển, dễ sử dụng, ổn định và đạt đến xả lạc vi diệu của tam thiền.

Khi chúng ta phát triển những kỹ năng này và trở nên quen thuộc với sơ thiền (*jhāna*), chúng ta bắt đầu trầm tư rằng sơ thiền thật là tuyệt vời và chắc chắn hơn cả thú vui của Dục giới, vì Dục giới vẫn có một số lỗi, chưa thoát khỏi dục tâm với năm Triền Cái, phiền não, tầm và tứ là các yếu tố tương đối thô. Chúng ta nhớ lại rằng Đức Phật có nói về một tầng thiền khác thậm chí tuyệt vời và hỉ lạc hơn, trong đó thô và tế hoàn toàn vắng mặt. Sau khi quán chiếu nhiều lần những khiếm khuyết của sơ thiền và những lợi ích của nhị thiền, chúng ta quyết tâm đạt được nhị thiền (jhāna). Theo các sớ luận Pāli, sự nhận hiểu này xảy ra sau khi chúng ta đã rời khỏi sơ thiền và tiếp tục ý thức bình thường, bởi vì không có tư duy hoặc các cân nhắc khi nhập thiền.

Khi xả thiền, chúng ta nhận được tứ sự cúng dường - thực phẩm, nơi trú ngụ, Y áo và thuốc men - với cách sống Chánh Mạng, chúng ta thường thiền hành, thiền tọa, và Chánh Niệm kiểm soát giấc ngủ vào giữa đêm. Trong các buổi hành thiền, chúng ta tiếp tục tập trung vào các đề mục thiền và tăng cường sự tập trung, để đi thẳng vào thiền thứ hai mà không đi qua sơ thiền.

Để đạt được sơ thiền, tầm và tứ là cần thiết để hướng tâm đến đối tượng thiền và giữ trạng thái an trú đối tượng đúng. Bây giờ lên trạng thái nhị thiền, các yếu tố khác thực hiện các chức năng này, do đó, tầm và tứ không còn nữa. Sự tĩnh lặng bên trong và sự rõ ràng của tâm trở nên nổi bật hơn. Hỉ và lạc hiện diện và sự thống nhất một chiều của trí tuệ đã hiển hiện một phần, do đó sự tập trung càng tăng lên. Trong khi hỉ và lạc trước đó chưa có do bị năm Triền Cái cản trở, bây giờ chúng hiện diện rõ ràng do sức mạnh của định lực (*samādhi*).

Giống như tiến trình của sơ thiền, khi chúng ta làm quen và luyện tập trong nhị thiền (*jhāna*) này, phát triển các kỹ năng đã đề cập ở trên. Mặc dù, chúng ta mới trải nghiệm nhị thiền (*jhāna*) là cao hơn rất nhiều so với sơ thiền, sau một thời gian chúng ta phát hiện thấy những khiếm khuyết của nhị thiền như: khi sự tập trung sâu hơn, trạng thái hỉ phấn khích quá mạnh làm cho tâm trí quá phấn khởi. Hiểu sâu hơn về các tầng thiền, chúng ta quyết tâm tiến tới để đạt những tầng cao hơn. Với ý định buông xả hỉ, chúng ta làm mới sự luyện tập với đề mục, tăng cường định lực cho đến khi hỉ biến mất. Khi đó, tam thiền sẽ xuất hiện. Thân chúng ta trở nên an lạc nhẹ nhàng. Hỉ biến mất, chỉ còn một trạng thái an lạc toàn thân gọi là "Ly Hỉ Diệu Lạc". Tam thiền thâu nhiếp năm chi hành xả, Chánh Niệm, chánh tuệ, thọ lạc cùng tâm nhất tánh cảnh. Vì Tam thiền xả bỏ hỷ lạc tối thắng của Nhị thiền mà trụ vào "hành xả" đối với phi khổ phi lạc cảnh giới, nhờ tiếp tục tu tập Chánh Niệm chánh tri nên sinh ra "ly hỷ diệu lạc". Vì "vui như cõi tam thiền", nên cơ thể của chúng ta tràn đầy một niềm an lạc dễ chịu. Nuôi dưỡng thiền chi trong nhiều khía cạnh của tam thiền, chúng ta được phát triển và thấm đẫm trong sự thành thục của thiền vị đó.

Cũng giống những cái trên, một thời sau, chúng ta nhận thấy rằng tam thiền còn thiếu sót bởi vì cảm giác vui là vẫn rơi vào trạng thái chấp thủ thô sơ hoặc vi tế.

Một cảm giác trung lập không khổ, không vui sẽ là sự hỗ trợ tốt nhất cho việc xả niệm thanh tịnh. Biết được còn có tầng thiền cao hơn, chúng ta quyết tâm đạt được tứ thiền (*jhāna*) và thực hành thâu nhiếp bốn chi hành xả, niệm thanh tịnh, phi khổ lạc thọ cùng tâm nhất tánh cảnh. Khi các chi này đủ mạnh, lạc sẽ biến mất và chúng ta bước vào trạng thái thiền thứ tư. Khổ và lạc biến mất, hành giả lúc này ở trong trạng thái Thiền Định tâm nhất tánh cảnh và cứ như vậy tiến hành, cho nên được gọi là "Tự Tánh Chi" hay còn gọi là "Xả Niệm Thanh Tịnh". Bây giờ, hành giả: "đang tràn ngập thân thể này với một tâm trí thanh tịnh, để không có phần nào của toàn thể thân thể không được tràn ngập bởi tâm thanh tịnh" (MN. 39:18). Tâm sáng suốt an trú trong xả niệm thanh tịnh, không bị xáo trộn bởi hỉ.

Trạng thái này là tầng thiền cao trong tâm phàm phu, bởi lẽ sức tập trung sâu hơn, linh hoạt hơn, tinh tế hơn và có khả năng nhận thức rõ ràng hơn so với các trạng thái thiền khác còn bị che khuất bởi dục vọng. Những hành giả đã đạt được bất kỳ tầng thiền nào của bốn thiền sẽ thấy niềm vui Dục giới là vô nghĩa và nhàm chán. Hành giả hưởng thiền vị, đạt được cái cực thiện thanh tịnh, nên là nơi có thể trú trong nhiều ngày và sau khi xuất thiền thì thân tâm rất tươi mới an lạc, không giống người phàm đi du lịch các kỳ nghỉ, nhưng khi trở về thì mệt mõi, sức khỏe cạn kiệt.

Một số Thiền sư khuyến khích các môn đệ sử dụng tuệ tri sâu sắc để phân tích các trạng thái xuất và nhập thiền (*jhana*) để giác tỉnh rằng những trạng thái hỉ lạc phát sanh tùy thuộc vào nhiều yếu tố nguyên nhân và các điều kiện, nên chúng là vô thường, vô ngã.

Quán chiếu phân tích như vậy sẽ giúp hành giả không tham ái và khao khát những chứng nghiệm thiền vị này cho lợi ích tiến thêm của họ. Nó cũng ngăn cản hành giả tránh quan điểm sai lầm khi cho rằng những trạng thái định này là chính tôi hoặc tôi đã đến đích tiếp xúc một đấng tối thượng. Hơn nữa, những quán chiếu như vậy ngăn cản các sự cám dỗ tự phát. Thay vào đó, hành giả lại thấy một lần nữa rằng các Pháp là vô ngã.

Tứ Không (*bốn tầng thiền của cõi vô sắc*)

Vượt trên tứ thiền (*jhānas*) là bốn trạng thái thiền tứ không sâu xa, trong đó sự an lạc tinh thần vẫn không bị quấy rầy. Trong khi tiến bộ từ một thiền kế tiếp một tầng thiền khác bằng cách từ bỏ những yếu tố tinh thần thô, để nhận tế và tuần tự tiến triển qua bốn trạng thái thiền Vô Sắc giới.

Bốn tầng thiền đó là:

1. Cõi Không Vô Biên Xứ (*ākāsānañcāyatana, ākāśānantyāyatana*),
2. Cõi Thức Vô Biên Xứ (*viññāṇañcāyatana, vijñānānantyāyatana*),
3. Cõi Vô Sở Hữu Xứ (ākiñcaññāyatana, ākiñcanyāyatana),
4. Cõi Phi Tưởng Phi Phi Tưởng Xứ (*n'evasaññānāsaññāyatana, naivasañjñānāsañjñāyatana*).

Trạng thái cuối cùng gọi là đỉnh của luân hồi (saṃsāra) bởi vì còn chút xíu chấp vào thức định vi tế nên còn kẹt trong luân hồi.

Để đi vào cảnh thiền Vô Sắc giới, chúng ta tập trung vào một cõi sáng suốt hoặc màu xanh sáng rực rỡ, đó là dấu hiệu tương ứng của thiền và nó mở rộng cho đến khi lớn như không gian. Không phân chia biên giới, liền mạch, và tràn ngập không gian, màu xanh là điều duy nhất trong lĩnh vực thiền của chúng ta có khả năng có thể nhận thấy. Chúng ta nhập thiền trong sắc thái rộng lớn này với tâm trí của tứ thiền (*jhāna*) để nhập vào cõi không vô biên xứ. Lúc đó, chúng ta sẽ thấy rằng thiền thứ tư là xả thanh tịnh, vẫn bị khiếm khuyết vì đối tượng của nó là một hình thức, và một sự hấp thụ thiền quán không có hình thức sẽ cao hơn và an lạc hơn. Do đó, chúng ta có thể tiến lên để đạt được thiền của không gian vô hạn và quyết lòng: "Hãy để hình thức thiền thứ tư này biến mất", chúng ta loại bỏ các màu xanh bao trùm tất cả không gian. Khi tâm của chúng ta được chuẩn bị chu đáo, ánh sáng xanh biến mất, và tất cả những gì còn lại như một đối tượng của nhận thức là không gian vô tận nơi mà ánh sáng chói lọi đã được hiện lên. Tâm thức đang hòa nhập trong không gian vô hạn, không có nhận thức nào về các hình thức. Do đó, chúng ta bước vào và ở trong không gian vô hạn, gọi là cõi Không vô biên xứ, thiền đầu tiên của cõi Trời Vô Sắc.

Khi chúng ta quen với không gian vô hạn, chúng ta quán sát rằng ý thức nhận thức được không gian vô hạn như thể ý thức tràn ngập khắp không gian vô hạn. Chuyển sự chú ý của chúng ta từ không gian vô hạn đến vô tận của ý thức bao trùm nó, chúng ta quyết tâm đạt được sự hấp thụ vào ý thức vô tận.

Bằng phương cách xác định và thực hành liên tục lặp đi, lặp lại, nhận thức về không gian trôi đi và chỉ có ý thức mở rộng vô hạn. Chúng ta nhập vào trạng thái vô sắc thứ hai là Thức Vô Biên Xứ.

Khi chúng ta quen thuộc với sự nhập thiền vô thức, chúng ta lại quán chiếu rằng trạng thái này còn khiếm khuyết. Bây giờ chúng ta tập trung vào bản chất vô hạn của tâm thức vô hạn cho đến khi nhận thức về ý thức giảm đi và chỉ có nhận thức về hư vô. Tập trung vào sự không tồn tại của ý thức về không gian vô hạn, chúng ta đi vào nhập thiền trên nền tảng hư không của thiền vô sắc thứ ba gọi là Cõi Vô Sở Hữu Xứ.

Sau khi trở nên quen thuộc với điều này, chúng ta chú ý tới sự hiểu biết về sự trống rỗng. Ý thức đó rất tinh tế, và khi chúng ta tập trung vào nó, chúng ta bước vào trạng thái vô sắc thứ tư có đối tượng của nó là ý thức nhận thức được tính không. Sự nhập thiền này rất tinh tế khi ở trạng thái trong đó, chúng ta không thể nói liệu sự thị hiện thiền này có hay không. Không phân biệt đối tượng, không phải không phân biệt đối tượng là đề mục của thiền thứ tư vô sắc Cõi Phi Tưởng Phi Phi Tưởng Xứ.

Những hành giả được sinh ra trong cõi vô sắc do đạt được những trạng thái Thiền Định khi họ ở trong những trạng thái samādhi này trong nhiều năm. Khi nghiệp báo cõi trời của họ cạn kiệt, những vị này sẽ tái sanh trong cõi luân hồi (*saṃsāric*) khác.

Khi Đức Phật vẫn còn là Bồ Tát, đã luyện tập với hai vị Thiền sư và nắm được sự hấp thụ về không phân biệt, không phân biệt đối xử. Nhận ra rằng tâm trí của mình vẫn không hoàn toàn thoát khỏi những phiền não, Đức Phật trân trọng khởi hành. Dưới gốc cây Bồ Đề, Đức Phật đạt được toàn giác.

Tám Giải Thoát

Đức Phật nói về tám trạng thái giải thoát (*vimokkha, vimokṣa*), các trạng thái Thiền Định sâu lắng sẽ mang lại sự giải thoát tạm thời khỏi các phiền não (MN. 77:22) như bốn thiền (*jhāna*) đã dùng:

1. Một hình thức bên trong được diễn tả như một màu sắc trên thân thể của người khác.
2. Một hình thức bên ngoài, được diễn tả như một màu (*kasiṇa*) hoặc một màu sắc trong cơ thể của người khác.
3. "Sự tuyệt đẹp" được mô tả như một màu sắc (kasiṇa) thanh tịnh hay bốn phạm thiên (*brahmavihāras*).

4-7. Bốn cõi Thiền Vô Sắc.

8. Không còn tưởng và cảm xúc (*saññāvedayitanirodha, saṃjñāveditanirodha*), còn được gọi là sự chứng Diệt tận định (*nirodhasamāpatti*).

Trạng thái cuối cùng, sự dừng lại tạm thời của tất cả hoạt động hiển nhiên của sáu ý thức, đòi hỏi có cả định và tuệ. Không giống như bảy giải thoát đầu tiên, có thể đạt được bởi những người phàm, còn bậc giải thoát thứ tám chỉ có thể đạt được do bậc A-na-hàm và A-la-hán, là những Thánh giả đã chứng bốn thiền (*jhānas*) Sắc giới và bốn thiền Vô Sắc giới.

"Abhisamayālaṃkāra" của Bồ Tát Di Lặc (*Maitreya*) trong truyền thống Phạn ngữ (*Sanskrit*) cũng giải thích tám giải thoát định nghĩa rằng "Các bậc Thánh giả ở các bậc thiền này sẽ không bị ô nhiễm bởi những phiền não.". Ba bậc đầu tiên được gọi là "ba lộ trình buông xả" bởi lẽ không còn chấp trước vào các hình thái, Bồ Tát loại bỏ những trở ngại phát sinh nhiều hình thức để đáp ứng nhu cầu của chúng sinh. Ở đây các Ngài 1- phát ra nhiều hình thức trong khi cơ thể của các Ngài vẫn còn có thể nhìn thấy được người khác, 2- phát ra nhiều hình dạng trong khi cơ thể của các Ngài không nhìn thấy được người khác, 3- các Ngài vượt trên sự thích và không thích những hình dạng đẹp và không đẹp tương ứng. Bồ Tát thực hành tám giải thoát và chín tầng thiền (*Tứ thiền, Tứ không và Diệt thọ tưởng định*) vì lợi ích của chúng sanh.

Thần thông

Trong khi mục tiêu quan trọng nhất của giáo lý Đức Phật là chấm dứt sự tái sanh dưới ảnh hưởng của vô minh và nghiệp chướng, để đạt đến Niết Bàn (*nibbāna*), thì những bài Kinh cũng tán dương những thành tựu tâm linh này. Khi hành giả thông suốt vượt qua mọi khía cạnh của tâm thiền (*jhānas*) và bốn thiền vô sắc được tán dương vì trạng thái an lạc và xả niệm thanh tịnh.

Khi hành giả thông suốt các hiện tượng bên ngoài và hiện tượng tự nhiên, thì hành giả sẽ đạt được năm trí hay năm thần thông đầu tiên (*abhiññā, abhijñā*). Quả của Thiền Định (*samādhi*) là năm thần thông sẽ mang lại cho các hành giả sức mạnh thể chất và tinh thần siêu nhiên, cho phép hành giả thực hiện những kỳ công không thể giải thích bằng các phương tiện khoa học có sẵn.

Trong khi một số người không phải là Phật tử xem thần thông là mục đích của con đường tu, thì Đức Phật nhấn mạnh rằng chỉ có Niết-bàn mới đích thực là sự giải thoát mọi sự khổ và đó là mục đích chính. Do đó, khi nuôi dưỡng những thần thông siêu nhân, điều cần thiết là có một động cơ tốt, để tránh rơi vào bẫy của kiêu ngạo và chấp thủ. Từ bi sử dụng những thần thông này để làm lợi ích cho người khác và truyền bá giáo lý của Đức Phật có ý nghĩa thì được.

Năm thần thông là:

1. Thần Túc Thông (*iddhi, ṛddhi*): khả năng di chuyển không hạn chế như phi thân, di chuyển tức thời. Thậm chí còn có thể tàng hình, hiện thân to, nhỏ tùy ý. Năng lực siêu nhiên được dựa trên sự tập trung mạnh mẽ của jhāna thứ tư. Chúng cho phép chúng ta phản đối luật khoa học thông thường bằng cách đạt được sự làm chủ thiên nhiên. Với thiên nhãn thông. chúng ta có thể làm cho cơ thể của chúng ta vào nhiều cơ thể và sau đó biến các cơ thể kia trở lại trong một thân thể. Chúng ta có thể trở nên vô hình, xuất hiện và biến mất theo ý chí, đi qua các bức tường và những ngọn núi một cách dễ dàng, đi dưới lòng đất, đi bộ trên mặt nước, và bay vào không gian.

Chương 12 của Thanh Tịnh Đạo Luận (*Visuddhimagga*) mô tả sự huấn luyện khắt khe cần thiết để thực hiện điều này, đạt được mỗi tầng thiền (*jhāna*) bằng cách sử dụng các đề mục (*kasiṇas*) khác nhau, tiến triển qua tất cả tám tầng thiền (*tứ thiền và tứ không*) theo thứ tự về phía trước và ngược lại, xen kẻ sự nhập thiền khác nhau v.v...

Với sức mạnh tinh thần phi thường này, chúng ta hướng tâm trí của chúng ta vào việc thực hiện các năng lực siêu nhiên. Thông qua sức mạnh của ý định, và dựa trên trí bén nhạy và sự nhanh nhẹn sâu xa này trong samādhi, chúng ta đạt được các năng lực thần thông siêu nhiên được mô tả ở trên.

2. Thiên Nhĩ Thông (*divine ear*) tăng khả năng nghe của tai, không bị trở ngại của ngôn ngữ, giống loài, có thể nghe được mọi âm thanh trên thế gian, hiểu được tiếng muôn loài. Có khả năng nghe thấy âm thanh trong thế giới của con người, cõi trời, các cõi khác và các hướng mà chúng sinh cư ngụ. Chúng ta có thể nghe những âm thanh xa xôi này dễ dàng như thể chúng đang ở gần đó.

3. Tha Tâm Thông (*understanding the minds of others*) khả năng biết được suy nghĩ của người khác. Chúng ta biết tâm trí của người khác như bị ảnh hưởng và không bị ảnh hưởng bởi sự chấp trước, tức giận và nhầm lẫn; bậc cao quý hay không cao quý, tập trung hay không tập trung, giải thoát hay không giải thoát. Các trạng thái tinh thần khác được biết đến rõ ràng như thấy một dấu chấm trên khuôn mặt của chúng ta được phản chiếu trong một gương sáng rõ ràng.

4. Thần Túc Thông (*Recollection of past lives*) khả năng nhìn thấy được trăm ngàn kiếp quá khứ của mình và người khác.

5. Thiên Nhãn Thông (*divine eye*) khả năng nhìn của mắt, không bị trở ngại bởi khoảng cách, chướng ngại vật, thậm chí còn nhìn xuyên thời gian, nhìn thấy những sinh vật ở thế giới khác. Với thiên nhãn, chúng ta có thể nhìn thấy chúng sinh chết và tái sanh trong kiếp sau theo nghiệp tương ứng của họ. Chúng ta biết những hành động của chúng sinh là nguyên nhân cho sự tái sanh trong những cõi cụ thể và có thể nhìn thấy những biến cố ở những nơi xa xôi và những không gian khác trong vũ trụ. Hành giả có khả năng thần thông này có thể sử dụng nó để biết được nghiệp của chúng sinh, chúng sanh nào sẽ có thể hưởng lợi ích trong khả năng thâm nhập Pháp, thì hành giả với sức mạnh siêu nhiên, sẽ đi đến những nơi này để dạy cho những chúng sanh đến thời cơ gặp Phật Pháp đó.

6. Lậu Tận Thông (*knowing the destruction of all pollutants*) khả năng làm chủ bản thân tuyệt đối, ý nghĩ được kiểm soát, không còn vọng tưởng (*suy nghĩ vẩn vơ*), không còn nghi ngờ, không bị nhiễm ô dù trong hoàn cảnh nào, tâm thức tĩnh lặng, xóa bỏ mọi nghiệp chướng (*tốt hoặc xấu*). Người đạt Lậu Tận Thông sau khi chết (*gọi là Viên Tịch hoặc Tịch Diệt*) sẽ không còn luân hồi sinh tử, sẽ ở trong một trạng thái vô cùng trong sáng, thoải mái, mà Phật Giáo gọi là Niết Bàn. Lậu tận thông là mục đích cuối cùng của bất cứ người nào Xuất gia theo Đạo Phật. Không giống như các thần thông khác, thần thông này đòi hỏi việc đoạn tận các lậu hoặc và không đòi hỏi toàn bộ năng lực của samādhi như là một điều kiện tiên quyết. Theo các luận nói rằng chúng ta có thể đạt được Lậu Tận Thông trên cơ sở của bất kỳ bốn jhānas hoặc tiếp cận thiền vị. Thần thông này nhận ra "người được giải thoát bởi trí truệ" (*cetovimuttipaññāvimutti, cittavimuktiprajñāvimukti*), và đạt đến Niết Bàn (*nibbāna*), hoàn toàn không có các phiền não. Đức Phật dạy ba thành tựu tâm linh là Niết Bàn, Thiền Định và thần thông, nhưng Ngài không mong tất cả các đệ tử của mình hoàn thành hai cái sau. Ngài biết đệ tử Phật có nhiều năng khiếu và sở thích khác nhau. Người đạt Niết Bàn nhưng không phải là hai khả năng kia là "người được giải thoát bởi trí truệ" (*paññāvimutta, prajñāvi- mukta*).

Người này có thể đạt được jhāna hoặc có thể đạt được giải thoát mà không có jhāna, do phát triển trí tuệ và tiêu trừ các phiền não trên cơ sở Thiền Định. Những người chứng đạt Niết Bàn cũng như những tầng Thiền Định khác nhau đã làm chủ được rất nhiều trạng thái tinh thần và được gọi là "những người được giải thoát theo cả hai chiều" (*ubhatobhāgavimutta, ubhayatobhāgavi-mukta*). Các bậc Thanh Văn (*Śravakas*) đạt đến Niết Bàn (*nibbāna*) cũng như làm chủ các trạng thái tinh thần và có những thần thông được gọi là "những vị A La Hán có sáu thần thông" (*chalabhiññā arahant, ṣaḍhhijana arhat*). Tại các nước Phật Giáo Nguyên Thủy (*Theravāda*), chúng ta tìm thấy cả ba bậc Thánh này cho đến ngày nay.

Tôi nghe nói về một nữ thiền sinh, người Ấn Độ tên là Dipaha, người nổi tiếng với tư cách là người vào dòng Thánh (*Tu-đà-hoàn*); cô đã qua đời cách đây hơn hai mươi năm. Theo lời mô tả của Sư phụ của Cô, Cô đã nắm vững tất cả tám trạng thái thiền định và năm thần thông thức. Cô có thể nhập thiền trong một khoảng thời gian cụ thể nào đó và xuất thiền theo như ý muốn chính xác vào thời điểm nào đó. Sư phụ của Cô chứng thực về năng lực của cô bằng cách: một ngày, Ông nhìn thấy Cô đang trôi nổi trên bầu trời phía trên các ngọn cây bên ngoài cửa sổ của mình và vào một lần khác nhìn Cô lặn xuống mặt đất và nổi lên từ mặt đất.

Một ngày nọ, Sư phụ và một Thiền sư khác sắp xếp cho một người nào đó để ở bên Cô ấy tại một địa điểm, nhưng cùng lúc, Cô lại hiện diện một chỗ xa cách mười dặm vì có một cuộc hẹn khác. Thế đó, có rất nhiều câu chuyện như vậy về Cô ấy, nhưng Cô ấy vẫn luôn là một hành giả hiền lành và chân thành. Cô ra đi một cách đầy thú vị: Cô cúi chào Đức Phật và qua đời trước khi Cô đứng dậy được.

Năm thần thông đầu tiên là năng lực trần tục đạt được qua jhāna thứ tư. Lậu tận thông là siêu thế gian. Mặc dù những người không phải là Phật tử có thể hiện thực năm thần thông đầu tiên, nhưng chỉ có Phật tử mới phát triển trí tuệ cần thiết để đạt đến cái thứ sáu, giải thoát của bậc A-la-hán. Ba thần thông còn lại: túc mạng thông, thiên nhãn thông và lậu tận thông là ba trí mà Đức Phật đã đạt được dưới gốc cây Bồ Đề.

Đôi khi có hai phần khác như minh sát tuệ và cơ thể tinh thần – cũng được nằm trong danh sách các thần thông, nên tổng cộng là tám. Minh Sát Tuệ (*vipassanā ñāṇa, vipaśyanā jñāna*) nhận biết rằng: "Thân thể này của tôi, được tạo thành từ hình thể vật chất, bao gồm bốn đại, do tinh cha huyết mẹ sinh ra, được chế tạo từ cơm và cháo phải chịu sự vô thường ... Ý thức của tôi được hỗ trợ bởi nó và gắn bó với nó"(MN 77:29).

Nhờ năng lực của thiền na (*jhāna*), chúng ta có thể tạo ra một thân thể tinh thần (*mano-mayakāya*) - một thân thể vật chất với chân tay và các nguồn cảm giác, đó là bản sao chính xác của thân thể chúng ta. Một khi cơ thể tinh thần được chiết xuất từ cơ thể vật chất - giống như một cây sậy được chiết xuất từ vỏ bọc – tâm chúng ta kiểm soát, vì nó không có tâm trí của riêng nó; mặc dù đối với người khác, nó giống như một cơ thể bình thường được di chuyển theo ý thức của chính nó. Thân thể tâm trí có thể du hành đi đến những nơi xa xôi trong khi chúng ta vẫn ở tu viện. Nó có thể đang dạy Phật Pháp ở nơi khác và khi xong mục đích phục vụ, chúng ta có thể khiến nó trở lại cơ thể chúng ta.

Theo truyền thống Phạn ngữ, việc nuôi dưỡng năm thần thông đầu tiên là cần thiết cho Bồ Tát, để đem lại lợi ích lớn cho chúng sinh và tích lũy được vô lượng công đức cần thiết để đạt được sự giác ngộ trọn vẹn. Bồ Tát đi đến cực lạc, nơi các Ngài có thể lắng nghe lời dạy Pháp trực tiếp từ Đức Phật và tạo ra vô lượng công đức bằng cách dâng phẩm vật cúng dường cho chư Phật và Thánh chúng ở đó. Tuy đang ở đó, nhưng bằng thiên nhĩ thông, Bồ Tát có thể cũng đang lắng nghe lời dạy ở những nơi khác.

Hiểu được tất cả các ngôn ngữ, các Ngài có thể nghe một loạt các giáo lý và có thể giảng cho đệ tử bằng ngôn ngữ riêng của họ. Thông qua tha tâm thông, Bồ Tát trực tiếp biết được sở thích và định hướng của người khác cũng như các mô hình cảm xúc và những suy nghĩ thường xuyên của chúng sanh để các Ngài có thể dạy cho họ cách khéo léo. Thông qua túc mạng thông, Bồ Tát có thể tìm kiếm những người cố vấn tinh thần, những bậc Đạo sư hành Pháp và những người bạn tâm linh mà chúng sanh đó quen biết trong những kiếp trước, để giúp chúng sanh đó tiến bộ nhanh chóng trên con đường đạo.

Thiên nhãn thông cho phép các Bồ Tát biết được những khuynh hướng nghiệp báo của người khác và khả năng tu học Pháp của họ, do đó các Bồ Tát có thể tiếp xúc và hướng dẫn theo căn cơ của họ. Các Bồ Tát cũng biết những kết quả nghiệp báo của hành động mà chúng sanh đang tạo ra bây giờ, nên các Ngài biết cách hướng dẫn họ cho có hiệu quả hơn. Bồ Tát có thể xác định được các đệ tử kiếp trước của họ và bởi sự liên kết nghiệp báo, nên các Ngài sẽ giúp họ trong những hình thức sống hiện tại tốt đẹp hơn.

Lậu tận thông là trí tuệ hiểu biết về mức độ đạt được tinh thần của chính họ và những con đường mà họ đã đạt được. Tuy Đức Phật đạt những thần thông siêu việt, Ngài không khoe khoang và ngăn cấm các đệ tử Ngài làm như vậy. Để đảm bảo rằng các Tăng sĩ luôn khiêm tốn, một trong những Giới Luật của chúng Xuất gia là không được tuyên bố công khai rằng mình là một vị A La Hán hoặc có những thần thông đặc biệt này. Suốt qua nhiều thời đại, các đệ tử của Đức Phật với những khả năng thần thông này đã sử dụng chúng một cách kín đáo, mà không gây chú ý, làm việc một cách không phô trương để lợi ích cho những người khác và cho việc truyền bá những lời dạy của Đức Phật.

Đạt được những thần thông này thông qua samādhi mà không có động lực chính xác, có thể sẽ nguy hiểm. Nếu ai đó không nuôi dưỡng lòng Bi mẫn, vị đó có thể sử dụng những năng lực này để có được sức mạnh, sự tôn trọng, hoặc đạt được danh lợi vật chất, thì sẽ cách xa mục đích của Phật Giáo là sự giải thoát và thức tỉnh hoàn toàn. Một vài người trần thế có được thiên nhĩ thông bằng sức mạnh của nghiệp, họ có thể biết một sự kiện trong tương lai hoặc những suy nghĩ của ai đó. Nhưng những khả năng này có giới hạn về phạm vi, bị mất khi chết và cái mà họ cảm nhận có thể không hoàn toàn đúng đắn theo đạo. Sở hữu thần thông thật ra không hẳn là người đó có sự giác ngộ.

Truyền thống Phạn

Các truyền thống Pāli và Phạn ngữ đã trình bày nhiều điểm giống nhau về các hướng dẫn để được thiền chỉ, chỉ có chút khác biệt như được giải thích dưới đây:

Về Thiền Định nói chung, chúng ta có thể nói về hai tiến trình: chỉ và quán - và hai loại Thiền Định: chỉ và quán. Chỉ: chủ yếu được sử dụng định để phát triển sự tĩnh lặng và quán: tuệ tri phân biệt quán chiếu để phát triển tuệ tri sâu sắc. Sự khác biệt giữa sự thiền chỉ và thiền quán không chỉ nằm trong đối tượng thiền mà chúng còn là cách để tâm thâm nhập với đối thể. Thiền chỉ tập trung vào đối tượng một cách rõ ràng, trong khi thiền quán tuệ tri phân tích nó một cách sâu sắc.

Các yếu tố bên ngoài - độ cao, nhiệt độ, thời gian trong ngày và sức khoẻ thể chất - ảnh hưởng đến khả năng thiền của chúng ta. Nếu không có điều kiện tốt, chúng ta có thể phát triển một vài sức định đó nhưng không phải hoàn toàn tĩnh lặng. Vì vậy, chúng ta nên tìm môi trường thích hợp trong và ngoài cho việc hành thiền. Ngài Vô Trước (*Asaṅga*) và Liên Hoa Giới (*Kamalaśīla*) khuyến khích chúng ta có những điều kiện sau đây khi thực hiện khóa tu để phát triển thiền chỉ và nhiều thiền sinh đã có thể hành thiền hàng ngày.

Thứ nhất, hãy sống trong một nơi yên tĩnh, thanh bình, an toàn với nước và không khí trong sạch, nơi chúng ta có thể đảm bảo dễ có thực phẩm, quần áo và chỗ ở. Hãy ở gần những Thiền sư, Đạo sư, hoặc những người bạn Pháp hữu, những người có thể giúp đỡ nếu có những vấn đề hoặc Triền Cái khởi lên. Trước khi bắt đầu khóa tu, phải có một sự hiểu biết rõ ràng, chính xác về cách thực hành và khắc phục những khó khăn có thể nảy sinh. Ngoài ra, không khởi ham muốn ái dục và an vui hài lòng với những gì đang có. Tránh tham gia vào các hoạt động thế gian hỗn loạn. Cuối cùng, quan sát hành vi đạo đức thuần túy, giữ gìn các Giới Luật mà chúng ta đã nhận được và từ bỏ mười điều ác.

Ý nghĩa thực sự của "sống ẩn dật" là liên quan đến việc từ bỏ những trói buộc của luân hồi (saṃsāra): từ bỏ những tư tưởng của quá khứ và tương lai và từ bỏ ham muốn dục lạc đối với các trần hiện tại (MN. 21:10). Nếu không có những điều này, sự kiêu ngạo của chúng ta có thể tăng lên bằng cách sống trong một nơi cô lập và nghĩ rằng: "Người khác nên khen ngợi tôi và cúng dường vì tôi là một Thiền sư vĩ đại đang làm những gì người khác không thể làm được". Chúng ta có thể đã từ bỏ thức ăn ngon nhưng thay vào đó lại nuôi dưỡng sự kiêu ngạo của mình!

Điều quan trọng là phải thực hành một cách nhất quán và tránh kỳ vọng quá lớn lao cho kết quả nhanh. Các buổi thiền ngắn rất được khuyến khích; Ngồi thiền lâu khiến tâm trí thắt chặt, gây trở ngại cho Thiền Định. Khi tâm trở nên ổn định, các buổi thiền hành sẽ được tăng lên từ từ. Tham gia vào các hoạt động thích hợp trong thời gian nghỉ giữa các buổi sẽ giúp tâm trí mới mẽ trong buổi thiền tới.

Tư thế và Đối tượng thiền

Có bảy tư thế thiền của Đức Phật Tỳ Lô Giá Na (*Vairocana*) để làm thẳng các đường năng lượng tinh tế trong cơ thể chúng ta, cho phép năng lượng gió (*pāṇa, prāṇa*) trôi chảy, làm cho tâm trở nên rõ ràng và trầm tĩnh hơn.

1. Ngồi trên bồ đoàn với đôi chân trong vị trí kim cương (*vajra*): chân trái trên đùi phải và chân phải trên đùi trái. Các vị trí chéo khác không làm chéo đầu gối cũng tốt. Nếu không thể ngồi chéo chân, chúng ta cũng có thể ngồi trên một băng ghế nhỏ hoặc trong một chiếc ghế thẳng lưng với bàn chân để bằng phẳng trên sàn đạo tràng.
2. Đặt tay phải trên bàn tay trái. Hai ngón tay cái chạm

nhẹ và đặt tay vào lòng, gần rốn của chúng ta. Một số Thiền sư khuyên nên đặt tay úp xuống trên đầu gối.

3. Giữ cho vai ở mức cao.
4. Làm thẳng lưng.
5. Hơi nghiêng đầu, nhưng đừng cúi xuống quá.
6. Giữ đôi môi và răng tự nhiên. Lưỡi nên ở trên vòm miệng để ngăn ngừa khát nước cũng như nước bọt thừa.
7. Hướng mắt nhìn mũi của chúng ta. Nếu điều này là khó khăn, thì chúng ta hướng xuống dưới, nhưng không tập trung vào bất cứ đối tượng nào.

Giữ đôi mắt mở ra một chút khi Thiền Định để ngăn ngừa buồn ngủ. Vị trí của mắt có thể khác nhau tùy theo cách chúng ta tu tập. Vị trí thân thể nên vững chắc và thoải mái.

Bắt đầu buổi Thiền Định bằng cách Quy Y Tam Bảo và phát Bồ Đề Tâm (*bodhicitta*). Tụng các bài Kinh để khởi đầu, nguyện các bậc Thầy hướng dẫn tinh thần và Tam Bảo khai thị để nâng cao tâm trí trong khóa tu. Khi hoàn thành khóa tu, hồi hướng công đức cho tất cả chúng sinh.

Trong khi bất kỳ đối tượng nào, bên trong hoặc bên ngoài, ban đầu có thể được sử dụng để tu tập thiền chỉ, đối tượng cuối cùng hoặc thực tế phải là một trong những nhận thức của ý thức tinh thần. Bởi vì Thiền Định được phát triển với tâm ý, chứ không phải là ý thức vọng tưởng. Mặc dù trước tiên chúng ta có thể quen với đối tượng bằng cách nhìn vào nó, chúng ta suy gẫm nó với tâm ý của chúng ta.

Vì chúng sinh có nhiều khuynh hướng khác nhau, nên Đức Phật đã mô tả có bốn loại đối tượng thiền chỉ:

1. Các đề mục mở rộng được gọi như vậy vì chúng được sử dụng cho sự phát triển của sự an lạc và trí tuệ sâu sắc.

2. Các đề mục để tịnh hóa các hành vi đối xử được thực hiện phù hợp với tính cách của mỗi chúng ta giúp chúng ta chống lại với thói quen phiền não. Những người có khát vọng lớn quán chiếu các khía cạnh xấu của đối tượng chấp trước của họ. Có người hay tức giận thì thực hiện Thiền Định trên tứ vô lượng tâm (*từ, bi, hỉ, và xả*). Có người hay bị tán loạn thì quán Lý Nhân Duyên, trong khi người hay kiêu ngạo thì quán ngũ uẩn (*sắc, thọ, tưởng, hành và thức*), mười hai xứ (*sáu căn và sáu trần*) và mười tám Pháp (*sáu căn, sáu trần và sáu thức*). Các đề mục này đặc biệt sẽ minh họa cho thấy lý vô ngã, không có cái tôi độc lập. Còn người hay vọng tưởng thì quán sổ tức, tập trung định về hơi thở để làm dịu tâm trí.
3. Các đề mục của sự quan sát uyển chuyển được gọi như vậy bởi vì có kỹ năng hoặc hiểu biết về chúng sẽ giúp chúng ta giác ngộ Tánh Không (*Sunna, Sunyata*). Những đề mục này là ngũ uẩn (*sắc, thọ, tưởng, hành và thức*), mười hai xứ (*sáu căn và sáu trần*) và mười tám Pháp (*sáu căn, sáu trần và sáu thức*), mười hai nhân duyên (*vô minh, hành, thức, danh sắc, lục nhập, xúc, thọ, ái, thủ, hữu, sanh, lão tử*) và các kết quả thích hợp và không phù hợp của các nghiệp chướng khác nhau.
4. Các đề mục để tịnh hóa phiền não sẽ giúp tinh lọc các đau khổ thô và tế trong ba cõi bằng cách tạm thời ức chế chúng - điều này sẽ xảy ra khi chứng nghiệm các tầng thiền là còn thô trong khi các tầng thiền cao là an lạc - hoặc nhổ gốc khổ bằng cách thông qua hành thiền trên mười sáu thuộc tính của bốn chân lý (*Khổ đế, Tập đế, Diệt đế và Đạo Đế*).

Ngoài bốn đề mục này, còn vài đề mục khác cũng có thể được sử dụng để tu tập thiền chỉ.

Bản chất thông thường của tâm là rõ ràng và thức tỉnh.

"Quán tâm trên tâm" có nghĩa là chỉ có tâm mà thôi, chẳng có người hay chúng sanh nào điều khiển hay làm tác nhân cả. Để thực hành điều này, chúng ta cần phải biết tâm là gì và có thể xác định nó. Phải Chánh Niệm, biết rõ khi tâm bị phân tán, che khuất và mờ dần bởi các đối tượng bên ngoài hay các ý niệm vọng tưởng bên trong. Khi nó có thể được nhìn thấy một mình, những phẩm chất của nó về sự rõ ràng (*quán chiếu các đối tượng phát sinh trong khía cạnh của chúng*) và nhận thức (*biết đối tượng*) trở nên rõ ràng.

Để xác định tâm, hãy nhìn một vật bằng một màu đồng nhất, và tập trung tâm đang cảm nhận màu đó. Ngay lập tức xác định bất kỳ các tán loạn có thể nảy sinh và trả lại sự tác ý của chúng ta vào bản chất tỉnh thức rõ ràng của tâm. Khi thực hành điều này, dần dần sự phiền nhiễu sẽ chấm dứt, và chúng ta sẽ nhận thức được một trạng thái ổn định, rõ ràng của tâm.

Khi tâm trí có thể an trú trong hiện tại, không bị xáo trộn bởi những tư tưởng của quá khứ và tương lai, chúng ta liền trải nghiệm một sự an tĩnh vắng lặng bởi chúng ta đã loại bỏ được tâm thức bị buộc vào các trần bên ngoài. Sau một thời gian, trải nghiệm an trú vào hiện tại này càng tăng, chúng ta sẽ thấu hiểu bản chất rõ ràng và giác biết của tâm. Đây là tâm, là đối tượng thiền để phát triển thiền chỉ về bản chất thông thường của tâm.

Các thực hành về đại ấn (*mahāmudrā*) và dòng tuệ giác trực tiếp (*dzogchen*) đều nhấn mạnh quán tâm để tu luyện thiền chỉ.

Việc sử dụng tâm làm đối tượng tác ý là một thử thách bởi vì nó vô tướng, chúng ta có thể dễ dàng hiểu lầm Thiền Định chỉ dựa vào quan niệm vô sắc hoặc rơi vào trạng thái trống không ngu ngơ. Trong cả hai trường hợp này, chúng ta đã mất đi đối tượng Thiền Định.

Không (*emptiness, suññatā*) như là đối tượng để tu tập thanh thản chỉ dành cho những người có khả năng tinh tế vượt trội, để giác biết sự trống rỗng vô nghĩa. Tạm thời có thể hiểu là họ tập trung vào sự trống rỗng như đã hiểu qua khái niệm. Ở đây, có một số nguy cơ rằng nếu họ thiếu sự xác định rõ ràng về không, thì họ sẽ dễ rời vào trạng thái ngu ngơ như hư không.

Để thuận lợi, nhiều Thiền sư đã đề xuất lấy hình tượng Đức Phật làm đối tượng để tu tập thiền chỉ. Điều này giúp chúng ta quán chiếu lại những phẩm hạnh, trí huệ, công đức, và Pháp tu khác của Đức Phật để làm đề tài quán tưởng về Đức Phật.

Bắt đầu bằng cách nhìn vào một hình ảnh của Đức Phật hoặc nhớ đến về một đoạn văn mô tả sinh động về Ngài. Hãy hạ thấp đôi mắt xuống và trong không gian trước mặt, chúng ta hãy nhìn Đức Phật như một sinh vật ba chiều với thân thể được làm bằng sắc vàng rực rỡ. Quán tưởng một hình sắc nhỏ khiến tâm trí tỉnh táo giác biết hơn; hình dung ra một thân sắc vàng mà ánh sáng rực rỡ giao hòa lẫn nhau (*laya*); quán tưởng rằng sự chú tâm nghiêm túc sẽ ngăn chặn những trạng thái tâm quá khích hay tán loạn.

Quán các tướng hảo của Đức Phật, sau đó tập trung duy nhất vào một tướng của cơ thể như một tổng thể. Nếu hình ảnh tan ra, hãy quán các tướng hảo khác và sau đó duy trì sự tác ý trên toàn bộ của cơ thể. Nếu một phần cơ thể của Đức Phật đã xuất hiện rõ ràng, hãy tập trung vào điều đó, và khi nó biến mất, hãy chú ý đến toàn bộ cơ thể. Đừng cố gắng khư khư quán chi tiết trước khi tập trung vào hình ảnh.

Thở là một đối tượng thiền tốt. Bằng cách tập trung vào hơi thở trong một thời gian dài, tâm trí trở nên an tĩnh và ổn định, mang lại sự nhẹ nhàng từ những phiền não.

Trước khi nghiêm túc tu tập để đạt sự an lạc, chúng ta cần

phải chế ngự bất cứ phiền não mạnh nhất nào, để nó không xâm phạm khi chúng ta hành thiền.

Theo lời hướng dẫn này, tâm trí của chúng ta sẽ uyển chuyển hơn khi thiền quán, và hành vi đạo đức cũng như tâm lý cũng sẽ được cải thiện. Một trạng thái tâm ổn định hơn sẽ tạo cơ hội để phát huy năng lực Thiền Định, bồ-đề tâm và trí tuệ.

Trong khi tu tập sự thiền chỉ, chúng ta nên sử dụng một đối tượng thiền mà không thay đổi nó trong mỗi buổi hành thiền. Trong một khóa tu để đạt được thanh thản, chủ yếu là ổn định tâm (*chỉ*), nếu có sự phân tích nhỏ của ý thức sẽ cản trở sức tập trung. Sau khi đạt được sự thanh thản, thiền sinh bắt đầu thực hiện phân tích để kết hợp với sự khinh an và tuệ tri, tại thời điểm này phân tích không làm phiền sức tập trung.

Năm Lỗi Lầm và Tám Hạnh Đoạn

Biện Trung Biên Luận (*Madhyāntavibhāga*) của Bồ Tát Di Lặc (*Maitreya*) nói về năm chướng (*lỗi lầm*) cản trở sự thanh thản phát triển và tám hạnh đoạn để loại bỏ chúng.

1. Làm biếng (*kosajja, kausīdya*) có thể có ba loại: ngủ và nằm nhiều, làm các hoạt động trần tục (*samssāric*) vô ích và chán nản. Thuốc giải độc (*hạnh đoạn*) cho sự lười biếng là sự Tinh Tấn, nhưng chúng ta phải mất một thời gian để củng cố yếu tố Tinh Tấn này bằng cách sử dụng ba loại hạnh đoạn khác là sự tin tưởng những lợi ích của khinh an từ năng lực thiền. Từ sự tin tưởng, dục (*ý hướng tốt, chanda*) dễ dàng phát sanh và muốn có được những lợi ích của thiền lạc.

Từ khát vọng tốt dẫn đến tinh cần là một yếu tố tinh thần phấn chấn nỗ lực tập thiền. Bằng cách loại bỏ sự phấn khích và xao lãng chúng ta sẽ phát huy được hạnh Tinh Tấn, một yếu tố tinh thần tự do khỏi trạng thái hôn trầm, đau khổ và nặng nề cả tinh thần, thể chất. Với sự tinh tế về thể chất và tinh thần, cơ thể của chúng ta cảm thấy nhẹ nhàng, linh hoạt, chúng ta có thể trú tâm bất cứ điều đạo đức nào mà chúng ta chọn, sẽ không khó khăn.

2. Quên lời hướng dẫn là mất đi đối tượng Thiền Định. Tâm trí xa đối tượng và đi đến các đối tượng của chấp trước, tức giận, v.v... Lỗi này xảy ra chủ yếu ở bốn giai đoạn đầu của sự tác ý như sẽ được giải thích dưới đây. Thuốc giải độc (*hạnh đoạn*) là Chánh Niệm, một yếu tố tinh thần quen thuộc với đối tượng thiền và trú tâm trên đối tượng theo cách sao cho nó loại trừ sự phân tâm và quên lãng. Để phát triển Chánh Niệm mạnh mẽ trong Thiền Định, việc tu tập Chánh Niệm trong mọi lãnh vực của cuộc sống là rất quan trọng.

3. Bởi vì sự phấn khích và xao lãng có cùng một loại thuốc giải độc **là rõ biết nội tâm (*nội quán*), nên chúng** được **nhóm lại với nhau như là lỗi thứ ba**. Sự nhất tâm có hai đặc điểm: sự ổn định và rõ ràng. Tâm ổn định là khả năng an trú ở đối tượng thiền. Phấn khích là sự chướng ngại chính cho tâm ổn định bởi vì nó làm cho tâm trở nên rối rắm với những đối tượng của chấp trước. Với sự phấn khích thô, chúng ta sẽ lạc mất hoàn toàn đối tượng Thiền Định. Với sự phấn khích tinh tế, đối tượng thiền không bị mất hoàn toàn, nhưng chúng ta không thể thực hiện nó một cách toàn tâm vì một đối tượng của chấp trước sẽ xuất hiện trong tư tưởng của chúng ta.

Sự rõ ràng là tâm trí trong sáng giác biết các đối tượng Thiền Định; trở ngại chính của rõ ràng là sự xao lãng, làm giảm cường độ của sự giác biết khiến các hình thức của tâm quán biết các đối tượng trở nên lỏng lẻo. Xao lãng khác với hôn trầm (*thīna, styāna*). Hôn trầm là cơ thể và tâm trí gần như đi vào giấc ngủ, khiến chúng ta mất đi sự an trú và giác biết. Với sự xao lãng thô, có một sự ổn định trên đối tượng, nhưng sự giác biết đã giảm và đối tượng không còn xuất hiện rõ ràng nữa. Tâm không có năng lực và vẫn ở trạng thái mơ hồ với một cảm giác chấp nhận, mặc dù nó không bị phân tâm bởi một đối tượng khác.

Sự xao lãng tinh tế thì đặc biệt nguy hiểm, khó nhận biết vì nó tương tự như trạng thái thiền (*samādhi*) bởi cả hai đều có tính ổn định và rõ ràng, tâm trí yên bình và trải nghiệm cảm giác an vui. Mặc dù trạng thái giác biết vẫn còn và tâm trí có thể an trú triệt để trên đối tượng hoặc tâm quá thoải mái, nắm bắt đối tượng quá lỏng lẻo. Hơi thở của thiền sinh có thể dừng lại, và có thể ngồi thiền trong nhiều ngày để tin rằng thiền sinh đã đạt được thiền chỉ; nhưng thật ra đã lạc vào tình trạng lơi lỏng xao lãng tinh vi.

Chánh Niệm và nội quán làm việc cùng nhau để loại bỏ các lỗi. Chánh Niệm duy trì và ghi nhớ đối tượng của Thiền Định, trong khi nội quán đánh giá xem sự phấn khích hay sự lỏng lẻo đã nảy sinh khiến gián đoạn sự tập trung. Mặc dù nội quán được coi là thuốc giải độc cho sự phấn khích và lỏng lẻo, nhưng nó không phải là thuốc giải độc thực tế; Nó chỉ cho chúng ta biết chúng ta cần áp dụng thuốc giải độc. Ở đây, nội quán giống như một gián điệp, đôi khi kiểm tra để xem nếu lỗi lầm đã nảy sinh. Nếu không, hãy tiếp tục Thiền Định. Nếu có, thì chúng ta hãy áp dụng thuốc giải độc cụ thể cho lỗi đó.

Đối với sự phấn khích thô, thuốc giải độc là làm cho tâm tỉnh táo hơn khi quán về vô thường, cái chết, hoặc những khổ đau của luân hồi (*saṃsāra*). Cách chữa trị cho sự phấn khích tinh tế là để thư giãn các cường độ tập trung một chút, nhưng không nhiều đến nỗi mất đối tượng. Thuốc giải độc cho sự lỏng lẻo thô là mở rộng phạm vi của đối tượng, làm cho nó sáng hơn và tinh tế hơn về các chi tiết. Nếu sự xao lãng thô kéo dài, chúng ta tạm thời rời đối tượng Thiền Định, và nâng cao quán chiếu về chủ đề như cuộc sống con người quí báu, lợi ích của Thiền Định, phẩm hạnh của Bồ Đề Tâm, hoặc Tam Bảo. Khi có sự lỏng lẻo tinh tế, chúng ta tác ý trên đối tượng thiền một cách vững chắc.

4. Không đoạn (*anabhisaṃskāra*) có nghĩa là chúng ta không áp dụng các hạnh đoạn chống lại khi chúng ta biết sự phấn khích hoặc sự lỏng lẻo đang có mặt. Thuốc giải độc là dùng phương thuốc thích hợp cho bất cứ lỗi nào đã xảy ra và nỗ lực để loại bỏ nó.

5. Đoạn quá mức là quá mức áp dụng thuốc giải độc cho sự phấn khích và sự lỏng lẻo khi chúng không xảy ra hoặc khi chúng đã được loại bỏ. Thuốc giải độc của nó là xả, nơi mà sự nỗ lực được giảm xuống.

Có thể nhận ra trong chính kinh nghiệm của chúng ta, khi các yếu tố tinh thần làm gián đoạn sự tập trung và hỗ trợ thiền là điều cần thiết. Cần phải có thời gian và nội quán để quan sát ý nghĩ của chúng ta hoạt động như thế nào, nhưng khi chúng ta làm, Pháp sẽ trở nên hiện hữu sống động nơi chúng ta.

Chín Giai đoạn Duy trì Sự Tác ý

Bồ Tát Di Lặc (*Maitreya*) đã vạch ra chín giai đoạn của sự tác ý vững chắc được thực hiện tuần tự để đạt được thiền chỉ. Một số lỗi nhất định sẽ xuất hiện ở mỗi giai đoạn, do đó sẽ có các thuốc giải (*hạnh đoạn*) cụ thể được nhấn mạnh trong từng giai đoạn. Để tiến triển qua các giai đoạn này, chúng ta phát triển sáu lực (*bala*) và bốn tác ý (*manaskāra*).

1. Tầm (*cittasthāpana*): mục đích của chúng ta là tìm ra đối tượng Thiền Định và vận dụng tâm vào nó, mặc dù tâm không thể an trú ở đó lâu dài. Giai đoạn này được thực hiện bởi sức mạnh của Văn (*śruti*), vì chúng ta học về tu tập thiền chỉ và quán tâm trên đối tượng theo sự chỉ dẫn của Thiền sư. Sự hiện diện của tác ý (*balavāhana*) được sử dụng vì phải nỗ lực rất nhiều để làm cho tâm trí ở lại đối tượng.

2. Tứ (*pravāhasaṃsthāpa*): sức mạnh của tư duy (āsaya) về đối tượng để thu thập tâm trí và liên kết nó với đối tượng ít nhất trong một thời gian ngắn. Sự tác ý vẫn cần thiết được giữ để tâm trí an trú vào đối tượng, nhưng bây giờ tâm trí không phải là ngay lập tức bị phân tâm và có thể ở lại trên đối tượng hơi lâu.

3. Giác biết (*pratiharaṇa*): Sự phân tâm ít hơn và khi chúng phát sinh, chúng ta có thể nhận ra chúng một cách nhanh chóng và đưa tâm trở lại đối tượng. Do phát triển năng lượng của Chánh Niệm trong hai giai đoạn (*tầm và tứ*) trước đó, nên tâm trí dễ dàng trở lại đối tượng Thiền Định. Sự gián đoạn (*sacchidravāhana*) có xuất hiện ở giai đoạn thứ ba đến thứ bảy bởi vì sự tập trung không liên tục.

4. Chú tâm trọn vẹn (*upasthāpana*): Chánh Niệm được tạo ra khi bắt đầu đến giai đoạn chú tâm trọn vẹn này và sự tác ý vẫn còn trên đối tượng một cách dễ dàng hơn và sự tán loạn ít hơn. Sự phấn khích và sự xao lãng thô hiện diện, do đó việc tác ý vào đối tượng thiền vẫn bị gián đoạn.

5. Thuần hóa (*damana*): Tâm trí được thuần hóa - có thể vẫn an trú vào đối tượng gần như liên tục mà không đi lang thang. Sự xao lãng và phấn khích thô không còn là vấn đề nữa. Bây giờ tâm trở nên quá thâm nhập vào đối tượng, và rồi trạng thái xao lãng cũng như phấn khích vi tế xảy ra. Sự tác ý bị gián đoạn bởi sự xao lãng và phấn khích tinh tế, nhưng sự tập trung lại dễ dàng được phục hồi bởi sức mạnh của nội quán thấy biết những lỗi lầm của sự phân tâm vào các trần, vọng tưởng, các tiểu phiền não và các chướng ngăn cản bước tiến tới của thiền sinh.

6. Tập trung (*śamana*): thông qua sức mạnh của tập trung nội quán, tất cả những chướng ngại đối với nhất tâm đã biến mất. Trong giai đoạn thứ năm, tập trung đã được thắt chặt để hạn chế tình trạng tán tâm. Bây giờ sự tập trung có thể quá chặt chẽ, gây ra sự phấn khích tinh tế. Sự xao lãng tinh tế có thể thỉnh thoảng vẫn nảy sinh, bởi lẽ cả hai đều liên quan đến sự gián đoạn vào đối tượng. Sức mạnh của nội quán đôi khi có thể giác biết sự phấn khích và sự xao lãng trước khi chúng phát sinh và đối phó với chúng.

7. Tập trung xuyên suốt (*vyupaśamana*): ngay cả khi những suy nghĩ tinh tế hay những cảm xúc hiện ra, thiền sinh có thể dễ dàng lấy lại sự trầm tĩnh nhờ tập trung xuyên suốt. Sự xao lãng vi tế và sự phấn khích tinh tế đôi khi xuất hiện, vì vậy sự tác ý vẫn bị gián đoạn, nhưng sức mạnh của Tinh Tấn dễ dàng nhanh chóng ngăn cản chúng. Chánh Niệm, nội quán và Tinh Tấn được phát triển tốt, nhưng sự không ứng dụng của hạnh đoạn (*thuốc giải độc*) vẫn có thể xảy ra.

8. Nhất tâm (*ekotīkaraṇa*): Chỉ cần một chút nỗ lực là để bắt đầu giác biết các chi tiết của đối tượng và duy trì bảo hộ để chống lại sự lỏng lẻo và phấn khích. Sau đó, tâm trí có thể an trú ở trên đối tượng thông qua sức mạnh của nhất tâm, do đó sự tham gia liên tục (*niśchidravāhana*) được hiện diện. Sự nhất tâm càng mạnh hơn.

9. Thuần nhất (*samādhāna*): Do sức mạnh của thuần thục (*paricaya*) với các năng lực trước đó, tâm trí tự nhiên vẫn còn trong định thuần nhất (*samādhi*). Nỗ lực duy trì Chánh Niệm và nội quán không còn cần thiết nữa.

Một khi Chánh Niệm trên đối tượng và tâm đã nhập vào Thiền Định, nó dễ dàng trở thành duy nhất chỉ một. Khinh an (*anābhogavāhana*) hiện diện, và sự thuần nhất được kéo dài trong một thời gian dài. Trong lúc Thiền Định, ý thức giác quan được hấp thụ hoàn toàn và không còn đáp ứng với các trần hấp dẫn bên ngoài. Đây là trạng thái thiền cao nhất có thể đạt được trong cõi Dục giới. Đó là một trạng thái giống thiền chỉ, nhưng thật ra vẫn chưa đạt được trạng thái thiền chỉ một cách hoàn toàn.

Khi chúng ta trải qua các giai đoạn của thiền (*samādhi*), sức mạnh của trí tuệ và Thiền Định gia tăng phụ thuộc lẫn nhau, ngày càng tăng rõ ràng và ổn định, dẫn đến an lạc và hạnh phúc. Thiền sinh sẽ trở nên trẻ trung rạng rỡ, cảm thấy nhẹ nhàng và mạnh mẽ, sự phụ thuộc của chúng ta đối với thức ăn thô đã giảm.

Thiền Chỉ và Thiền Chứng

Sau khi đạt đến tầng thiền thứ chín, chúng ta hẳn sẽ đạt được sự nhu nhuyến và an lạc của tinh thần và thể xác. Một số thiền sinh có thể làm điều này một cách nhanh chóng; một số khác phải Thiền Định trong vài tuần trước khi đạt được trạng thái này.

Đại sư Vô Trước (Asaṅga) (LRCM 3:82) định nghĩa sự nhu nhuyến là "khả năng nhu nhuyến của thân và tâm do chấm dứt được sự rối loạn liên tục của các chức năng về thể chất và tinh thần. Nó có chức năng xua tan tất cả các chướng ngại." Các chức năng rối loạn thân thể có liên quan đến năng lượng gió và làm cho cơ thể nặng và không thoải mái khi tập thiền. Các rối loạn tinh thần ngăn cản chúng ta không trải nghiệm được các thiền vị từ việc loại bỏ phiền não.

Do càng thâm nhập vào thiền sẽ khắc phục được những rối loạn cơ thể. Vào thời điểm này, cảm giác an lạc và hạnh phúc tràn ngập trên đầu vì năng lượng gió bất thường đang thoát khỏi. Ngay sau đó, các trạng thái tinh thần bất thường được khắc phục và đạt được sự nhu nhuyến về tinh thần. Đây là một khả năng hướng tâm trí đến sự khinh an và rõ ràng cùng với khả năng an trú tâm vào bất kỳ đối tượng tích cực nào thiền sinh muốn.

Trạng thái nhu nhuyến này tạo ra khả năng phục vụ của năng lượng gió chạy qua cơ thể như là năng lượng gió tạo ra sức mạnh cho các nội phận. Năng lượng gió nhu nhuyến lan tỏa khắp cơ thể, và cơ thể thiếu khả năng phục vụ cho thiền được vượt qua. Thân thể nhu nhuyến là sự nhẹ nhàng, khinh an và khả năng sử dụng của cơ thể cho phép nó được sử dụng cho bất kỳ mục đích tích cực nào mà thiền sinh mong muốn, mà không có đau đớn hoặc khó khăn. Điều này dẫn đến sự trải nghiệm niềm an lạc của thân nhu nhuyến, một cảm xúc rất tuyệt vời.

Khi dòng thiền (*samādhi*) vẫn tiếp tục, chúng ta có cảm giác rằng cơ thể đã tan chảy trong đối tượng Thiền Định. Vào thời điểm này, sự hạnh phúc của tinh thần nhu nhuyến được trải nghiệm. Tâm rất hỉ lạc, lâu bền và tự tin vào năng lực thiền. Sau đó, có một cảm giác tương tự như đặt bàn tay mát mẻ trên một cái đầu mới cạo sạch tóc. Sự khinh an giảm xuống một chút, và khi nó trở nên ổn định, thì tâm an lạc và nhu nhuyến bất thối được trải nghiệm. Tại thời điểm này, thiền chỉ và thiền vị đã đạt được. Tuy chúng ta là con người, những sinh mệnh trong cõi Dục giới, nhưng trạng thái thiền của chúng ta đã đạt đến là Thiền Sắc giới.

Sau khi đạt được thiền chỉ, thiền sinh có thể theo thế tục

để đạt được năm thần thông và tái sanh trong cõi sắc và vô sắc. Đây là liên quan với tục đế, nơi mà trong bảy giai đoạn chuẩn bị, hành giả suy ngẫm những khuyết điểm của những tầng thiền thấp hơn và những lợi ích của tầng thiền cao hơn để sau đó giảm mức độ phiền não có thể cho việc đạt đến trạng thái thiền cao hơn. Cả Phật tử lẫn những người không phải Phật tử đều có thể làm điều này.

Một cách khác, người Phật tử có thể sau khi đạt được các tầng thiền, đi theo một đường siêu thế, trong đó thiền chỉ được sử dụng làm cơ sở để trau dồi thiền quán (tuệ tri) vào trạng thái không và vô ngã. Làm điều này là sự cần thiết để đạt được Niết Bàn và là sự độc đáo của Phật Giáo.

Không cần phải đạt được tất cả tám tầng Thiền Định của cõi trời sắc và Vô Sắc giới để trau dồi Tuệ Minh Sát quán chiếu về không. Ngài Tsongkhapa (*Tông Khách Ba*) nói rằng sự kết hợp của thiền chỉ và thiền quán cũng như sự giải thoát có thể đạt được bằng cách trau dồi thiền quán (*tuệ tri*) dựa trên thiền chỉ và điều này tùy thuộc vào năng lực tiếp cận Thiền Định của thiền sinh (LRCM 3:95). Tuy nhiên, không giống như các bậc Thanh Văn (*śaravas*), có thể đạt được đạo lộ qua sự tiếp cận thiền, Bồ Tát đầu tiên nhận thức về Tánh Không và đi vào đạo lộ Bồ Tát khi nhập thiền (*jhana*) thứ tư. Thỉnh thoảng khi tu tập, Bồ Tát sẽ phát triển tất cả tám trạng thái Thiền Định của cõi trời sắc và Vô Sắc giới để tăng tính linh hoạt uyển chuyển của sức tập trung.

Khi con người đã đạt được những trạng thái thiền này hoặc cao hơn, sự nhất tâm của họ sẽ không biến mất hoàn toàn trong thời gian nghỉ giải lao giữa các buổi Thiền Định. Tuy nhiên, nó sẽ không hiển hiện khi thiền sinh dấn thân vào các hoạt động hàng ngày với năm giác quan tiếp xúc năm trần cảnh. Những phiền não của họ yếu hơn do sức ảnh hưởng mạnh mẽ của thiền (*samādhi*), nhưng phiền não vẫn có thể nảy sinh, do đó các thiền sinh phải duy trì sự tác ý và nội quán trong tất cả các hoạt động.

Thiền chỉ trở thành một Pháp tu của Phật Giáo sẽ được hỗ trợ với sự trở về quy hướng Tam Bảo. Do kiên trì và tuệ tri sự trống rỗng (*suññatā*), trạng thái thiền chỉ sẽ mang đến giải thoát.

Và khi liên kết Bồ Đề Tâm với tuệ tri về sự trống rỗng, thiền chỉ sẽ dẫn đến trạng thái thức tỉnh hoàn toàn. Để đảm bảo thực hành thiền chỉ mang lại giải thoát hoặc giác tỉnh hoàn toàn, thiền sinh mới bắt đầu không nên tập trung loại trừ các tập quán khác. Họ chắc chắn phải thiền quán về những khiếm khuyết đau khổ của luân hồi (*saṃsāra*) và khả năng đạt được giải thoát để thực hiện một động lực đúng đắn và có nền tảng vững chắc đưa đến tuệ tri.

Cách đạt được sự khinh an cũng giống cách của các bậc Thanh Văn (*śrāvakas*), Duyên Giác (*Pratyekabuddhas*) và Bồ Tát (*Bohisattvas*). Những vị này theo kinh đến và những người thực hành ba tầng đầu tiên của Mật Giáo (*tantra*) để phát triển sự an lạc theo một cách tương tự và trước tiên đạt được khinh an rồi tuệ tri. Mật Tông Du-già (*Tantra Yoga*) cao nhất có đề cập những kỹ năng đặc biệt liên quan đến mức thiền vào các đối thể tinh tế. Điều này làm cho tâm trở nên tinh tế hơn. Một hành giả Mật Tông đã rất quen thuộc với Thiền Định về sự trống rỗng (*suññatā*) thông qua thiền quán phân tích có thể đạt được sự thanh thản và thấu suốt cùng một lúc.

Độ sâu của thiền để nhổ gốc các sở tri chướng thì cần thiết hơn là nhổ gốc những chướng ngại của phiền não. Vì lý do đó, Bồ Tát phát triển trạng thái thiền vị. Địa thứ bảy của Bồ Tát (*Dùramgamà-Bhùmi, the Gone Afar*) là Thâm Viễn Địa hay Thâm Hành Địa nghĩa là vị Bồ Tát có thể nhập và xuất trạng thái bất nhị chỉ trong sát na. Tinh thần hỉ lạc của Bồ Tát thật huyền diệu đến nỗi họ có thể tự tại uyển chuyển từ một đối tượng này sang một đối tượng Thiền Định khác trong cùng độ sâu tập trung chỉ trong một phút. Các thiền sinh khác khó có khả năng đạt được trạng thái này một cách nhanh chóng hoặc dễ dàng như vậy.

Phật Giáo Trung Quốc

Nhiều Thiền sư ở Trung Quốc đã viết về thiền chỉ và thiền quán một cách tổng quát. Đại sư Trí Khải (Zhiyi, 538-597) theo phái Thiên Thai (*Tiantai*) đã biên soạn và nhấn mạnh sự quan trọng rõ ràng nhất. Các tác phẩm của Đại sư đặc biệt được quan tâm vì chúng xuất hiện sớm trong lịch sử Phật Giáo Trung Quốc, khi có những hướng dẫn thiền phù hợp cho các bậc Xuất gia, nhưng không dành cho các Phật tử tại gia nói chung.

Được bắt nguồn từ các văn bản Ấn Độ cổ điển, các chỉ dẫn rõ ràng của Đại sư Trí Khải là một sự thúc đẩy lớn lao cho các thiền sinh trong thời đại của Ngài đã được thực hành bởi nhiều thiền sinh tại các trường học Trung Quốc cho đến ngày nay. Trình bày thiền chỉ và thiền quán tương ứng với các tác phẩm của Ngài Di Lặc (*Maitreya*) và Vô Trước (*Asaṅga*), Đại sư Trí Khải nhấn mạnh việc thực hành chúng một cách cân bằng.

Những yếu tố cần thiết cho sự tu tập chỉ, quán và định của Đại sư Trí Khải (*Tu Tập Chỉ Quán Định Toát Yếu*) là một hướng dẫn toàn diện cho việc tu thiền. Ngài nói về các điều kiện tiên quyết bên trong và bên ngoài để tu luyện thiền chỉ, nhấn mạnh tầm quan trọng của việc sám hối, thanh tịnh và từ bỏ dục vọng đối với các trần cảnh của năm giác quan. Ngài cũng thảo luận về tư thế ngồi đúng vị trí, vượt qua năm chướng, điều chỉnh hơi thở và tâm khi bước vào thiền; điều chỉnh cơ thể, hơi thở và tâm khi thực hành Thiền Định; điều chỉnh chúng khi kết thúc một buổi Thiền Định.

Các bản kinh của Đại sư Trí Khải cũng liên quan đến các

kích thích giác quan và thực hành trong những thời điểm nghỉ giải lao như khi ngồi, nằm, đi bộ và đứng. Về các đối tượng thiền, Ngài nói cụ thể về hơi thở, thân bất tịnh, tình cảm, Lý Nhân Duyên và Đức Phật. Ngài mô tả những biểu hiện thật hay giả về các thiền chứng (*dhyāna*) và cách giải quyết các rối loạn của thân hay sự mất cân bằng và những chướng ngại của tâm. Ngài cũng nói bao gồm các quả chứng của Thanh Văn (*śravas*) và Bồ Tát (*boddhisattvas*).

Sáu Diệu Pháp Môn (*Liu miao fa men*) của Đại sư Trí Khải giải thích về sáu tầng Thiền Định đã nói trong A-tỳ-đạt-ma Phát trí (*Abhidharma Vibhāṣā*) của Tôn giả Ca Đa Diễn Ni Tử (*Kātyāyaniputra*) (khoảng năm 200 trước Tây lịch), luận A-tỳ-đạt-ma Đại-tỳ-bà-sa (*Mahāvibhāṣā*) của Tôn giả Thế Hữu (*Vasumitra*) (khoảng năm 150 trước Tây lịch), luận A-tỳ-đạt-ma Đại-tỳ-đạt-ma Câu Xá (*Abhidharmakośabhāṣyal*) của Đại sư Thế Thân (*Vasubandhu*) (thế kỷ thứ IV), Ngài Phật Âm đã chuyển thành công thức của tám tầng thiền trong Thanh Tịnh Đạo Luận (*Visuddhimagga*, 8:189–225). "Sáu cách" là đếm hơi thở, theo dõi hơi thở, chỉ, quán, hóa và tịnh. Pháp thiền này giống như truyền thống của Tây Tạng.

CHƯƠNG 6

Trí Tuệ: Ba Mươi Bảy Phẩm Trợ Đạo

Dựa trên nền tảng ba vô lậu học của giới, định và tuệ bao gồm việc tu tập của ba mươi bảy phẩm trợ đạo (*bodhipakkhiyā-dhamma, bodhipakṣya-dharma*) đưa đến trí tuệ. Mặc dù không phải tất cả ba mươi bảy phẩm trợ đạo đều được coi là tu tập về trí tuệ, nhưng trực tiếp hoặc gián tiếp có đóng góp cho việc dồi mài trí tuệ để tuệ tri về vô ngã và bốn chân lý (tứ đế) và do đó đưa đến giải thoát.

Ba mươi bảy Phẩm Trợ Đạo được giải thích trong cả hai truyền thống kinh tạng Pāli và Sanskrit (*tiếng Phạn*) có giá trị trong cả ba thừa. Theo truyền thống Phạn, chúng được giải thích chi tiết trong cả A-tỳ-đạt-ma-câu-xá (*Abhidharmakośa*) lẫn Nhập Trung Luận Thích (*Madhyamakāvatāra*) của Đại sư Nguyệt Xứng (*Candrakīrti*) và Hiện Quán Trang Nghiêm Luận (*Abhisamayālaṃkāra*) của Đại sư Vô Trước (*Asanga*). Trong Kinh điển Pāli, nguồn gốc của ba mươi bảy phẩm trợ đạo là Đại Phẩm (*Mahāvagga*) trong Saṃyutta Nikāya (*Tương Ưng Bộ*). Chánh văn của ba mươi bảy phẩm trợ đạo ở đây giống như Kinh Thập Địa (*Daśabhūminka Sūtra*) trong tiếng Phạn. Sự khác biệt chính của ba mươi bảy phẩm trợ đạo được thực hành thế nào trong Thanh Văn Thừa (*Śrāvaka yana*) và Bồ Tát thừa (*Bodhisattva yana*) là Bồ Tát thừa hành với một động lực của Bồ Đề Tâm (*bodhicitta*) và ứng dụng chúng cho tất cả chúng sinh.

Ví dụ, khi thiết lập Chánh Niệm trên thân, Bồ Tát quán thân vô thường và bất tịnh của chính mình và người khác. Từ quan điểm của Trung luận (*Madhyamaka*), các hành giả của cả ba thừa suy niệm về ba mươi bảy phẩm trợ đạo với quan điểm của họ là sự trống rỗng của Pháp tồn tại vốn có. Các Tu sĩ Tây Tạng nghiên cứu ba mươi phẩm trợ đạo trong chương trình giảng dạy của họ, và tôi khuyến khích họ Thiền Định hơn về các đề tài này và đặc biệt là bốn cơ sở của Chánh Niệm (*Tứ niệm xứ*).

Ba mươi bảy phẩm trợ đạo được chia thành bảy bộ và theo truyền thống Phạn ngữ, chúng tương quan với năm đạo lộ. Điều này không có nghĩa là các hành giả đi trước hoặc sau đó không thực hành chúng. Thay vào đó, việc thực hành một bộ cụ thể sẽ trở nên chính thức đầy đủ phẩm lượng cho một mức độ nào đó của đạo lộ.

Tu tập tứ niệm xứ, quán chiếu những tổng tướng và biệt tướng của chúng, sẽ giúp chúng ta hiểu được tứ Pháp ấn; điều này xác định học thuyết của Đức Phật. Những điều này được đề cập đến trong Kinh Thiền Định Vương (*Samādhirāja*) theo truyền thống Sanskrit:

1. Tất cả các Pháp đều là vô thường,
2. Tất cả các Pháp đều là khổ (*điều không hài lòng*),
3. Tất cả các Pháp đều trống rỗng và vô ngã,
4. Niết Bàn là an lạc tối hậu.

Một khi chúng ta hiểu những điều này, đặc biệt Niết-bàn là an lạc đích thực, chúng ta sẽ muốn tu tập để đạt được Niết-bàn. Ba mươi bảy phẩm trợ đạo gồm: Tu tập tứ niệm xứ :

1. dẫn đến việc thực hành tứ chánh cần, 2. là bản chất của siêng năng tinh cần trong nổ lực. Nhờ tứ chánh cần, chúng ta phát triển Thiền Định và tứ như ý túc, 3. Nếu trước đây chúng ta chưa đạt được thiền chỉ, thì đến đây chúng ta sẽ đạt được. Sau đó chúng ta tác ý ở năm căn, 4. và năm lực 5. để vượt qua các Pháp chướng ngại và đạt được sự thống nhất của thiền chỉ và thiền quán về vô ngã. Thất giác chi (*bảy nhân tố giác ngộ*) 6. và Bát Chánh Đạo (*tám con đường cao quý*), 7. được nuôi dưỡng tu tập để hiện thực hóa Niết Bàn.

Tứ Niệm Xứ

Bốn phương Pháp quán niệm (*satipaṭṭhāna, smṛtyupasthāna*) tập trung vào quán thân (*kāya*), thọ (*vedanā*), tâm (*citta*), và Pháp (*dhamma, dharma*). "Chánh Niệm" có nghĩa là đặt tâm trí của chúng ta vào một đối tượng và quan sát bằng minh sát tuệ.

Thân đề cập đến ba loại:1. căn (*năm giác quan*), 2. bên ngoài (*năm trần*), 3. năm căn và năm trần (*thô thiển bên ngoài*). Thọ đề cập đến cảm giác khổ, vui và không khổ không vui, cả những cảm xúc đi với ý thức giác quan, tư tưởng và những trạng thái tinh thần khác của chúng ta. Tâm đề cập chủ yếu đến thức thứ sáu và Pháp bao gồm các đối tượng của tâm (*dhammāyatana, dharmāyatana*), tất cả các hiện tượng thường và vô thường khác không bao gồm trong thân, thọ và tâm.

Bốn đối tượng này được chọn như các đối tượng của Chánh Niệm để giúp chúng ta hiểu rõ những bịnh chấp điên đảo:

1. Lầm cho thân là nơi ngã đang cư trú "Ta ở đây, bên trong thân thể của ta".
2. Lầm cho thọ là những cảm xúc mà bản thân thọ nhận thích thú và trải nghiệm- "*Tôi cảm thấy hạnh phúc, tôi*

khổ, tôi thờ ơ."

3. Lầm cho tâm là một thực thể thật của ngã "*Tôi là những gì đang suy nghĩ và nhận thức.*"
4. Lầm cho Pháp là thái độ và cảm xúc của chúng ta, như những gì làm cho bản thân bị khổ sở hoặc có giá trị "*Tôi có rất nhiều vấn đề với sự tức giận và ghen tỵ*" hoặc "*sự tự tin khiến cho tôi trở thành một người tốt*".

Trong mỗi trường hợp, tự ngã được hình thành một cách sai lầm như là một bản ngã vững chắc. Chúng ta thấy bản thân của chúng ta đang đứng một mình, độc lập với các người khác, và xem mọi thứ khác - thân, thọ, tâm, Pháp như được sắp xếp xung quanh bản ngã đó.

Khi phân tích bản chất của thân, thọ, tâm, Pháp để đạt được tuệ tri, chúng ta làm theo hai cách: quán tổng tướng chung của tất cả chúng - vô thường, khổ, không, vô ngã và quán từng biệt tướng của chúng. Nói về biệt tướng, mỗi Pháp quán riêng của từng bốn niệm xứ với Chánh Niệm thấy rõ sai lầm cụ thể, nâng cao sự tỉnh thức giác biết và làm sâu sắc hơn sự hiểu biết của chúng ta về một trong bốn chân lý (*tứ đế*), như được trình bày trong bảng dưới đây.

Truyền thống Pāli giải thích rằng mục đích của tứ niệm xứ là trực tiếp quán chiếu về ba Pháp ấn của thân và tâm là khổ, vô thường và vô ngã, dùng tuệ tri sâu sắc này để loại bỏ những phiền não đã trói buộc chúng ta trong luân hồi (*saṃsāra*).

Để thành tựu Pháp quán tứ niệm xứ, cần phải có sự hướng dẫn của bậc Thầy cố vấn tinh thần có nhiều kinh nghiệm trong lãnh vực thiền quán này.

Chúng ta cũng cần nghiên cứu đề tài này trong các Kinh Phật, đặc biệt là kinh Đại Niệm Xứ (*Mahāsatipaṭṭhāna Sutta*) (DN 22), Tứ Niệm Xứ (*Satipaṭṭhāna Sutta*) (MN 10), Sổ tức (*Ānāpānasati Sutta*) (MN 118), Quán Thân (Kāyagatāsati Sutta) (MN. 119) và kinh Pháp Cú (*Dhammapāla*). Đại sư

Phật Âm (*Buddhagosa*) đã viết hai bài bình luận nhỏ làm rõ thêm nhiều điểm về tứ niệm xứ.

Ngày nay, một số Thiền sư của Phật Giáo Nguyên Thủy (*Theravādin*) dạy tứ niệm xứ - đặc biệt là sổ tức, quán sát hơi thở - để phát triển thiền chỉ, trong khi những người khác thì dạy về thiền quán. Do minh sát liên tục với các đối tượng Thiền Định, tâm tỉnh giác, ổn định và trầm tĩnh khiến tăng năng lực tập trung. Do Chánh Niệm giác biết đối tượng quán cùng với các đặc tính và thuộc tính của nó sẽ đưa đến tuệ tri sâu sắc.

Tứ Niệm Xứ Chuyển Hóa Quan Niệm Sai Lầm về Tứ đế

1. Đối tượng quán	**Thân**
Sai biết	Bất tịnh cho là tịnh
Giác biết	Bản chất là bất tịnh
Chân lý	Khổ đế

2. Đối tượng quán	**Thọ**
Sai biết	Khổ cho là vui
Giác biết	Bản chất là khổ
Chân lý	Khổ tập

3. Đối tượng quán	**Tâm**
Sai biết	Vô thường cho là thường
Giác biết	Bản chất sanh diệt vô thường
Chân lý	Diệt đế

4. Đối tượng quán	**Pháp**

Sai biết	Vô ngã cho là ngã
Giác biết	Bản chất là vô ngã
Chân lý	Đạo Đế

Quán Niệm Thân

Để thiết lập quán niệm thân, chúng ta quán chiếu về nguyên nhân, bản chất và kết quả của thân. Thông qua điều này, chúng ta giác biết bản chất thân là bất tịnh và đau khổ, để buông xả chấp thủ, phiền não và vọng tưởng của chúng ta về thân. Nguyên nhân tạo thành thân là từ tinh trùng (*của cha*) và trứng (*của mẹ*) cũng như vô minh, khát ái và nghiệp chướng. Bản chất của nó là ô uế.

Điều này kích thích tham lam và giận dữ, dẫn đến tranh giành và chiến tranh. Nói tóm lại, thân và nhu cầu chăm sóc thân là cơ sở của nhiều rắc rối, vấn đề kinh tế, môi trường, ô nhiễm, chiến tranh, tội ác, tăng dân số và bất công xã hội. Quán chiếu điều này, sẽ giúp chúng ta thấy rõ ràng rằng thân vốn là đau khổ.

Tuy nhiên, thân là cơ sở vật chất hỗ trợ tinh thần của con người, nếu được sử dụng hợp lý, chúng ta có thể thực hành Pháp và đạt giác ngộ. Từ quan điểm này, cơ thể chúng ta được xem là có giá trị và chúng ta trân trọng đời sống con người quý giá của mình. Do đó, khi chúng ta giác biết cơ thể chúng ta là gì, chúng ta không nên khinh thường nó. Chúng ta giữ gìn thân thể lành mạnh, sạch sẽ, và ổn định để chúng ta có thể nương thân thể mà tu tập.

Khi giải thích về quán niệm thân (MN 10), Đức Phật đã trình bày chi tiết về hơi thở (*ānāpānasati, ānāpānasmṛti*), bốn oai nghi, thân bất tịnh, bốn đại và tử thi. Tóm lại, minh sát về hơi thở (*sổ tức*) có mười sáu cách. Trong đó, có bộ bốn là thân, thọ, tâm, Pháp và quán chúng theo ba Pháp ấn (*vô thường, khổ, không*), từ đó trí tuệ quán chiếu về cơ thể sẽ dần tăng lên.

Hầu hết những bình luận về sổ tức sẽ khuyên hành giả chú tâm hơi thở nơi mũi và môi trên. Dường như điểm này có lợi hơn cho việc tạo ra một tướng (*nimitta*) như được đề cập trong thiền quán.

Một số Thiền sư khuyên hành giả nên quan sát hơi thở tại bất kỳ điểm nào trong cơ thể nơi mà nó có thể được trải nghiệm rõ rệt, chẳng hạn như bụng hoặc ngực. Những thực hành này có thể mang lợi ích lớn cho việc trau dồi chánh trí.

Chánh Niệm tỉnh giác trên bốn oai nghi: đi, đứng, ngồi và nằm - đòi hỏi chúng ta chú tâm đến những gì chúng ta đang làm với bất cứ tư thế nào. Chúng ta an trú đầy đủ trong giây phút hiện tại này, không nghĩ đến quá khứ hoặc tương lai. Quán niệm ngay cả trong lúc nghỉ giải lao giữa khóa thiền.

Quán niệm các bộ phận của cơ thể để thấy sự bất tịnh của chúng. Đức Phật đã đề cập tới ba mươi mốt bộ phận của thân sau này trí não được thêm vào để trở thành số ba mươi hai. Chúng được chia thành sáu nhóm:

1. Tóc, lông, móng, răng, da
2. Thịt, gân, xương, tủy, thận
3. Tim, gan, hoành cách mô, lá lách, phổi
4. Ruột, màng ruột, bụng, phân, mật, não
5. Đàm, mủ, máu, mồ hôi, mỡ, nước mắt, mỡ da
6. Nước miếng, niêm dịch, nước ở khớp xương, nước tiểu.

Bắt đầu với nhóm da, chúng ta tập trung vào từng phần một. Quan sát màu sắc, hình dạng, kết cấu và vị trí trong cơ thể và các bộ phận lân cận. Quán sát thân này, ngược dưới từ bàn chân trở lên, trên cho đến đảnh tóc, bao bọc bởi da và chứa đầy những vật bất tịnh sai biệt. Sau đó, quán xuôi từ trên xuống dưới nữa, suy ngẫm từng phần của da và tiếp tục vào quán thận. Quán xuôi, quán ngược cho từng phần. Bằng cách này, chúng ta trở nên quen thuộc với từng phần của cơ thể, nhìn rõ nó là gì. Không bao lâu, chúng ta sẽ giác tỉnh rằng cái mà chúng ta gọi là "cơ thể của tôi" chỉ là sự tập hợp của các bộ phận ô uế. Tuệ tri điều này khiến tâm ham muốn có một thân luân hồi (*saṃsāric*) khác được giảm xuống.

Quán niệm thân của người khác theo cách này cũng làm giảm tâm ái dục. Quán các bộ phận của cơ thể bằng cách tập trung duy nhất vào bản chất ô uế của thân là Pháp thiền quán. Quán từng thân phần cơ thể cũng được thực hiện bằng cách quán các đại khác nhau cấu tạo thành cơ thể và tuệ tri các đại theo ba Pháp ấn (vô thường, khổ, vô ngã) là thiền minh sát.

Quán niệm thân cũng bao gồm quán bốn đại (*thuộc tính cơ bản*) tạo thành thân như đất (*chất đặc*), nước (*chất lỏng*), gió (*không khí*) và lửa (*nóng*). Hành giả có trí tuệ nhạy bén sẽ tập trung vào các đặc tính của mỗi đại ngay cơ thể và quán thấy tất cả các thân phần cơ thể chung quy chỉ là đại. Mở rộng ra, hành giả tuệ tri thấy những thân phần này có một đại riêng biệt ưu thế hơn. Ví dụ như xương, răng và các cơ quan nội tạng thì đặc tính của chất rắn (*địa đại*) chiếm ưu thế. Một cách khác để mở rộng quán niệm là quan sát ngay thân thể và trải nghiệm từng đại một riêng biệt.

Thông qua trải nghiệm này, chúng ta sẽ hiểu rằng cơ thể là một sự kết hợp không thể tách rời của bốn đại. Vào thời điểm này, chỉ có sự tập hợp của các đại là rõ ràng, và khái niệm về một ngã hay một người sẽ bị biến mất.

Pháp quán tử thi được thực hiện bằng cách so sánh thân thể hiện tại của chúng ta với xác chết trong các giai đoạn phân hủy khác nhau. Thân thể chúng ta có cùng tính chất như những xác chết này, không thể thoát khỏi cái chết, và sẽ trở thành những xác chết khi thời điểm đến. Điều này làm giảm tự ngã chấp thủ của chúng ta gắn chặt với thân thể này. Như với tất cả các Pháp Thiền Định, điều quan trọng là phải hiểu được mục đích của Pháp hành và thực hiện Pháp quán với tâm trí cân bằng sáng suốt, không mê tín hoặc sợ hãi. Nói tóm lại, quán niệm thân là để khám phá thân này vốn không đẹp, không thường còn vĩnh cửu để cung cấp một hạnh phúc thực sự, hoặc một cái ngã. Thông qua thiền quán trên thân thì Tam Pháp Ấn, Thiền Định và chánh trí sẽ phát sanh.

Quán Niệm Thọ

Thông qua quán niệm thọ, chúng ta hiểu được khát ái phát sinh như thế nào khi đáp ứng với những cảm xúc khác nhau, vì vậy khiến ô nhiễm luân hồi (*saṃsāra*). Cảm thọ phát sinh khi năm căn tiếp xúc với năm trần. Chúng ta trở nên dễ chịu khi gắn bó với những cảm xúc nhu nhuyễn, ngược lại có ác cảm đối với những cảm xúc đau đớn và thờ ơ lãnh đạm đối với những cảm giác trung lập. Chúng ta mê muội cho rằng cái tôi đang trải nghiệm những cảm xúc này. Phiền não trở nên mạnh mẽ hơn, nghiệp báo được tạo ra, và luân hồi (*saṃsāra*) tiếp tục. Theo cách này, quán niệm thọ khiến chúng ta ý thức được chân lý của khổ tập.

Để thực hành quán niệm thọ, chúng ta quán chiếu những cảm xúc của chúng ta, quan sát những cái gì chúng ta đang cảm giác bây giờ, những cái gì chúng ta đã cảm nhận trong quá khứ, và những cái gì chúng ta mong đợi sẽ cảm nhận được trong tương lai. Ba tình cảm này tương quan với ba loại khổ: khổ khổ, hoại khổ, hành khổ; và những cảm giác trung lập với không khổ, không vui. Chúng ta nhận thấy rằng trải nghiệm của những cảm giác dễ chịu cuối cùng thay đổi thành trải nghiệm của những đau khổ.

Bởi vì những cảm giác trung lập không ổn định và bị ô nhiễm bởi vô minh, chúng chứa hạt giống cho những đau khổ hiển nhiên; Đau khổ luôn sẵn sàng bùng phát. Bằng cách này, chúng ta thấy tất cả những cảm thọ này là khổ và khát vọng giải thoát được phát triển trong chúng ta. Cảm xúc của chúng ta liên tục thay đổi với khổ thọ, lạc thọ và xả thọ (*không khổ, không vui*). Bởi vì cảm thọ là thoáng qua, không nên nắm giữ khi vui hoặc khó chịu khi buồn.

Quan sát các nguyên nhân của cảm thọ, chúng ta hiểu được sự liên đới tùy thuộc của trần, căn và thức tạo ra xúc, do đó thọ phát sanh. Quan sát kết quả của thọ giúp chúng ta hiểu được tham ái, chấp thủ và những ô nhiễm luân hồi (*saṃsāra*) như thế nào.

Tiếp xúc những cảm thọ này bằng Chánh Niệm thay vì tham ái và chấp thủ, thì sẽ dừng được phiền não. Khi một cảm giác đau đớn hay dễ chịu nảy sinh, chúng ta chuyển sự chú ý của chúng ta để quán niệm nó. Quán sát bản chất của thọ, chúng ta thấy thọ không phải là một thực thể rắn chắc. Nó chỉ là dòng cảm thọ sanh diệt, một chuỗi những cảm thọ vui buồn. Sát na cảm thọ hiện tại này sẽ khác với những sát na thọ trước và sau đó. Trong trường hợp khổ, dường như khổ thọ kéo dài, thống nhất, đau đớn như là một cấu trúc tinh thần được diễn ra trên một chuỗi những khoảnh khắc có chất lượng tương tự. Hơn nữa, chúng ta quan sát có những loại cảm thọ đau đớn khác nhau như đánh đập, kim chích, dao đâm, đau nhức, v.v…

Khi chúng ta quán khổ thọ với Chánh Niệm, chúng ta không cảm thấy bị thọ đè nặng hoặc hành hạ. Thật thú vị, nhiều bác sĩ đã phát hiện ra rằng Thiền Định là một trợ lực lớn cho những bịnh nhân bị bịnh kinh niên.

Kinh điển Pāli nói khổ thọ, lạc thọ và xả thọ, có hai phần: thế gian và tâm linh.

Lạc thọ thế gian phát sinh từ việc có được các đối tượng như mong muốn. Hạnh phúc tinh thần phát sinh từ việc có những yếu tố tâm linh tích cực như Thiền Định, lòng tin và tình thương.

Khổ thọ thế gian được kích hoạt do tiếp xúc với các trần không thích hoặc không đạt được những điều mong ước. Khổ thọ tinh thần có thể nảy sinh khi chúng ta khao khát những trạng thái thiền chứng mà chúng ta chưa đạt đến. Nó cũng có thể nảy sinh do hối tiếc về những hành động có hại mà chúng ta đã lỡ phạm. Ở đây, khổ thọ tinh thần có thể thúc đẩy chúng ta dấn thân tu tập để thành tựu mục đích tâm linh cao hơn.

Xả thọ thế gian nảy sinh khi chúng ta quên đi kết quả hành động của chúng ta, khiến chúng ta thờ ơ, tự mãn và lười biếng. Xả thọ tâm linh ví như trạng thái an trú vào xả của thiền (*jhāna*) thứ tư.

Những khổ thọ, lạc thọ và xả thọ thế gian sẽ là nguồn gốc của những phiền não nếu chúng không được quan sát bằng Chánh Niệm; trong khi những khổ thọ, lạc thọ và xả thọ tinh thần là có lợi và có thể đưa chúng ta đến việc tu tập tâm linh cao hơn.

Tại một điểm nhất định nào đó khi thực hành quán niệm thọ, chúng ta ngừng tác ý vào khổ thọ, lạc thọ và xả thọ cũng như ngừng theo dõi sự phát sinh và biến mất của chúng. Thay vào đó, chúng ta nên ý thức đơn giản rằng các cảm thọ được sử dụng để trau dồi trí tuệ và Chánh Niệm không ngừng. Ở đây, những cảm thọ được trải nghiệm như những hiện tượng (*Pháp*). Chúng ta không đồng thể với thọ và ngừng nắm bắt xem các thọ như tôi, của tôi, hoặc bản thân tôi.

Quán Niệm Tâm

Để quán niệm về bản chất vô thường của tâm, chúng ta nên quán tâm quá khứ, hiện đã biến mất và tâm tương lai vẫn chưa đến. Chỉ có tâm hiện tại vẫn còn, nhưng tâm hiện tại này cũng luôn thay đổi và kh ông dừng lại ở mỗi sát na. Mỗi sát na tâm sanh, trụ, dị và diệt liên tục.

Tính chất vô thường tinh tế của tâm có hai ý:

1. Tâm trong sát na này sẽ không còn tồn tại trong sát na thứ hai và sự liên tục của tâm không thể bị hủy diệt.
2. Ngã (*tôi*) là bị lệ thuộc vào tâm. Giác tỉnh được những điều này sẽ làm giảm nỗi sợ hãi vào thời điểm cận tử nghiệp (*chết*) khi trở nên không tồn tại, biến mất hoàn toàn, điều này dễ gây nên lòng tham ái và bám víu vào ngã. Thư giãn nỗi sợ hãi đó bằng cách tạo nhiều cơ hội thiền tập để đạt được tuệ tri sâu sắc vào lúc chết.

Thực hành quán niệm tâm cũng đòi hỏi đạt được sự trải nghiệm trực tiếp của tâm vô tướng này bằng sự tỉnh giác và biết các trần tướng. Giống như một cái gương phản chiếu các vật hiện lên, nhưng thật ra nhận dạng sự rõ biết và thực thể của tâm là khó.

Trong cuộc sống hàng ngày của chúng ta, năm căn (*giác quan*) của chúng ta rất năng động và những kinh nghiệm về năm thức của chúng ta thường là liên quan đến cái gì mà năm giác quan của chúng ta đã tiếp xúc. Hầu hết cuộc sống của chúng ta bị kiểm soát bởi những trần cảnh bên ngoài và những phản ứng của chúng ta đối với trần; chúng ta không có cơ hội để trải nghiệm thực thể của tâm.

Để thực thể của tâm phát sinh, chúng ta phải buông bỏ suy nghĩ về các trần bên ngoài, các vọng tưởng và trải nghiệm của quá khứ và tương lai. Ban đầu chúng ta có thể cảm thấy tâm là không có gì, trống rỗng. Khi chúng ta có thể kéo dài thời gian không nghĩ đến quá khứ hay tương lai, chúng ta có thể có được một cái hiểu thoáng qua về sự trống rỗng. Sự trống rỗng này không phải là sự trống rỗng của sự tồn tại cố hữu của tâm. Thay vào đó, chúng ta đã tạo ra một khoảng cách do cố ý ngăn chặn sự biểu hiện thô hay tinh vi của tâm. Một trải nghiệm của sự tĩnh lặng phát sinh bởi vì các căn không bị chi phối các trần nữa. Chỉ có sự trải nghiệm của hiện tại, về sự trống rỗng.

Khi chúng ta duy trì khoảng cách này, chúng ta có thể có được một cái nhìn thoáng qua về sự rõ biết và thực thể của tâm. Chỉ khi đó chúng ta mới tìm ra đối tượng của thiền để thực hành quán niệm tâm. Khi trở nên quen thuộc với điều này, chúng ta sẽ trải nghiệm được tính tạm thời của tâm.

Tiếp tục thiền quán cách này, chúng ta sẽ giác tỉnh rằng:

1. Thực thể tâm của chúng ta không có các cảm xúc sanh diệt bởi cảm xúc phát sinh là do nhân duyên. Chúng không tồn tại trong tính rõ biết và thực thể của tâm. Nhìn thấy bản chất trung tính của tâm, chúng ta biết rằng có thể chấm dứt những phiền não.

2. Tâm là tạm thời.

Vì vậy, những suy nghĩ cũng tạm thời. Điều này giúp chúng ta giác tỉnh rằng chấm dứt những phiền não và thực hiện sự chấm dứt (*Diệt đế*) thực sự là có thể đạt được. Theo cách này, quán niệm tâm dẫn đến sự chứng ngộ Diệt đế, chân lý thứ ba của các bậc Thầy (*āryas*).

Quán niệm tâm cũng đưa đến việc chứng ngộ về vô ngã của con người. Chúng ta thường nghĩ con người là có liên quan hoặc đồng thể với các uẩn. Đôi khi chúng ta cảm thấy "cái tôi" đang tồn tại trong thân thể này, nhưng lần khác có vẻ như "cái tôi" đang tồn tại trong tâm. Khi chúng ta niệm tâm trên thân, chúng ta cảm thấy "Ta đang ngồi thiền trên thân thể này." Tôi dường như đang ở trong thân thể và không tách ra khỏi nó. Khi chúng ta quán niệm về thọ, chúng ta cảm thấy có cái tôi đang thọ khổ và thọ vui. Cái tôi đây cũng vậy, dường như tách rời khỏi những cảm xúc; đó là người trải nghiệm hoặc chủ sở hữu của thọ.

Quán niệm tâm, ban đầu chúng ta tin rằng tâm của chúng ta có thể là chính chúng ta. Nhưng sau đó, chúng ta khám phá ra một tâm trung lập, tinh tế và là đối tượng để quán niệm. Vào thời điểm đó, chúng ta có thể thắc mắc, "Bây giờ tôi đang ở đâu?» Chúng ta có thể cảm thấy rằng tôi chỉ đơn thuần là được định danh phụ thuộc vào sự tập hợp của tâm và thân. Không có tôi độc lập sở hữu thân và tâm. Theo cách này, Thiền Định về tâm đưa đến sự giác biết về vô ngã của con người và sự diệt tận (*chấm dứt thực sự*).

Quán niệm tâm và bản chất vô thường của tâm cũng dẫn đến giác biết sự vô ngã và không của Pháp.

Nếu một cái gì đó tồn tại một cách độc lập, nó sẽ không phụ thuộc vào bất cứ điều gì khác, bao gồm nhân và duyên, do vậy Pháp đó sẽ được thường còn vĩnh viễn và không thay đổi. Tuy nhiên, tâm sanh và diệt trong mỗi sát na, nó không vĩnh viễn thường còn. Do vậy, tâm phụ thuộc vào nhân duyên và không tồn tại độc lập với tất cả các yếu tố khác. Như vậy, tâm là Tánh Không của các Pháp.

Theo truyền thống Pāli, quán niệm tâm là đề cập đến Chánh Niệm của các trạng thái tâm - được tô điểm bởi các yếu tố tinh thần cùng với tàng thức. Giống như nước trộn với xi- rô cam thành thức uống màu cam, tâm kèm theo tức giận trở thành tâm tức giận và tâm kèm với Thiền Định trở thành định tâm. Quán niệm tâm sẽ phát triển tự nhiên xuất phát từ niệm thọ, bởi lẽ do ba thọ (*khổ, vui và xả thọ*) mà ba độc (*tham, sân, si*) nảy sinh.

Đầu buổi tọa thiền, hành giả theo dõi hơi thở an tâm. Sau đó hành giả xoay lại nhìn vào tâm của chính mình, quán sát mọi trạng thái tâm đến và đi mà không duyên theo cũng chẳng xua đuổi. Như thế, hành giả tự biết rõ mọi trạng thái tâm thiện hay ác. Chúng ta cũng quán sự sanh khởi của tâm - các trạng thái tinh thần khác nhau phát sinh do những duyên khởi của chúng - và sự biến mất của tâm - rằng những trạng thái tinh thần này không kéo dài trong giây phút kế tiếp và biến mất ngay khi nó vừa xuất hiện.

Sau đó, chúng ta quán chiếu cả sự sinh và diệt của tâm, bản

chất tạm thời của tất cả các quá trình tâm. Khi quen thuộc với các đặc tính của các trạng thái tâm khác nhau được thiết lập; chúng ta có thể xác định chúng một cách nhanh chóng và dễ dàng, và chúng ta có thể quan sát quá trình tâm bằng Chánh Niệm. Qua đó chúng ta sống mà không bám víu chấp giữ.

Quán Niệm Pháp

Tsongkhapa (*Tông Khách Ba*) giải thích các Pháp được thiền quán trong Niệm xứ thứ tư như là các yếu tố để áp dụng hoặc loại bỏ trong tu tập. Ở đây "*Pháp*" đề cập có thể là Pháp tịnh là lợi ích để tu tập, trong khi Pháp ô nhiễm để sanh phiền não thì cần từ bỏ. Bằng cách trầm tư những điều này, chúng ta đi vào thực hành chân lý thứ tư của các bậc Thầy (*āryas*), những đạo lộ chân thật, chính yếu đưa đến sự chứng ngộ lý không và vô ngã.

Các yếu tố tâm là những Pháp quan trọng nhất cần quan sát trong quán niệm Pháp.

Chúng ta xác định các yếu tố phiền não trong tâm của chúng ta và quán sát nguyên nhân, đặc điểm và ảnh hưởng của chúng. Khi các phiền não đi kèm với ý thức, chúng làm rối loạn tâm, làm cho tâm không rõ ràng và không thể quản lý. Các yếu tố tâm thanh tịnh làm cho tâm trong sáng, dễ điều ngự và trầm tĩnh. Với Chánh Niệm, chúng ta quan sát điều này bằng chính trải nghiệm riêng của mình.

Chúng ta cũng quan sát thấy rằng các yếu tố tâm phiền não thiếu cơ sở hợp lý, phụ thuộc vào vô minh và có thể bị nhổ gốc bởi trí tuệ. Các tâm hữu ích được hỗ trợ bởi lý luận và có khả năng chống lại những tâm rối loạn. Tuy nhiên, thái độ và cảm xúc tích cực có thể được tăng lên vô hạn. Không có yếu tố tâm nào nói trên là ta cả (*con người*). Tuy nhiên, một thực thể đơn thuần được định danh trong sự phụ thuộc vào các uẩn - tồn tại. Điều này đã gợi ý rằng ngã và Pháp chỉ là tạm gọi, chứ chúng là rỗng không, không có sự tồn tại cố hữu nào. Đây là con đường thực sự đưa tới sự diệt tận (*chấm dứt thực sự*).

Trong kinh Pāli Đại Niệm Xứ (*Mahāsatipaṭṭhāna Sutta*), năm Pháp tượng trưng cho các đối tượng của quán niệm: là năm chướng ngại, năm uẩn, sáu căn (*cơ sở cảm giác*), thất giác chi và tứ đế (*bốn chân lý*).

Trình tự của năm Pháp này bản thân nó là một bản đồ. Trước hết là quán niệm năm chướng vì chúng là những trở ngại lớn cho sự phát triển tâm, đặc biệt là để tu tập thiền chỉ và thiền quán.

Vượt qua năm chướng là một bước đi thiết yếu đầu tiên, cho phép chúng ta khám phá lĩnh vực kinh nghiệm của chúng ta bằng cách thiền quán ngũ uẩn và sáu căn. Khi thiền quán phát triển, thất giác chi trở nên nổi bật, và khi chúng thuần thục, sự giác biết thâm sâu về bốn chân lý (*tứ đế*) sẽ nảy sinh. Điều này dẫn đến sự giác ngộ chân lý tối hậu của Pháp.

Quán niệm năm chướng đòi hỏi:1. chúng ta phải minh sát được hiện trạng của mỗi chướng khi xuất hiện hay vắng mặt, 2. biết rõ các yếu tố nguyên nhân khiến các chướng phát sinh, 3. giác biết thế nào để dập tắt tạm thời mỗi chướng, 4. giác biết làm thế nào để loại bỏ hoàn toàn những trở ngại.

Quán niệm ngũ uẩn là chúng ta phải hiểu các đặc tính của mỗi uẩn. Sau đó, chúng ta tập trung vào nguồn gốc và sự biến mất của nó bằng cách minh sát các điều kiện khiến mỗi uẩn phát sinh, thấy rõ bản chất vô thường của uẩn. Quán niệm sáu căn liên quan đến việc giác biết vai trò của căn trong việc tạo ra các kiết sử trói buộc. Sau đó, chúng ta học cách làm thế nào để tạm thời ức chế các kiết sử, các chướng và làm thế nào để loại bỏ chúng thông qua thiền quán sâu sắc vào bản chất thực tế của họ.

Quán niệm mỗi yếu tố trong thất giác chi đòi hỏi sự giác

biết 1. khi nó hiện diện và vắng mặt trong tâm chúng ta, 2. nguyên nhân cho sự sanh khởi, 3. làm sao để hoàn thành giác chi khi nó đã nảy sinh. Với sự tác ý vào bốn chân lý, chúng ta giác biết rõ ràng khổ phát sanh do tập khổ và khả năng đạt được sự dứt khổ bằng cách tu tập đạo đế (*bát chánh đạo*).

Khi trí tuệ thiền quán của chúng ta đã quen thuộc với ba Pháp ấn (*khổ, không và vô ngã*), tâm sẽ đột phá qua thế giới hữu vi để bước vào thế giới Vô Vi. Bấy giờ, hành giả sẽ thấy và hiểu rằng: "Đây là sự chấm dứt của khổ." Tuy nhiên, trí vẫn chưa thể thực hiện được việc này trong một thời gian dài và rơi vào thế giới hữu vi. Nhưng giờ đây chúng ta biết chắc rằng ngũ uẩn, sáu căn, v.v... là khổ.

Thấy sự tiến hóa của luân hồi (*saṃsāra*) từ vô minh và ái dục, chúng ta biết đây là nguyên nhân của khổ (*khổ tập*). Thông qua trải nghiệm cá nhân, chúng ta biết rằng Bát Chánh Đạo là con đường thực sự dẫn đến sự chấm dứt khổ. Qua sự chứng nghiệm đầu tiên này và trong thời gian này, chúng ta trực tiếp có đầy đủ chánh trí của thế giới Vô Vi để bước vào Dòng Thánh (*Tu-đà-hoàn*). Bằng cách liên tục phát triển thiền quán, chúng ta sẽ đạt được sự chứng nghiệm đầy đủ về Vô Vi.

Tứ niệm xứ không phải là những Pháp hành loại trừ lẫn nhau. Hành giả có thể đang tập cái này và khi đó cũng có thể tập cái khác. Ví dụ, đang quán sổ tức (*hơi thở*) là môn thực hành chính của chúng ta, bất ngờ một cảm thọ mạnh mẽ nảy sinh, tạm thời chúng ta chuyển đối tượng để minh sát thọ. Khi thọ biến mất thì chúng ta quay lại đề mục hơi thở chính của mình.

Tứ niệm xứ cho các bậc Bồ Tát (*Four Establishments of Mindfulness for Bodhisattvas*)

Theo Trung Quán Luận (*Mādhyamikas*), Bồ Tát thực hành tứ niệm xứ với động lực của Bồ Đề Tâm (*bodhicitta*) để trau dồi trí huệ giác tỉnh trạng thái vi tế vô ngã của người và Pháp – Tánh Không sẵn có của ngã và Pháp. Tuệ tri rằng thân, thọ, tâm và Pháp không còn là "sự hiện hữu từ trong chúng" hay "dưới quyền lực của chúng". Bồ Tát cũng quán niệm tứ niệm xứ bằng cách minh sát thân, thọ, tâm, Pháp chỉ tồn tại qua danh tướng và khái niệm.

Các Ngài giác biết thân như ảo giác, thọ như giấc mơ, tâm như hư không, và Pháp như đám mây thoáng qua. Bằng cách này, Bồ Tát thiền quán trạng thái không của bốn đối tượng (*thân, thọ, tâm, Pháp*), giống như hư không và ảo giác. Bồ Tát cũng suy niệm về sự bất tịnh và vô thường của thân người khác để giác tỉnh rằng chúng sinh phải chịu đựng sự luân hồi. Nhìn thấy những chúng sanh do vô minh mà bị trói buộc ái nhiễm, Bồ Tát khởi lòng đại bi và Bồ Đề Tâm cứu giúp.

Tứ Chánh Cần (*Four Supreme Strivings*)

Quán tứ niệm xứ, đặc biệt là Pháp niệm xứ, chúng ta mong muốn phát triển những đức hạnh Tinh Tấn nỗ lực loại bỏ phiền não. Tứ chánh cần (*sammappadhāna*) sẽ giúp chúng ta hiện thực hóa điều này. Chúng ta khởi lòng khát ngưỡng và ứng dụng tinh thần nỗ lực để:

1. Đoạn những ác Pháp chưa sanh, sẽ không sanh, bằng cách bảo hộ sáu căn.
2. Đoạn những ác Pháp đã sanh bằng các Pháp thiền quán.
3. Khiến cho các Pháp lành chưa sanh, sẽ sanh, bằng cách tu tứ niệm xứ và thất giác chi.
4. Khiến cho các Pháp lành đã sanh, sẽ được tăng trưởng, đặc biệt bằng cách duy trì các đối tượng thiền thích hợp để đạt được thiền chứng (*samādhi*) đầy đủ.

Thêm vào đó để loại trừ sự xao lãng và phấn khích – hai

chướng cản trở thiền chỉ – tứ chánh cần sẽ cân bằng và tăng cường hỗ trợ thiền chỉ và thiền quán. Nếu một trong hai quá mạnh, chúng ta cố gắng củng cố cái yếu để cân bằng hai loại thiền này.

Tứ Như Ý Túc (*Four Bases of Supernormal Power*)

Với Tứ Như Ý Túc, chúng ta nỗ lực để giảm bớt các phiền não và ác tâm, củng cố các phẩm chất tích cực, hỗ trợ cho thiền chỉ và thiền quán.

Bây giờ chúng ta thực hành tập trung Thiền Định phát sinh các năng lực như ý túc. Tứ Như Ý Túc (*iddhipāda, ṛddhipāda*) là định lực của Tinh Tấn, tâm và quán. Qua sự tu tập, hành giả phát triển định lực đặc biệt để biến hóa mọi thứ. Các đối tượng được xuất hiện hoặc biến hóa bởi các năng lực thần thông – như khiến thân thể của chúng ta lớn hơn, biến nhiều thân và chuyển một cảnh xấu xí thành tuyệt đẹp - là những đối tượng của tứ như ý túc. Với những năng lực siêu nhiên này, Bồ Tát có thể thăm viếng nhiều Phật quốc và tích lũy được nhiều công đức do cúng dường cho vô số Phật.

Tứ niệm xứ là các yếu tố tinh thần của chánh trí và Chánh Niệm, tứ chánh cần là các nỗ lực và tứ như ý túc là Thiền Định liên quan đến các yếu tố tinh thần của dục như ý túc v.v... Dục, Tinh Tấn, tâm và giác là những phương tiện của định lực giúp phát triển khả năng Thiền Định mạnh mẽ.

Năng lực thần thông đạt được thông qua sự phát triển tinh thần, đặc biệt sự tập trung sâu. Các thần thông thế gian bao gồm việc biến ra thân người, bay trong không gian, đi bộ trên mặt nước, đi qua các bức tường hoặc trên núi và đi dưới lòng đất. Tuy nhiên, định lực siêu nhiên cao nhất là sự giải thoát, Niết Bàn (*nibbāna*).

Kinh điển giải thích có hai yếu tố góp phần cân bằng định tuệ và thành tựu theo như sở nguyện. Đầu tiên, quyết tâm

Tinh Tấn nỗ lực, là phổ biến chung cho cả bốn như ý túc. Thứ hai, sự miên mật chuyên nhất là cần cho mỗi như ý túc:

1. Dục như ý túc (*chanda*) là dục nguyện ước muốn sâu sắc đạt được những năng lực thần thông làm động lực cho những nỗ lực của chúng ta để đạt được thiền chứng (*samādhi*).
2. Tinh Tấn như ý túc (*viriya, vīrya*) là nổ lực thực hành mong đạt đến cứu cánh các năng lực thần thông.
3. Tâm như ý túc (*citta, theo ý định*) là hành giả khiến cho tâm an tĩnh, thanh tịnh và sáng rỡ. Nhờ đó, đạt được định lực làm cơ sở cho những thành tựu thần thông.
4. Quán (*vīmaṃsā, mīmāṃsā*) là tư duy quán sát tâm và các yếu tố thúc đẩy, cũng như chướng ngại sự phát triển của tâm. Do muốn khám phá và giác ngộ nibbāna mà hành giả nổ lực để định lực phát sanh. Bốn như ý túc này có thể được kết hợp với chánh trí để đạt giải thoát như sở nguyện của chúng ta, nên gọi là như ý túc.

Năm Căn và Năm Lực

Năm căn (*indriya*) và năm lực (*bala*) có cùng tên và cùng phẩm chất, nhưng năm lực là sự phát triển đầy đủ và mạnh hơn năm căn.

Với năm căn, chúng ta vẫn không thể khắc phục được các yếu tố tiêu cực - sự bất tín, sự lười biếng, quên lãng, loạn động, và Tà Kiến - đôi khi vẫn có thể xảy ra. Khi năm căn đủ thần lực mạnh để điều ngự các yếu tố tiêu cực thì chúng trở thành năm lực. Với năm lực, chúng ta đã nắm vững các yếu tố tiêu cực và có thể chuyển hóa, mặc dù chưa hoàn toàn từ bỏ chúng. Mặc dù từng lực được nói riêng rẽ, nhưng trong thực tế năm lực hoạt động hài hoà với nhau. Tất cả năm lực có thể đồng thời đi kèm với ý thức duy nhất ban đầu. Năm căn và năm lực là sức mạnh duy trì sự liên tục đưa đến giải thóat, thành tựu Niết Bàn (*nibbāna*) cho hành giả.

Truyền thống kinh tiếng Phạn (Sanskrit) mô tả năm chữ:

1. Tín là đề cập đến lòng tin vào con đường thực hành và kết quả giải thoát hoặc đối với Bồ Tát, là sự giải thoát hoàn toàn. Niềm tin này kết hợp một cách tự nhiên với chánh trí để xác tín về Tứ Diệu Đế (bốn chân lý).

2. Tấn là có công năng phá hủy mọi sự lười biếng đã làm gián đoạn thiền định về tứ diệu đế và khiến hành giả nhanh chóng minh sát lại đề mục.

   Đối với Bồ Tát, sự tinh tấn dũng mãnh này cũng bao gồm sự nỗ lực thực hành lục độ.

3. Đối với Bồ Tát, sự Tinh Tấn dũng mãnh này cũng bao gồm sự nỗ lực thực hành lục độ.

4. Niệm là đảm bảo chúng ta không quên các đối tượng và các khía cạnh của Tứ Diệu Đế. Đối với Bồ Tát, niệm này liên kết với Bồ Đề Tâm để vì lợi ích cứu giúp chúng sanh.

5. Định là loại bỏ năm chướng, nhằm ngăn cản sự thiền quán hoàn hảo vào Tứ Diệu Đế và chỉ chuyên tâm tập trung vào đối tượng để giác ngộ Tánh Không hiện hữu của tất cả hiện tượng.

6. Tuệ là có khả năng chuyển hóa các tà niệm về Tứ Diệu Đế và phân biệt rõ từng đặc điểm, phẩm chất cũng như phương thức cuối cùng của hiện hữu. Bồ Tát tu tập trí tuệ để giác tỉnh tất cả các khía cạnh của các Pháp.

Truyền thống Pāli dạy rằng:

1. Tín là được đặt trên chiều hướng vững chắc vào Tam Bảo, đặc biệt tin một cách như thật vào sự giác ngộ của Đức Phật và Giáo Pháp của Ngài như là con đường

dẫn đến chân lý. Tín dẫn chúng ta trên đường đạo và giữ chúng ta đi xuyên suốt qua những ngờ vực vô căn cứ. Tín lực này có thể vượt qua những nghi ngờ mù mờ hay mê tín dị đoan.

2. Tấn là một tâm trí tràn đầy năng lượng. Tấn đấu tranh với sự lười biếng, buông lung, vô ích; và lúc nào cũng siêng năng tinh cần trong việc thực hiện tứ chánh cần. Tấn lực là sức mạnh của nỗ lực không bị ảnh hưởng bởi sự lười biếng, chần chừ và chán nản.

3. Niệm là giữ cho chúng ta luôn tỉnh giác và nhận thức được những gì chúng ta đang làm và những gì nên thực hành hay cần loại bỏ trong cuộc sống hàng ngày.

   Trong Thiền Định, niệm ghi nhớ các đối tượng thiền và giữ tâm tập trung vào đối tượng. Niệm chống lại sự quên lãng, vọng tưởng mù mờ, không tập trung và sức mạnh của niệm là không thể bị tổn hại bởi ba chướng.

4. Định giữ tâm tập trung một cách rõ ràng chuyên nhất vào đối tượng đã chọn và do đó ngăn cản sự phân tâm.

5. Tuệ là hiểu đúng đối tượng của nó. Phá hủy mọi vô minh, Tà Kiến và phân tích các Pháp Hữu Vi để hiểu bản chất của nó. Tuệ tri về ba Pháp ấn, hiểu như thật về Tứ Diệu Đế, và thâm nhập niết bàn (*nibbāna*). Sức mạnh của trí tuệ không thể bị tổn hại bởi vô minh.

Thất Giác Chi (Bảy yếu tố giác ngộ - *Seven Awakening Factors*)

Bảy chi phần giác ngộ (*bojjhaṅga, bodhyaṅga*) được gọi là " chân chánh" bởi vì chúng có khả năng chuyển hóa phàm phu vào Thánh đạo (*ārya*). "Chi phần" là những yếu tố nguyên nhân đưa đến giác ngộ.

1. Niệm giữ lại các đối tượng thiền trong tâm mà không

bị lãng quên và để hàng phục phiền não.

2. Trạch Pháp (*dhammavicaya, dharmavicaya*) là tuệ tri rõ về Pháp nào cần thực hành và Pháp nào cần từ bỏ. Nó đứng dưới trạng thái tuệ vô ngã và do đó có khả năng phá hủy mọi chướng ngại.
3. Tinh Tấn là nỗ lực buông xả, để giúp hành giả sớm đạt được giác ngộ.
4. Hỉ làm cho tâm liên tục hân hoan, an lạc có lợi cho thân và tâm.
5. Khinh an: sẽ loại bỏ tất cả sự khó chịu về thân và tâm, khiến cho thân và tâm trở nên nhẹ nhàng linh hoạt để thực hành Pháp.
6. Định: tập trung duy nhất rõ ràng vào một đối tượng được lựa chọn của thiền, giúp chúng ta hoàn thành tất cả mong muốn của mình bằng cách phát triển các yếu tố giác ngộ.
7. Xả: giúp hành giả thích ứng với Pháp đang tu tập và tránh những gì cần buông bỏ. Chi phần giác ngộ của xả là thoát khỏi mọi lỗi lầm cản trở thiền chỉ và ngược lại với những tâm phiền não không cân bằng.

Đức Phật giải thích việc tu tập tứ niệm xứ để thành tựu thất giác chi (MN 118). Khi quán thân trên thân, chúng ta khơi dậy:

1. Niệm vững chắc và phát triển niệm đến viên mãn. Dựa trên điều này, chúng ta quán niệm về thân và sự vô thường của Pháp bằng phương tiện. 2. Trạch Pháp để tác ý vào đối tượng mà chúng ta đã lựa chọn để tăng cường sự nỗ lực. 3. Tinh tấn. Sự trạch Pháp phân biệt Pháp nào cần tu đã mang lại sự tuệ tri hiểu biết, điều này truyền cảm hứng cho việc thực hành Pháp sâu sắc hơn. Nỗ lực đưa đến 4. Hỉ tràn ngập toàn thân giống nước thấm từ đầu đến chân. Do hân hoan an lạc

thúc đẩy, nó thôi thúc hành giả tiến tu đến viên mãn. Như vậy, dần dần đưa đến 5. Sự khinh an, thanh thản cả thân và tâm. Khi khinh an phát triển tốt đẹp và được thực hiện, thì sự an lạc càng gia tăng. An lạc và khinh an hợp với nhau giúp cho tâm ổn định trên đối tượng với sự tĩnh lặng hơn, do đó khiến 6. Định càng sâu hơn. Khi định vững chắc, tâm trí tự nhiên an trú trong 7. Trạng thái tịch tĩnh của buông xả.

Do thực tập bảy yếu tố giác ngộ này, chúng ta đạt được chánh trí (*vijjā, vidyā*) của tứ diệu đế và giải thoát. Trong trạng thái tịch tĩnh buông xả, chúng ta củng cố yếu tố trạch Pháp của các Pháp để trở thành trí tuệ do sự hộ trì của định lực. Bằng cách tư duy quán sát bản chất của các Pháp, đặc biệt là ba Pháp ấn (*vô thường, khổ, vô ngã*), cuối cùng chúng ta đã vượt qua và đạt đến giác ngộ Niết Bàn vĩnh viễn, vào thời điểm đó, tất cả bảy yếu tố giác ngộ được hiện diện.

Bát Chánh Đạo

Bát Chánh Đạo là tám con đường chân chánh của các bậc Thánh (*āryas*). Theo truyền thống tiếng Phạn, chúng có thể được chia thành bốn nhánh.

1. Chánh Kiến là thuộc về tuệ học, suốt trong giai đoạn sau- Thiền Định, sự hiểu biết chính xác như thật về Tứ Diệu Đế đã được thực hiện bằng thiền quán. Chánh Kiến tạo thành một yếu tố đầu tiên trong bốn nhánh, là tri kiến chánh trực biết chắc chắn việc quán chiếu Tánh Không đã xảy ra trong quá trình hành thiền.
2. Chánh tư duy là ý định thúc đẩy muốn giải thích chính xác cho người khác nghe về quan niệm vô ngã đã được chứng nghiệm như thật từ trong Thiền Định. Việc này bao gồm việc thúc đẩy nâng cao hạnh chánh tư duy cho người khác.
3. Chánh Ngữ là lời nói giải thích Chánh Kiến cho người

khác nghe mà hành giả đã thực hành.

4. Chánh nghiệp là các hành động không gây hại hay tổn thương cho bản thân hoặc người khác.

5. Chánh Mạng là phương Pháp chân chánh sanh nhai hằng ngày mang lại cơm no áo ấm, chỗ ở, thuốc thang và những nhu cầu cần thiết cho cuộc sống trong gia đình mà không phạm năm sinh kế sai lầm. Ba chánh (*ngữ, nghiệp và mạng*) này là phát huy lòng tin tưởng và tôn trọng lẫn nhau bởi lẽ những người khác thấy rằng chúng ta sống đời sống đạo đức trong sáng, họ khởi lòng kính tin chúng ta.

6. Chánh Tinh Tấn là nổ lực siêng năng tinh cần để phát triển các hạnh đoạn (thuốc giải độc) các đối tượng cần bỏ trên con đường Thiền Định, cho phép chúng ta tiến lên tầng thiền cao hơn.

7. Chánh Niệm là không quên đối tượng của Thiền Định, do đó ngăn ngừa và loại trừ các chướng ngại để được sự nhất tâm.

8. Chánh Định là nhờ lực định mà chúng ta có thể tu tập trí tuệ siêu thế và chuyên tâm tác ý vào Tứ Diệu Đế một cách rõ ràng. Ba chánh (*Tinh Tấn, Chánh Niệm và Chánh Định*) tạo thành sự giải thoát các phiền não tiêu cực vì ba chánh đã vượt qua và làm thanh tịnh hóa những chướng ngại.

Các yếu tố tinh thần như Chánh Niệm, Chánh Tinh Tấn, Chánh Định và chánh tuệ xuất hiện liên tục trong ba mươi bảy phẩm trợ đạo, nhấn mạnh vai trò then chốt của chúng trên con đường giải thoát. Thực tế là chúng được tìm thấy trong nhiều bối cảnh, không chỉ minh hoạ những tình huống khác nhau (*của tục đế và chân đế*) mà còn cho thấy khả năng và tiềm năng của Chánh Niệm, Chánh Tinh Tấn, Chánh Định và chánh tuệ tăng lên theo sự tiến bộ tâm linh của hành giả.

Tục đế và Chân đế của Ba mươi bảy Phẩm trợ đạo

Truyền thống Phạn (*Sanskrit*) nhấn mạnh việc tu tập ba mươi bảy phẩm trợ đạo để giác ngộ trong hai phương diện của tục đế và chân đế. Về tục đế, liên quan đến sự sanh khởi và hiện hành thế nào của ba mươi bảy phẩm trợ đạo. Chẳng hạn, Tứ niệm xứ: quán thân là bất tịnh, thọ là khổ, tâm là vô thường, và Pháp là vô ngã.

Về phương diện chân đế, chúng ta quán chiếu thắng nghĩa rốt ráo của ba mươi bảy phẩm trợ đạo. Đại sư Tịch Thiên (*Śāntideva*) (BCA 9.78-105) đã thảo luận về tứ niệm xứ từ quan điểm của thực tại tối hậu, thiền quán thân, thọ, tâm và Pháp để xác định bản chất rốt ráo của chúng - trạng thái trống không trong sự tồn tại vốn có của chúng. Giác tỉnh được bản chất không của chúng, sẽ ngăn ngừa chúng ta chấp thủ vào ngã để giúp ta giải thoát như ba mươi bảy phẩm trợ đạo đã chỉ dẫn.

CHƯƠNG 7

Không Và Vô Ngã

Sự hiểu biết về vô ngã, Tuệ Minh Sát (*không tự ngã*) cần thiết trong cả truyền thống Pāli và Phạn. Theo truyền thống Pāli, quán Tuệ Minh Sát về vô ngã khảo sát các đối tượng trần tục – các uẩn ái nhiễm – quán chúng là vô thường, khổ, và vô ngã. Tuệ quán là tiền thân để chứng ngộ Niết Bàn, Chân đế (*tâm siêu thế*) sẽ giúp hành giả trở thành bậc Thánh (*Ariya*). Theo truyền thống Phạn, khi Tuệ Minh Sát trực tiếp tỉnh giác trạng thái vô ngã vi tế, trở thành tâm siêu thế của vị Thánh (*ārya*) với khả năng diệt trừ phiền não. Thiền quán trong hai truyền thống đều đưa đến nhận thức đúng đắn về vô ngã và chuyển thành chứng nghiệm của thiền chỉ và thiền quán.

Thông qua Thiền Định với sự kết hợp của chỉ quán, trong Kinh điển Pāli, Đức Phật quán sát vô ngã qua nhiều phương cách. Quán ba Pháp ấn được sử dụng để giác biết các uẩn không phải là ngã.

Tứ Diệu Đế được sử dụng để quán chiếu bản chất đặc trưng của luân hồi (*saṃsāric*), điều kiện cho sự sanh, diệt và Bát Chánh Đạo như con đường dẫn đến sự chấm dứt (*diệt tận*) đó. Đức Phật cũng quán chiếu các hiện tượng luân hồi (*saṃsāric*) như ái dục (*assāda, āvada*), sự nguy hiểm (*ādīnava*), và sự thoát ly (*nissaraṇa, niḥsaraṇa*), thất vọng (*nibbidā, nirvida*), ly tham (*virāga*) và giải thoát (*vimutti, vimukti*) (MN 22: 28-29). Sử dụng các phương cách khác nhau này, hành giả có thể quán ngũ uẩn, mười tám giới, sáu đại, sáu căn, sáu trần và sáu thức, v.v... để xác định rằng chúng "*không phải là của tôi, không phải là tôi, và không phải là tự ngã của tôi*" (MN 22:26, SN 22-34).

Trong khi truyền thống Phạn (*Sanskrit*) trình bày quan điểm về vô ngã qua nhiều cơ sở luận lý, ở đây chúng ta đề cập cụ thể đến quan điểm của Trung Luận (*Madhyamaka*) và trong đó, quan điểm của Trung Quán Cụ Duyên Luận (*Prāsaṅgika Mādhyamikas*) theo bài trình bày của Ngài Tsongkhapa. Đây là quan điểm được chỉ ra bởi từ Trung luận ("Madhya- maka") trong các chương sau.

Chương này sẽ xem xét một số phương cách được chia sẻ bởi cả truyền thống Pāli và trường phái Trung luận (*Madhyamaka*): quán sát mối quan hệ giữa tự ngã và ngũ uẩn, sáu đại và bốn phương thức của Lý Duyên Khởi. Trong chương tiếp theo, chúng ta sẽ nghiên cứu Lý Nhân Duyên, một đặc tính nổi trội của Pháp Phật như được tìm thấy trong tất cả các truyền thống Phật Giáo và trường học ngoài xã hội.

Truyền thống Pāli: Tự ngã và Các uẩn

Thuật từ "Ngã" có nhiều nghĩa khác nhau. Một là từ phản thân như câu Phật nói, "Các con phải tự tu tập cho bản thân mình". Một nghĩa khác là chỉ cho người bởi vì các uẩn có mặt, ta thường nói, "Tôi đi bộ, tôi suy nghĩ." Hai ý nghĩa này cho bản ngã được chấp nhận. Tuy nhiên, để khẳng định cái tôi là một cá thể con người chủ yếu, một chủ thể chính của các uẩn, là một sự sai lầm.

Quan niệm về tự thân của người Ấn Độ cổ xưa (*atta, ātman*) là một cái tôi thiên thể vĩnh hằng. Bản ngã này là chủ của các uẩn và có thể đạt được ước muốn mà không phụ thuộc vào bất cứ điều gì khác.

Đứng về mặt quan điểm triết học, khái niệm về ta thường được xác định thân hay tâm như là tự ngã hoặc một cái tôi trong mối quan hệ với các uẩn. Bản ngã này dường như là một thực thể kéo dài không thay đổi qua nhiều thời gian. Đó là một bộ phận không thể chia cắt mà thiếu các bộ phận khác; tồn tại độc lập với nhân duyên; nó kiểm soát và làm chủ các uẩn.

Ngã chỉ là một ảo ảnh. Nếu nó tồn tại, thì không có mâu thuẫn giữa những gì ta muốn và những gì chúng ta là. Hơn nữa, cái gì có thể được xác định như một cái tôi như vậy? Bản chất các uẩn là vô minh, ái dục, vô thường và khổ. Rõ ràng là không thích hợp để được cho là "đây là của tôi, là tôi, và tự ngã của tôi"

Tỳ kheo Ni Pháp Mạt Lợi (*Dhammadinnā Bhikkhunī*) giải thích quan điểm xác định ngã khởi lên trong mối liên quan đến các uẩn (MN 44):

Người không hiểu Phật Pháp, xem sắc như tự ngã, hoặc tự ngã như sở hữu của sắc, hoặc sắc trong tự ngã, hoặc tự ngã trong sắc. Vị ấy xem thọ, tưởng, hành, thức như tự ngã, hoặc tự ngã như sở hữu của thức, hoặc thức trong tự ngã, hoặc tự ngã trong thức.

Có bốn quan điểm liên quan đến mỗi uẩn, nên có hai mươi Tà Kiến về tự ngã. Các luận đã sử dụng mối quan hệ giữa ngã và thân (*sắc*) để giải thích những điều này.

1. Thân là ngã, giống như ngọn lửa của một cây đèn dầu được xem giống với màu của ngọn lửa đó.
2. Ngã như một sở hữu của thân giống như một cây sở hữu bóng của nó.
3. Thân là ngã cũng giống như hương từ trong hoa.
4. Ngã trong thân giống như viên ngọc trong hộp.

Quan điểm thứ năm giữa cái tôi và các uẩn là chúng hoàn toàn khác và không liên quan đến nhau. Tỳ-kheo-ni Pháp Mạn Lợi (*Dhammadinnā*) không đề cập đến điều này bởi vì Sư thuyết giảng cho một Phật tử đã hiểu rằng không có tự ngã độc lập với các uẩn.

Năm quan điểm này được cô đặc thành hai: tự ngã giống như các uẩn hoặc một số khía cạnh của phức hợp thân-tâm, hoặc cái tôi và các uẩn độc lập, không liên quan. Trong trường hợp sau, tự ngã sẽ có thể tìm thấy dưới dạng một thực thể riêng biệt bên trong sự tổng hợp các uẩn, phía sau chúng, hoặc là chủ sở hữu vô hình của chúng.

Nếu các uẩn là tự ngã, một hoặc tất cả chúng sẽ có bốn thuộc tính của một ngã thực thể.

1. Cái tôi đó phải thường hằng, nhưng thật ra các uẩn là vô thường.
2. Cái tôi nên là một thực thể không thể phân chia được, nhưng có năm uẩn, mỗi thứ đều bao gồm nhiều thành phần.
3. Cái tôi phải tự đầy đủ, độc lập với các nguyên nhân và điều kiện, nhưng các uẩn theo duyên phụ thuộc vào nhân.
4. Cái tôi nên kiểm soát uẩn, nhưng không kiềm chế các uẩn.

Nếu cái tôi tự kiểm soát được, phải có khả năng ngăn chặn cơ thể khỏi lão hóa và ngăn tâm không bị các cảm giác đau đớn. Các uẩn không có đặc điểm của một thực thể ngã đích thực, và trên thực tế, ngã lại có các đặc tính ngược lại:

Thân như bọt nổi, không có thực chất.

Thọ như bong bóng, chợt sinh chợt diệt.

Tưởng như ảo ảnh, hiển hiện nhưng không tìm thấy dấu.

Hành như thân rỗng của cây chuối.

Thức như vọng tưởng biến ra, giả hiện nhưng không thể chất.

Không có cốt lõi trong bất kỳ uẩn nào. Chúng trống rỗng, không có sự độc lập hay thực thể nào (SN 22:95).

Đức Phật phân tích sáu căn, sáu trần, sáu thức, sáu xúc, sáu thọ, và sáu ái (MN 148). Tất cả những Pháp này sanh và diệt. Nếu chúng là ngã, ngã cũng phải sanh và diệt, nhưng ngã không thể làm điều đó. Bồ Tát Long Thọ (Nāgārjuna) đã phủ định điều này như sau (MMK 18.1ab):

"Nếu uẩn là ngã, thì cái tôi sẽ bị sinh và diệt."

Sau đó Ngài giải thích rằng nếu bất kỳ một uẩn nào là cái tôi, thì cái tôi sẽ bắt đầu từ lúc thụ thai và kết thúc bằng cái chết, giống như các uẩn của cuộc đời này. Trong trường hợp đó, ký ức về những kiếp trước và trải nghiệm nghiệp quả trong kiếp sau là điều không thể có.

Đức Phật bác bỏ ý kiến cho rằng ngã kiểm soát các uẩn (MN 35:15-19). Khi Bà-la-môn Aggivessana nói năm uẩn là tự ngã, Đức Phật hỏi lại rằng: một vị Vua đầy đủ quyền lực có trừng phạt những người đáng bị trừng phạt hay không? Aggivessana trả lời có.

Phật lại hỏi tiếp, vậy vị Vua này có thể dùng quyền lực sai khiến một trong năm uẩn làm theo ý muốn của Ông ấy được không? Aggivessana im lặng. Ông hiểu rằng nếu ngã quản lý, nó sẽ có thể điều khiển các uẩn và làm những gì ngã muốn. Nhưng rõ ràng, không phải vậy, khi chúng ta không thể ngăn cản cơ thể ra khỏi lão hóa hoặc làm cảm xúc theo ý ta muốn.

Đức Phật giải thích tại sao các uẩn không là tự ngã (SN 22:59) như sau:

Thứ nhất, vì các uẩn dẫn đến phiền não, bản chất của chúng là khổ (*dukkha*). Bản chất của khổ (*dukkha*) không thích hợp cho một ngã thường hằng, vĩnh viễn và an lạc.

Thứ hai, tương tự, nếu một trong các uẩn là tự ngã, chúng ta đã có thể kiểm soát các uẩn đó và làm chúng trở thành những gì chúng ta muốn. Nhưng thực tế, chúng ta không thể tự nói với mình nên cảm giác gì; Cảm giác phát sinh phụ thuộc vào duyên của riêng chúng. Tuy chúng ta có thể nghĩ rằng ngã chỉ huy các uẩn, nhưng trên thực tế không có tự ngã nào.

Mặc dù không có tự ngã độc lập nào kiểm soát được các uẩn, nhưng những thiền giả thành tựu có thể kiềm chế và chỉ đạo tâm của họ. Thiền giả làm được như vậy là phụ thuộc vào nhiều nguyên nhân và điều kiện như Tinh Tấn kiên trì minh sát để tạo ra các trạng thái tâm tích cực phát sinh và khiến cho các yếu tố tinh thần như Chánh Niệm, Thiền Định, và trí tuệ càng được mạnh mẽ.

Tuy không có tự ngã kiểm soát, nhưng vẫn có thể giúp chúng ta đạt được giác tỉnh, nuôi dưỡng ý chí, cảm xúc tích cực và ứng dụng hạnh đoạn (*các biện Pháp giải độc*) cho những tâm xấu tiêu cực.

Nếu tự ngã độc lập với uẩn, nó sẽ là một thực thể riêng biệt nằm sau các uẩn. Tuy nhiên, khi chúng ta xác định bất cứ điều gì mà bản thân tự làm, chẳng hạn như đi bộ hoặc suy nghĩ, chúng ta chỉ thấy các uẩn làm những hành động đó. Không thể tách ra để có một tự ngã riêng biệt.

Tóm lại, không có nhân nội hạt nào có thể tìm thấy được bên trong tự ngã khác với con người được tạo ra từ ngũ uẩn. Không có sự tái sanh và quả của nghiệp nào xảy ra với bản chất độc lập của ngã. Mỗi sát na của trải nghiệm, mỗi sát na của thân và tâm đều gắn liền với những nhân duyên trước đó và tiếp nối qua một quá trình nhân quả. Chúng ta tự xem mình như một "cái tôi" từ lúc sinh ra cho đến lúc chết và sau khi chết bởi vì có một sự liên tục nhân quả, không phải vì có một cái tôi nào đó trì giữ mọi thứ lại với nhau.

Trung Luận: Đối tượng của sự phủ nhận.

Đối tượng vi tế nhất của sự phủ định là tự ngã, sự độc lập của ngã vốn không có ở người hay Pháp nào. Tuy nhiên, vô minh và quan điểm chấp ngã đã tin rằng điều này có. Nếu chúng ta muốn bắt một tên trộm, chúng ta phải biết anh ta hình tướng như thế nào. Tương tự, để bác bỏ sự tồn tại tự ngã, chúng ta cần xác định đúng đối tượng của sự phủ định bằng cách tìm hiểu về sự tồn tại tự ngã vốn có như thế nào. Luận Sư Nguyệt Xứng (*Candrakīrti*) nói, "Cái gọi là tự ngã có liên quan đến tính chất hoặc trạng thái độc lập mà không bị lệ thuộc vào các đối tượng khác. Sự vô độc lập chúng ta gọi là vô ngã". Đại sư Tsongkhapa định nghĩa sự độc lập tồn tại vốn có như sau: "Cái gì tồn tại một cách khách quan, về mặt bản chất, không bị sức mạnh của tâm chủ quan đặt để, được gọi là tự ngã hay bản chất độc lập." (LRCM 3: 213)

Để hiểu được đối tượng vi tế nhất của sự phủ định này, trước hết nên nhận định ba cấp độ của tà niệm - mỗi cái có đối tượng phủ định riêng - liên quan đến cái tôi. Từ thô tới tinh tế như sau:

1. Sai lầm cho ngã là vĩnh viễn, đơn nhất, và độc lập từ nhân.
2. Chấp ngã như là tự tồn tại đầy đủ,
3. Chấp ngã độc lập tồn tại vốn có.

Tất cả những điều này tạo nên một sự sai lầm- một đối tượng của sự phủ định - cái tôi. Bác bỏ ngã giống như lột bỏ các lớp hành tây đến khi không còn gì để lại, sự vắng mặt, sự trống rỗng của các Pháp hiện hữu.

Tin vào một ngã thường hằng, đơn nhất, độc lập là quan điểm của ngoại đạo chấp vào đại ngã (*atman*). Như đã giải thích ở trên, cốt lõi của ngã được xem là vĩnh cửu, trong khi các uẩn được quán là vô thường và loại bỏ. Mối quan hệ giữa tự ngã và uẩn giống như người khuân vác và hàng hóa: trong mỗi kiếp, tự ngã nhặt các uẩn và loại bỏ các uẩn. Một số người tin rằng chính cái tôi hoặc linh hồn vĩnh cửu này đi từ kiếp này đến kiếp sau và thích ứng với các uẩn mới ở mỗi kiếp. Một số người khác tin rằng ngã sẽ hết sau khi chết. Quan điểm này không phát sinh trong tâm trí chúng ta một cách bẩm sinh; nó được thu thập do nghiên cứu học hỏi triết lý sai lầm.

Quan điểm về chấp ngã tự tồn tại đầy đủ, thấy mình là người điều khiển và các uẩn là vật được kiểm soát bởi mình. Cái tôi tự túc có thể tự đứng vững và tồn tại một cách cơ bản vì nó có thể được đồng nhất mà không có một hay nhiều uẩn xuất hiện trong tâm. Sự chấp thủ này xuất hiện từ bẩm sinh và có thể mới hình thành.

Chấp ngã độc lập tồn tại vốn có, nghĩ rằng ngã hòa lẫn với các uẩn nhưng vẫn có thể tự đứng độc lập. Cái tôi dường như tồn tại trong chính nó, với quyền lực, bản chất chính, mà không bị tâm đặt để. Nó tồn tại thật sự, tối hậu và độc lập. Ở đây, "độc lập" có nghĩa là không phụ thuộc vào các yếu tố khác như cơ sở chỉ định (*ngũ uẩn*), tâm đã nhận thức và định danh nó. Đây là quan điểm định dạng ngã qua chấp trước khái niệm cái tôi, có cả hình tướng mới hình thành và bẩm sinh, cái sau là nguồn gốc của luân hồi (*saṃsāra*).

Quan điểm đồng nhất ngã qua chấp trước khái niệm "của tôi" liên quan đến những sở hữu thuộc về ta, đặc biệt là các uẩn. Tập trung vào ý thức "của tôi" - cảm giác "của tôi" hoặc quyền sở hữu – và giữ nó như là một hiện hữu độc lập vốn có. Sự vắng mặt của cái tôi độc lập hiện hữu hay "của tôi" là nhân vô ngã (*selflessness of persons*).

Quan điểm chấp Pháp độc lập hiện hữu nắm bắt các Pháp, đặc biệt là các uẩn, tồn tại một cách độc lập với các yếu tố khác, bao gồm nhân, duyên, các phần, và tâm đã được nhận thức và định danh chúng. Sự vắng mặt của một ngã như thế là

Pháp vô ngã (*selflessness of phenomena*).

Thiền quán vào Tánh Không của Pháp, đặc biệt là các uẩn, rất cần thiết bởi vì khi ta còn nắm giữ các uẩn như một thực thể độc lập tồn tại; còn chấp trước rằng: con người là một tự ngã độc lập tồn tại, thì sẽ không giải thoát được. Thiền giả thường bắt đầu bằng cách phủ nhận sự tồn tại vốn có của ngã và sau đó là sự tồn tại cố hữu của các uẩn. Phủ định được đối tượng ngã độc lập hiện hữu là bước đầu tiên, và khó nhất.

Để làm điều này, chúng ta cần quán chiếu để thấy cảm thọ của ngã thể hiện như thế nào trong cuộc sống của chúng ta. Sẽ dễ làm điều này hơn khi khái niệm chấp ngã đang được phát sinh mạnh mẽ, ví dụ khi chúng ta bị đổ lỗi oan hoặc khi chúng ta khao khát cái gì đó mạnh mẽ.

Một khi chúng ta nhận thấy cái tôi hiện ra sai như thế nào, chúng ta cần phải quán chiếu xem liệu cái tôi thực sự có tồn tại hay không. Ở đây, lý luận và phân tích rất quan trọng. Chúng ta phải thiền quán để xem tôi tồn tại thế nào cho đến khi chúng ta tự thuyết phục được, tin rằng ngã không hiện hữu. Vào thời điểm đó, chúng ta sẽ nhận diện được tâm vô ngã.

Bảy điểm Phủ định

Để chuyển hóa ma vương (*māra*) đang phá hoại sự tu tập của Tỳ-kheo-ni Thi-la (*Vajirā*), trưởng lão Ni Thi-la đã nói rằng (SN 5:10):

Tại sao ông hiện ra "một chúng sanh"?

Ma vương, có phải đó là hiện thân rực rỡ của ông?

Đây chỉ là ảo ảnh hóa thành vì không có chúng sanh nào cả!

Cũng giống như, do tập hợp các bộ phận, thuật từ "xe ngựa" được sử dụng,

Vì vậy, khi các uẩn tồn tại thì quy ước "một hiện hữu" được hình thành.

Trong các kinh Pāli, ví dụ chiếc xe ngựa minh họa cho vô ngã (*selflessness*) và được phổ biến rộng trong kinh Mi-tiên vấn đáp (*Milindapañha*) của thế kỷ thứ nhất. Ở đây, Tỳ kheo Na-tiên (*Nāgasena*) giải thích cho Vua Di-lan-đa (*Milinda*) rằng không có một bộ phận nào của xe ngựa được gọi là xe ngựa cả, mà phải tất cả các bộ phận xe được sắp xếp theo một cách nhất định mới được hiểu như một chiếc xe ngựa. Tương tự như vậy, các uẩn không phải là người. Cái tôi chỉ là một sự chỉ định tạm thời cho việc tập hợp các quy trình của thân và tâm để tạo thành một con người thực nghiệm.

Đại sư Nguyệt Xứng (*Candrakīrti*) của Trung Luận (*Mādhyamika*) cũng sử dụng hình ảnh so sánh của chiếc xe ngựa trong Nhập Trung Luận Thích (*Madhyamakāvatāra*) để minh họa rằng ngã được chỉ định phụ thuộc vào các uẩn và không tồn tại một cách vốn có. Nếu con người tồn tại một cách độc lập, ta có thể tìm thấy trong bảy cách. Năm cách đầu là những gì Tỳ kheo Ni Pháp Mạt Lợi (*Dhammadinnā*) đã đưa ra như ở trên và như Ngài Long Thọ (*Nāgārjuna*) đã bác bỏ có một ngã vốn tồn tại trong Như Lai Tạng (*Tathāgata*) (MMK 22.1):

*Như Lai (*Tathāgata*) không phải là các uẩn hay không khác với các uẩn;*

Các uẩn không ở trong Như Lai, cũng không phải Như Lai trong các uẩn; Như Lai không có các uẩn.

Vậy thì Như Lai là gì?

Nếu cái tôi đã tồn tại vốn có, thì cái tôi sẽ phải tồn tại theo một trong bảy cách liên quan đến các uẩn như sau:

1. Bản ngã sẽ là một với các uẩn: Con người và các uẩn sẽ chính xác giống nhau, hoàn toàn không thể tách rời. Trong trường hợp này, năm sai lầm sẽ nảy sinh:

a. Bản ngã và các uẩn sẽ đồng nghĩa, và do đó sẽ không cần khẳng định sự tồn tại của một bản ngã.

b. Vì có một người, sẽ có một uẩn.

c. Vì có nhiều uẩn, sẽ có nhiều người.

d. Một chủ thể (*người*) và đối tượng (*các uẩn*) sẽ là một, và chúng ta không thể nói rằng: "Tôi có một thân thể" hoặc "Tôi chiếm lĩnh các uẩn."

e. Các uẩn và con người sẽ sinh và diệt cùng nhau. Khi chết, cơ thể dừng, người đó cũng sẽ không còn tồn tại trong đời sống tương lai kế tiếp. Hơn nữa, sát na hiện tại của một người hoàn toàn không liên quan đến những khoảnh khắc trong quá khứ và tương lai của người đó, và chúng ta không thể nói về cái tôi như một quy ước, nói rằng: "Trong quá khứ tôi là như vậy, và trong tương lai tôi sẽ là người đó». Điều này, lần lượt sẽ mang lại ba hậu quả ngoài ý muốn như là:

   - Túc Mạng Thông, nhớ lại những kiếp trước sẽ không thể xảy ra bởi vì tự ngã quá khứ và tự ngã hiện tại sẽ hoàn toàn không liên quan.

   - Sẽ không có nghiệp quả, nếu không có sự liên tục giữa một đời này với cuộc đời kế tiếp. Chúng ta sẽ không trải nghiệm những kết quả của hành động đã làm trong đời trước.

   - Chúng ta sẽ trải nghiệm những kết quả của hành động mà chúng ta không làm. Nếu mỗi cuộc đời vốn đã khác biệt với những đời trước và kế tiếp, chúng ta có thể trải nghiệm những kết quả của hành động được thực hiện bởi những người khác vì nghiệp quả vốn khác nhau. Ngay cả trong cuộc đời này, sẽ không có sự liên tục của từng giây phút hiện tại này đến giây phút tiếp. Vậy ngay trong cuộc đời này không thể nhớ được các sự kiện hoặc trải nghiệm những kết quả của hành động đã làm trước đó.

2. Người đó sẽ khác biệt so với các uẩn. Trên phương diện từ ngữ, tự ngã và các uẩn khác nhau. Chúng có tên khác nhau và hoàn toàn khác với khái niệm của tâm. Tuy nhiên, nếu chúng vốn khác nhau, thì chúng sẽ hoàn toàn tách rời, và sẽ đưa đến hai lỗi như sau:

2.1. Chúng ta có thể nhìn thấy ngã và các uẩn khác nhau. Con người có thể tồn tại ở một nơi và các uẩn lại ở nơi khác.

2.2. Sẽ không có lý do để đặt nhãn hiệu "cái Tôi" phụ thuộc vào những uẩn đó bởi vì sẽ không có mối quan hệ giữa uẩn và người đó.

Năm mối quan hệ còn lại giữa bản ngã và uẩn có thể được gộp vào trong 3 & 4.

3. Bản ngã phụ thuộc vào các phần của nó.

4. Các phần này sẽ phụ thuộc vào bản ngã. Nếu một trong ngã và uẩn không phụ thuộc vào nhau, thì vốn sẽ khác nhau.

5. Bản ngã vốn sở hữu các uẩn. a/. Trong trường hợp này, hoặc tự ngã sẽ sở hữu các uẩn như một người sở hữu một cái bàn, vậy chúng vốn sẽ khác biệt nhau, hoặc b/. cái tôi sẽ sở hữu các uẩn như một người sở hữu lỗ tai của mình, vậy ngã và uẩn vốn giống nhau.

6. Ngã sẽ là nơi tập hợp các uẩn. Trong trường hợp này, chúng ta không thể phân biệt đối tượng được chỉ định, con người và các uẩn. Chúng vốn sẽ là một và giống nhau. Hơn nữa, vì mỗi một uẩn vốn không phải là cái tôi, sự tập hợp các uẩn không thể là cái tôi. Ví dụ, một quả cam không phải là quả táo, vì vậy, một tập hợp các quả cam không thể là một quả táo.

7. Bản ngã sẽ là hình tướng hoặc sự bố trí của các uẩn. Vì chỉ có thân thể có hình tướng, người sẽ là thân thể và không có các uẩn tinh thần.

Qua phân tích, chúng ta thấy rằng cái tôi không tồn tại theo bất kỳ cách nào trong bảy cách. Do đó, chúng ta có thể kết luận rằng cái tôi không tồn tại một cách vốn có, độc lập, hoặc dưới lực riêng của chính nó. Tuy nhiên, cái tôi hiện hữu theo tập quán thông thường, chỉ đơn thuần là được định danh, và sự tồn tại của nó được thiết lập bởi ý thức. Người, tự ngã (trên danh nghĩa) đã tạo nghiệp, trải nghiệm quả báo của nghiệp, thực hành tu tập, và đạt được giác ngộ. Quan điểm trung đạo tránh được định kiến chấp thường còn bằng cách phủ nhận sự tồn tại vốn có của con người và tránh quan điểm đoạn diệt bằng cách khẳng định sự tồn tại phụ thuộc của người đó.

Sáu Đại không phải là Tự ngã

Cả hai truyền thống Pāli và Trung Luận (*Mādhyamikas*) đều phân tích mối quan hệ giữa sáu đại và bản ngã. Đức Phật nói một người bao gồm sáu đại: đất (*earth*), nước (*water*), lửa (*fire*), Hư không (*space*), và ý thức (*consciousness*) (MN 140: 8). Sớ giải Pāli về Kinh Trung Bộ giải thích rằng:

Ở đây, Đức Phật đã giải thích sự vắng mặt của độc lập bằng cách diễn tả sáu đại qua sự tồn tại không thể chối cải (*irreducibly existent*), nhưng ngã thì khác. Điều này có nghĩa là: "Cái ta nhận thức như một con người bao gồm sáu đại." Nhưng không có người (*ngã*) nào ở đây. "Người" chỉ là một khái niệm.

"Sự tồn tại vĩnh hằng" trong sáu đại (*ireducibly existent*), tương phản với "quan niệm". Theo các bình luận của Vi Diệu Pháp (*Pāli Abhidhamma*), sự tồn tại sáu đại không thể chối cải ở chỗ chúng là những tính chất cơ bản của các hiện tượng sắc Pháp tồn tại tách biệt với khái niệm tâm Pháp, và theo nghĩa đó sáu đại thực sự tồn tại. Sắc Pháp có thể tự khám phá chính chúng, ngược lại với những khái niệm. Điều này không có nghĩa là các đại tồn tại độc lập; sắc Pháp phụ thuộc, hữu vi (điều kiện) và vô thường.

Những thứ thông thường, chẳng hạn như con người, tồn tại do khái niệm hóa. Con người bị phụ thuộc và dính mắc vào sáu đại.

Thật ra, không có ngã. Chỉ có sáu đại khách quan hiện diện và không có gì trong số đó là một người hoặc là cá nhân. Đất, nước, gió, lửa là những thuật ngữ ẩn dụ đại diện cho tính chất cứng rắn (*đất*), kết tụ (*nước*), nóng (*lửa*) và di động (*gió*). Hư không là không gian trống trong cơ thể. Tuệ tri thấy năm đại này "Đây không phải là của tôi; đây không phải là tôi; đây không phải tự ngã của tôi." Thiền quán và chúng ta sẽ buông xả, không dính mắc vào các sắc Pháp.

Đại thứ sáu, ý thức, bao gồm sáu thức căn bản cũng như thọ, tưởng, hành uẩn nhóm hợp lại. Không có gì trong thức đại là yếu tố của con người. Có một dòng chảy liên tục của các trạng thái tinh thần phát sinh phụ thuộc từ một khoảnh khắc này sang khoảnh khắc tiếp nhưng không có một ngã giữ chúng trở thành một cá nhân riêng biệt.

Đức Phật nói rõ rằng ý thức không phải là cái tôi. Tỳ khưu Sati nghĩ có ý thức độc lập với các điều kiện hữu vi, chuyển từ đời này sang đời khác, tạo nghiệp và trải nghiệm các hậu quả của nghiệp, không thay đổi trong tiến trình. Đức Phật khiển trách Thầy Sati rằng, "Đây là một ngã trá hình. Theo nhiều cách, Như Lai đã không nói thức sanh khởi phụ thuộc, vì không có điều kiện nào cho thấy rằng thức không có nguồn gốc?" (MN. 38: 5).

Đức Phật sau đó đã giải thích sáu ý thức, cho thấy rằng ý thức không phải là đơn nhất. Ý thức có thể được hiểu là phụ thuộc phát sinh theo ba cách:

1. Mỗi trong sáu thức phụ thuộc vào các nguyên nhân: căn, trần và nhân duyên hiện khởi ngay đó.
2. Mặc dù thức dường như là một hệ thống tổng hợp duy nhất bao gồm những khoảnh khắc cực kỳ ngắn ngủi, nhưng nó chỉ là những trải nghiệm của các trạng thái thiền linh động với sự Chánh Niệm sâu sắc.
3. Mỗi giây phút, ý thức hiện tại bị ảnh hưởng bởi những ý thức trước đó và lần lượt làm điều kiện cho các thức tiếp theo. Những khoảnh khắc ý thức khác nhau này tạo thành một chuỗi những ý thức liên tục, không phải là sự lộn xộn hay bị ngắt đoạn. Tiến trình điều kiện giống nhau của những sát na ý thức liên tiếp cũng xảy ra vào thời điểm cận tử nghiệp.

Vi Diệu Pháp (*Pāli Abhidhamma*) và các sớ giải đưa ra sự tồn tại của một loại tâm thức gọi là tiềm thức (bhavaṅga), một trạng thái tâm tiên quyết cho sự liên tục của một ngã. Tiềm thức không phải là một ý thức liên tục mà là một chuỗi sát na tâm xuất hiện dưới ánh sáng của Chánh Niệm trong sáng; luôn duy trì tính liên tục, ví dụ, trong giấc ngủ không mơ. Lúc thức, khi một đối tượng bên ngoài được nhận thức hoặc một ý thức suy nghĩ xảy ra, thì những thức này đi đầu . Nhưng khi chấm dứt, nếu không có đối tượng, thì lúc đó tiềm thức xuất hiện.

Tiềm thức có mặt khi ta chết và qua thân trung ấm, tùy theo cấu trúc cơ thể mới, nảy sinh như là thần thức tái sanh. Nó không phải là một ý thức đơn nhất hay độc lập. Giống như tất cả các trạng thái ý thức khác, nó lệ thuộc vào nhân duyên và bao gồm một loạt những sát na tâm sanh và diệt liên tục. Các luận thuyết đôi khi đề cập đến nó là "một luồng ánh sáng tiềm thức ".

Tương tự, nói về liên kết thứ ba của Lý Duyên Khởi, thì thức là cái tâm tái sanh trong kiếp sau, không tồn tại độc lập nhưng phát sinh do vô minh và nghiệp.

Nói tóm lại, ý thức không thể là một cái tôi độc lập bởi vì ý thức bao gồm một loạt các sát na tâm, chúng xuất hiện và diệt đi rất nhanh đều do nhân và duyên. Chẳng nơi nào trong Kinh điển Pāli hay các sớ giải tuyên bố là tâm thức hay tập hợp các uẩn được coi là tự ngã. Không có bất cứ hiện tượng nào (*dhamma*) được xem là tự ngã. Kinh điển Pāli không có ý niệm về một ý thức nền tảng (*S. ālayavi- jñāna*) chứa các nghiệp tiềm ẩn. "Con người" là khái niệm dựa trên năm uẩn. Nó được chỉ định phụ thuộc vào sáu đại, từ "cái Tôi" và các đồng dạng của nó chỉ là các quy ước bị chấp giữ sai lầm như là bằng chứng của một cái tôi thật.

Truyền thống Phạn (*Sanskrit*) cũng phân tích mối quan hệ của tự ngã và sáu đại. Ngài Long Thọ (*Nāgārjuna*) đã giải thích trong Ratnāvalī -Vòng Bảo Châu (80-82)

Con người không phải là đất,
nước, lửa, gió, hư không,
thức và không phải là tất cả chúng.
Vậy cái gì có thể trở thành con người?

Giống như người là không thật
do sự tập hợp của sáu đại,
vậy, mỗi đại cũng không thật
do từ sự cấu thành.

Các uẩn không phải là ngã, chúng không ở trong ngã; ngã không có trong uẩn, nhưng nếu không có uẩn, ngã không trở thành; Các uẩn không phải là hỗn hợp với các uẩn như lửa và nhiên liệu. Vì vậy làm thế nào một ngã có thể tồn tại?

Sáu đại của chúng sanh trong cõi Dục giới cùng tạo thành sự tồn tại của một chúng sanh và là nền cho việc định danh người đó. Nền định danh không thể là đối tượng chỉ định (người đó). Cái tôi không phải là một trong những đại riêng rẽ, cũng không phải là sự tổng hợp của các đại.

Khi bác bỏ ngã là ý thức, Ngài Long Thọ (*Nāgārjuna*) không đồng ý với những xác định ngã như là ý thức hay sự liên tục của dòng tâm thức. Nếu chúng ta kiểm tra từng trạng thái tương tục của dòng tâm thức vi tế, chúng ta không thể tách rời bất kỳ một thức nào và tuyên bố rằng nó là một ngã. Ngay cả thức tinh tế nhất lúc cận tử nghiệp cũng không phải là tự ngã, bởi lẽ nó là vô thường và được tạo thành từ nhiều yếu tố. Hơn nữa, chúng ta nói, "tâm trí trong sáng của tôi," thông thường chỉ ra một người sở hữu và tâm trong sáng được sở hữu. Nếu người và tâm trí trong sáng là giống nhau, điều này không thể xảy ra.

Nếu ngã là tâm thức vi tế nhất thì tự ngã của cuộc đời này sẽ tiếp tục đến kiếp sống sắp tới, bởi vì sự tương tục của tâm thức vi tế được hiện diện trong cuộc sống kế tiếp. Tuy nhiên, người trong đời sống hiện tại này chết và sẽ không tiếp tục trong cuộc sống kế tiếp. Nếu có, thì tôi sẽ là Tenzin Gyatso kiếp sau. Nhưng đó không phải là vậy.

Trong bài kệ đầu tiên, Đại sư Long Thọ (*Nāgārjuna*) đặt câu hỏi, " Nếu nền để định danh ngã không phải là bất kỳ đại nào, vậy cái gì khác có thể trở thành ngã?" Điều này ngụ ý rằng ngã không thể được độc lập với các uẩn.

Điều này phủ nhận quan điểm của những nhà ngoại đạo khẳng định một người độc lập với tổng thể uẩn. Ngài Long

Thọ (*Nāgārjuna*) không kết luận rằng ngã không tồn tại. Thay vào đó Ngài nói rằng ngã phụ thuộc vào sự tập hợp của sáu đại, là nền tảng định danh của ngã. Bởi vì ngã là lệ thuộc, nó không có sự tồn tại độc lập.

Trong câu thứ hai, Ngài nói về Pháp vô ngã (*selflessness of phenomena*), sự vắng mặt tồn tại vốn có của các đại. Cũng vậy, chúng là trống rỗng vì chúng tồn tại phụ thuộc vào nhân duyên, các bộ phận, nhận thức và danh tướng.

Câu thứ ba nói về nhân vô ngã (*selflessness of the person*), phân tích ngã liên quan đến các uẩn. Các uẩn không phải ngã; ngã không tách biệt với các uẩn, các uẩn được tìm thấy trong ngã, hoặc ngã được tìm thấy trong uẩn. Không có ngã độc lập sở hữu các uẩn. Tuy nhiên, nếu không có sự hiện diện của các uẩn, một ngã không thể tồn tại. Ngã tồn tại và phụ thuộc vào các uẩn mặc dù nó không thể tìm thấy trong uẩn. Làm thế nào ngã tồn tại?

Chỉ là danh tướng. "đây" không phủ nhận nền tảng danh tướng của cái tôi, các uẩn - hoặc là ngã thông thường. Nó phủ nhận sự độc lập của bản ngã. Trong khi không có gì có thể được xác định ngã, ngã chỉ tồn tại trên nhãn hiệu. Dựa vào duyên khởi, phủ nhận độc lập tồn tại cố hữu, Ngài Long Thọ (*Nāgārjuna*) minh họa sự tương hợp của Tánh Không và duyên khởi. Đây là ý nghĩa của trung luận.

Phủ định Bốn Cực Đoan về Duyên khởi

Khi biên soạn Căn Bản Trung Luận Tụng (*Mūlamadhyamakakārikā*), Đại sư Long Thọ (*Nāgārjuna*) dựa vào những nguyên lý trong các Kinh Sớ trước đó, và Ngài đưa ra sự ứng dụng của Kinh Phật theo một cách luận giải mà trước đó chưa có. Dựa vào Kinh Đại Bát Nhã (*Prajñāpāramitā*), "ngã" hoặc sự hiện hữu vốn có đã bị phủ nhận; và "vô ngã" là một thuộc tính của Pháp nữa, chứ không phải chỉ là thuộc tánh của Người (*nhân*).

Các thuật ngữ như sự độc lập (*tồn tại vốn có*) (*svabhāva*), nhân vô ngã, và Pháp vô ngã không được tìm thấy trong Kinh điển Pāli. Chúng chỉ xuất hiện sau này, lần đầu tiên là được xuất hiện trong Vi Diệu Pháp Luận (*Abhidhamma*), nơi mà ý nghĩa của chúng được tiến triển và thay đổi theo thời gian. Ngài Long Thọ phủ nhận ý nghĩa svabhāva chấp thủ cho là – có sự độc lập, hoặc sự tồn tại vốn có. Trong bài kệ đầu tiên của Trung Luận, Ngài Long Thọ đã nói rằng:

Chưa từng có cái gì ở bất cứ thời gian nào,

ở nơi nào phát sinh từ chính nó,

từ cái khác, từ cả hai [chính nó và cái khác],

hoặc không có nguyên nhân.

Sự phủ nhận bốn chấp này cũng giống như Đức Phật đã phủ định: ngã, người khác (Pháp) cả hai và cả không hai (ngẫu nhiên) trong Kinh điển Pāli. Chẳng hạn, nhà khổ hạnh Kassapa đã cầu xin Đức Phật giải nghĩa là đau khổ được tạo ra bởi chính cá thể ấy, người khác, cả bản thân và người khác, hoặc ngẫu nhiên? Đức Phật đã trả lời "không" có đau khổ nào được tạo ra do bởi mỗi trong bốn yếu tố này.

Sau đó, Kassapa hỏi nếu không có khổ hoặc Đức Phật chưa biết hoặc chưa trải qua đau khổ đó (*dukkha*). Một lần nữa, Đức Phật khẳng định không. Bối rối, Kassapa xin Đức Phật từ bi giải thích rõ hơn. Đức Phật giải thích như sau (SN 12:17):

Nếu nghĩ, "Một người hành động cũng là người đang trải nghiệm [hậu quả]," [người đó khẳng định] liên quan đến người hiện hữu lúc đầu, *"Khổ* được *tạo ra bởi chính mình." Khi khẳng* định *như vậy là người* đó *bị kẹt vào thuyết trường tồn.*

Nhưng, Kassapa, [nếu nghĩ], "Người hành động *là một,*

người trải nghiệm [kết quả] là người khác," [rồi người đó *khẳng* định] *liên quan với người* đang *bị khổ chi phối: "Khổ phát sanh do bởi người khác". Khi khẳng định như vậy là người đó bị kẹt vô thuyết đoạn diệt.*

Vì thế Như Lai giảng một giáo lý không rơi vào hai thái cực, [bằng cách] giữ đúng con đường ở giữa, trung đạo, theo đó: do vô minh sanh, hành sanh (những khoen còn lại của 12 nhân duyên là do cái trước phát sanh, nên cái kế tiếp sanh). Như vậy là sự sanh khởi của toàn bộ khổ. [Thế nhưng], do vô minh diệt nên hành diệt (do hành diệt, nên...). Như vậy là sự đoạn tận của toàn bộ khổ.

Nghiệp được truyền từ đời này sang đời khác như thế nào, và mối quan hệ giữa người tạo ra nguyên nhân và người nhận kết quả đã là chủ đề thảo luận trong nhiều thế kỷ.

Cực đoan đầu tiên (*tự tác*) người tạo ra nguyên nhân của khổ là giống hệt với người trải nghiệm kết quả - là sự chấp vào thuyết trường tồn, đòi hỏi có một cái tôi vĩnh cửu tiếp tục qua nhiều kiếp sống, vừa là tác nhân của hành động vừa là người trải nghiệm kết quả. Tuy nhiên, một cái tôi vĩnh cửu không thể hành động như một nguyên nhân cho cái khác.

Cực đoan thứ hai (*tha tác*) khổ bị tạo ra do bởi người khác là sự chấp vào hủy diệt. Ở đây có người tin tưởng vào sự tái sanh nghĩ rằng không có sự liên tục của con người: người tạo ra nguyên nhân chấm dứt hoàn toàn khi chết và một người mới được sinh ra hoàn toàn không liên quan. Một người không chấp nhận sự tái sinh nghĩ rằng có một tác nhân bên ngoài hoặc một người có toàn năng quyết định sự khổ đau và hạnh phúc cho mình. Tuy nhiên, nếu tác nhân và người trải nghiệm hoàn toàn không liên quan, mối quan hệ giữa nhân và duyên sẽ không tồn tại. Vì mọi thứ bình đẳng không liên quan gì đến kết quả, bất cứ thứ gì cũng có thể tạo ra bất cứ thứ gì.

Cực đoan thứ ba (*tự tác và tha tác*) dukkha là do cả bản

thân và người khác, ví dụ như "Người sáng tạo đã tạo ra tôi và tiềm năng cho hành động của tôi (phát sinh từ người khác), nhưng tôi hành động và trải nghiệm những kết quả của hành động của tôi (*tự ngã*)." Sự thay thế này có những lỗi của cả hai cực đoan trên.

Cực đoan thứ tư (*không tự tác và tha tác*) không có nhân hoặc duyên cho những kinh nghiệm của chúng ta là chấp vào chủ trương đoạn diệt. Nếu kết quả đến ngẫu nhiên và không có nguyên nhân thì người nông dân sẽ không gieo hạt để gặt lấy vụ mùa và sinh viên sẽ không đi học để tốt nghiệp. Tuy nhiên, mọi thứ phát sinh phụ thuộc vào chính nguyên nhân của nó.

Ai chấp vào một hay hai trong bốn cực đoan này là chấp vào một cái tôi thực sự tồn tại. Khi cả bốn cực đoan này đều không chứng minh đúng, thì chúng ta phải từ bỏ quan điểm sai lầm đó.

Đức Phật giải thích quan điểm trung đạo, thoát cực đoan trường tồn và đoạn diệt: nguyên nhân tạo ra kết quả tương ứng. Khi kết quả sanh khởi thì nguyên nhân của nó đã chấm dứt. Do đó, khổ (*dukkha*) không được tạo ra bởi một nguyên nhân cố định hoặc bởi một người hoàn toàn khác biệt so với người đang nhận kết quả.

Khổ không phải là tiền định, cũng không phải nó xảy ra ngẫu nhiên. Đức Phật quán chiếu sự tiến hóa của khổ (dukkha) và luân hồi (*saṃsāra*) bằng cách giảng dạy mười hai nhân duyên. Tương tự như vậy, Ngài quán sát sự chấm dứt của khổ (*dukkha*) để loại trừ mỗi liên kết trong chuỗi 12 nhân duyên này.

Trong Kinh điển, Đức Phật đã không nêu rõ loại bản ngã thực sự nào mà Ngài đang bác bỏ: một ngã thường tồn, đơn nhất, độc lập, một ngã có tiềm năng tồn tại một cách cơ bản, hoặc là một ngã vốn đã tồn tại. Những Kinh điển có ý nghĩa gì đối với chúng ta sẽ tùy thuộc vào loại bản ngã thực nào mà chúng ta nhắm đến để bác bỏ.

Đức Phật giải thích cho du sĩ Timbaruka rằng lạc và khổ không phát sinh từ tự tác, tha tác, cả hai hoặc ngẫu nhiên không cả hai (SN 12:18):

Nếu một người nghĩ rằng cảm thọ và người nhận cảm thọ là như nhau, [rồi có người đó khẳng định] liên quan đến người hiện hữu lúc đầu: "Lạc và khổ được tạo ra bởi chính mình." Ta không nói như vậy. Nhưng, Timbaruka, [nếu một người nghĩ], "Cảm thọ là một, người cảm thọ là một người khác", [sau đó có người khẳng định rằng] liên quan đến người bị chi phối bởi thọ: "Lạc và khổ được tạo ra bởi người khác". Ta cũng không nói như vậy. Như Lai thuyết giảng một giáo lý không rơi vào hai thái cực, [bằng cách] giữ đúng con đường ở giữa, trung đạo, theo đó: do vô minh sanh, hành sanh (những liên kết còn lại của 12 nhân duyên là do cái trước phát sanh, nên cái kế tiếp sanh). Như vậy là sự sanh khởi của toàn bộ khổ. [Thế nhưng], do vô minh diệt nên hành diệt (*do hành diệt, nên*...). Như vậy là sự đoạn tận của toàn bộ khổ.

Timbaruka nhầm lẫn không chỉ về nguyên nhân và hậu quả mà còn là cá thể và đối tượng. Cực đoan đầu tiên (*tự tác*) cho là cảm thọ và người cảm thọ là giống nhau - là cực đoan của thuyết trường tồn bởi vì chúng ta nghĩ rằng cảm thọ được tạo ra bởi chính cảm thọ. Trong trường hợp này, cảm thọ đã tồn tại trong quá khứ, trước khi nó nảy sinh.

Cực đoan thứ hai (*tha tác*) chấp rằng cảm thọ là một điều và người cảm thọ là một người khác- là cực đoan của sự hủy diệt. Chúng ta suy nghĩ rằng cảm thọ được tạo ra bởi một người khác, không liên quan gì cả; Đó là một người tạo ra nguyên nhân và một người khác đang bị quả báo. Điều này có nghĩa là sự liên tục của người tạo ra nguyên nhân đã bị tiêu diệt khi chết và một người hoàn toàn khác biệt đang cảm nhận nghiệp quả được sinh ra.

Nếu lạc thọ và khổ thọ được tạo ra bởi bản thân chúng ta và người khác (*tự tác và tha tác*) thì lỗi của hai cực đoan này sẽ được thành lập và nếu chúng nảy sinh ngẫu nhiên mà không do cá nhân hay người khác (không tự tác và tha tác), thì tất cả mối quan hệ nhân quả sẽ sụp đổ. Đức Phật không phủ nhận sự tồn tại của lạc thọ và khổ thọ; Ngài dạy rằng nó phát sinh phụ thuộc - cảm thọ phát sinh từ những nguyên nhân vô thường, tạo ra các kết quả vô thường tương ứng với những nguyên nhân đó.

Nói về sự hiện hữu của một thực thể đích thực, tôn giả Phù Di (*Bhūmija*) đã hỏi Ngài Xá Lợi Phất (*Sāriputta*) rằng lạc thọ và khổ thọ phát sinh từ nghiệp như thế nào (SN 12:25): Nó phát sinh từ tự tác, tha tác, có cả hai, hay ngẫu nhiên? Ngài Xá Lợi Phất (*Sāriputta*) trả lời rằng Đức Phật nói lạc và khổ được sanh ra tùy theo duyên khởi. Cụ thể, phụ thuộc vào sự tiếp xúc. Ở đây một lần nữa, duyên khởi được dùng để bác bỏ các quan niệm sai lầm về tự ngã và nhân quả.

Cuộc thảo luận này liên quan mật thiết với cuộc sống của chúng ta. Có ai trong quá khứ đã tạo ra những nguyên nhân cho cuộc sống của ta hôm nay, cho người đang trải nghiệm nghiệp quả ngày nay? Phải chăng đau khổ của chúng tôi là lỗi lầm của những người khác? Phải chăng đau khổ của chúng ta là do chịu hình phạt từ một đấng tối cao? Có phải khổ và lạc xảy ra một cách ngẫu nhiên? Những câu hỏi này là thức ăn nuôi dưỡng tư tưởng trong cuộc hành trình tâm linh của chúng ta, và cách chúng ta trả lời chúng sẽ ảnh hưởng đến cách sống của chúng ta.

Đại sư Phật Âm (*Buddhaghosa*) trích dẫn lời của các nhà bình luận trước kia (Vism 19:20):

Không có người làm của một hành động

Hoặc người chịu kết quả của hành động đó;

chỉ có hiện tượng đang hiện hành
Không có quan điểm nào khác hơn điều này là đúng.

Và do đó, nghiệp nhân và nghiệp quả
duy trì quy luật xoay vòng của chúng,
như hạt giống và cây tương tục nhân quả tiếp nối, không có sự khởi đầu nào có thể được hiển thị..

Một Đệ tử Xuất gia của Đức Phật
với tuệ tri trực tiếp về thực tế này
có thể thâm nhập vào trạng thái trống rỗng sâu xa và vi tế này.

Trung luận (*Mādhyamikas*) bắt đầu bác bỏ bốn cực đoan phát sinh bằng cách xác định đối tượng phủ định. Ngài Tsongkhapa (*Tông Khách Ba*) nói rằng việc nắm bắt đối tượng phủ định là "Cả nguyên nhân và kết quả không chỉ là giả danh, mà ngay các đối tượng cũng là nền tảng của giả danh, bị chấp cho như là một ngã tồn tại (*mầm-sprout*) và một thể vốn có tạo ra một ngã (*hạt giống-seed*)"

Ở đây cả nguyên nhân - như hạt giống và nghiệp – quả báo - mầm mống của đau khổ hay hạnh phúc - được coi là bản chất vốn có của nó độc lập với tất cả các yếu tố khác, kể cả sự giả danh.

Nếu các Pháp tồn tại vốn có, chúng phải sinh khởi từ tự thân, người khác, cả hai, hoặc ngẫu nhiên; không có lựa chọn thay thế khác. Bốn cực đoan này đã được khởi xướng bởi các trường phái khác nhau ở Ấn Độ cổ đại. Hãy quán sát từng cực đoan một.

Có phải Pháp phát sinh từ chính nó?

Trường phái Số Luận (*Sākhkhya*) tin rằng có một thể phổ quát ban đầu, là nguyên nhân từ đó các Pháp phát sinh. Họ nói các Pháp phát sinh từ tự ngã bởi vì chúng tồn tại dưới hình thức tiềm ẩn trong nhân của chúng, như là một thể với bản chất chính này, trước sự sanh khởi của chúng. Nếu đúng như vậy, thì nhân và quả sẽ tồn tại đồng thời. Điều đó có nghĩa là một ông già sẽ tồn tại ở một đứa trẻ sơ sinh, và một mầm non sẽ tồn tại trong hạt giống. Nếu nhân và quả tồn tại cùng một lúc nhưng kết quả vẫn cần phải nảy sinh và hiển lộ thì sẽ có bốn hậu quả như sau:

1. Mầm không cần phải nảy sinh bởi vì nó đã tồn tại trong nguyên nhân. Sự sinh khởi của nó sẽ trở nên vô nghĩa.
2. Hạt giống sẽ không bao giờ diệt bởi vì nó có thể tồn tại vào thời điểm ở mầm. Sau đó, nó sẽ tiếp tục sản xuất mầm cây vô tận.
3. Chúng ta có thể thấy được hạt giống và sự nảy mầm kết quả của nó cùng một lúc.
4. Nếu mầm có tồn tại như một bản chất với hạt giống, thì chúng vốn là một và giống nhau. Trong trường hợp đó, chúng ta không thể phân biệt hạt giống từ mầm. Người sản xuất (*giống*) và sản phẩm (*mầm*) sẽ giống hệt nhau.

Một số người ngày nay có một quan điểm tương tự, ví dụ như nghĩ rằng tương lai đã được xác định trước và đã tồn tại dưới hình thức không hiện diện tại thời điểm hiện tại. Quán chiếu những lỗi của sự phát sinh từ tự loại trừ những quan điểm này.

Có phải Pháp phát sinh từ cái khác?

Một số Phật tử khẳng định rằng các Pháp phát sinh từ

những nhân vốn khác biệt với chúng. Mặc dù ở cấp độ danh nghĩa, nhân và quả là khác biệt, những Phật tử này tin rằng sự khác biệt giữa hạt giống và nảy mầm là vốn có, không chỉ đơn thuần là do tâm nghĩ.

Nếu hạt giống và nảy mầm vốn khác nhau, chúng sẽ hoàn toàn không liên quan nhau. Mầm đó sẽ có cùng mối quan hệ với hạt giống mà nó có với bất kỳ thứ khác. Sẽ không có mối quan hệ đặc biệt giữa mầm và hạt giống bởi vì mọi thứ sẽ giống nhau trong một thế vốn khác với hạt giống và hoàn toàn không liên quan gì đến nhau. Mầm có thể nảy ra từ một tảng đá, và hạnh phúc có thể nảy sinh từ sự ác hạnh.

Thông thường, mầm phát triển từ hạt. Chúng là một phần của cùng một sự kiện liên tục. Tuy nhiên, những thứ khác nhau vốn không thể là một phần của cùng sự liên tục bởi vì chúng sẽ độc lập và không có mối quan hệ với những thứ khác. Đại sư Nguyệt Xứng (*Candrakīrti*) nói trong Minh Cú Luận (*Prasannapadā*) của mình rằng, "Nếu các Pháp-ý thức, mầm mống, v.v... vốn có bản chất, thì cái gì cần thiết cho những Pháp tồn tại theo Lý Duyên Sinh?"

Nếu giống và mầm vốn tồn tại hoàn toàn độc lập với nhau, chúng có thể tồn tại cùng một lúc. Tuy nhiên, khi hạt giống tồn tại, chúng ta có thể nói về sự nảy mầm sắp nổi lên. Sau khi trồng hạt cà rốt, ngay cả trước khi có bất cứ thứ gì xuất hiện trên mặt đất, chúng ta thường nói "Cà rốt đang phát triển." Trên thực tế, cà rốt đang trong tiến trình nảy sinh thì hạt giống đang trong quá trình chấm dứt. Vào thời điểm đó cà rốt chưa có, bởi vì nếu nó đã xuất hiện, nguyên nhân và kết quả sẽ tồn tại đồng thời, điều đó là không thể được. Kết quả chỉ phát sinh khi nguyên nhân đã chấm dứt.

Ba trong số các phương thức sanh khởi- từ tự ngã, cả hai (*tự ngã và người khác*), và ngẫu nhiên- không tồn tại theo cách hiểu thông thường. Phân tích tột cùng là không cần thiết để bác bỏ chúng. Tuy nhiên, những Pháp phát sinh từ những người khác thì thông thường khác với chúng. Do đó, việc đạt được ý nghĩa này với thuật ngữ "vốn có" là rất quan trọng: "Một mầm vốn không được sinh ra từ hạt giống." Nếu chúng ta nói đơn giản rằng một mầm không nảy mầm từ một hạt giống, chứng tỏ chúng ta rất vô minh!

Có phải Pháp phát sinh từ cá thể và Pháp khác?

Đạo lõa thể (*Jains*) tin rằng cái nồi đất sét phát sinh từ đất sét, chúng vốn cùng thể nhau, và thợ gốm thì vốn khác thể với đất sét. Trong khi đó, một nồi đất sét phát sinh do cả đất sét lẫn những nỗ lực của người thợ gốm, cả hai đều không giống nhau hoặc khác với nồi đất sét. Phát sinh từ cả bản thân và người khác đều là lỗi.

Có phải Pháp phát sinh từ ngẫu nhiên?

Các nhà triết học duy vật (*Cārvākas*) rõ ràng không bác bỏ nguyên nhân và kết quả như mầm phải mọc từ hạt giống. Tuy nhiên, vì họ không thể giải thích được các nguyên nhân cho một thiết kế đầy màu sắc của lông con chim công hoặc hình tròn của đậu Hà Lan, nên họ tuyên bố rằng những thứ này phát sinh mà không có nguyên nhân. Ngày nay một số người tin rằng có những trải nghiệm kỳ diệu xảy ra mà không cần nguyên nhân. Những người khác tin rằng các sự kiện xảy ra ngẫu nhiên, không cần nguyên nhân nào. Phật tử giải thích rằng mỗi Pháp hoạt động đều phải có nguyên nhân. Mặc dù hiện tại chúng ta có thể không biết những nguyên nhân đó là gì, tuy nhiên khi kiến thức, trí tuệ và khả năng Thiền Định của chúng ta phát triển, chúng ta có thể biết được những điều này.

Nếu các Pháp sinh khởi mà không có nguyên nhân, có thể xảy ra nhiều lỗi:

1. Không có gì có thể xảy ra, bởi vì sẽ không có gì làm cho nó trở nên hiện hữu.
2. Các Pháp sẽ nảy sinh hỗn loạn và không lường trước được.

   Cái gì nảy sinh một lần và trong một hoàn cảnh có thể nảy sinh bất cứ lúc nào và bất cứ nơi nào, bởi vì sự sinh khởi của một Pháp sẽ không bị hạn chế bởi những nguyên nhân cần thiết có khả năng tạo ra nó. Hoa có thể phát triển trong băng tuyết và một quả thông có thể tạo ra một bông hồng.
3. Tất cả mọi nỗ lực để đạt được mục đích sẽ là vô dụng bởi vì mọi thứ sẽ xảy ra ngẫu nhiên.

Ban đầu chúng ta xác định rằng nếu các Pháp tồn tại một cách vốn có, chúng sẽ phải tồn tại theo một trong bốn cách trên. Sau đó, với sự phân tích, chúng ta kiểm tra và xem những hậu quả vô lý xảy ra nếu Pháp khởi theo bất kỳ cách nào và kết luận rằng chúng không thể phát sinh theo bốn cực đoan trên. Sau đó, chúng ta có thể kết luận rằng bởi vì các Pháp không phát sinh theo bất kỳ cách nào trong bốn cách, chúng vốn không hiện hữu.

Ngôn ngữ, bao gồm những từ như "sinh" và "diệt" – chỉ là một phương tiện để hiểu các Pháp; nó diễn tả sự thực tế. Chúng ta không thể tìm thấy thời điểm chính xác khi chồi nảy mầm lên. Quá trình nhân quả của hạt giống sản xuất ra mầm chỉ hợp lý ở mức danh nghĩa này mà thôi. Nó không thể được giải thích trong một khuôn khổ mà các Pháp sở hữu bản chất vốn có của nó.

Khi nói về lý phủ nhận bốn cực đoan của Lý Duyên Khởi, chúng ta thường lấy ví dụ về mầm hoặc một đối tượng thông thường nào đó. Tuy nhiên, khi Thiền Định, áp dụng lý này cho các đối tượng như tức giận, khổ (*dukkha*), Đạo Đế, v.v... và quán chúng phát sinh như thế nào.

Vô ngã và Không thật

Theo Trung Quán Luận (*Mādhyamikas*), duyên khởi là Pháp quán chiếu; quán các Pháp giả dối hiện sanh ra mà không thật sanh. Ví dụ, không có khuôn mặt thực sự trong gương, chỉ là sự giả hiện bóng trong gương. Sự hiện diện này tồn tại do nhân và duyên; gương kính, khuôn mặt và ánh sáng. Tương tự, mặc dù ngã và Pháp vốn không tồn tại, chúng xuất hiện và tồn tại theo nhân duyên. Chúng là giả hiện chứ không thật.

Quan niệm về các Pháp giả hiện đã xuất hiện trong Kinh điển Pāli. Đức Phật dạy: "Tất cả các Pháp đều không phải là tự ngã" (Kinh Pháp Cú, kệ 279). Tập Bộ Kinh (Suttanipāta 1:1) nói về các Pháp là hư vọng vì giả hiện, chứ không thật.

Ai không tìm thấy cốt lõi hay thể chất
trong bất kỳ cõi nào,
Giống như không thể tìm được hoa trên cây sung
Bậc Xuất gia này vượt qua cõi này
và cõi khác [kiếp khác],
như con rắn lột da.

Và: Thế giới này hoàn toàn thiếu thể chất;
rung chuyển theo mọi hướng.

Đức Phật dạy rằng các uẩn không thật (*tucchaka*), trống rỗng (*rittaka, riktaka*), không có bản thể (*asāraka*). Về hành uẩn, Đức Phật dạy rằng (SN 22:95): trong hoặc ngoài, thô hoặc tinh tế, thấp kém hoặc siêu việt, xa hay gần: Thầy Tỳ kheo quán sát, cân nhắc Các Tỳ kheo, giả sử sông Hằng (*Ganges*) này đang có một chùm bọt lớn. Người có mắt quán sát, tư duy, và tuệ tri thận trọng với chùm bọt ấy, thấy chùm bọt xuất hiện là hư giả, trống rỗng, và không thể chất. Vậy, chất nào có thể có trong chùm bọt này? Cũng vậy, các Tỳ kheo, bất kể loại hành uẩn, dù là quá khứ, tương lai hay hiện tại, trong hay ngoài, thô hay tế, sang hay hèn, xa hay gần: một vị Tỳ Kheo quán chiếu chùm bọt, vị ấy, nhận biết bản thể của nó là rỗng không, không có giá trị, và không thật.

Sau đó vị ấy quán tương tự cho mỗi uẩn khác để cho thấy rằng chúng cũng là rỗng không, không có giá trị, và không thật.

Đức Phật không nói các Pháp là tối hậu (p*aramattha, paramārtha*). Các nhà bình luận Vi Diệu Pháp (*Abhidhamma*) cho biết bốn đại, v.v… là tối hậu, là những đại không thể giảm nữa của sự tồn tại - nghĩa là các thành phần cuối cùng của sự phân tích mà tất cả các Pháp khác được tạo thành.

Các luận Vi Diệu Pháp (*Pāli Abhidhammikas*) không nói rằng các đại là không thành phần như sự tuyên bố của phái Nhất Thiết Hữu Bộ (*Sarvāstivādins*). Tuy nhiên, họ đã nhìn thấy các uẩn, v.v… như có thật hơn các Pháp được định danh (*paññatti, prajñapti*). Na Tiên Tỳ Kheo (*Nāgasena*) trong Mi Lin Đa Vấn Đạo (Milindapañha) nói chiếc xe ngựa không có thực tại tối hậu ngoại trừ các thành phần của nó.

Trường phái Nhất Thiết Hữu Bộ (*Sarvāstivāda*) phổ thông ở miền bắc Ấn Độ, sau đó được lan sang Tây Tạng như các giáo lý của Tỳ-bà-sa-luận (*Vaibhāṣika*). Người theo trường phái Nhất Thiết Hữu Bộ (*Sarvāstivādins*) là những người theo thuyết thực thể, gắn liền với các hiện tượng và con người, một tồn tại bản thể luận mà thực tế là không có. Cụ thể, họ chủ trương rằng hiện tượng trong quá khứ và tương lai đã tồn tại một cách cơ bản.

Ngài Long Thọ (*Nāgārjuna*) hẳn đã biết các quan điểm này, và xem chúng là trái với chủ trương của Đức Phật, Ngài bác bỏ tự tánh (*svabhāva*) về ngã cũng như Pháp. Khi chủ trương như vậy, Đức Phật mở rộng ý nghĩa của "cái tôi" khi nói rằng các Pháp là vô ngã.

Quan điểm của Vi Diệu Pháp (*Abhidhammikas*) là ngược với ý của Đức Phật đã nói rõ ràng trong các bài Kinh rằng tất cả Pháp đều là không thật, giả tạm và hư dối như sau (MN 140: 26):

Này các Tỳ khưu, đó là hư dối, có tính chất giả tạm, và đó là sự thật có một bản chất vô ngã, nibbāna.

Ngài cũng tuyên bố rằng vật chất và danh sắc là hư dối, không thật, và giả tạm:

Những gì được coi là thật bởi cõi Người, Trời, Ma vương (*Māra*), Phạm Thiên (*Brahmā*) và trong số những bậc lìa bỏ thế tục, Phạm Thiên, trời và người, thì đối với những bậc Thầy (*ariyas*) trí tuệ hoàn hảo sẽ thấy chúng là hư dối....

Những gì được coi là hư ngụy bởi cõi người, trời, ma vương (*Māra*), Phạm Thiên (*Brahmā*) và trong số những bậc lìa bỏ thế tục, Phạm Thiên, trời và người, thì đối với những bậc Thầy (*ariyas*) trí tuệ hoàn hảo sẽ thấy chúng là chân thật.

Nắm giữ thế giới này cùng với các vị trời, họ tưởng có ngã trong vô ngã. Nắm giữ danh và sắc, họ chấp là đúng hay thật. Trong bất kỳ cách nào, họ tưởng tượng có hiện hữu trong đó, trên thực tế, nó đều là khác. Vì vậy, đó là sự hư dối.

Đối với những gì là phù du, là có tính chất giả tạm. Niết Bàn có tính chất thường còn; các bậc Thánh (*ariyas*) biết đó là chân lý. Các Ngài thâm nhập chân lý, trở nên giải thoát và không còn ái dục nữa.

Tánh không

Trong Kinh điển Pāli, từ "vô ngã" (*anattā*) thường được dùng hơn là " Tánh Không" (*suñña*) và cả hai từ này thường được dùng như tính từ hơn là danh từ. Ngoài ra, "Tánh

Không" không nhất thiết chỉ ra trạng thái hữu thể luận của các đối tượng như trong truyền thống Phạn ngữ (*Sanskrit*). Thay vào đó, "không" có hai ý nghĩa chính: "trống rỗng của tự ngã hoặc những gì liên quan đến tự ngã" và "trống rỗng của sự chấp thủ, sân giận và rối loạn." Cũng có những ý nghĩa khác; Ví dụ, mỗi trạng thái Thiền Định trong một chuỗi vắng lặng, trống rỗng của các trạng thái trước, thấp hơn (MN 121).

Đức Phật xem "Tánh Không" là một đề tài quan trọng và khuyến khích các bậc Xuất gia quan tâm đến nó. Ngài bày tỏ mối quan tâm về việc duy trì Phật Pháp lâu dài và khuyên bảo rằng (SN 20: 7):

Các Thầy nên tự tập luyện cho mình như sau: "Khi Pháp thoại này được Như Lai (*Tathāgata*) giảng, thán phục sâu sắc về ý nghĩa, siêu việt, liên quan với Tánh không, đang được trì tụng, chúng ta nên tha thiết lắng nghe, thâm nhập, tác ý để hiểu Pháp; Và chúng ta nghĩ rằng những lời dạy này cần phải được trầm tư và thông thạo."

Kinh Pháp Cú (*Dhammapada*), bài kệ 93 nói đến trạng thái "Tánh không" là niết bàn (*nibbāna*), đối tượng Thiền Định của bậc Thánh A-la-hán. Bộ Phân Tích Đạo (*Paṭisambhidāmagga*) dạy rằng (2.179):

Khái niệm " Tánh không" tối thượng (*agga suñña*) là gì? Pháp này là tối thượng... sự tĩnh lặng của tất cả các hành, từ bỏ tất cả chấp trước, diệt trừ tham ái, vô tham, diệt tận, Niết Bàn.

Ngài Long Thọ (*Nāgārjuna*) (MK 15.7) nói đến sự trống rỗng của sự tồn tại cố hữu được dạy trong Kinh điển Pāli, mặc dù thuật ngữ tồn tại vốn có này không được sử dụng ở đây.

Đấng Thế Tôn qua tuệ tri bác bỏ cả sự hiện hữu và không hiện hữu "ngã tồn tại" và "ngã không tồn tại," trong Kinh Ca-chiên-diên [*Kaccānagotta Sūtra]*.

Trong Kinh Ca-chiên-diên Kaccānagotta Sutta (SN 12:15)

Đức Phật dạy:

Này Ca-chiên-diên (Kaccana), thế giới này, phần lớn phụ thuộc vào sự tồn tại song hành – dựa trên [khái niệm] tồn tại (vĩnh cửu) và [khái niệm] không tồn tại [hư vô]. Nhưng đối với bậc tuệ tri nhìn thấy nguồn gốc của thế giới như thật nó là, thì thấy không có [ý niệm] về sự không tồn tại liên quan đến thế giới. Và đối với bậc tuệ tri nhìn thấy sự diệt tận của thế giới như thật nó là, thì thấy không có [khái niệm] về sự tồn tại nào liên quan đến thế giới.

Ở đây, Đức Phật đã bác bỏ các giả định siêu hình sai lầm trong tâm trí của những người phân vân về thế giới có tồn tại hay không. Những người theo quan điểm vĩnh cửu tin rằng nếu thế giới tồn tại, nó tồn tại mãi mãi, vĩnh viễn. Họ thấy sự liên tục để hình thành ngã giữa nhân và quả của nó, họ tin rằng có một thực thể vĩnh viễn nối kết nhân và quả của nó. Quan điểm này không phát sinh ở một người có Chánh Kiến, người biết rằng mỗi khoảnh khắc trong sự liên tục giữa nhân quả phát sinh do nguyên nhân, chấm dứt và tiếp theo là một khoảnh khắc mới trong chuỗi liên tục đó.

Một người theo quan điểm hư vô nhận thấy sự việc dừng lại và kết luận rằng nó không có sự tiếp tục; thấy khi một người chết, không có tái sanh. Họ nghĩ rằng tự ngã và cơ thể đều giống nhau, hoặc tâm là một sở hữu nổi bậc của não sẽ kết thúc khi cơ thể dừng hoạt động. Khi chết, người đó hoàn toàn chấm dứt; không có sự tái sinh, không có bị quả báo nghiệp, và không có khả năng giải thoát.

Người có Chánh Kiến biết rằng sau khi chết, một người mới xuất hiện do nguyên nhân và điều kiện; cái chết của một người và sự kết thúc của thế giới là nguyên nhân cho cái gì sau đó sẽ phát sinh. Quá trình liên tục, nhân và duyên thường thay đổi không có một thực thể lâu dài tiếp nối từ quá khư đến tương lai. Để bác bỏ cả hai quan điểm vĩnh cửu và đoạn diệt,

Đức Phật nói về Lý Duyên Khởi:

*Này Ca-chiên-diên (*Kaccāna*), "Tất cả đều tồn tại": đây là một cực đoan. "Tất cả không tồn tại": đây là cực đoan thứ hai. Để không chấp vào một trong hai cực đoan này, Như Lai (Tathāgata) đã dạy Pháp (Dhamma) trung đạo: "Do vô minh, hành sanh [tiếp tục 12 nhân duyên]. Đó là nguồn gốc sanh khởi của toàn bộ khổ (dukkha). Nhưng do vô minh diệt, hành diệt. Đó là sự chấm dứt của toàn bộ khổ này."*

Cái gì tạo ra Nghiệp (*karma*)?

Cái gì đã mang hạt giống nghiệp báo từ đời này sang đời khác là đề tài quan tâm của Phật tử từ lâu. Truyền thống Pāli đã giải thích rằng một ngã không cần thiết cho sự tái sanh và nghiệp quả từ kiếp này sang kiếp khác. Tái sanh dựa trên sự liên tục của ý thức, với mỗi sát na tâm kết nối với những sát na trước và sau đó như các thành phần của duyên khởi liên tục tương tự. Đó là thông qua sự liên tục của dòng tâm trí mà kỷ niệm, thói quen, năng lượng của nghiệp lực, v.v... được lưu giữ. Khi chết, dòng tâm này tiếp tục và hỗ trợ cho một thân thể mới. Quá trình vô ngã khách quan này xảy ra không có một cái tôi nào có thể tìm thấy được. Một người thường được nhận diện bởi vì có một chuỗi nhân quả liên tục giữa các uẩn.

Trong khi các bài Kinh Pāli và Sớ giải thỉnh thoảng dùng ẩn dụ của hạt giống để minh họa cho nghiệp, Kinh không giải thích nghiệp như hạt giống có bản chất cụ thể. Quan điểm chung là hành động (*nghiệp*) tạo ra một tiềm năng để phát sinh ra quả khi nhân duyên đầy đủ. Tuy nhiên, nghiệp không sở hữu một sự tồn tại lâu dài và không tồn tại ở đâu đó. Ví dụ, các nốt nhạc của một giai điệu không trụ ở cây đàn, nhưng lại sẵn sàng phát ra khi nhạc cụ được khảy lên. Thêm vào đó, tùy thuộc vào đàn, không khí và nhạc công mà giai điệu được tấu khúc. Đại sư Phật Âm (*Buddhaghosa*) nói (Vism 17: 170):

Khi kết quả xuất hiện trong một chuỗi liên tục, nó không phải là của người khác, cũng không phải từ nghiệp khác, bởi vì danh nghĩa ta và người tuyệt đối tuyệt đối không có ở đó.

"Ngã tuyệt đối" có nghĩa là một người duy nhất, không thay đổi kéo dài từ thời gian tạo nghiệp đến thời điểm đạt được kết quả. "Tha tuyệt đối" có nghĩa là một người thực hiện hành động và một người hoàn toàn khác đến nhận quả báo. Thay vào đó, có một sự tiếp diễn của trải nghiệm - sự tiếp tục của một con người vô thường - luôn thay đổi và kéo dài từ đời này sang đời khác, do nghiệp (*kamma*) đưa đến quả báo.

Sự giải thích này phù hợp với lời giải thích của Trung Quán Luận (*Madhyamaka*) rằng người tạo ra nghiệp này không phải là một người độc lập, cũng không phải là một người hoàn toàn không liên quan gì với người đang bị quả báo. Định danh một người phụ thuộc vào các uẩn và do đó cái tôi chỉ tồn tại trên danh nghĩa mà thôi. Kinh Thiền Định Vương (*Samādhirāja Sūtra*) (LRCh 3: 303) nói:

Các trạng thái luân hồi (saṃsāra) giống như một giấc mơ.

Không có ai chết trong thế giới này và vượt qua hoặc đến cõi khác. Tuy nhiên, các hành động tạo tác sẽ không bao giờ mất, các quả báo ác hay thiện sẽ trổ ra trong cõi giới.

Không có sự trường tồn cũng không có sự hư vô, nghiệp không được tích luỹ và cũng không tồn tại. Tuy nhiên, chúng ta không thể hành động mà không có quả báo. Chúng ta cũng không bị quả báo do ảnh hưởng từ hành động của người khác.

Trung Quán Luận (*Mādhyamikas*) mô tả hai kho chứa các hạt nghiệp, một là tạm thời, hai là thường xuyên. Sự liên tục của thức tâm duy trì chức năng trong suốt đời này của chúng ta là cơ sở tạm thời của hạt giống nghiệp.

"Cái tôi duy nhất" – là tự ngã được định danh dựa trên các uẩn - là nền tảng tương tục. Hiện tại, ngay cả trong thời gian thiền quán của các bậc Thầy (*ārya*) về Tánh không, ngủ sâu, và cái chết, cái tôi mang những hạt giống nghiệp báo. Tuy nhiên, cái tôi duy nhất chỉ tồn tại bằng cách trên danh nghĩa; không thể tìm thấy nó dưới nhãn quan của tuệ quán.

Sự giải thích ngắn về vô ngã này theo truyền thống Pāli và Phạn ngữ đã cho thấy có nhiều điểm tương đồng. Điều này không có gì đáng ngạc nhiên, vì cả hai truyền thống đều bắt nguồn từ một vị Thầy, đó là Đức Phật Thích Ca Mâu Ni.

CHƯƠNG 8

Lý Duyên Khởi

Duyên khởi là một trong những lời dạy quan trọng nhất của Đức Phật. Nguyên lý thiết yếu của duyên khởi được nêu ra như sau (MN. 79: 8):

Do cái này có mặt, nên cái kia có mặt. Do cái này sinh, nên cái kia sinh. Do cái này không có mặt, cái kia không có mặt. Do cái này diệt, nên cái kia diệt.

Đức Phật ứng dụng nguyên tắc duyên khởi trong nhiều hoàn cảnh, đặc biệt khi giải thích mười hai nhân duyên, quá trình nhân quả để đưa đến tái sinh trong cõi luân hồi (*saṃsāric*) và đạt được giải thoát khỏi luân hồi. Lý Duyên Khởi cũng được sử dụng để chứng minh về lý vô ngã.

Mười hai Nhân Duyên

Chúng sinh tồn tại trong sự lệ thuộc vào thân và tâm do nhân duyên. Đại sư Phật Âm (*Buddhaghosa*) giải thích (*Vism* 18:36) rằng:

Thân và tâm không thể hiện hữu, duy trì bằng sức mạnh riêng của chúng, mà dựa vào sự hỗ trợ cho các trạng thái khác.

Thân và tâm hiện hữu do nhân duyên. Chúng được tạo ra

bởi cái gì khác hơn chính chúng.

Mười hai nhân duyên mô tả thân và tâm của chúng ta hiện hữu tùy thuộc vào các yếu tố nhân quả và lý do đưa đến những kết quả bất như ý. Do nhân duyên, chúng ta được tạo ra. Các năng lượng siêu nhiên hoặc tác nhân bên ngoài không gây ra những nghiệp báo của chúng ta. Cũng không có một người độc lập tồn tại nào đã tạo nghiệp và bị quả báo. Thay vào đó, khoen này phát sinh ra từ một liên kết với khoen khác trong mối tương quan nhân quả mười hai nhân duyên.

Trong Kinh điển, Đức Phật trình bày mười hai khoen nhân duyên liên kết qua nhiều cách, bắt đầu từ các điểm khác nhau trong chuỗi liên kết nhân quả mười hai nhân duyên để đưa ra nhiều quan điểm về nhân quả. Chúng ta sẽ quán xuôi theo trình tự (SN 12: 2, MN 9) bắt đầu bằng trải nghiệm hiện tại – già và chết và quán ngược lại tiến trình. Điều này giải thích lý do chúng ta đã có mặt trong đời này. Đức Phật đã giác ngộ dưới cội Bồ Đề, khi Ngài thấu hiểu Pháp duyên sanh.

Để hiểu đầy đủ từng khoen nhân quả trong mười hai nhân duyên ta cần phải hiểu được mối quan hệ của các khoen trước và sau, tương ứng với nhân chính và quả chính.

Quán những móc khoen này, chúng ta thấy đời của chúng ta như một mạng lưới phức tạp của các nhân duyên. Sự giải thích của truyền thống Pali tương ứng với sự giải thích trong truyền thống Phạn ngữ.

Theo sự giải thích của mỗi khoen, câu hỏi: "Cái gì là nguồn gốc của nó, sự diệt tận và con đường đưa đến diệt tận?" Câu trả lời: khoen trước liên quan đến khoen kế sau và liên kết ngược lại. Đây là sinh khởi của chuỗi nhân duyên này.

Sự chấm dứt của khoen trước dẫn đến sự dừng lại của khoen đó. Bát Chánh Đạo là con đường dẫn đến Diệt đế. Khi đọc đoạn Kinh mô tả bên dưới, chúng ta nên dừng sau khi đoạn mô tả của mỗi khoen để ghi nhớ.

12. Già là sự suy giảm của cuộc sống bắt đầu ngay sau khi sinh. Chết là sự giải thể của thân và tâm của cuộc sống này. Già và chết xảy ra do sanh. Nếu không sanh ra, chúng ta sẽ không già và chết. Để ngăn chặn già và chết hoàn toàn để không còn có xuất hiện nữa thì sự sanh ở cõi luân hồi (*saṃsāra*) phải dừng lại.

11. Sanh đối với con người, là thời điểm thụ thai, khi tinh trùng, trứng và ý thức hòa hợp với nhau. Thức này là sự tiếp nối dòng tâm của một chúng sanh đã rời thân thể và cuộc sống từ kiếp trước. Do sanh, mới có tất cả những khuynh hướng cơ bản của phiền não và nghiệp báo trong đời trước. Những nhân này sẽ làm điều kiện kinh nghiệm cho một sự hiện hữu mới. Sinh là "sự biểu hiện của các uẩn" của một đời sống mới. Năm cơ quan nhận thức của mắt, tai, mũi, lưỡi và xúc giác là phần vật chất tinh tế được tìm thấy sâu bên trong mỗi căn. Các căn dần dần phát triển để tiếp xúc với các trần.

Trong xã hội, sinh ra được xem là một điểm tốt bởi vì chúng ta không nhìn thấy kết quả nên không thể tránh khỏi cái chết. Khi chúng ta công phu tu tập quán chiếu toàn đời sống ở cõi luân hồi (*saṃsāra*), chúng ta sẽ đạt giải thoát.

Có một cuộc Pháp đàm về giao điểm giữa chết và sự tái sinh kế tiếp. Mặc dù không có tuyên bố rõ trong Kinh điển, nhưng một số ý cho thấy có thể có một khoảng thời gian giữa hai giai đoạn này. Truyền thống Phạn nói về một trạng thái trung ấm (*antarābhava*, hay *bardo* ở Tây Tạng) giữa đời này và đời kế.

10. Hữu (*hoặc trở thành*) là nguyên nhân của sự sanh, liên quan đến nghiệp lực (*kammic*) dẫn đến sự tái sinh trong trạng thái đặc biệt.

- Thanh Tịnh Đạo Luận (*Visuddhimagga* 17: 250) phân biệt hai khía cạnh của sự tồn tại mới:

- Nghiệp tồn tại của một hiện hữu mới là nghiệp gây ra sự tái sanh mới: ý định và các yếu tố tinh thần của sự khát ái và liên kết với những ý định đó. Đó là nghiệp lực, nghiệp báo thúc đẩy sự tái sanh.

Nghiệp tồn tại của quả tái sinh đưa đến quả tái sinh - bốn hay năm uẩn do nghiệp gây ra, sẽ trải nghiệm những kết quả khác nhau của những hành động trước đây của chúng ta. Sinh là sự khởi đầu của quả tái sanh, già là quá trình tiếp nối của sanh, và chết là kết thúc của sự tồn tại đó. Truyền thống Phạn chỉ ra sự hiện diện mới như nghiệp chướng vừa mới đến thời chín mùi trong cuộc tái sinh mới.

Trong thời gian của cuộc sống mới này bị đưa đẩy bởi vô minh và nghiệp báo, tạo nhiều nghiệp báo mới sẽ dẫn đến tái sinh trong tương lai qua những lựa chọn của chúng ta. Sự lựa chọn của chúng ta bị giới hạn bởi những hành động trước và trạng thái tinh thần hiện tại của chúng ta, nhưng không phải hoàn toàn do chúng quyết định. Chúng ta có quyền tự do với sự lựa chọn nuôi dưỡng hoặc chống lại các khuynh hướng để hướng tới những định hướng nhất định nào đó.

9. Thủ là nắm giữ và dấn thân vào các hành động để tạo ra sự tái sanh tiếp theo. Có bốn loại, bám víu vào: 1/. dục lạc, 2/ tà kiến với hai quan điểm sau đây, 3/. quan điểm về các quy tắc và thực tiễn - ví dụ như suy nghĩ tự tử hay giết người bất tin cho thần may mắn đến, 4/. quan điểm về tự ngã: cho rằng có một linh hồn hay một ngã.

Sự bám níu (*thủ*) dẫn đến tái sanh, sanh, già và chết, và nhiều đau khổ. Vì vậy, bắt buộc phải biết nguồn gốc, đoạn tận, và con đường dẫn tới sự đoạn tận thủ này. Thủ nảy sinh do ái và thủ dứt khi ái dứt. Bát Chánh Đạo là cách để chấm dứt thủ.

8. Ái có ba loại: dục ái, sắc ái, và vô sắc ái. Những điều này đã được giải thích trong chương 3.

Khát ái và thủ liên quan chặt chẽ với nhau. Sự gia tăng tham ái kích thích sự bám víu. Hai khoen này mang lại sự không thỏa mãn trong cuộc sống và nỗi sợ lớn khi đối mặt với cận tử nghiệp, bởi lẽ chúng ta không muốn tách rời đời sống này và bám víu vào một đối tượng .

7. Thọ là bản chất của cảm xúc có ba loại:lạc thọ, khổ thọ, và vô ký bao gồm năm loại:lạc thọ về thân, lạc thọ về tâm, khổ thọ về thân, khổ thọ về tâm, và vô ký, hoặc sáu loại do sáu thọ phát sinh từ tiếp xúc qua sáu căn. Quá nhiều thọ trong đời sống bị chi phối bởi phản ứng của chúng ta khi tiếp xúc những cảm xúc khác nhau. Chúng ta khao khát lạc thọ, mong muốn tránh được khổ thọ, và hy vọng cảm xúc vô ký tăng thêm. Cảm thọ vô ký đặc biệt áp dụng cho trạng thái thiền (*jhāna*) thứ tư và các tầng thiền cao hơn, là những cảm xúc trống rỗng không không. Hành giả muốn an hưởng trạng thái thiền vị trung lập này.

Một trạng thái nơi mà khoen giữa thọ và ái của duyên khởi đã bị bẻ gảy. Cảm thọ tự nhiên phát sanh là kết quả của nghiệp trước. Bằng phương Pháp Chánh Niệm và quán sát sâu sắc vào các cảm thọ của chúng ta, hãy quan sát chúng như chúng là - vô thường, khổ và vô ngã - chúng ta sẽ không phản ứng với bất cứ loại nào trong ba tham ái này. Rồi những cảm thọ sẽ nảy sinh và qua đi mà không có sự nảy sinh của ái dục, thủ, và các khoen còn lại. Bằng cách này, các bậc Thầy và A-la-hán trải nghiệm những cảm thọ mà không có nắm giữ (*thủ*).

6. Xúc là yếu tố tinh thần liên hệ với sự xúc chạm khi căn, trần và thức tương ứng gặp nhau. Ví dụ, xúc phát sanh khi căn thấy trần như màu sắc, nhãn thức liền khởi cái biết phân biệt về màu sắc đó. Xúc có sáu loại tương ứng với sáu trần và sáu căn tạo ra sáu xúc.

5. Sáu căn là mắt, tai, mũi, lưỡi, thân, và ý. Chúng gọi là "căn" vì là cơ sở cho sự xuất hiện của sáu ý thức, gọi là nội căn vì chúng là một phần của cơ thể tâm sinh lý.

Trong số này, năm căn đầu tiên là các nguồn giác quan và căn thứ sáu là một nguồn tinh thần. Tâm hữu phần (*hay trung ấm Bhavaṅga*) được bao gồm trong ý căn này. Mỗi căn có trần và thức tương ứng. Nếu căn bị thương hoặc không thể hoạt động, chức năng cảm giác tương ứng cũng bị suy giảm.

Sáu trần bên ngoài - tạo thành các đối tượng tinh thần - là những đối tượng của thức. Cùng với nhau, mười hai xứ (*sáu căn và sáu trần*) này bao gồm tất cả các Pháp Hữu Vi.

4. Danh và sắc là phần tâm lý và vật chất. Theo truyền thống Pāli, danh (*nāma*) đề cập đến năm yếu tố tinh thần không thể thiếu để tạo ý nghĩa và đặt tên mọi thứ trên thế giới xung quanh chúng ta-cảm thọ, phân biệt, ý định, tiếp xúc và tác ý. Những yếu tố này giúp chúng ta phân định sáu trần qua sáu căn và làm cho chúng dễ hiểu. Truyền thống Phạn cho ta biết danh là không phải sắc uẩn. Sắc (*rūpa*) là sắc uẩn - thân của chúng ta được cấu thành từ bốn đại.

Chúng ta có thể hiểu sáu căn phát sinh từ danh và sắc theo hai cách: 1/. Khi cơ thể tâm sinh lý hình thành trong tử cung của mẹ, sáu căn bắt đầu xuất hiện. 2/. Nhân duyên xảy ra trong bất kỳ sự nhận thức nào tạo ra sáu căn. Ví dụ, nhãn căn phụ thuộc vào sự hỗ trợ của cơ thể (vật chất) còn đang sống do sự hiện diện của thức và các yếu tố tinh thần kèm theo (*tâm*).

3. Thức (*consciousness*) ở đây đề cập đến tâm thức khởi đầu cuộc sống mới, kết nối dòng tâm Từ đời trước với đời sống mới hiện nay. Thức đồng thời tạo ra năm yếu tố tinh thần được gọi là "danh" - hay sự tồn tại tinh thần - và tạo ra cơ thể vật chất mới, hoặc "sắc". Nếu không có thức, năm yếu tố tinh thần của danh không thể xảy ra và cơ thể không thể hoạt động bình thường.

Sáu thức căn bản cũng là điều kiện cho danh và sắc bất cứ khi nào chúng ta nhận thức được một trần. Khi tâm không có mặt, cơ thể sẽ chết và sáu căn không thể kết nối các trần và thức tương ứng của chúng để tạo ra sự nhận thức và tiếp xúc.

Thức duy trì tính liên tục tồn tại của một cá nhân trong bất kỳ đời nào từ khi sinh cho đến khi chết và qua kiếp sau. Thức mang theo những ký ức, thói quen và tiềm tàng của nghiệp, kết nối những đời sống khác nhau thành một chuỗi của những sát na thức sau này sanh khởi từ những sát na thức trước đây và khiến cho đời sống tương lai có liên quan tới đời sống trước đó.

2. Hành (*formative action*) là những khuynh hướng nghiệp thiện hay bất thiện của thế gian mang đến sự tái sanh trong cõi luân hồi. Bản thân thức không tạo ra nghiệp nhưng do khi căn tiếp xúc với trần, các nhân tố tinh thần của thiện và ác xuất hiện trong tâm thức của chúng ta và tạo nghiệp.

Không phải tất cả các nghiệp đều dẫn đến tái sanh. Tác ý yếu ớt, trung lập (không thiện hay ác) hoặc hành động yếu của thân và khẩu không đủ mạnh để tạo ra vòng luân hồi (*saṃsāric*) tái sanh. Những tác ý thiện siêu thế do các bậc Thầy thực hiện không phải là khoen hành trong mười hai nhân duyên bởi vì chúng không tạo nghiệp luân hồi (*saṃsāra*).

Hành có thể là thiện, ác hay vô ký sẽ đưa đến sự tái sinh trong cõi khổ, Dục giới, Sắc giới, và Vô Sắc giới (*theo truyền thống Pāli, tái sinh trong Dục giới là kết quả của nghiệp thiện*).

Hành tạo sự tái sinh vào một kiếp mới bằng cách đóng vai trò làm điều kiện thúc đẩy thức đi đầu thai. Điều này xảy ra qua hai cách. Thứ nhất, trong hiện đời chúng ta tạo thân, khẩu, ý nghiệp. Những tác nghiệp này xảy ra cùng với thức và cũng tạo ảnh hưởng đến thức. Thứ hai, vào lúc chết, nghiệp quá khứ được hiện khởi và thúc đẩy thức thông qua quá trình chết để vào một kiếp sống mới. Hành xác định thức mới này là một trong con người, loài vật, v.v... và sẽ tương ứng với các loại cơ thể mới. Nghiệp tích lũy trong kiếp trước cũng quyết định môi trường y báo mà chúng ta sẽ sinh ra và những tình huống, thói quen cũng như cảm thọ mà chúng ta sẽ trải nghiệm.

Trong khi nghiệp quá khứ ảnh hưởng đến thức, nói chung hành không phải là một lực chủ yếu bất động bởi vì tại bất kỳ thời điểm nào trong đời sống thức tỉnh, chúng ta cũng có thể thay đổi quá trình sống của chúng ta bằng cách thay đổi các tác ý của hành.

1. Vô minh là sự thiếu hiểu biết về bốn chân lý (*Tứ Diệu Đế*), sự mờ mịt về Lý Duyên Khởi hay Tam Pháp Ấn (*khổ, vô thường và vô ngã*) của các Pháp Hữu Vi. Do đó, chúng đã ràng buộc chúng ta trong cõi luân hồi (*saṃsāra*). Trung Luận (*Mādhyamikas*) dạy rằng vô minh là sự trái ngược với chân chân lý, là chấp ngã, chấp Pháp vốn đã tồn tại không như chúng là.

Khoen đầu tiên, vô minh là điều kiện để phát sinh hành động thiện và ác. Bắt nguồn từ xu hướng tiềm ẩn (anusaya, anuśaya) của vô minh, chấp thủ, sân hận và các yếu tố tâm ái nhiễm khác đã thúc đẩy các ác hạnh hiện khởi. Vô minh cũng là điều kiện sinh khởi thiện hạnh như lòng Từ bi. Chỉ khi nào vô minh được đoạn diệt thì tất cả các hành và sự luân hồi tái sanh (saṃsāric) sẽ chấm dứt.

Vô minh trong hiện đời là do ảnh hưởng bởi vô minh trong kiếp trước. Không có sát na đầu tiên (khởi thủy) của vô minh; vì vậy vòng luân hồi (*saṃsāra*) là vô thủy (*không có sự khởi đầu*). Tuy nhiên, vô minh có thể diệt tận và con đường dẫn đến sự diệt tận đó là Bát Chánh Đạo. Khi bậc Thánh hiểu được khổ, khổ tập, khổ diệt và con đường đi đến khổ diệt, Ngài loại trừ tất cả những chủng tử khát ái đưa đến tái sanh (*saṃsāric*) và đạt được giải thoát.

Lý Duyên Khởi không chỉ đưa đến luân hồi (*saṃsāra*) tiếp tục duy trì Khổ đế và Tập đế (*hai chân lý đầu tiên của Tứ Diệu Đế*) mà còn là đuốc soi đường mở cửa giải thoát cho chúng sanh (*hai chân lý cuối cùng: Diệt Đế và Đạo Đế*). Giải thoát có sự nhiệm mầu của nó – thất giác chi (*bảy yếu tố giác ngộ*) – và các phương Pháp khác như tứ niệm xứ, giới định tuệ, phòng hộ các căn, Chánh Niệm, nội tĩnh nhất tâm, lòng tin, lắng nghe diệu Pháp, và tiếp xúc với các bậc tối thượng (AN 10: 61-62).

Quán nghịch và thuận 12 khoen nhân duyên trong giải thoát hay luân hồi (*saṃsāric*), Đức Phật không chỉ ngụ ý rằng bất kỳ một nhân tố nào phát sinh đều do liên quan đến những yếu tố trước đó mà Ngài càng nhấn mạnh rằng một động lực được xây dựng khi các yếu tố khác nhau cùng gia tăng ảnh hưởng lẫn nhau. Nói tóm lại, các Pháp đều có vô số điều kiện, một số Pháp khác hiện rõ ràng hơn hay một số Pháp khác có chiều sâu hơn.

Những điều kiện này tạo thành một mạng lưới của các yếu tố tương quan lẫn nhau, giống như tìm kiếm một chủ đề trên Internet. Một trang sẽ đưa đến năm trang khác, mỗi trang của chúng lại đưa chúng ta đến một lãnh vực khác nhưng có liên quan hỗ tương lẫn nhau.

Dòng Liên kết của các Khoen trong mười hai nhân duyên.

Các bình luận của Pāli giải thích rằng mười hai khoen được chia thành bốn nhóm, mỗi nhóm có năm khoen liên kết. Điều này cho thấy mối quan hệ giữa mười hai nhân duyên với các đời sống khác nhau. Theo bảng minh họa dưới đây, A, B, và C xảy ra theo trình tự. B là hiện tại.

Đời sống	Khoen	Hai mươi mẫu (bốn nhóm năm)
A	Vô minh (1) Hành (2)	Năm nhân quá khứ: 1,2, 8, 9, 10
B	Thức (3) Danh sắc (4) Lục nhập (5) Xúc (6) Thọ (7)	Năm quả hiện tại: 3, 4, 5, 6, 7
B	Ái (8) Thủ (9) Hữu (10)	Năm nhân hiện tại: 8,9,10, 1,2
C	Sanh(11) Già bệnh, và chết (12)	Năm quả tương lai: 3, 4, 5, 6, 7

Cột "khoen" cho thấy cuộc sống hiện tại của chúng ta "B" bắt nguồn từ vô minh và hành của kiếp trước "A". Do vô minh, có nghiệp (*hành*) chín mùi đưa đến năm quả trong hiện đời này "B": thức, danh sắc, lục nhập, xúc và thọ.

Trong hiện đời này "B", khi thọ sanh, ái sinh. Điều đó dẫn đến thủ, tạo ra nghiệp lực tích cực cho một đời sống mới. Ba khoen này là động lực chính tạo ra một sự tái sanh "C" trong đó sẽ có sự trải nghiệm của sanh, già, bệnh và chết.

Trong bất kỳ đời nào, tất cả những yếu tố này đều tương quan lẫn nhau. Để hiểu được mười hai nhân duyên hoạt động như thế nào trong hiện đời này, chúng ta nhìn vào cột cuối với hai mươi mẫu, được chia làm bốn nhóm năm.

1. **Năm nhân quá khứ:** Trong kiếp trước, vô minh và hành cũng như ái, thủ và nghiệp lực tích cực của hiện tượng tái tạo "hữu" là những nguyên nhân cho hiện đời này.

2. **Năm quả hiện tại:** Năm nhân này mang lại năm quả hiện tại: các khoen 3-7, là con đường mở ra của sanh, già và chết.

3. **Năm nhân hiện tại:** Năm nhân tồn tại trong đời này: ái, thủ, hữu, vô minh và hành – mang đến sự tái sanh tương lai. Năm nhân hiện tại này giống như năm nhân quá khứ dẫn đến cuộc sống hiện tại, bây giờ chúng nảy sinh trong cuộc sống hiện tại và làm điều kiện cho đời sống tương lai.

4. **Năm quả tương lai:** Các khoen 3-7 bao gồm sanh, già và chết nảy sinh trong đời sống tương lai do năm nhân hiện tại đưa đến.

Lời giải thích trên giống với lời dạy rõ ràng trong Kinh Phạn (*Sālistamba Sūtra*) trong đó các khoen trong cột thứ hai tương ứng được gọi là các nhân thúc đẩy, các quả thúc đẩy, các nhân hiện hành và các quả hiện hành. Ở đây khoen 3, thức, bao gồm nhân thức mà từ đó các hạt nghiệp báo được gieo và quả thức vào thời điểm hạt nghiệp quả chín mùi. Cái trước là nguyên nhân thúc đẩy, và cái sau là quả thúc đẩy.

Mười hai khoen cũng có thể được phân thành ba nhóm: 1/ Phiền não - vô minh, ái, và thủ - làm nền tảng cho toàn bộ quá trình tái sanh bằng cách làm động lực cho nghiệp. 2/ Nghiệp - hành và hữu - thực sự thúc đẩy sự tái sinh. 3/ Quả thức, danh sắc, lục nhập, xúc, thọ, hữu, sanh, già, bệnh và chết - là quả khổ.

Truyền thống Phạn nói đến mặt động của mười hai khoen - sự hiện hữu tuần hoàn liên tục thế nào, và mặt tĩnh của mười hai khoen - chấm dứt sự hiện hữu như thế nào. Mỗi mặt đều có chuỗi thuận thứ và nghịch thứ.

Bốn kết hợp này tương ứng với bốn chân lý của các bậc Thánh (*āryas*). Nhấn mạnh vào nguồn gốc thực sự của duḥkha (*khổ tập*), thuận thứ của mặt động là bắt đầu từ vô minh và tiếp tục cho đến cuối cùng dẫn đến già, bệnh, chết như thế nào. Nghịch thứ của mặt động là nhấn mạnh đến sự thật của khổ (*duḥkha: Khổ đế*). Nó bắt đầu từ sự già chết rồi qua sanh và đi ngược đến vô minh.

Phần tĩnh là quá trình đạt được sự giải thoát. Thuận thứ (*forward order*) của mặt tĩnh là nói về Đạo Đế bằng cách nhấn mạnh khi chấm dứt vô minh thì tất cả các khoen khác sẽ chấm dứt. Nghịch thứ (*reverse order*) của mặt tĩnh là nói về khổ diệt và giải thoát bằng cách nhấn mạnh sự bắt đầu với già chết, mỗi khoen sẽ diệt với sự diệt của khoen trước đó.

Trong các bài Kinh tập (*Pāli*), Tôn giả Xá Lợi Phất (*Sāriputta*) đã nhắc đến một trong những Pháp ngữ nổi tiếng nhất của Đức Phật là (MN. 28:28):

Bây giờ điều này đã được Đức Thế Tôn tuyên bố rằng: "Ai thấy được lý Duyên khởi là thấy được Pháp. Ai thấy được Pháp là thấy được lý Duyên khởi."

Ở đây "Pháp" đề cập đến chân lý thực tại. Pháp cũng đề cập đến Pháp thoại của Đức Phật. Hiểu được lý Duyên khởi là chìa khóa để hiểu rõ cả hai. Đây cũng là chìa khóa để ra khỏi luân hồi (*Saṃsāra*). Đức Phật dạy rằng (DN 15: 1):

*Này A-nan (*Ānanda*) lý Duyên khởi này rất sâu sắc. A-nan, do không hiểu và thâm nhập Pháp này, thế hệ này đã trở thành một con rối lộn xộn... và không vượt qua vòng luân hồi (*saṃsāra*) với những cảnh giới đau khổ, bất hạnh và thấp kém.*

Thêm vào đó, sự tiến hóa nhân duyên của vòng luân hồi (*saṃsāra*) có thể được giải thích bằng cách hộ trì các giác quan (MN 28). Khi căn tiếp xúc trần (*bao gồm trong sắc uẩn*) và sự tác ý đến đối tượng đó, nhãn thức phát sanh. Cùng với những yếu tố của năm uẩn: sắc trần, căn mắt, cảm giác, phân biệt, các yếu tố tinh thần từ hành uẩn và nhãn thức ban đầu tất cả đều hiện khởi.

Đây là một cách khác mà ngũ uẩn bắt đầu phụ thuộc vào nhân và duyên, chứ không phải dưới sức mạnh của chính bản thân chúng. Khi duyên không xảy ra, các uẩn không sinh khởi, và khổ (*dukkha*) chấm dứt.

Bát Chánh Đạo (*tám con đường cao quý*) diệt tận nguồn gốc của khổ (*khổ tập*) cũng là Pháp Hữu Vi. Vì vậy, có thể được thực hành và tu tập. Phát huy Đạo Đế sẽ chuyển hóa khổ tập, đưa chúng ta đến sự an lạc, Vô Vi, Niết Bàn (*nibbāna*) thật sự.

Ai bị xoay trong vòng luân hồi (*Saṃsāra*)?

Trong Kinh Tập Pāli (SN 12:35) khi một Thầy hỏi, "Ở đây, "ai" bị già và chết?" Đức Phật đáp rằng đây không phải là một câu hỏi hợp lệ vì "ai" giả định có một tự ngã thực thể.

Nếu ai đó nghĩ rằng tự ngã và thân là một thì như vậy khi chết, thân tan rã thì tự ngã sẽ không tồn tại nữa. Vậy ta không cần phải thực hành Đạo Đế bởi vì vòng luân hồi (*saṃsāra*) sẽ kết thúc một cách tự nhiên lúc ta chết. Đây là cực đoan của Thuyết hư vô (*extreme of annihilation*)

Nếu ai đó nghĩ rằng tự ngã là một điều, thân là một điều khác và rằng tự ngã sẽ thoát khỏi thân khi chết và vĩnh viễn ở đó, họ rơi vào cực đoan của Thuyết trường tồn (*extreme of eternalism*). Nếu tự ngã là vĩnh cửu và thường hằng, thì Đạo Đế sẽ không thể chấm dứt được luân hồi (*saṃsāra*) bởi vì một ngã thường không thể thay đổi.

Đức Phật không những bác bỏ một ngã thực thể của sanh, già bệnh và chết, mà Ngài cũng phủ nhận cả thân thể với các uẩn như vậy (SN 12:37). Thân này không phải của chúng ta, bởi vì không có ngã độc lập tồn tại với người sở hữu nó. Nó không thuộc về người khác, bởi vì không có cái tôi độc lập của người khác.

Đại sư Phật Âm (*Buddhaghosa*) đã trả lời câu hỏi "Ai trải qua kết quả của nghiệp lực?" bằng cách trích dẫn một bài kệ Pāli cổ đại và giải thích nó như sau (Vism 17: 171-72):

"Người trải nghiệm" là một nhãn hiệu (*convention*) cho sự phát sinh của quả;

Họ nói "quả" như một nhãn hiệu khi trên cây xuất trái. Cũng giống như sự phát triển của cây trái, đó là một phần của hiện tượng được gọi là cây, người ta nói rằng "trái cây" hay "cây đã ra quả", vì vậy nó chỉ đơn giản là nhờ vào sự ra trái bao gồm cả khổ và lạc được gọi là sự trải nghiệm, là một phần của các uẩn được gọi là Chư Thiên và loài người như câu nói: "Chư Thiên hay loài người cảm thọ khổ vui". Do đó, ở đây không cần một người trải nghiệm nữa.

Những từ "người trải nghiệm" và "tác nhân" chỉ là các nhãn hiệu thông thường. Không cần phải khẳng định một người đang bị nghiệp báo hay một người tạo ra nghiệp lực. Một tự ngã như vậy không cần thiết bởi vì chúng ta nói "Một người trải nghiệm khổ hoặc vui" đơn giản bởi vì cảm giác đó đã nảy sinh trong thọ uẩn của người đó mà thôi.

Nói đến bốn chân lý, Đại sư Phật Âm (*Buddhaghosa*) (Vism 16:90) đã trình bày như sau:

*... theo thắng nghĩa, tất cả các chân lý nên được hiểu là "Tánh Không" bởi vì sự vắng mặt của người trải nghiệm (*khổ*), người tạo tác (*tập khổ*), người diệt tận (*diệt khổ*), và người tu tập (*Đạo Đế*). Vì vậy, điều này được minh họa bằng bài kệ như sau:*

Có khổ nhưng không ai chịu khổ;

có hiện hữu nhưng không có người tạo tác;

có diệt tận nhưng không có người dập tắt và có con đường nhưng không có người đi.

Tương tự như vậy, Trung quán luận (*Mādhyamikas*) dạy rằng mặc dù chúng ta thường nói một người đang bị trầm luân trong vòng luân hồi (*saṃsāra*) - người tạo nghiệp và trải nghiệm những quả báo của nghiệp- điều này không phải ngụ ý rằng có một ngã vốn đã tồn tại. Các yếu tố kết quả phát sinh do các yếu tố nguyên nhân và các yếu tố nguyên nhân này vốn do các yếu tố khác gây ra.

Tương tự, không có các bậc Thầy (*āryas*) hiện hữu vốn đang tiếp cận trạng thái Niết Bàn, đang đi trên con đường tu tập, không có sự phân tích tìm kiếm mô hình tối hậu của sự tồn tại này. Tuy vậy, các bậc Thầy (*āryas*) nhận ra chân lý "Tánh Không" (*sunyata*), thanh tịnh tâm, đạt được giác ngộ, trở thành những bậc Đạo sư chứng nghiệm để hướng dẫn tâm linh cho những người khác.

Trong khi tất cả các tác nhân và hành động không thể tìm thấy dưới sự phân tích rốt ráo và không có một bản chất vốn có, chúng tồn tại và hoạt động ở cấp độ thông thường (*tục đế*) bằng cách chỉ là danh tự.

Bởi vì chúng giả hiện như là độc lập; đối với các bậc Thánh

(*āryas*) trong trạng thái hậu thiền, quán chúng là giả huyễn, như giấc mơ, vọng tưởng, ảo ảnh và bóng trong gương.

Chúng ta nói rằng "Tôi đã học chăm chỉ như một đứa trẻ" từ quan điểm hiện tại của chúng ta, cái tôi là một sự tiếp tục của đứa trẻ đó. Cái ngã của đứa trẻ và cái tôi hiện tại là khác nhau, tuy nhiên bởi chúng tồn tại như những thành viên của cùng một sự kiện liên tục, người lớn kinh nghiệm kết quả từ những hành động của đứa trẻ.

Quá trình này tương tự như từ kiếp này đến kiếp kế tiếp. Cái tôi của một đời này không giống với cái tôi của đời sau, tuy nhiên đời kế tiếp là kết quả của nghiệp do đời trước đã làm bởi vì chúng là những thành viên của cùng một chuỗi những sự kiện liên tục.

Lợi ích của Thiền quán về Mười hai Nhân duyên

Trong các khoen Mười hai Nhân duyên, truyền thống Phạn giải thích tiến trình duyên khởi này là Lý Nhân Duyên. Mỗi khoen phát sinh phụ thuộc vào khoen trước đó. Sự hiểu biết này chống lại cực đoan của thuyết trường tồn, cho rằng các khoen tồn tại vốn có hoặc nghĩ rằng có một đấng sáng tạo bên ngoài gây ra đau khổ (*duḥkha*).

Khi một khoen phát sanh, nó sẽ làm phát sanh các khoen tiếp theo. Sự hiểu biết này giúp loại bỏ quan điểm của hư vô, suy nghĩ rằng mọi thứ cuối cùng sẽ chấm dứt hẳn.

Hiểu Lý Nhân Duyên sẽ dẫn đến cái nhìn sâu sắc vào lý vô ngã. Chúng ta sẽ thấy không có người nào đứng đằng sau tiến trình duyên khởi và không có những người hay hiện tượng vốn có liên quan đến luân hồi (*saṃsāra*) hoặc giải thoát khỏi luân hồi.

Quán chiếu Lý Nhân Duyên để xóa tan Tà Kiến, chẳng hạn như tin rằng khổ (*duḥkha*) của chúng ta phát sanh không có nguyên nhân, hoặc là do một người bên ngoài tạo ra, hoặc do một nguyên nhân vĩnh viễn nào đó. Xác định rằng vô minh và hành tạo thành cuộc sống mới trong tương lai, sẽ xóa đi quan điểm sai lầm rằng tất cả mọi thứ chấm dứt khi chết. Chúng ta cũng giác tỉnh rằng hành động hướng thiện của chúng ta sẽ ảnh hưởng đến kinh nghiệm của chúng ta. Giác biết vô số cõi mà chúng ta có thể sinh ra, sẽ giúp chúng ta chấm dứt tà niệm rằng không có các cõi khác. Hơn nữa, chúng ta hiểu rằng tất cả những nguyên nhân của khổ đau đều tồn tại trong chúng ta. Vì vậy, sự thoát khổ hẳn được hoàn thành do chính chúng ta.

Quán chiếu mỗi khoen riêng để thấy bản chất vô ngã của nó. Giác tỉnh rằng bản chất khổ từ vô thủy của vòng luân hồi (saṃsāra) khuyến khích chúng ta nỗ lực buông xả (*sự từ bỏ*) và chấm dứt khao khát. Chúng ta tự hỏi mình rằng: "Có ý nghĩa gì để khao khát, bám víu những thú vui thế gian khi mà chúng chỉ mang cho ta vòng tái sinh vô tận?" Bồ Tát thiền quán mười hai nhân duyên trên thân mình và thân của các chúng sinh khác. Điều này gợi lòng Bi mẫn của Bồ Tát, thúc đẩy phát khởi tâm Bồ Đề (*bodhicitta*). Các Ngài muốn đạt được sự giác ngộ hoàn toàn để có đủ khả năng dẫn dắt chúng sanh ra khỏi luân hồi (*saṃsāra*).

Lòng từ bi của Bồ Tát mãnh liệt đến nỗi các Ngài trì hoãn sự giác ngộ của mình để hoàn thành chí nguyện độ sanh. Tuy nhiên, khi thấy rằng nếu thành Phật, các Ngài sẽ có khả năng đem nhiều lợi ích hơn cho chúng sanh, vì vậy các Bồ Tát nỗ lực để đạt được Phật quả (*Buddhahood*) càng nhanh càng tốt.

Truyền thống Phạn ngữ: Các tầng của Lý Duyên Khởi

Các phần sau thảo luận cách tiếp cận độc đáo của Trung Quán Cụ Duyên Luận (*Madhyamaka-prāsaṅgika*) về lý Duyên khởi - bởi vì tất cả các hiện tượng đều tương quan, chúng không có sự độc lập tồn tại vốn có; bởi vì phụ thuộc vào các yếu tố khác mà phát sanh, nên tạm gọi là sự hiện hữu. Hiểu được sự tương hợp của Lý Duyên Khởi và Tánh Không (Śūnyatā), đặc biệt là nghiệp chướng và các chức năng quả báo của nghiệp cho phép chúng ta thực hành con đường giải thoát và giác ngộ hoàn toàn.

Có nhiều cách khác nhau để giải thích và tìm hiểu về lý Duyên khởi. Có một nguồn trình bày như sau:

1. Sinh khởi qua sự tiếp xúc đề cập đến các kết quả phát sinh từ nguyên nhân. Đây là Lý Duyên Khởi chỉ ra các Pháp Vô Thường. Quan điểm này phổ biến chung trong tất cả các truyền thống Phật Giáo.
2. Sự hiện hữu tương ứng chỉ ra rằng tất cả các hiện tượng phụ thuộc theo các bộ phận của chúng. Điều này ứng dụng cho tất cả các Pháp Thường và Vô Thường.
3. Sự tồn tại theo duyên đề cập các Pháp hiện hữu bằng cách chỉ đơn thuần dựa vào nhân duyên nền tảng định danh của chúng và tâm thức đã nhận ra chúng.

Một trình bày khác về Lý Duyên Khởi có hai mức độ như sau:

Nhân duyên chỉ định các hậu quả phát sinh do các nguyên nhân của chúng.

Giả danh có hai ý nghĩa:

1. Mối tương quan tương duyên là một Pháp hiện hữu trong mối tương quan lẫn nhau.
2. Tương tục nhân là giả danh đề cập đến các Pháp hiện hữu chỉ là tên gọi hoặc nhãn hiệu.

"Giả danh" không có nghĩa mọi thứ chỉ là những từ ngữ hay âm thanh - điều đó rõ ràng không phải như vậy mà ý nói chúng tồn tại chỉ qua tên gọi.

Trong cả hai trình bày trên, "sanh khởi" trong Lý Duyên Sanh không chỉ giới hạn sự phát sanh do nhân duyên mà còn mở rộng đến các nhân tố khác đã ảnh hưởng đến sự tồn tại của hiện tượng.

Ngoài ra, trong hai trình bày trên, mức độ duyên khởi trong trình bày đầu tiên nói chung dễ hiểu và căn bản hơn so với trình bày sau. Trong trình bày sau, các mức độ duyên sanh sâu sắc hơn.

Lý Nhân Duyên

Sự phụ thuộc vào các nguyên nhân và các điều kiện là ý nghĩa của Lý Duyên Khởi, như được trình bày trong các kinh Pāli và Sanskrit và được thực hành trong Thanh Văn Thừa (*Śrāvakayana*), Duyên Giác Thừa (*Pratyekabuddhayana*), và Bồ Tát thừa (*Boddhisattvayana*). Ý nghĩa này được phân tích trong mười hai khoen nhân duyên.

Sự phụ thuộc giữa nhân quả là một thực tế. Nếu cho rằng các Pháp độc lập tồn tại với bản chất cố hữu là vô lý. Nếu Pháp tồn tại độc lập, chúng không thể phát sinh do nguyên nhân và điều kiện. Quán chiếu về sự liên hệ của nhân quả giúp chúng ta giác tỉnh rằng tất cả các Pháp hoạt động không độc lập do lực riêng của chúng. Sự sanh khởi của Pháp tùy thuộc vào nguyên nhân và điều kiện. Vì vậy, Pháp vừa hiện hữu theo tục đế và đồng thời vừa là "không" theo chân đế.

Mối Tương quan Tương duyên

Dựa trên Lý Nhân Duyên, mối tương quan tương duyên và sự giả danh được giải thích trong các kinh Đại Bát Nhã (*Prajñāpāramitā*). Sự phụ thuộc của nhân duyên không là quá khó hiểu: chúng ta biết rằng hoa mọc từ hạt và kiến thức đó qua học biết, tuy chúng ta thường không nghĩ đến nguyên nhân quan hệ của chúng.

Trên nền tảng quán chiếu sâu vào sự phụ thuộc của nhân quả, chúng ta sẽ nhận ra sự tương hợp của các mối quan hệ lẫn nhau. Không chỉ quả phụ thuộc vào nguyên nhân, mà nguyên nhân còn phụ thuộc vào hiệu quả.

Mặc dù một nguyên nhân không phát sinh từ kết quả của nó, việc nhận dạng một Pháp như một nhân dựa vào đó mà hình thành quả. Hạt giống sẽ trở thành một nhân vì nó có khả năng tạo ra quả, một mầm non. Không có khả năng nảy mầm, hạt giống không thể là một nhân. Đây không phải chỉ là ngữ nghĩa mà ẩn ý bên trong rất sâu sắc.

Các Pháp không có bản sắc cố hữu hoặc là nhân hoặc quả. Khi thuật ngữ nhân được quy cho một hạt giống, một cách khách quan trong hạt giống làm cho nó trở thành một thuật ngữ nhân. Điều này cũng đúng cho quả.

Có nhiều ví dụ minh họa các Pháp tồn tại trong mối tương quan tương duyên lẫn nhau. Đông và Tây, đau khổ - hạnh phúc, người đi - sự đi, đối tượng được định danh, người tu hành - Pháp tu tập, toàn thể - các bộ phận, người thường - các bậc Thầy (*ārya*), tất cả đều được đặt trong mối quan hệ hỗ tương lẫn nhau.

Một số cặp phụ thuộc lẫn nhau cũng phụ thuộc vào nhân quả, chẳng hạn như tâm ngày hôm qua và tâm ngày nay.

Tuy nhiên, một số thì không tương quan lẫn nhau. Ai đó trở thành chủ nhân bởi vì họ có nhân viên của họ và ngược lại. Không có vai trò xã hội nào của chúng ta là độc lập. Chúng tồn tại phụ thuộc lẫn nhau.

Hành động được gọi là "xây dựng" hoặc "phá hoại" không phải bởi vì chúng vốn có. Hành động có tính xây dựng và phá hoại cũng như nghiệp lực được đặt ra không chỉ trong mối liên quan mà còn phụ thuộc vào kết quả lẫn nhau. Khi chúng sinh trải nghiệm hạnh phúc, những hành động gây ra được gọi là "xây dựng" (*constructive*), và khi họ trải nghiệm đau khổ, những nghiệp quả này được gọi là "phá hoại" (*destructive*).

Tác nhân, hành động và đối tượng hành động - người cho, người nhận và quà tặng - chúng phụ thuộc lẫn nhau. Một hành động quảng đại tồn tại phụ thuộc vào ba điều này (*tam luân không tịch*).

Toàn bộ và các bộ phận cũng phụ thuộc lẫn nhau. Một chiếc ô tô (*toàn bộ*) là phụ thuộc vào động cơ, bánh xe và các bộ phận khác của nó, bánh xe là một phần của "xe hơi" bởi vì xe hơi tồn tại. Các hiện tượng thường và vô thường đều phụ thuộc vào các phần của chúng. Tâm cũng phụ thuộc vào sự liên tục của những sát na thức. Các nguyên tử gồm có các hạt nhỏ hơn. Không có các phân tử hoặc khoảnh khắc nhỏ nhất của thức có thể được tìm thấy, bởi vì tất cả các Pháp bao gồm các bộ phận. Tánh không cũng vậy, phụ thuộc vào từng phần. Sự trống rỗng nói chung được gọi tên dựa vào Tánh Không của cái bàn, Tánh Không của cái ghế, v.v... Tánh không cũng phụ thuộc vào cảnh: người, uẩn, v.v... nên chúng là không. Như vậy, Tánh Không không phải là một tuyệt đối tồn tại độc lập.

Chỉ là Giả danh

Quán sâu hơn, chúng ta thấy rằng Pháp hiện bằng cách chỉ đơn thuần do tên gọi trong sự phụ thuộc vào các nền tảng tập hợp của chúng để định danh. Một đối tượng được định danh: cái bàn, và nền tảng được định danh, sự tập hợp các chân bàn và mặt bàn. Tâm nhận thức được sự tập hợp các bộ phận này như một cái bàn và gọi nó là "bàn". Nếu chúng ta cố gắng tìm ra một chất thực sự của danh từ "bàn" chúng ta sẽ không thể tìm thấy cái gì là cái bàn trong từng phần riêng rẽ hoặc trong việc thu thập các bộ phận.

Không có gì trong các bộ phận có thể được xác định một cách khách quan như cái bàn. Sự phụ thuộc vào các yếu tố khác có nghĩa rằng hiện tượng là Tánh Không của sự hiện hữu vốn có.

Trong ánh sáng mờ, sợi dây thừng bị nhìn lầm là "con rắn", thật ra không có gì ở bên cạnh sợi dây là rắn cả. Tương tự như vậy, khi chúng ta gán tên "con rắn" vào vật thể dài, không có gì ở bên cạnh vật thể đó: cơ thể, trí óc của nó, hoặc sự tập hợp của cả hai là một con rắn. Chúng ta có thể nghĩ, "phải có cái gì đó là một con rắn bên cạnh cuộn dây. Nếu không, thì có lý do gì cho dây thừng trở thành con rắn".

Tuy nhiên, khi chúng ta tìm kiếm vật mà khiến sợi dây dài trở thành con rắn, chúng ta không thể tìm thấy con rắn.

Tương tự, khi gọi tôi trong sự lệ thuộc vào các uẩn, không có gì trong các uẩn là tôi hay ta. Con người không phải là một uẩn, tập hợp các uẩn hoặc sự liên tục của các uẩn.

Điều gì tên "con rắn" dựa vào sợi dây dài, hoặc gán tên "tự ngã" ở các uẩn hiện hữu này, trong khi chỉ định "con rắn" ở sợi dây thừng và "cái tôi" trên bóng ảnh ở gương soi?

Dây cuộn có thể thực hiện chức năng của một con rắn, và tôi có thể hoạt động như một con người. Dây cuộn và sự phản chiếu của bóng trong gương không thể thực hiện được các chức năng đó.

Thực tế là các Pháp tồn tại phụ thuộc vào giả danh, không có nghĩa là bất cứ điều gì tâm chúng ta nghĩ là có thật hay bất cứ khi nào chúng ta gán một cái gì đó với tên gọi, thì nó sẽ trở thành đối tượng đó. Nghĩ rằng có những người thật đang nói chuyện trong truyền hình không có nghĩa là có, và gọi một chiếc điện thoại là "trái bưởi" không thể làm cho chiếc điện thoại biến thành trái bưởi được.

Ba tiêu chí thiết lập một cái gì đó như hiện tại:

1. Nó được phổ biến theo hiểu biết thông thường, nhiều người có thể nhận ra được đối tượng.

2. Không bị mất giá trị bởi sự nhận biết thông thường khác, nhận thức của một người bị khiếm khuyết giác quan sẽ không phủ nhận điều đó.
3. Không bị mất giá trị qua sự phân tích rốt ráo, tâm giác ngộ "Tánh Không" không thể bác bỏ sự tồn tại của nó.

Nói tóm lại, tất cả các hiện tượng tồn tại chỉ qua sự định danh của tâm, nhưng các danh được gọi không hẳn nhất thiết tồn tại trong thế tục.

Sự Tương Hợp của Tánh Không và Lý Duyên Khởi

Mức độ phụ thuộc tương quan lẫn nhau. Bằng trực giác, chúng ta biết rằng các Pháp phụ thuộc vào nhân duyên: một số loại thuốc có thể chữa vài bệnh, ô nhiễm không khí hại sức khoẻ. Qua cách quán chiếu sâu về lý nhân quả, chúng ta thấy ảnh hưởng phát sinh từ các nguyên nhân là sự phụ thuộc tương quan lẫn nhau. Sở hữu bản chất phụ thuộc lẫn nhau đã tác động gây ra hiệu quả khi điều kiện phù hợp đã đến.

Nhưng điều gì làm cho Pháp có tính chất phụ thuộc này?

Thông qua Quán chiếu, chúng ta thấy rằng bởi các Pháp thiếu sự tồn tại vốn có và không có gì là một tự ngã thực thể, độc lập mà mọi thứ đều mang tính chất phụ thuộc khiến chúng tương tác có điều kiện với các Pháp khác. Do đó, qua quan sát Lý Nhân Quả, chúng ta sẽ đi qua chuỗi lý luận này lên đến đỉnh cao của giác ngộ Tánh Không, sẽ cho phép chúng ta hiểu rằng tất cả các hiện tượng chỉ tồn tại qua tên gọi hay nhãn hiệu.

Mặc dù các hiện tượng không có sự hiện hữu vốn có, nhưng chúng tồn tại. Chúng ta thấy rằng mỗi Pháp đều có những ảnh hưởng riêng của nó.

Làm thế nào để chúng tồn tại?

Chỉ có hai khả năng: hoặc là vốn có độc lập hoặc chỉ bằng tên gọi. Quán chiếu sâu hơn, chúng ta không thể chấp nhận được sự tồn tại vốn có, hiện tượng tồn tại độc lập, không liên quan đến bất cứ điều gì khác. Nếu chúng sở hữu một thực thể như vậy, khi chúng ta càng tìm kiếm danh tính của chúng, thì càng trở nên rõ ràng hơn. Nhưng trong thực tế, khi chúng ta đối mặt với các hiện tượng để phân tích tỉ mỉ, chúng ta không thể tìm ra được sự tồn tại cố hữu, độc lập hoặc khách quan. Khi chúng ta hiểu rằng các Pháp tồn tại nhưng không độc lập, chúng ta có thể kết luận duy nhất được là chúng tồn tại tùy thuộc vào phương danh và khái niệm, tức là bằng tư duy và ngôn ngữ.

Khi chúng tồn tại, sự tồn tại của chúng chỉ có thể được thiết lập trên tiến trình nhân duyên. Bằng cách này, sự hiểu biết về Tánh Không bằng thuật từ duyên khởi đưa chúng ta đến hiểu Lý Duyên Khởi dưới dạng Tánh Không. Bằng Thiền Định Quán chiếu về Tánh Không, hành giả thấy rằng Tánh Không và duyên khởi có một sự hòa hợp hoàn toàn và không mâu thuẫn lẫn nhau. Thế giới không ngừng tồn tại với trạng thái giác ngộ Tánh Không. Thay vào đó, sự hiểu biết của chúng ta về tự ngã tồn tại như thế nào sẽ trở nên chính xác hơn. Cái tôi, các uẩn, nghiệp, nghiệp quả và các hiện tượng khác là những sai lầm bởi lẽ chúng không tồn tại mặc dù những giác quan bình thường của chúng ta nhận thức như vậy. Giác biết rằng chúng tồn tại phụ thuộc theo duyên, không vốn có, cho phép chúng ta liên hệ với con người và môi trường của chúng ta một cách rộng rãi hơn. Luận sư Long Thọ (*Nāgārjuna*) tuyên bố rằng (MK 24.18-19):

Các Pháp do duyên sanh, ta nói nó là không.

Tánh (không) này bị phụ thuộc.

Đây chính là trung đạo.

Vì không có các Pháp,
mà không có duyên sanh,
không có Pháp hiện nào
mà không phải Tánh Không.

Lý Duyên Sanh phụ thuộc vào các yếu tố khác, như nguyên nhân và điều kiện, các phần, thuật ngữ và khái niệm là ý nghĩa của Tánh Không của sự tồn tại vốn có.Vì các hành động phụ thuộc vào các yếu tố khác, chúng tạo ra kết quả. Điều này sẽ không thể xảy ra nếu chúng tồn tại độc lập với các yếu tố khác. Sự hiểu biết này kết hợp với Lý Duyên Khởi và Tánh Không, phủ nhận cả sự hiện hữu vốn (*inherent existence*) có và sự không tồn tại hoàn toàn (*total nonexistence*). Lý Duyên Sinh và Tánh Không là những phẩm chất không thể tách rời của tất cả các hiện hữu. Đó là Chân lý Trung Đạo.

Mặc dù, Tánh Không và Lý Duyên Sanh tương hợp đi đến cùng một điểm, nhưng chúng không giống nhau. Nếu có, thì chỉ bằng cách nhận thức qua ví dụ về Lý Duyên Sinh, chẳng hạn như một cuốn sách, hoặc nguyên tắc về Lý Duyên Sinh, chúng ta sẽ nhận thấy Tánh Không. Tánh Không và Lý Duyên Sanh là hai cách nhìn vào các hiện tượng. Thực tế, chúng là trống rỗng, không có ngăn chặn sự khác biệt thông thường giữa các trần. Cây viết và cái bàn vẫn có các chức năng độc đáo của riêng chúng. Ai giác ngộ Tánh Không nơi các Pháp này là vị ấy đã chứng trạng thái Thiền Định về Lý Không.

Nếu Lý Duyên Sanh chỉ đề cập đến sự phụ thuộc nhân quả, thì nó sẽ bác bỏ sự tồn tại cố hữu của các hiện tượng duyên sanh. Bởi vì, ở đây "Lý Duyên Sinh" có nghĩa là giả duyên, nó thiết lập Tánh Không của tất cả các hiện tượng. Để hiểu mức độ vi tế nhất của duyên sanh, cần phải hiểu được sự phụ thuộc lẫn nhau và để giác tỉnh rằng, hiểu được lý nhân quả là rất quan trọng. Ba mức độ của không quán, giả quán và trung quán này đang dần dần tế nhị hơn mặc dù chúng không loại trừ lẫn nhau.

Lý Duyên Khởi được gọi là "Vua lý luận" bởi vì nó không chỉ phủ nhận sự tồn tại độc lập của Pháp mà còn chứng minh Pháp duyên sanh.

Thuật ngữ "Duyên Sanh" trong trung đạo cho thấy rằng các Pháp là trống rỗng và giả hiện (*empty yet exist*).

"Tùy duyên" (*dependent*) cho thấy các Pháp trống rỗng, không có sự tồn tại độc lập, để loại trừ thuyết trường tồn.

"Phát sinh" (*arising*) chỉ ra rằng các Pháp tồn tại, để loại trừ thuyết hư vô. Tất cả hiện tượng tồn tại vốn không có bản chất cố hữu; Tuy nhiên, chúng tồn tại phụ thuộc vào các yếu tố khác và được hình thành theo hiểu biết của thức.

Truyền thống Pāli: Thuật ngữ, Khái niệm và Quy ước

Đức Phật giải thích sự nguy hiểm do hiểu sai các thuật ngữ và khái niệm (SN 1:20):

Những ai theo danh, khái niệm,
chấp trụ danh, và niệm,
thiếu biết giả danh này,
sẽ bị thần chết chi phối.

Một số giải bình luận rằng "Cái chỉ có tên gọi và khái niệm" là các uẩn. Khi người phàm nhận thức các uẩn, tâm của họ lạc vào Tà Kiến cho rằng họ là trường tồn, hạnh phúc và hiện hữu hoặc có một tự ngã. Do những khái niệm bóp méo này, khiến "cho họ chấp trước vào tên và khái niệm", tạo ra vô số phiền não liên quan đến các uẩn. Ai quen thuộc với quan điểm của Trung Quán Luận (*Madhyamaka*) có thể hiểu được bài kệ trên.

Luận Thuyết Như vầy (*Itivuttaka*) giải thích ý nghĩa trên bằng cách nói rằng chúng sinh "ai chấp trước vào tên gọi và khái niệm" là nắm bắt các uẩn cho là tôi hay của tôi, hoặc khi các uẩn không phải là của riêng họ, thì họ nghĩ rằng các uẩn là thuộc của một người khác. Những ai Tà Kiến như vậy, sẽ bị chi phối bởi chết và tái sanh trong vòng luân hồi. Kinh Tập dạy như sau:

Ai đã quán chiếu được quy trình giả danh
không cho rằng tên đó được tồn tại.
vì không tồn tại thật,
có thể nói: "Họ là thế này hay là thế kia."

Ai quán chiếu sự giả danh, sẽ hiểu được các uẩn và biết rằng chúng là vô thường, khổ, và vô ngã, từ bỏ ái nhiễm bằng cách hiện thực con đường tối thượng. Bậc A La Hán không nắm giữ cái được gọi là tôi, của tôi, hoặc "bản ngã của tôi" trong sự phụ thuộc vào các uẩn như là một thật ngã. Sau khi rời bỏ các uẩn và đạt đến Niết Bàn (*nibbāna*) thì không còn gì để lại phía sau, vị A La Hán không thể được gọi là "thế này hay thế kia."

Trong một số Kinh điển, Đức Phật giải thích rằng tuệ tri giác biết lý vô ngã không có nghĩa là phá hủy tục đế và khả năng giao tiếp với người khác thông qua việc sử dụng phương tiện ngôn ngữ. Nói theo cách thông thường, Đức Phật dạy, không nhất thiết phải nắm bắt một ngã. Từ ngữ, tên gọi, biểu hiện và khái niệm có thể được sử dụng bởi các vị A La Hán, người đã loại bỏ tất cả ái ngã.

Để sáng tỏ, Đức Phật nói thêm rằng một vị A La Hán sử dụng các từ ngữ và khái niệm tương ứng với cách được hiểu trong thế gian, mà không chấp thủ chúng như là bản ngã. Bậc A La Hán với thân luân hồi (saṃsāric) cuối cùng vẫn sử dụng ngôn ngữ thông thường tương ứng với cách mà chúng sanh hiểu (SN 1:25).

Sớ giải bình luận rằng: Các Ngài không vi phạm lối diễn đạt thông thường bằng cách nói rằng: "Các uẩn ăn..., các uẩn đắp y."

Nếu các Ngài nói theo cách như vậy, chúng sanh sẽ khó hiểu, làm sao các Ngài có thể dạy Phật Pháp cho họ?

Các bậc A-la-hán (*arahant*) tạm sử dụng những từ như "tôi", "của tôi" và "tự ngã của tôi", điều này không có nghĩa là họ bị chi phối bởi "tự ngã". Các Ngài đã vượt qua sự tái sanh bởi ngã ái, ngã kiến và mê lầm.

Đức Phật giải thích chi tiết rằng (DN 9:53), "Chỉ có tên gọi, từ ngữ, lời nói, định danh được sử dụng phổ biến trong thế gian mà Như Lai (*Tathāgata*) tạm sử dụng chứ không chấp trước chúng."

Tên gọi và khái niệm có thể được sử dụng theo hai cách: Một người vô minh và chấp ngã sử dụng các từ ngữ và khái niệm tin rằng có một đối tượng thực sự mà họ cho là có cái tôi trong những hiện tượng này.

Những bậc thoát khỏi lưới vô minh và quan điểm về bản ngã, không chấp thủ về sự liên quan thực sự của các từ và khái niệm. Các Ngài đơn giản chỉ sử dụng chúng như là các phương tiện công ước để truyền đạt ý nghĩa, không chấp có một cái ngã trong các đối tượng mà các Ngài ám chỉ.

CHƯƠNG 9

Sự Hòa Hợp Của Thiền Chỉ Và Thiền Quán Truyền Thống Pāli

Đức Phật hành thiền và giới thiệu phương Pháp Thiền Định cho các đệ tử để vượt qua những chướng ngại bằng cách buông xả thú vui dục lạc, đạt đến trạng thái an lạc vi tế, để giác ngộ. Tuy nhiên, nếu chúng ta duy trì tỉnh giác thì có thể dính mắc vào trạng thái an lạc của các tầng thiền và do đó bị xao lãng không loại bỏ phiền não được. Để trị bịnh tâm này, Đức Phật khuyên những thiền sinh, sau khi xuất thiền (*jhāna*), hãy quán ba Pháp ấn là vô thường, khổ và vô ngã. Như vậy, thiền sinh sẽ không dính mắc vào nó và sẽ huân tập để đạt thiền quán.

Mục đích tối hậu của việc phát triển sự tập trung sâu sắc là kết hợp với Tuệ Minh Sát, sử dụng sự kết hợp giữa thiền chỉ và thiền quán để loại bỏ hoàn toàn phiền não. Thiền (*Jhāna*) thứ tư là cánh cửa cho ba minh:

Túc mạng minh, thiên nhãn minh và lậu tận minh. Đức Phật đã sử dụng sự tập trung của thiền thứ tư để đạt được ba trí này. Do đó, Ngài đã thốt lên rằng (MN. 4:32): "Ta đã biết: Sanh đã tận, phạm hạnh đã thành, những việc cần làm đã làm xong, không còn tái sanh nữa."

Làm thế nào để chúng ta cân bằng giữa thiền chỉ và thiền

quán để đạt được giải thoát, điều này phụ thuộc vào các căn của chúng ta và sự hướng dẫn của các bậc Thầy tâm linh của chúng ta.

Tôn giả A-nan (*Ānanda*) nói về bốn cách để các hành giả có thể đạt được quả vị A La Hán (AN 4: 170):

1. Trước hết, chúng ta thực hành thiền chỉ và dựa trên sự tĩnh lặng, không bị rối loạn để trau dồi thiền quán bằng cách quán chiếu Tam Pháp Ấn (vô thường, khổ, vô ngã) để trí siêu thế sẽ nảy sinh.
2. Chúng ta thực hành thiền quán bằng cách suy ngẫm ba đặc tính, làm suy yếu năm Triền Cái. Sau đó, chúng ta phát triển thiền chỉ, kết hợp nó với thiền quán, đạt được trí siêu thế.
3. Chúng ta tu tập thiền chỉ và thiền quán cùng nhau, thay đổi giữa hai thiền chi này. Chúng ta đạt được sơ thiền (jhāna), và sau khi xuất thiền, hãy tuệ tri sâu sắc các yếu tố của nó là vô thường, khổ và vô ngã. Sau đó, chúng ta quán giống như vậy cho thiền thứ hai, thứ ba, thứ tư, v.v...
4. Tâm được điều ngự bởi sự quán Pháp tương tục không nghỉ. Theo Thanh Tịnh Đạo Luận (*Visuddhimagga*), tâm bị kích động là do mười sai lầm của Tuệ Minh Sát (*vipassanā upakkilesa*) - những trải nghiệm thiền đặc biệt nào đó mà các hành giả đã đánh giá quá cao, xem chúng như những thiền chứng thay vì quán thấy sự vô thường của các tầng thiền (Vism 20: 105). Hãy để sự khuấy động này tĩnh lặng và tâm trí lắng xuống, khi tâm trở nên tập trung thì trí siêu thế bắt đầu xuất hiện. Một giải thích khác là sự phấn khích tinh thần này là do sự quá Tinh Tấn để đạt thiền chứng. Trong một số trường hợp, điều này có thể đưa đến giác ngộ chân lý, như nhà khổ hạnh Bāhiya Dārucīriya (Ud 1:10).

Mỗi trong bốn cách trên đưa đến nhập vào dòng Thánh, cuối cùng là loại bỏ tất cả kiết sử, tập khí và phiền não. Ai đã giải thoát là đã đạt được một trong bốn cách trên. Ba cách đầu tiên được dạy bởi các Thiền sư Nguyên Thủy (*Theravāda*) hiện nay. Cả thiền chỉ và thiền quán đều cần thiết để tu nhập dòng Thánh, hành giả có thể thực hành bất kể cách nào trước trong bốn cách trên. Khi công phu thuần thục, thiền chỉ và thiền quán hòa hợp hỗ trợ lẫn nhau. Khi được thống nhất, tâm vẫn duy trì sự tác ý và yên tĩnh trên đối tượng thiền trong khi Tuệ Minh Sát thấy sâu bản chất của hiện tượng. Trên con đường siêu thế, thiền chỉ và thiền quán cân bằng trạng thái thiền chỉ là Chánh Định, thiền quán là Chánh Kiến.

Kinh Tập không trình bày rõ về mức độ thiền (*samādhi*) cần thiết để trở thành một vị A-la-hán. Một số nói rằng ít nhất sơ thiền là cần thiết, trong khi một số bình luận khác nói rằng cận định (*upacāra samādhi*) là đủ. Được cận định, vị ấy được tôn xưng là "A-la-hán càn khôn" bởi lẽ trí tuệ mà không có sự tưới tẩm của thiền (*jhāna*) nên "khô", mặc dù nó vẫn có thể diệt trừ được các phiền não. Nhìn chung, vì năm Triền Cái chưa được triệt tiêu trong khả năng cận định và có thể hồi phục sanh khởi, cho nên sẽ an toàn hơn nếu phát triển ít nhất là sơ thiền, để làm cơ sở vững chắc cho thiền quán.

Thiền Định (*jhānas*) là trạng thái hấp thụ hoàn toàn trên một đối tượng, sát na định (*khaṇika samādhi*) là một khái niệm được giới thiệu trong sớ giải Pāli không hạn chế phạm vi nhận thức đối với một đối tượng. Để phát triển sát na định, chúng ta hướng Chánh Niệm đến các trạng thái thay đổi của tâm, thân và duy trì tỉnh giác liên tục về bất cứ đối tượng nào trong lãnh vực nhận thức. Không bám víu vào bất kỳ đối tượng nào, chúng ta tác ý đến sự đa dạng sinh và diệt của các đối tượng giác quan, cảm xúc, trạng thái tinh thần,v.v... Định lực càng tăng cho tới khi thành một phiến định giữa sự thay đổi của các chuỗi đối tượng hay sự kiện.

Sự thay đổi liên tục của các đối tượng thiền làm cản trở sự tập trung, nhưng sát na định sẽ giúp tập trung các tâm. Khi công phu thuần thục đúng thời, Chánh Niệm tỉnh giác trên các hiện tượng thay đổi sẽ trở nên mạnh mẽ đủ để chuyển hóa năm Triền Cái. Tứ niệm xứ (*bốn cơ sở của Chánh Niệm*) phát triển sức định linh hoạt nhưng vẫn an định, cho phép chúng ta thăng tiến trên đường tuệ quán đưa đến trạng thái siêu thế đạt giác ngộ Niết Bàn.

Trong thiền, tâm được tập trung vững chắc vào một đối tượng không thay đổi, trong khi tuệ quán đòi hỏi sự quan sát, phân tích và Chánh Niệm vào một đối tượng tâm sắc đang thay đổi thường không hoạt động trong thiền (*jhāna*). Như vậy, theo Thanh Tịnh Đạo Luận (*Visuddhimagga*) và A-tỳ-đạt-ma-luận (*Abhidhamma*), thiền quán được thực hành trong một trạng thái không phải là định (*jhānic*). Trạng thái như vậy, một số sớ luận gọi là định minh sát (*vipassanā samādhi*) xuất hiện khi chúng ta vừa xuất định, do đó vẫn còn dư hương của định lực (*jhāna*). Trong khi không có định lực như jhāna, tâm là để tác ý tập quán chiếu một vật mà không bị tán loạn.

Kinh Luận Truyền Thống Phạn Ngữ

Chánh Kiến về vô ngã và tuệ quán đòi hỏi ba nấc thang của văn, tư và tu. Có những quan điểm sai lầm liên quan đến sự trống rỗng và thiền quán. Bởi nhận định không chính xác đối tượng phủ định, một số hành giả đã phủ nhận tất cả sự tồn tại.

Một số hành giả khác duy trì sự nhất tâm trong trạng thái vô niệm, nghĩ lầm rằng vì khi vọng tưởng nắm bắt những hiện hữu vốn có, từ bỏ những vọng tưởng này sẽ mang lại giải thoát. Vì vậy, họ từ bỏ lòng Từ bi, quảng đại, hành vi đạo đức và những đức hạnh quan trọng khác, cho rằng họ đang trú trong khái niệm của sự hiện hữu chân thật.

Tuy nhiên, không phải tất cả các tư tưởng đều là khái niệm về sự tồn tại vốn có. Lần đầu tiên chúng ta nghe những lời dạy về Tánh Không và quán về không, là chúng ta đã sử dụng tư duy. Sự quán chiếu khái niệm như vậy là hữu ích, mặc dù mục tiêu cuối của chúng ta là vượt qua nó. Hơn nữa, không phải tất cả thiền quán đều mang tính khái niệm, các thiền sinh trên đường quán sát và Thiền Định đã ứng dụng quán chiếu vô niệm để suy gẫm về trạng thái Không. Khi một số Kinh điển dạy rằng Không là không thể nhận biết và vượt khỏi nhận thức, điều đó không có nghĩa là chúng ta loại ra phương Pháp quán chiếu trong mục đích thiền bản chất tối hậu, Tánh Không. Những tuyên bố này ý nói, không thể có được sự trải nghiệm Tánh Không hoàn toàn qua tri thức.

Khi có định lực mạnh, chúng ta có thể có nhiều kinh nghiệm tuyệt vời. Sự xuất hiện thô của chủ thể (*căn*) và khách thể (*trần*) có thể biến mất, tâm chúng ta thấy rất rõ ràng. Trần xuất hiện không bản chất như cầu vồng hoặc thậm chí có thể biến mất. Tuy nhiên, những kinh nghiệm này không nhất thiết chỉ ra tuệ quán vào sự vô ngã hay thiền quán các vọng tưởng.

Để tránh sai lầm, chúng ta phải xác định chính xác sự chấp thủ vô minh và đối tượng của nó. Sau đó, chúng ta phân tích xem các hiện tượng có tồn tại theo cách mà chúng xuất hiện trong tâm trí bị che mờ bởi mây vô mình.

Chỉ bằng cách trải nghiệm "Tánh Không" chứng minh cho chúng ta thấy cái "không" của sự tồn tại vốn có: đối tượng chấp thủ bởi vô minh. Trí tuệ nhận ra trạng thái trống rỗng của sự tồn tại độc lập. Vì đối tượng của Tuệ quán Tánh Không - trực tiếp mâu thuẫn với đối tượng do vô minh chấp thủ, như vậy nên trí tuệ làm tan đi màn vô minh.

"Tánh Không" không phải là đối tượng mà các hành giả bình thường có thể biết trực tiếp qua giác quan. Chúng ta phải sử dụng quán chiếu, minh sát (*analytical*) để hiểu nó. Giác biết đầu tiên về Tánh Không là giả thuyết và khái niệm. Sự giác biết này thiếu sức mạnh để làm suy yếu màn vô minh bẩm sinh và phá tan phiền não. Nhận biết trực tiếp về sự trống rỗng của tất cả các hiện tượng là cần thiết, điều này đòi hỏi phải có sự hợp tác của thiền chỉ và thiền quán.

Thiền chỉ (*serenity*) là sự tập trung phát sinh tùy thuộc vào chín giai đoạn của tác ý và được duy trì bởi tâm nhu nhuyến, trong đó tâm có thể vẫn còn an trú trên đối tượng của nó bao lâu tùy theo ý muốn. Thiền quán Minh Sát (*insight*) là tuệ phân biệt rõ đối tượng của nó và được duy trì bởi sự an lạc do quán chiếu. Trải nghiệm sự an lạc của tinh thần và vật chất bằng cách an định là dấu hiệu thành công trong thiền chỉ. Trải nghiệm tâm an lạc nhu nhuyến do Thiền Minh Sát là thước đo thành công trong việc đạt được thiền quán.

Cho đến thời điểm đó, thiền minh sát và thiền chỉ vẫn còn ảnh hưởng lẫn nhau một cách tinh tế. Yếu tố quyết định chothiền quán thực tế về Tánh Không là có thể bác bỏ đối tượng phủ định, duy trì sự nhất tâm vào sự trống rỗng của sự tồn tại vốn có đó mà không có buông lung hay quá phấn khích, với tâm nhu nhuyến được tạo ra bởi năng lực của Thiền Minh Sát.

Để hòa hợp thiền chỉ và thiền quán, sau khi đạt được thiền chỉ và Chánh Kiến trong các buổi thiền, trước tiên hãy minh sát và an trú trên Tánh Không rồi làm bình ổn Thiền Định về Tánh Không. Trí minh sát đảm bảo rằng việc xác định Tánh Không linh động và đúng đắn, và thiền chỉ đảm bảo rằng tâm vẫn sáng suốt rõ ràng và an trú vững vàng trên Tánh Không. Như vậy, trong khóa Thiền Định, chúng ta có thể thực hành thay đổi giữa thiền minh sát và thiền chỉ. Nếu sự an định giảm xuống do thiền quán quá mức, hãy an trú định lại. Nếu an trú vào Tánh Không giảm xuống thì hãy khởi thiền quán nhiều hơn.

Sau đó, trong khi thực hành thiền quán, hãy trải qua chín giai đoạn của sự tác ý vững chải và phát triển bốn trạng thái tâm. Khi kết thúc giai đoạn thứ chín thì sự bừng ngộ tự phát sinh, nếu quán sát nơi đó sẽ đưa đến trí vô sư và sự khinh an nơi Tánh Không và đạt được sự kết hợp giữa thiền chỉ và thiền quán. Trí lúc này rất mạnh. Trong khi thiền chỉ và thiền quán trước đây là các thực thể khác nhau, nhưng hiện nay chúng có thể xảy ra đồng thời. Khía cạnh an định là thiền chỉ và khía cạnh minh sát là thiền quán.

Vào cuối buổi Thiền Định về Tánh Không, chúng ta hãy quán tưởng, "Tất cả các Pháp không tồn tại độc lập mà phụ thuộc vào các yếu tố khác. Vì vậy, hành động của chúng sinh mang lại những kết quả tương ứng. Không thấy điều này, chúng sinh thường hay bối rối, chấp thủ và giận dữ, do đó tạo ra nguyên nhân cho khổ (*duḥkha*). Được thân người quý báu, chúng ta phải bòn phước đức và trí tuệ cao quý để trở thành một vị Phật, người có thể dẫn dắt chúng sanh trên con đường tỉnh thức."

Giữa các buổi thiền, có phần đảnh lễ, cúng dường, bố thí, trì giới, và mạnh mẽ phát Bồ Đề Tâm. Lúc đó, hãy quán tam luân không tịch là người thí, vật thí và đối tượng nhận thí phụ thuộc lẫn nhau và thật sự không tồn tại. Chúng giống như giả hiện. Bằng cách này, tất cả những công đức tu tập của chúng ta sẽ được vun trồng với trí tuệ.

Phật Giáo Trung Quốc

Thiền sư Trí Di (*Zhiyi*) nhấn mạnh rằng thực hành Pháp thành công phụ thuộc vào sự cân bằng giữa sự tĩnh lặng của thiền chỉ và trí phân tích của thiền quán. Thực hành thiền chỉ mà không minh sát giác biết Tánh Không sẽ không đem lại sự giải thoát. Tuy nhiên, nếu hành giả mới bắt đầu được dạy về quan điểm Tánh Không của Bồ Tát (*Nāgārjuna*), họ có thể không hiểu rõ và thậm chí có thể tạo ra những quan điểm sai lầm. Do đó, trước tiên chúng ta phải có nền tảng vững chắc về lục độ như bố thí, trì giới v.v... như Bồ Tát Di Lặc và Bồ Tát Vô Trước đã giải thích.

Có năm độ đầu mà không có trí tuệ thì sẽ giống như một ngôi nhà hoang vắng, cho nên cần kết hợp với trí tuệ thực nghiệm của chúng. Thông qua công phu liên tục, các hành giả từ từ tăng trưởng lòng Từ bi và Bồ Đề Tâm với tất cả Pháp thiền và quán chiếu về Tánh Không; tức Phật tánh người và các Pháp.

Do học hỏi, suy ngẫm, và Thiền Định theo hướng dẫn của Bồ Tát Nāgārjuna, hành giả sẽ đạt được quan điểm của Trung luận (*Madhyamaka*). Sự hiểu biết từ việc học hỏi và suy ngẫm là theo khái niệm, hành giả nên tìm kiếm sự kết hợp của thiền chỉ và thiền quán để tạo ra trí tuệ thanh tịnh giác biết bát bất (*phủ nhận tám điều chấp trước*) trong Căn bản Trung quán luận tụng (*Mūlamadhyamakakārika*) mà Bồ Tát Long Thọ (*Nāgārjuna*) đã dạy: bất sinh bất diệt, bất thường bất đoạn, bất nhất bất dị (*một, khác*), bất lai bất xuất (*đến, đi*), để phát khởi lý Trung đạo.

Vào thế kỷ thứ 9 ở Trung Quốc, đã có nhiều cuộc thảo luận về vai trò của thiền chỉ và thiền quán. Một số thiền giả đã nói rằng thiền là vượt ngoài các từ ngữ và khái niệm, do đó vượt quá các Kinh điển Phật Giáo. Đại sư Tông Mật (*Zongmi*), Tổ thứ năm của phái Hoa Nghiêm (*Huayan*) là vị Thiền sư nổi tiếng, chấp nhận sự giác ngộ tối hậu là vượt khỏi từ ngữ và khái niệm.

Tuy nhiên, Ngài nói rằng thiền không nên tách rời truyền thống triết học của Phật Giáo mà ứng dụng ngôn ngữ và khái niệm để đưa chúng sinh đến chân lý. Ngài khuyến khích các học viên nghiên cứu Kinh điển, và nói rằng Thiền Định không phải là làm trống rỗng tất cả mọi tư tưởng mà là tưới tẩm nuôi dưỡng trí tuệ thực tại. Đây là ý nghĩa thật của phương Pháp này, Đại sư Tông Mật (*Zongmi*) thấy sự tích lũy công đức là cần thiết cho sự phát triển trí tuệ.

Đại sư Tông Mật (*Zongmi*) mô tả có hai loại đốn ngộ: một cho chúng sinh thượng căn và hai là cho chúng sanh bình thường. Đối với những chúng sanh có trí tuệ sắc bén, thì Đức Phật đã trực tiếp tiết lộ Pháp thắng nghĩa của giáo lý đốn ngộ để chúng sanh đang vô minh ngay lập tức thức tỉnh.

"Thức tỉnh" ở đây là đề cập đến giác ngộ trực tiếp đầu tiên của thực tại.

Đối với Đại sư Tông Mật (*Zongmi*), điều này có nghĩa là lần đầu tiên nhìn thấy Phật tánh, bản chất thật của người và hiện hữu, luôn giống như bản chất của tất cả chư Phật. Vào lúc này, mặc dù hành giả có trải nghiệm, thức tỉnh, nhưng vẫn chưa được giác ngộ hoàn toàn. Vị ấy vẫn phải loại bỏ mọi phiền não, nghiệp báo tiềm ẩn che mờ tâm trí. Điều này được thực hiện thông qua Pháp, Tiệm, Đốn dần dần sau khi có sự trải nghiệm ban đầu của đốn ngộ.

Pháp đốn ngộ không giống như Pháp tối thượng bao gồm những giáo lý tiệm tu. Nói cách khác, những lời dạy cao nhất có thể được tiếp cận theo hai cách, hoặc là tiến trình từ từ cho đến phát triển, hoặc đốn ngộ qua một trải nghiệm trực tiếp về Phật tánh.

Các hành giả thượng căn thích hợp với những giáo lý đốn ngộ, trong khi các hành giả trung căn hay hạ căn sẽ phù hợp hơn với cách tiếp cận tiến trình tiệm tu dần dần. Đức Phật dẫn dắt nhóm thứ hai đến khi họ có khả năng hiểu được lời dạy về ý nghĩa tối hậu. Đây là cách tiếp cận như được trình bày trong Diệu Pháp Liên Hoa Kinh (*Saddharmapuṇḍarīka Sūtra*) và Kinh Niết Bàn (*Nirvāṇa Sūtra*), nơi giảng dạy giáo lý tối thượng nhưng được diễn đạt từ từ theo từng bước, bắt đầu bằng cách từ bỏ ác hạnh, tạo ra nhân thắng thiện để đời sống kế tiếp được tốt lành.

Tôi đã từng thảo luận về tiệm ngộ và đốn ngộ trong một diễn đàn công cộng ở thành phố New York với Đại sư Sheng Yen-Thánh Nghiêm (1930-2009), người sáng lập tổ chức Pháp Cổ Sơn (*Dharma Drum Mountain*) là một Thiền sư trí tuệ, rất được kính trọng ở Đài Loan. Ngài khẳng định rằng trong thiền tông, giác ngộ (*awakening*) đề cập đầu tiên trực tiếp về Tánh Không. Trong khi Phật Giáo Tây Tạng thỉnh thoảng sử dụng "giác ngộ" theo cách đó, thường xuyên hơn chúng ta sử dụng nó để đề cập tới điểm tối hậu của đạo - ví dụ như quả A-la-hán (*Arhatship*) của một Thanh Văn (*śrāvaka*) hoặc sự tỉnh thức hoàn toàn của một vị Phật.

Hiểu được cách thực tập khác nhau của thuật từ "tỉnh thức, giác ngộ", có vẻ như không có khoảng cách lớn giữa các truyền thống đa dạng của chúng ta. Để miêu tả điều này, Đại sư Sheng Yen nói với tôi: "Vào thời Đức Phật, nhiều hành giả đã đạt được đốn ngộ sau khi Đức Phật chỉ nói vài lời khai thị cho họ."

Nhiều câu chuyện thiền cho thấy hành giả thượng căn sẽ bừng ngộ ngay sau khi bị sư phụ đánh hay bị mắng. Không phải ai cũng đều có khả năng giác ngộ bất ngờ và những vị thuộc căn cơ khác phải bắt đầu thực hành Pháp căn bản.

"Trong khi những bậc thượng căn và có thiện nghiệp có thể đạt được giác ngộ nhanh chóng hoặc bất ngờ, nhưng họ vẫn phải thực hành phương Pháp và tu luyện trí huệ sau khi trải nghiệm sự giác tỉnh đầu tiên, bởi lẽ các vị ấy vẫn chưa thoát khỏi mọi phiền não. Phật (*Buddha*) là bậc thoát khỏi tất cả lậu hoặc. Những vị khác thực hành Pháp tiệm tu dần dần để đạt được đức hạnh và trí tuệ cần thiết trước khi đạt giác ngộ. Trong khi ta có thể có khả năng đốn ngộ, nhưng lại không dễ dàng. Hành giả vẫn phải giữ Giới Luật và tu tập Bồ Đề Tâm (*bodhicitta*), Thiền Định và trí tuệ."

Một số Kinh Phật Giáo Tây Tạng đề cập đến đốn ngộ mà không giới hạn đến phương Pháp tiệm tu. Tôi đã đọc một bản văn của Kinh Kagyu giải thích một cách rõ ràng đại ấn (*mahāmudrā*) như con đường đốn ngộ. Trong các Kinh của Sakya, chúng ta thấy đề cập đến "tính đồng nhất của trạng thái chứng ngộ và giải thoát" và phái Nyingma dzogchen cũng nói về điều này.

Ngài Tsongkhapa chấp nhận các khái niệm đốn ngộ (*instantaneous and simultaneous*). Tuy nhiên, Ngài chỉ ra rằng đốn ngộ thực sự là đỉnh cao của nhiều nguyên nhân tích lũy từ nhiều đời. Đây giống như trường hợp năm đệ tử đầu tiên của Đức Phật, đã liễu ngộ "Lý Tánh Không" ngay sau khi nghe bài giảng về Tứ Diệu Đế, và với Milarepa, người đã tu tập nghiêm túc trong nhiều kiếp quá khứ, trước khi đạt được đốn ngộ trong đời này. Cho dù, chúng ta có nói đến sự tiệm ngộ hay đốn ngộ, thì các nhân duyên tích lũy theo thời gian là cần thiết cho sự phát triển tinh thần đích thực.

CHƯƠNG 10

Tiến Tu

Cả hai truyền thống Pāli và Phạn (*Sanskrit*) đều giải thích sự thăng tiến tâm linh đến quả vị A La Hán và Phật quả (*Buddhahood*). Biết những điều này giúp chúng ta thực hành theo từng chặng đường tu và chính xác theo dỏi mức độ tu tập của mình.

Truyền thống Pāli: Thanh tịnh và Kiến tri

Bằng cách nuôi dưỡng tứ niệm xứ (*bốn nền tảng của Chánh Niệm*), thất giác chi (*bảy yếu tố giác ngộ*), và Bát Chánh Đạo (*tám con đường cao quý*), để khai mở trí tuệ sẽ giúp chúng ta thoát khỏi vòng sanh tử luân hồi. Các Kinh điển (MN. 24) và Thanh Tịnh Đạo Luận (*Visuddhimagga*) đã đưa ra cấu trúc của bảy giai đoạn thanh tịnh (*satta visuddhi*).

Đại sư Phật Âm (*Buddhaghosa*) cho thấy sự thăng tiến tâm linh tương tự như sự phát triển một cây trồng. Đất phát triển trí tuệ là lĩnh vực Tuệ Minh Sát: ngũ uẩn, mười hai nhân duyên, mười tám giới, hai mươi hai căn, Tứ Diệu Đế, và Lý Nhân Duyên. Giống như rễ cây làm nền tảng cho cây sống được, hai giai đoạn thanh tịnh đầu tiên: giới thanh tịnh và tâm thanh tịnh sẽ đóng vai trò làm nền tảng cho trí tuệ.

Các cành cây, lá, hoa và quả phát triển từ thân cây, cũng

thế phẩm chất siêu thoát của các bậc Thầy phát triển từ trí tuệ và do đó năm đạo lộ thanh tịnh kế tiếp bao gồm cả đại trí tuệ (Vism 18-22).

Bảy đạo lộ thanh tịnh được thực hiện theo thứ tự, mỗi đạo lộ tùy thuộc vào những đạo lộ trước đó. Sáu đạo lộ đầu tiên là trí thế tục, cái cuối cùng là trí tuệ siêu thế.

(1) Giới thanh tịnh (*sīla visuddhi*) là tu về giới. Có bốn cách để hoàn thành giới. 1/ Làm cho trong sáng bằng cách trì và giữ giới để ngăn ngừa thân và khẩu không phạm lỗi lầm. 2/ Bằng cách hộ các căn, thực hành chánh niệm, nội quán để tránh vướng mắc vào các đối tượng hấp dẫn, ác cảm đối với những đối tượng không hấp dẫn. 3/ Bằng cách sống chánh hạnh là nhận tứ vật dụng cần thiết một cách trung thực và vô hại. 4/ Bằng cách sử dụng hợp lý tứ vật dụng cần thiết, sau khi quán chiếu mục đích của chúng, sự dính mắc và phước lợi của các thí chủ.

(2) Tâm thanh tịnh (*citta visuddhi*) là tu về định để chuyển hóa năm Triền Cái. Có hai cách: theo thiền chỉ để đạt định hoặc khi nhập vào tầng thiền cao hơn, rồi dùng nó làm cơ sở để tạo ra thiền quán.

Ở đây, sau khi xuất thiền, thiền sinh quán chiếu các yếu tố của sự nhập thiền đó theo thuật từ của ngũ uẩn, thấy được các điều kiện, bản chất và ba đặc tính của chúng. Việc thanh tịnh tâm của vị này là ở bất cứ tầng định nào, vị ấy cũng có thể phát triển lên tiếp.

Những người khác, theo thiền quán thuần túy, thực hành sát na định (*xem chương 9*) trên các đối tượng vật chất và tinh thần luôn thay đổi. Điều này tương đương với trạng thái cận định là tâm thanh tịnh cho những hành giả này.

(3) Kiến thanh tịnh (*diṭṭhi visuddhi*), cũng được gọi là trí phân tích về tâm và sắc, bắt đầu tiến trình tu tập trí huệ bằng cách phân biệt các đặc tính, chức năng, biểu hiện và nguyên nhân ngày trước của ngũ uẩn. Thông qua điều này, hành giả phân biệt rằng cái được gọi là con người, chỉ là một tập hợp của các yếu tố tâm và sắc phụ thuộc lẫn nhau. Điều này thanh lọc Tà Kiến về một cái tôi thường hằng nhất quán.

(4) Đoạn nghi thanh tịnh (*kaṅkhāvitaraṇa visuddhi*) phân biệt các điều kiện của tâm và sắc trong quá khứ, hiện tại và tương lai, do đó loại bỏ những nghi ngờ liên quan đến chúng. Bằng cách quán về Lý Duyên Khởi, hành giả thấy rằng tập hợp hiện tại của các uẩn như hiện tượng phụ thuộc, có điều kiện. Do đó, thấy được sự phức hợp thân-tâm của họ không phát sinh do một đấng siêu việt nào tạo ra, cũng không phải là một biểu hiện của vũ trụ vĩnh cửu nguyên thủy hoặc cũng không phải xuất hiện từ vô nhân.

(5) Đạo phi đạo tri kiến thanh tịnh (*maggāmagga ñāṇadassana visuddhi*) và Đạo hành tri kiến thanh tịnh tiếp theo là liên quan đến tu tập mười quán trí. Sau khi đã phân biệt được tâm và sắc của ba cõi cùng các điều kiện của chúng, hành giả chuẩn bị tu tập trí tuệ đầu tiên bằng cách quán chiếu ba cõi bằng thuật từ ngũ uẩn. Tức là tất cả các hiện tượng đều được bao gồm trong hình thức của sắc uẩn, tất cả các cảm giác đều được gom trong thọ uẩn, v.v ...

Để bắt đầu tu tập về tuệ: 1/ Hành giả áp dụng ba đặc tính (Pháp ấn) cho ngũ uẩn. Bắt đầu với thời gian dài hơn- "Thân thể của cuộc đời này là vô thường" – thời gian hành giả thiền quán ngày càng ngắn hơn - "Những cảm thọ của năm nay là khổ" - cho đến khi tỉnh giác rằng trong mỗi sát na, các uẩn là vô thường, khổ, và vô ngã (tam Pháp ấn).

Giai đoạn đầu của sanh diệt trí: 2/ Được phát triển bằng cách suy ngẫm rằng sự sanh diệt của các Pháp hữu vi là do sự hiện diện hoặc vắng mặt các điều kiện tương ứng của chúng. Sự quán chiếu này không thực hiện theo khái niệm, mà bằng cách minh sát mỗi sát na sự sanh diệt xảy ra liên tục. Trong từng giây phút, các Pháp phát sinh và biến mất nhường chỗ cho khoảnh khắc kế tiếp.

Khi nhập thiền sâu, mười khiếm khuyết của tuệ sẽ phát sinh: a/- thiền giả nhìn thấy một tia sáng phát ra từ cơ thể của họ; b/- họ trải qua trạng thái an lạc, nhu nhuyến, c/- hoan hỉ trong một cách mà họ chưa bao giờ có trước đó; d/- chí kiên quyết trở nên mạnh mẽ hơn; e/- công phu ngày càng thuần thục; f/- quán trí càng phát triển; g/- sự tỉnh thức của họ càng trở nên ổn định; h/- khinh an trở nên bất động; i/. hưởng hương vị thiền lạc và nắm giữ với những trải nghiệm này. Yếu tố cuối cùng này là tại sao chúng được gọi là "sự không hoàn hảo": Tâm liên quan không chính xác đến chín điểm trước. Mặc dù những trải nghiệm sâu sắc đó là những cảm giác nhỏ tự nhiên nảy sanh, làm cho các thiền giả có nghĩ rằng sức định của họ đang tiến triển tốt và họ đang phát triển các năng lực đặc biệt - thậm chí cho đó là đạo lộ siêu thế - nhưng không phải vậy. Nếu không phân biệt được những cảm giác tạm thời này, sự thiền quán của họ có thể bị dừng lại.

Đạo phi đạo tri kiến thanh tịnh (*maggāmagga ñāṇadassana visuddhi*) là khả năng phân biệt rằng mười điều không hoàn hảo này, cho dù chúng có hấp dẫn đến đâu, cũng không phải là con đường đưa đến giải thoát và thiền quán vào ba đặc tính đó là con đường đúng đắn để giải thoát. Sự thanh lọc này là phương tiện giúp các hành giả đi đúng hướng để họ hiện thực hóa mục tiêu tu tập của mình.

6. Đạo hành tri kiến thanh tịnh (*paṭipadā ñāṇadassana visuddhi*) là phát sanh chín quán trí còn lại liên quan đến ba đặc điểm (*Tam Pháp Ấn*). Những điều này trở nên rõ ràng hơn và ổn định hơn do sự vắng mặt của mười trí không hoàn hảo trong suốt giai đoạn trưởng thành của sanh diệt trí.

Để trau dồi diệt trí 3/ hành giả chỉ tập trung vào trạng thái chấm dứt. Điều này cho thấy sự vô thường sâu sắc hơn bởi vì họ giác biết rằng các Pháp Hữu Vi của luân hồi (*saṃsāra*) đang trong quá trình tan rã liên tục. Không có gì ổn định vững chắc hoặc đáng tin cậy ở chúng; chúng hoàn toàn khổ bởi lẽ chúng chỉ chấm dứt thì làm thế nào có một cái ngã có thể tồn tại trong chúng?

Với bố úy trí 4/ hành giả giác thấy những sự phân hủy liên tục của các Pháp trong cõi luân hồi (*saṃsāra*) thật là đáng sợ khi liên kết với khổ (*dukkha*). Với quá hoạn trí (*trí quán sự nguy hiểm*) 5/ hành giả biết chắc chắn rằng những điều đáng sợ trong cõi luân hồi (*saṃsāra*) có bản chất của khổ đau và thiếu cốt lõi của một ngã thực, và rằng sự an ổn chỉ tồn tại trong các Pháp Vô Vi, thường còn. Với trí vô dục 6/ hành giả trở nên chán nản và vỡ mộng với các hiện tượng luân hồi (saṃsāric). Họ thấy rõ ràng những bất lợi của sự bám víu vào sự tồn tại trong ba cõi này.

Với dục thoát trí 7/ hành giả cảm thấy động lực quay lưng khỏi thế giới ta bà (*saṃsāra*) và hướng đến Niết Bàn (nibbāna) càng tăng, và động cơ của thoát khỏi thế giới hữu vi càng thôi thúc. Với tư duy trí 8/ hành giả đã liên tục quán chiếu rộng các Pháp hữu vi dưới ánh sáng của ba đặc điểm (*tam Pháp ấn*). Với trí hành xả 9/ hành giả buông xả cả hai trạng thái yêu và ghét đối với các Pháp hữu vi và an trú trong tâm khinh an. Trạng thái tinh thần này là một cảm giác nhẹ nhàng xuất phát từ tuệ quán đúng đắn về ngũ uẩn.

Trí thuận thứ 10/ phát sinh trong thức của cõi dục giới - đi trước thức của sự chuyển tánh (*gotrabhū*) dẫn đến con đường siêu thế. Trí thuận thứ này phù hợp với chân lý của những quán trí trước đây và của đạo lộ siêu thế.

7. Tri kiến thanh tịnh (*ñāṇadassana visuddhi*): theo Đại sư Phật Âm (*Buddhaghosa*) là trí của bốn đạo lộ siêu thế và do đó chỉ là sự thanh lọc siêu thế. Một số khoảnh khắc chuyển hóa từ thanh lọc bằng tri kiến thanh tịnh trước sự đột phá đến con đường siêu thế như "sự chuyển tánh" khỏi một tâm trí hữu vi trần tục đến trí tuệ siêu phàm, Niết Bàn. Điểm cao nhất của tuệ quán xuất hiện ngay trước khoảnh khắc đầu tiên của trí siêu thế tập trung vào Tam Pháp Ấn (*ba đặc điểm*).

Nó được gọi là tuệ quán của sự sanh khởi bởi vì nó khiến đạo lộ siêu thế xuất hiện từ các hiện tượng hữu vi bằng cách an trú Niết Bàn (*Nibbāna*), Vô Vi, như đối tượng của nó, và khởi dậy từ ý thức trần tục bằng cách loại bỏ một số phiền não.

Tuệ quán cuối cùng này, được gọi là thức chuyển tánh, đánh dấu quá trình chuyển đổi từ phàm phu sang bậc Thánh (*ariya*). Tri kiến thanh tịnh tuy giống với đạo lộ bằng cách an trú vào Niết Bàn (*Nibbāna*), nhưng không phải là đạo lộ bởi vì nó không thể xua tan những phiền não che khuất sự giác ngộ lý tứ đế (*bốn chân lý*). Ý thức về đạo lộ phát sanh sau sự chuyển tánh của ý thức để thực hiện bốn chức năng: hiểu biết đầy đủ về khổ; từ bỏ nguồn gốc của khổ (*dukkha*); nhận ra Niết Bàn; và tu tập theo Bát Chánh Đạo (*tám con đường cao quý*).

Mỗi ý thức đạo lộ về nhập dòng Thánh đều thực hiện bốn chức năng này, và khi mức độ phiền não tương ứng đã được giảm đi hoặc tiêu diệt, ý thức về đạo lộ dẫn đó được theo sau bởi ý thức kết quả. Sau khi thức quả là trí tuệ quán triệt Thánh đạo (*paccavekkhaṇañāṇa*) phát sinh. Nó nhìn lại và phản chiếu trên đạo lộ, thành quả, và nibbāna, và thường là những phiền não đã bị bỏ rơi trong khi những trạng thái này còn lại. Có một cảm giác hỉ lạc, khinh an tột cùng vào lúc này, hành giả vẫn tiếp tục tu tập cho tới khi chứng quả A- la-hán (*arahantship*). Bằng cách này, sự quán trí về bốn con đường siêu phàm đã được hoàn thành, và đạt được Niết Bàn là mục đích cuối cùng.

Truyền Thống Phạn: Năm Đạo Và Thập Địa Bồ Tát

Hai chướng ngại che khuất tâm trí của chúng sanh, sẽ bị loại trừ dần khi hành giả thăng tiến trên đường tâm linh. Phiền não chướng (*kilesāvaraṇa, kleśāvaraṇa*) chủ yếu cản trở việc đạt giải thoát. Chúng bao gồm các phiền não, tiềm năng hạt giống của phiền não có khả năng tạo ra nghiệp ái nhiễm đưa đến tái sanh luân hồi. Các vị A La hán, Bồ Tát bát địa (*từ tầng thứ tám*) trở lên và chư Phật là những bậc đã đoạn tận các phiền não chướng này.

Sở tri chướng (*ñeyyāvaraṇa*) thì tinh tế và khó loại bỏ hơn. Chúng ngăn cản sự giác biết nhất thiết trí, thế tục đế và Tánh Không. Chúng bao gồm những huân tập (*vāsanā*) của những phiền não vẫn còn trong tâm trí ngay cả sau khi những phiền não và những hạt giống của chúng đã bị loại bỏ, và thứ hai là về khía cạnh của tâm, vẫn tiếp tục nhầm lẫn thấy có sự tồn tại vốn có. Chỉ có các vị Phật mới hoàn toàn tiêu trừ những tiềm ẩn này. Truyền thống Pāli cũng đề cập đến sở tri chướng (*ñeyyāvaraṇa*) cản trở nhất thiết trí mà chư Phật đã loại bỏ.

Các sở tri chướng khác là kiết sử (*duṭṭhulla, dauṣṭulya*) vẫn tiềm ẩn trôi chảy trong tâm thức của các vị A La Hán và được thể hiện nơi thân, khẩu và ý. Kinh Pāli Vô Vấn Tự Thuyết (*Udāna*) cho rằng huân tập (*vāsanā*) phiền não sẽ tạo nên những kiết sử tương tự trong tương lai. Những chướng ngại này tồn tại trong tâm thức của chúng sanh và các bậc A-la-hán.

Tâm thức một khi chứng ngộ thì được gọi là đạo (*magga, marga*) vì nó dẫn ta ra khỏi luân hồi (*saṃsāra*) và đưa đến thức tỉnh. Tâm thức khi chứng ngộ cũng được gọi là Địa (*bhūmi*) bởi vì nó là nền tảng cho sự phát triển của các Địa (*bhumi*) khác và giải thoát khỏi các Triền Cái. Những lời giải thích về đạo lộ của các bậc Thanh Văn (*Śrāvaka*), Duyên Giác (*Pratyekabuddha*), và Bồ Tát (*Bodhisattva*) được mô tả ở đây là theo hệ thống Trung Đạo (*Madhyamaka*).

Mỗi một trong ba thừa có năm đạo lộ. Các tính năng chung của năm con đường trong cả ba thừa được mô tả dưới đây; Sự khác biệt sẽ được giải thích sau đó.

1. Tích luỹ đạo (*sambhāramārga-path of accumulation*) là một chứng ngộ rõ ràng của giáo lý - những lời của Kinh Phật. Nó được gọi là "sự tích tụ" (*accumulation*) bởi vì ở giai đoạn này, các hành giả đã tích lũy được nhiều kiến thức về học thuyết và bắt đầu tích lũy công đức, trí tuệ để đến mục tiêu của thừa đã chọn. Thanh Văn thừa (*Śravakas*) và Duyên Giác thừa (*Pratyekabuddhas*) đi vào con đường tích lũy trong thừa của các Ngài khi các Ngài trải qua ngày và đêm, quyết tâm thoát khỏi luân hồi (*saṃsāra*). Bồ Tát nhập vào tích luỹ đạo khi các Ngài khởi Bồ Đề Tâm (*bodhicitta*) quyết lòng thoát khỏi luân hồi saṃsāra.

2. Gia hạnh đạo (*prayogamārga-path of preparation*) chứng ngộ rõ ràng về ý nghĩa của chân lý - Tánh Không, bản chất tối hậu. Con đường này là sự kết hợp giữa thiền chỉ và trí quán về Tánh Không. Sự thực hiện này là liên hệ đến Tánh Không thường được biết qua khái niệm. Đến giai đoạn này, hành giả chuẩn bị cho sự nhận thức trực tiếp về Tánh Không.

3. Kiến đạo (*darśanamārga-path of seeing*) là một nhận thức rõ ràng về chân lý - Tánh Không. Như là các bậc Thầy (*āryas*), những hành giả này giác biết Tánh Không trực tiếp và không văn tự, không có chủ thể và đối tượng. "Tâm" và "Tánh không" được hoà trộn như nước hòa với nước. Kiến có ba giai đoạn:

Căn bản trí (*samāhitajñāna*) trực tiếp giác ngộ tánh Không và không có nhị nguyên. Nó có ba loại: a/ Xuyên suốt đạo (*ānantaryamārga*) đã loại bỏ những phiền não đã có. b/ Giải thoát đạo (*vimuktimārga*) trực tiếp tu tập không bị gián đoạn là trí tuệ đã cắt đứt vĩnh viễn những đau khổ đã có. c/ Căn bản trí không xảy ra (*ở xuyên suốt Đạo và Giải thoát đạo*) khi hành giả quán tánh không vào những thời điểm khác.

Hậu đắc trí (*pṛṣṭhalabdhaññana*) phát sanh sau khi hành giả được vô gián trí, tu như huyễn và tích lũy công đức để đạt được những bước tiến cao hơn.

Trí tuệ vô tướng siêu vượt qua căn bản trí và hậu đắc trí.

4. Tu đạo (*bhāvanāmārga-path of meditation*) bắt đầu khi các hành giả đã tích lũy công đức và trí tuệ của họ đủ mạnh để bắt đầu loại trừ các phiền não bẩm sinh. Chữ "thiền" có cùng gốc rễ của thuật từ "quen thuộc", và vì vậy đây được gọi tu Đạo bởi vì hành giả chủ yếu quá quen thuộc với trạng thái giác biết trực tiếp Tánh Không ở giai đoạn kiến đạo.

Tu đạo đã phát sanh căn bản trí, hậu đắc trí và vô tướng trí. Ở đây, vô gián đạo tiếp tục gặp các kiết sử ở trình độ tinh vi hơn, và chắc chắn ở giai đoạn giải thoát đạo sẽ loại bỏ chúng.

5. Vô học đạo (*aśaikṣamārga-path of no more learning*) của mỗi thừa là mục đích cao nhất của thừa đó. Đối với Thanh Văn (*śravas*) và Duyên Giác (*pratyekabuddhas*), trí tuệ vô học này đã loại trừ tất cả những chướng ngại phiền não và vị đó đã đạt đến trạng thái A La Hán. Đối với Bồ Tát, trí vô học cũng đã tận diệt những sở tri chướng và hướng đến quả vị Phật (*Buddhahood*).

Đến kiến đạo (*path of seeing*) và tu Đạo là Bồ Tát đạt được mười Bồ Tát Địa. Mười địa này là trí tuệ vô nhiễm của tâm Bồ Đề tối hậu trực tiếp giác ngộ Tánh Không. Theo khái niệm, trí tuệ này được chia thành những giai đoạn sớm và muộn, để tạo thành mười địa. Tuy nhiên, không phải mỗi địa là một Bồ Đề Tâm rốt ráo (*ultimate bodhicitta*). Các bậc Thầy (*Ārya bodhisattvas*) cũng thường quán niệm về Bồ Đề Tâm thế tục (*relative bodhicitta*) và tham gia thực hành để tạo ra công đức.

Thập địa có bốn tính năng khác nhau:

1. Mỗi một địa có mười hai phẩm chất bao gồm thấy Phật, tiếp nhận sự gia trì của chư Phật, đến cõi tịnh độ, thọ mạng lâu dài, khả năng cảm hóa chúng sinh, và hóa thân.
2. Mỗi một địa có năng lực lớn để tiêu diệt các kiết sử và tiến tới đạo lộ cao hơn.
3. Mỗi một địa có năng lực tu bổ thân, khẩu, ý của Bồ Tát cho toàn thiện hơn.
4. Mỗi địa, Bồ Tát có thể tái sanh ở cảnh giới cao hơn, và có nhiều khả năng làm lợi ích chúng sinh hơn.

Bồ Tát hoàn toàn loại bỏ phiền não chướng lúc bắt đầu vào bát địa. Các Ngài chuyển hóa sở tri chướng ở phần cuối của thập địa và trở thành Phật.

Sự Khác Nhau Giữa Ba Thừa

Các bậc Thanh Văn (*Śavasas*) chủ yếu thiền quán trên Tứ đế (*bốn chân lý*) đạt được giác ngộ trong ba thời theo truyền thống Phạn (*Sanskrit*); trong bảy kiếp theo truyền thống Pāli. Các bậc Duyên Giác (*Pratyekabuddhas*) chủ yếu tu tập theo lý Duyên Khởi và tích lũy công đức ít nhất một trăm kiếp để đạt được giác ngộ. Bồ Tát thực hành theo Kinh Phật (*Sūtrayāna*) tích lũy công đức đến ba đại kiếp số không thể tính để đạt được Phật quả (*Buddhahood*).

Những vị nhập dòng Thánh Tu Đà Hoàn (*nhập lưu - stream enterers*) đang trên giai đoạn của kiến đạo; các bậc Thánh hướng về quả A-la-hán còn đang trên đường tu Đạo. Các bậc A-la-hán đang trên giai đoạn Vô học (*path of no more learning*). Là những bậc giác, các Ngài không còn bị ràng buộc trong vòng luân hồi và sẽ không còn tái sanh dưới sự chi phối của phiền não chướng và nghiệp chướng.

Mặc dù truyền thống Pāli không sử dụng phương Pháp của năm đạo, nhưng truyền thống Pāli đã dùng tên của bốn trong năm đạo để chỉ các giai đoạn phát triển tương tự của hành giả. Trong các bài bình luận sau này, Tư Lương Vị (*sambhāra*) đề cập đến các điều kiện cần thiết mà một hành giả phải có để đạt được sự giải thoát. Trong Luận A-tỳ-đàm (*Abhidhamma*), kiến đạo (*dassana*) chỉ ra con đường nhập vào dòng Thánh (*Tu-đà-hoàn*), và tu Đạo (*bhāvanā*) đề cập đến con đường của Tư Đà Hoàn, A-na-hàm, và A-la-hán (*arahant*) đạt được các quả vị này nhờ quen thuộc với quan điểm của nhập lưu. Vô học (*asekha*) là đề cập đến các bậc A-la-hán hay Phật quả (*Buddhahood*) là địa cuối cùng. Phật quả được gọi là địa, chứ không phải là con đường vì nó đánh dấu sự hoàn thiện của sự tu tập.

Theo Trung Quán Luận (*Mādhyamikas*), các bậc Thầy (*āryas*) của cả ba thừa trực tiếp và vô niệm giác biết sự vô ngã của người và Pháp: trạng thái trống rỗng của sự tồn tại vốn có. Bồ Tát đạt được trí giác ngộ của Phật do những nhân duyên đặc biệt mà các Ngài đã vun trồng trên đường tu Đạo: động lực của Bồ Đề Tâm (*bodhicitta*), sự tích lũy vô lượng công đức trong nhiều đời, vun trồng lục độ, và hồi hướng cho liễu ngộ Tánh Không, chuyển hóa người khác, và đã loại bỏ cả hai phiền não chướng và sở tri chướng.

Truyền Thống Phạn: Niết Bàn

Nói chung, Niết-bàn hay giải thoát (*vimokkha, vimokṣa*) là một trạng thái hay phẩm lượng của tâm. Niết-bàn không phải là một nơi bên ngoài hoặc một cái gì đó dành riêng cho những ai được chọn. Tất cả chúng sanh có thể đạt được Niết Bàn.

Sự trống rỗng của tâm - sự thanh tịnh tự nhiên hoặc bản chất của tánh Phật là nền tảng. Trên nền tảng này, chúng ta trải qua một tiến trình thanh tịnh hóa bằng cách sử dụng thuốc giải độc để diệt trừ những chướng ngại ngẫu nhiên cho đến khi tâm hoàn toàn thoát khỏi những kiết sử gây phiền não.

Trạng thái tịch lặng của Tánh Không là vốn không có những chướng ngại gây phiền não, tức là Niết Bàn. Bằng cách liễu ngộ bản tánh tối thượng của tâm vốn không có tất cả các chướng ngại phiền não, chúng ta đạt được Niết Bàn. Như thế, liễu ngộ Tánh Không loại bỏ những kiết sử, Tánh Không cũng là trạng thái kết quả khi tất cả phiền não đã được tẩy sạch khỏi tâm trí.

Nói chung, có bốn loại Niết-bàn, mặc dù không phải tất cả đều không phải là Niết-bàn thực sự:

1/ Bản chất Niết Bàn (*natural nirvana*) là tinh túy tối hậu của tâm hoàn toàn thanh tịnh và không có sự tồn tại vốn có của một ngã. Đó là nền tảng căn bản để đạt được Niết-bàn thực sự. Như bản chất của tâm, đó là một phẩm chất tinh túy, do đó đạt được Niết-bàn thực sự không liên quan đến việc đi tìm một phẩm chất bên ngoài nào. Thay vào đó, nó liên quan đến việc nhận ra một chất lượng của trí tuệ vốn đã hiện diện. Theo nghĩa tổng quát hơn, bản chất Niết-bàn là tánh Không. Các Pháp xung quanh chúng ta - cũng như Tứ đế (*bốn chân lý*), chánh đạo và những thành quả đạt được, đều trống rỗng về sự tồn tại vốn có, bằng cách quán chiếu này, chúng ta sẽ đạt được bản chất Niết-bàn. Tuy nhiên, chúng sinh thoát khỏi các kiết sử thì mới có thể đạt được Niết-bàn vì Niết-bàn đó là Tánh Không của tâm.

Trong thuật từ 2/ Hữu Dư Y Niết Bàn (*nirvana with remainder*) 3/ Vô Dư Y Niết Bàn (*nirvana without remainder*) thì " dư Y" dùng để chỉ các uẩn, vốn là Khổ đế vì chúng xuất phát từ vô minh và nghiệp chướng.

Khi các bậc Thanh Văn (*śaravasas*) và Bích Chi Phật (*Pratyekabuddhas*) loại trừ tất cả các phiền não chướng, họ đạt được hữu dư y Niết Bàn và trở thành bậc A La Hán. Sau khi, các Ngài từ bỏ cõi đời thì sẽ đạt được Vô dư y Niết-bàn không còn các lậu hoặc.

Một số nhà Phật Giáo nói rằng vào thời điểm Vô dư y Niết Bàn, chu kỳ ý thức của con người chấm dứt hoàn toàn. Tuy nhiên, một số khác khẳng định rằng tất cả chúng sinh cuối cùng sẽ đạt được Phật quả (*Buddhahood*) và dòng liên tục của ý thức tồn tại ngay cả sau khi các vị A La Hán qua đời. Lúc đó, các vị A La Hán chỉ có một cơ thể tinh thần và an trú trong cảnh giới thanh tịnh, nơi các Ngài vẫn đang nhập định trong trạng thái không. Đúng thời điểm thích hợp, Đức Phật khai thị bước cao hơn, khiến các A-la-hán bước vào Bồ Tát đạo và đạt được sự tỉnh thức của Phật.

Trung Quán Luận (*Mādhyamikas*) khẳng định về ý nghĩa Vô Dư Y Niết-bàn. "Dư Y" là đề cập đến sự hiện diện của một tồn tại vốn có với sự xuất hiện nhị nguyên của chủ thể và đối tượng.

Vô Dư Y Niết Bàn (*Nirvāṇa without remainder*) là Diệt đế, một trạng thái chấm dứt "*sanh tử*" thực sự xảy ra trong sự trang nghiêm thiêng liêng của bậc Thánh (*āryas*) an trú vào tâm không và không còn hai cảnh đối đãi của chủ thể và khách thể.

Xuất khỏi trạng thái Không, bậc Thánh (*āryas*) một lần nữa lại trải nghiệm sự giả hiện của các Pháp, mặc dù các Ngài thấy các Pháp giống như ảo tưởng không thật. Điều này được gọi là Niết Bàn Hữu Dư (*nirvāṇa with remainder*) bởi vì còn xuất hiện sự đối đãi nhị nguyên.

Trong phần đầu, Niết-bàn Hữu Dư Y xuất hiện trước, rồi tiếp theo mới là Niết-bàn Vô Dư Y. Trong phần thứ hai, thứ tự được đảo ngược, Niết Bàn Vô Dư Y xuất hiện trước, rồi mới đến Niết Bàn Hữu Dư Y.

Đại sư Long Thọ (*Nāgārjuna*) khẳng định rằng truyền thống Pāli gọi là Diệt đế trong khi truyền thống Phạn gọi là

Niết-bàn (RA 386):

Pháp Vô Sanh trong Đại thừa (*Mahāyāna*) và Diệt đế trong thừa khác tức là ám chỉ Tánh Không. Vì vậy, chúng ta phải chấp nhận Diệt đế và Pháp Vô Sanh cuối cùng là giống nhau.

Diệt đế trong truyền thống Pāli là đề cập đến Vô Dư Y Niết Bàn, nibbāna của A-la-hán, những vị khi chết đã rời bỏ thân xác ngũ uẩn ô nhiễm rồi.

Ngài Long Thọ (*Nāgārjuna*) mở rộng ý nghĩa của Diệt đế (*extinction*) bao gồm Pháp Vô Sanh ẩn tàng (non-arising) trong các hiện tượng hiện hữu bởi vì trong văn bản Phạn ngữ "hữu dư" cũng đề cập đến sự hiện diện của trạng thái tồn tại vốn có (*inherent existence*).

(4) Niết Bàn Vô trú (*Nonabiding Nirvāṇa*) là Niết Bàn của một vị Phật, Ngài không trú trong luân hồi (*saṃsāra*) hay Niết-bàn cá nhân của bậc Thánh Thanh Văn A-la-hán (*śrāvaka arhat*). Tất cả Phật tử đều không muốn vào luân hồi (*saṃsāra*) trong khi Bồ Tát mong muốn vào luân hồi để thức tỉnh chúng sanh thành Phật, làm lợi cho chúng sinh một cách hiệu quả nhất, bởi lẽ các vị Bồ Tát nhìn thấy sự an hưởng Niết-bàn của arhat là giới hạn. Các Ngài tìm kiếm Niết-bàn Vô Trú của một vị Phật, là khía cạnh thanh tịnh tối hậu của tâm đã thoát vĩnh viễn sở tri chướng và phiền não chướng.

Truyền Thống Pāli: Niết Bàn

Niết Bàn đề cập đến việc loại bỏ năm uẩn (*sakkāya*). Đó là trạng thái diệt tận trong đó chấm dứt cả Khổ đế (dukkha) và Tập đế. Niết Bàn cũng được đề cập như là một đối tượng của thiền, một thực tại được giác biết trực tiếp bởi trí tuệ siêu thế của các bậc Thánh.

Khi nói về "Niết Bàn là sự chấm dứt của Khổ đế (*dukkha*) và Tập đế (*nguồn gốc của khổ*)," Đức Phật đã miêu tả trạng thái thức tỉnh đạt đến (MN 26:19)

Ta đã quán : "Pháp mà Như Lai đạt được rất là sâu sắc, khó nhận, khó hiểu, an bình tinh tế và siêu thoát, không thể đạt được bằng lý luận đơn giản, chỉ có bậc trí tuệ mới trải nghiệm qua... Thật là khó cho số đông mọi người thấy được chân lý như duyên khởi. Và thật khó để nhìn thấy chân lý này, cụ thể là sự tĩnh lặng của mọi hành uẩn, từ bỏ mọi chấp trước, hủy diệt mọi tham ái, vô tham, diệt tận, Niết Bàn. "

Luận Pāli nói rằng "Pháp này" là dùng để chỉ tứ đế. "Lý duyên sanh" là Tập đế, và "sự tĩnh lặng của mọi hành uẩn, từ bỏ mọi chấp trước, hủy diệt mọi tham ái, vô tham, diệt tận, Niết Bàn" là Diệt đế. Tập đế cũng ngụ ý Khổ đế, Diệt đế cũng chính là Đạo Đế. Như vậy, trong Niết Bàn (*nibbāna*), lý tứ đế đã được thực hiện. Ở đây nibbāna là dập tắt tất cả chấp trước và tham ái (*Tập đế*) dẫn đến lọai trừ các uẩn (*Khổ đế*) khi chết. Tương tự, tôn giả Xá Lợi Phất (*Sāriputta*) nói nibbāna là "sự đoạn tận tham, sân và si" (SN 38:1). Ý nghĩa của Niết Bàn (*nibbāna*) tập trung vào việc chấm dứt Tập đế.

Nhiều Kinh điển trình bày Niết Bàn (*nibbāna*) là "đối tượng của con đường siêu thế." Đức Phật dạy rằng Niết Bàn (*nibbāna*) có ba tướng Vô Vi: không sanh, không diệt và thường còn (AN 3:47). Không giống các Pháp Hữu Vi sanh diệt, Niết Bàn - Vô Vi là bất động như vậy, nó không sinh hoặc diệt do nguyên nhân và điều kiện, cũng không biến đổi thành cái gì khác. Niết Bàn là sự thật, trái ngược với thế giới là không thật.

Niết Bàn là một hiện tượng khác biệt không liên quan gì đến vật chất hay các tầng thiền (samādhis) sâu xa nhất của cõi luân hồi (*saṃsāra*). Niết Bàn được minh hoạ qua sự phủ định: không đến, không đi, không làm, v.v... không có gì định danh thay cho nó. (Ud 8 :1)

Vi Diệu Pháp Toát Yếu (*the Abhidham-mattha Saṅgaha*)

giải thích nibbāna như là đối tượng duy nhất của con đường siêu thế - tâm tối cao, rốt ráo nhận thức được đối tượng tối tôn tối thượng (CMA trang 258).

Kinh điển và Luận A-Tỳ-đàm (*Abhidhamma*) nói nibbāna có ba khía cạnh : Niết Bàn là Tánh Không (*suññatā, śūnyatā*) bởi vì nó không có tham, sân, chấp thủ và các Pháp Hữu Vi. Niết Bàn là Vô tướng (*animitta*) bởi vì nó không có các tướng của tham, sân, si và các Pháp Hữu Vi. Niết Bàn là Vô nguyện (*appaṇihita, apraṇihita*) bởi vì nó thoát khỏi sự khao khát của tham ái, sân, si và chấp thủ (CMA trang 260)

Truyền thống Phạn (*Sanskrit*) nói ba thuộc tính này là ba khía cạnh của vô ngã. Tánh không đề cập đến trạng thái rỗng không:

1. Không thực thể của một đối tượng (*lack of inherent existence of the entity of an object*) tồn tại vốn có.
2. Vô tướng đề cập đến không có sự tồn tại cố hữu của chính nguyên nhân của nó (*lack of inherent existence of its cause*).
3. Vô nguyện đề cập đến thiếu vắng sự tồn tại cố hữu của chính kết quả của nó (*lack of inherent existence of its result*).

Đại sư Phật Âm (*Buddhaghosa*) bác bỏ một số quan niệm sai lầm về Niết Bàn (*nibbāna*). Niết Bàn không phải là không tồn tại. Nó tồn tại bởi vì nó được hiểu bằng trí siêu thế. Thực tế là trí tuệ giới hạn của những người bình thường không thể lãnh hội được trạng thái này và cũng không thể nói nó không tồn tại. Nếu nibbāna không tồn tại, thực hành Đạo Đế sẽ trở nên vô ích.

Niết Bàn không chỉ đơn thuần là sự vắng mặt của những phiền não và sự chấm dứt của hiện hữu. Nó được gọi là "sự đoạn diệt tham ái» bởi vì liễu ngộ Niết Bàn sẽ mang lại cho sự đoạn tận ái dục. Nếu Niết Bàn là sự hủy diệt tham ái thì nó sẽ không phải là Vô Vi nữa bởi vì diệt tận ái dục là một sự kiện hữu vi.

Tham ái được đoạn diệt là nhờ có nguyên nhân, trong khi Niết Bàn (*nibbāna*) là vô nhân, vô thủy và vô chung (Vism 16:71).

Niết Bàn không xuất hiện thông qua sự trực ngộ mà đạt đến bằng cách trau dồi trí tuệ dần dần theo thời gian. Niết Bàn luôn tồn tại như một yếu tố Vô Vi, vô sinh, vô gốc, thường trụ và bất tử. Bởi vì Niết Bàn tồn tại, nên có thể diệt trừ được phiền não (Ud 8:3). Đạo Đế là Vô Vi (*unconditioned*), và sự giác ngộ này đã cắt đứt các phiền não.

Các nhà bình luận Pāli cho thấy có sự tương hợp giữa hai ý của Niết Bàn (*nibbāna*) trong Kinh điển : (1) mục đích, đó là một trạng thái an lạc thoát khỏi Khổ đế và Tập đế trong cuộc sống này, 2/ là đối tượng của thiền, là Vô Vi và Bất sanh đã luôn tồn tại và được thấy bởi trí tuệ siêu thế. Nó được gọi là "sự đoạn tận của tham, sân, và si" bởi vì giác ngộ các Pháp Vô Vi là kết quả của việc đoạn tận tam độc tham sân si này.

Niết Bàn là Vô Vi, trái ngược với luân hồi (*saṃsāra*) hữu vi có điều kiện. Niết Bàn hoàn toàn tách biệt khỏi thế giới luân hồi (*saṃsāric*) bị nhân duyên chi phối. Niết Bàn, đó là hiện thực, cũng khác biệt với vô ngã, là một đặc điểm của hiện tượng luân hồi (*saṃsāric*).

Đối với Trung Quán Luận (*Mādhyamikas*), tất cả hiện tượng của luân hồi (*saṃsāra*) và Niết-bàn đều thiếu sự tồn tại vốn có, do đó là vô ngã và trống rỗng. Trong khi Niết Bàn thường được sử dụng để chỉ sự chấm dứt của Khổ đế (*duḥkha*) và Tập đế, ý nghĩa thực sự của Niết Bàn là Tánh Không của tâm thanh tịnh.

CHƯƠNG 11

Tứ Vô Lượng Tâm

Bốn vô lượng tâm hoặc còn gọi là "tâm vô biên không lường được" – từ, bi, hỉ, xả - được dạy và thực hành rộng rãi trong cả hai truyền thống Pāli và Phạn. Được gọi là "vô lượng" bởi vì hướng về vô số chúng sinh với tâm vô phân biệt là trạng thái của thiền (*jhāna*), không bị giới hạn bởi năm chướng của cõi dục. Bốn vô lượng tâm cũng được gọi là Vô lượng tâm của chư vị Phạm Thiên ở thế giới Phạm Thiên (*giống trạng thái sơ thiền*), tâm Chư Thiên rất nhẹ nhàng. Brahma cũng ngụ ý "tinh khiết", vì bốn đức hạnh này thoát khỏi tham, sân si. Bốn vô lượng tâm được gọi là vihāras hay "nơi trú" bởi vì chúng thật sự là những nơi an trú yên bình cho tâm trí của chúng ta.

Truyền Thống Pāli

Nhiều Kinh điển Pāli đề cập đến bốn vô lượng tâm (*appamañña, apramāṇa*) và trong Thanh Tịnh Đạo (*Visuddhimagga*) dành hẳn một chương giải thích đầy đủ về hạnh này. Kinh Từ Bi (Sn 1:8, *Mettā Sutta*) nói về tình thương vô biên là một trong những Kinh điển được nhiều người ưa chuộng nhất. Thiền quán về tứ vô lượng tâm có thể đưa đến tái sinh trong cõi Trời Sắc Giới, mục tiêu tiếp theo của Pháp thiền quán này là đạt được tâm nhu nhuyến, tập trung – giải thoát - có thể được sử dụng làm cơ sở cho thiền quán về Tam Pháp Ấn.

Một mục đích khác nữa khi thực hành tứ vô lượng tâm là làm phong phú thêm mối quan hệ giữa chúng ta với những người khác.

- Từ là thân thiện với chúng sinh mong muốn họ an vui và hạnh phúc. Đây là thái độ cơ bản của chúng ta đối với chúng sinh. Khi chúng sinh đang đau khổ, chúng ta khởi lòng Bi mẫn, ban vô úy và an ổn làm những gì có thể để giúp đỡ họ. Khi chúng ta thấy chúng sanh hạnh phúc, thành công, đức hạnh và phẩm chất tốt đẹp, chúng ta hãy khởi lòng hoan hỉ - ngược lại với sự ghen tị. Khi mục đích làm phúc lợi người khác không được hoàn thành như ý hoặc những người khác không chấp nhận sự giúp đỡ của chúng ta, chúng ta vẫn buông xả và cân bằng tâm nhẹ nhàng.

- Từ (***love***): "Có khía cạnh thân thiện... Nhân của nó là cảm thấy thương người khác. Khi lòng Từ thành công, nó sẽ loại bỏ ác tính. Khi không trưởng dưỡng được lòng Từ, sẽ biến thành tình yêu ích kỷ" (Vism 9:93). Ích kỷ là phiền não của chấp trước chấp thủ, xã hội thường gọi là "tình yêu". Tình yêu đích thực được lan tỏa cho cả những người đối xử tốt với chúng ta, ngay cả những người không tốt với ta. Điều này được khẳng định là không lung lay theo tâm trạng của chúng ta hoặc theo cách những người khác đối xử với chúng ta như thế nào. Chúng ta đã sẵn sàng giúp đỡ nhưng không ép buộc những người khác phải thực hiện như mong muốn của chúng ta.

Kết hợp tình thương với sự hiểu biết về vô ngã có thể sẽ phá huỷ bất kỳ cảm giác sở hữu nào. Tình yêu này biết rằng cuối cùng không có chủ sở hữu hoặc người bị sở hữu, không có người nào tồn tại thực sự để cho hoặc nhận tình yêu. Tình thương cao thượng nhất là mong muốn chúng sinh có hạnh phúc tối thượng nhất, nibbāna.

- Bi (*compassion*): "Cứu khổ... Nhân của Bi là giúp những ai đang bị đau khổ chồng chất. Khi Bi thành công, nó sẽ làm giảm tính tàn nhẫn. Khi lòng Bi mẫn không phát khởi, nó tạo ra sự khổ đau" (Vism 9:94). Lòng bi mẫn cho phép chúng ta kiên trì cứu giúp chúng sanh dù có vô vàn đau khổ. Nó thúc đẩy chúng ta tìm cách tiếp cận trực tiếp hay gián tiếp để giúp giảm bớt những khổ đau của chúng sanh. Lòng bi mẫn bình đẳng, không phân biệt thân sơ, ưu ái người này hay hất hủi người khác, không chỉ giới hạn trong những người rõ ràng đang trải nghiệm sự đau khổ. Cũng không đổ lỗi cho người khác bởi sự đau khổ của họ nhưng chúng ta giác tỉnh rằng kết quả rốt ráo của sự đau khổ xuất phát từ vô minh.

- Hỉ (*joy*): hân hoan khi thấy người khác hạnh phúc và có nhiều may mắn, Hỉ là đi ngược lại với tâm ích kỷ ghen tị. Tu tập về Hỉ giúp chúng ta nhìn thấy mọi sự tốt lành trên thế giới. "Hỉ "được đặc trưng bởi mang niềm vui... Nhân của nó là nhìn thấy sự thành công của chúng sinh. Khi tâm Hỉ thành công, nó làm giảm trạng thái ghen tuông và chán nản. Khi nó thất bại, nó sẽ tạo ra sự lo lắng thái quá"(Vism 9:95).

-Xả (*equanimity*): là tâm luôn cân bằng yên tĩnh và ổn định dù có gặp bất cứ hoàn cảnh nào. Đó không phải là bức tường lạnh lẽo thờ ơ để ngăn bảo vệ chúng ta khỏi đau đớn. Xả giúp cho chúng ta đứng vững trên đường tu tập mà không quá hưng phấn hoặc cảm xúc mãnh liệt.

Không chấp thủ bám víu, giữ tâm như hư không khi tiếp xúc các Pháp. Buông xả "được đặc trưng bằng cách phát huy tâm cân bằng với chúng sinh. Nhân của Xả là thấy được chủ quyền của nghiệp như vậy: "Chúng sanh làm chủ sở hữu nghiệp của họ...". Khi Xả phát triển, tham và sân được giảm. Khi nó thất bại, nó tạo ra một trạng thái bức tường lạnh lẽo thờ ơ". (Vism 9:96). Hiểu được sự buông xả của nghiệp. Mọi người gặp phải hậu quả đều do chính từ hành động của họ gây ra. Hiểu rằng không có tôi hoặc của tôi sẽ giúp giải thoát khỏi ái dục và các phiền não khác, giúp tâm buông xả tăng trưởng.

Khi bắt đầu thực hành tứ vô lượng tâm, hoan hỉ rất quan trọng. Để tiếp tục tăng tiến, chúng ta cần đối trị với các chướng ngại ở chặng giữa. Cuối cùng, nhập thiền (*meditative absorption*) là điều cần thiết.

Tâm Từ (*Love*)

Hận thù (*hostility*) là trạng thái trái ngược và ngăn cản sự phát triển của tâm Từ. Chúng ta nên bắt đầu quán về những bất lợi của thù địch và những lợi ích của sự kiên nhẫn. Sự hận thù làm dập niềm tin và xé các mối quan hệ thân thương có giá trị, nó hủy hoại công đức của chúng ta, buộc chúng ta phải hành động theo những cái mà sau đó chúng ta sẽ phải hối hận. Sự kiên nhẫn giống như một chất dưỡng sinh nhẹ nhàng. Nó giúp chúng ta cảm hóa những người khác và bảo vệ đức hạnh của mình.

Ngay từ đầu, điều quan trọng là phải nuôi dưỡng tình thương đối với những người cụ thể theo một trật tự nhất định. Không nên bắt đầu tu tập bất kỳ một trong tứ vô lượng tâm đối với người mà bạn đang có hoặc có thể bị thu hút về tình dục. Mọi người nên sống bởi vì chúng ta không biết cái gì là cái chết của người quá cố hiện nay.

Khi nuôi dưỡng tâm Từ (*tình thương*), hãy bắt đầu bằng cách lấy chính mình làm ví dụ. Quán liên tục rằng, "cầu cho tôi được hạnh phúc và không có đau khổ. Cầu cho tôi không bị thù địch, phiền muộn, lo lắng và sống một cách hạnh phúc". Tạo tâm Từ đối với bản thân chúng ta không ích kỷ vì mục tiêu bởi vì khi tạo ra tình thương đối với tất cả chúng sinh thì cũng bao gồm chúng ta. Chúng ta cũng xứng đáng được nhận tình thương và lòng tốt. Thiền quán này giúp chống lại lòng hận thù và phát triển tiềm năng tốt của mình. Sau đó hãy quán tiếp, "Tôi muốn hạnh phúc, những chúng sanh khác cũng vậy."

Nên tạo tâm Từ, tình thương cho người bạn đạo đáng tôn kính, như người hướng dẫn tinh thần hoặc một Giáo thọ. Nếu chúng ta bắt đầu bằng cách tạo tình thương, tâm Từ cho một người thân, chấp trước dễ nảy sinh qua tình thương này. Tuy nhiên, điều này sẽ khó xảy ra đối với người mà bạn đáng tôn kính.

Nhớ lại sự giúp đỡ mà bạn nhận được từ một người, quán tưởng, "Nguyện cho vị ấy hạnh phúc và không còn đau khổ. Nguyện cho vị ấy thoát khỏi sự hận thù, phiền não, lo lắng và luôn sống trong an vui."

Rồi mở rộng tâm Từ hơn, với bạn bè thân yêu, quán cùng cách như trên. Khi tâm trở nên nhu nhuyến, mở rộng tâm thương yêu đến một người trung lập, xem vị ấy như một người bạn rất thân thiết. Khi chúng ta có thể làm điều này, hãy quán tiến lên, tạo tâm Từ đối với kẻ thù, quán vị ấy như một người trung lập. "Kẻ thù" có nghĩa là ai đó mà chúng ta thù nghịch hoặc không thích. Người đó không hẳn là người cũng bị phiền não giống ta.

Bước này có thể khó làm, vì sự tức giận hoặc mong muốn trả thù có thể nảy sinh với những người đã hại chúng ta. Nếu chúng ta không thể vượt qua những cảm xúc phiền toái này thì hãy quay trở lại thiền quán về tình thương đối với một trong những người dễ thương hay trung lập trước, khi lòng Từ bi thuần thục thì quán tâm Từ trở lại cho kẻ thù.

Nếu sự thù nghịch vẫn tồn tại, không nguôi được cơn giận, hãy áp dụng trở lại các Pháp đối trị qua những phương Pháp trên. Bắt đầu bằng cách ghi nhớ những điểm bất lợi của sự thù hận, quán vào một người dễ thương, sau đó người trung lập, rồi trở lại với người ta không ưa.

Đức Phật có liệt kê bảy điều bất lợi của sự tức giận (AN 7:64): Trong khi kẻ thù có thể muốn chúng ta tệ đi, bị đau đớn, thiếu thốn của cải, tiền bạc, phá hoại thanh danh, bất hòa và tái sinh nơi cõi không may mắn, chúng ta quán những bất lợi này sinh ra từ sự tức giận của chúng ta. Để tâm trí của chúng ta sống trong thù hận là tàn phá đức hạnh và ức chế sự tiến bộ tâm linh của chúng ta.

Khi nghe những chuyện phiền nhiễu của người khác thường gây ra sự tức giận trong tâm trí. Ở đây, Đức Phật khuyên chúng ta như sau (MN 21:11): Chúng ta nên luyện như sau: "Tâm sẽ không bị ảnh hưởng và chúng ta sẽ không nói lời ác; Chúng ta sẽ phải trân trọng phúc lợi của họ, với một tâm yêu thương, mà không có sự thù ghét bên trong. Thấy mình trong tất cả, hoặc đồng nhất mình với tất cả. Bao trùm cả thế giới bằng tâm tương ứng với Từ. Đi thật xa, trở nên thật lớn, trở nên vô lượng, không oán, không não."

Đây là tâm Từ, tình thương trong trạng thái thiền quán (Vism 9:44). Tâm Từ như thế sẽ tiếp tục khi chúng ta xuất thiền và trở lại trạng thái tâm thức bình thường. Ngay cả khi chúng ta không đạt được trạng thái thiền jhāna, cũng nên luyện tâm trí của chúng ta tiếp cận tất cả chúng sinh với một thái độ yêu thương để xóa tan sự bất ổn, nghi ngờ, ý ác của chúng ta, làm cho chúng ta dễ chịu và có tình cảm với tất cả mọi người.

Quán về các đức hạnh tốt của người đó khi đang ở trong một tình huống đáng thương, giúp chúng ta xua tan được thái độ phê bình của mình. Nếu quán đức hạnh tốt của người đang tạo rắc rối cho chúng ta, sẽ khó có thể nhận thấy bất kỳ phẩm chất tốt nào trong người ấy, vậy hãy khởi tâm Từ, quán về nghiệp hoại mà vị ấy đang tạo ra, quán những đau khổ mà vị ấy sẽ trải qua. Không nên mong ước sự xâm hại cho một người đang gây nghiệp tổn hại cho chính họ. Tốt hơn là tạo tâm Từ cho họ.

Trầm tư về Đức Phật đối với sự thù địch trong những kiếp trước khi Ngài còn là một Bồ Tát có thể truyền cảm hứng cho chúng ta dễ tha thứ cho người khác vì lỗi của họ. Truyện Tiền Thân (*Jātaka*) kể nhiều câu chuyện về những kiếp trước của vị Bồ Tát, trong đó Ngài đã dùng lời từ bi để trả lời với những kẻ hung tàn.

Hãy quán rằng tất cả chúng sinh đều là mẹ, cha, anh chị em, và con cái của chúng ta để thấy rằng họ đã giúp ích cho chúng ta trong quá khứ, do đó không phù hợp để sanh lòng thù hận với họ. Dùng tình cảm và lòng Biết ơn của chúng ta để đối với những người khác.

Một ý kiến khác là tặng cho người đó một món quà. Sự thù địch của người khác đối với chúng ta và của chúng ta đối với họ sẽ giảm xuống khi trao và nhận một món quà một cách trang trọng.

Một khi sự tức giận và oán hận đã tan biến, hãy hướng tâm Từ đối với kẻ thù cũng giống như chúng ta hướng tình yêu thương đối với những người thân hay trung lập.

Đọc lại câu văn cầu "Nguyện cho vị ấy hạnh phúc và không còn đau khổ. Nguyện cho vị ấy thoát khỏi sự thù nghịch, phiền não, lo lắng và luôn sống trong an vui."

Đây là một công cụ giúp chúng ta tạo trạng thái tinh thần yêu thương người khác như nội dung câu chúc đã mô tả.

Nếu câu đọc trở nên máy móc, hãy cầu nguyện từ chính tâm bạn. Ngoài ra, suy nghĩ chi tiết hơn về các hạnh phúc mà chúng ta muốn cầu chúc cho người khác và tưởng tượng họ sẽ đạt được như lời chúc đó. Hãy quán cụ thể hơn. Từ từ, tình yêu thương của chúng ta sẽ nảy sinh nhiều hơn. Sau một thời gian, thiền quán sẽ tự nhậm vận tiếp tục mà không cần sử dụng câu văn cầu.

Bước tiếp theo là "phá vỡ các rào cản" bằng cách nhìn thấy năm cá thể - chính chúng ta, người được kính trọng, bạn bè, người trung lập và kẻ thù - khởi tình yêu thương đối với họ một cách bình đẳng đồng đều.

Khi rào cản giữa năm loại người đã bị phá vỡ và chúng ta có thể mở rộng tình yêu thương như nhau cho cả năm, lúc đó tâm tương ứng với Từ (*Love*) xuất hiện và lòng Từ Tam Muội sẽ đạt được.

Thực hành tâm tương ứng như vậy nhiều lần, chúng ta sẽ đạt được sơ thiền. Với điều này, hành giả có thể triệt tiêu năm Triền Cái, năm chi thiền xuất hiện, và giải thoát tâm bằng lòng Từ (*mettācetovimutti*) sẽ đạt được.

Được gọi tâm Từ bởi vì tâm đã thoát khỏi sự tức giận và thù hận. Đây cũng được gọi là "tâm Từ, tình thương như là nơi trú ngụ của Chư Thiên."

Chỉ khi đạt được sơ thiền, hành giả sẽ cảm thấy (MN. 43:31): vẫn tràn ngập một phần tư với tâm tương ứng với Từ, tương tự như vậy, với phương thứ hai, thứ ba, thứ tư, trên dưới bốn bên, cùng khắp. Thấy mình trong tất cả, hoặc đồng nhất mình với tất cả. Bao trùm cả thế giới bằng tâm tương ứng với Từ. Đi thật xa, trở nên thật lớn, trở nên vô lượng, không oán, không não.

Để phát triển tâm Từ hơn, mở rộng tâm Từ theo một hướng- phía Đông-để bao trùm tất cả chúng sinh ở đó. Khi quán như vậy, bắt đầu từ phạm vi nhỏ của một gia đình, rồi mở rộng lòng Từ đến tất cả mọi người ở phương đó. Sau đó, mở rộng tình yêu lên hai gia đình, và dần dần đến thành phố, tiểu bang, v.v… trong cùng một hướng. Khi quán chiếu vững vàng, hãy dần dần thêm chúng sinh vào ba hướng khác, và bốn hướng trung gian, phương trên và phương dưới; ở mỗi nơi, quán tâm Từ trải rộng đến từng người một.

Sau đó, mở rộng lòng Từ ở mọi nơi mà không nêu rõ một hướng nào cụ thể, quốc độ, địa vị xã hội, chủng tộc, sắc tộc, Tôn Giáo, giới tính, v.v... Không mất lòng Từ bởi cảm xúc tiêu cực, buồn phiền hay đau khổ, lòng Từ vô lượng này là tinh khiết, bình đẳng và vô điều kiện.

Để tăng cường việc mở rộng lòng Từ, hãy quán từ những lần tái sinh từ vô thủy, tất cả chúng ta đều là mẹ lẫn nhau.

Điều này giúp phá vỡ cảm giác tách biệt và mở lòng yêu thương tất cả chúng sinh như thể họ là con của chúng ta. Kinh Từ Bi (*Mettā Sutta*) dạy, "Như một người mẹ, suốt cả cuộc đời, tận tụy bảo vệ đứa con duy nhất của mình, cũng vậy chúng ta nên phát triển lòng Từ vô lượng đối với tất cả chúng sinh."

Tu tập lòng Từ là nơi an trú của Chư Thiên đòi hỏi phải thực hành nó ở mọi lúc khi thức, và trong mọi tư thế: đi, đứng, nằm, ngồi. Tiếp tục thiền quán về điều này, hành giả sẽ chứng được nhị thiền và tam thiền trong tứ quả.

Trong giai đoạn đầu của việc nuôi dưỡng lòng Từ, quán và dùng trí tưởng tượng là cần thiết. Nhưng một khi lòng Từ đã phát triển vững vàng, ổn định thì những điều này là không cần thiết. Tâm trở nên làm một với lòng Từ, và tỏa sáng chính nó.

Tâm giải thoát với lòng Từ được thực hiện lan rộng phổ quát bằng cách mở rộng nó đến cho tất cả chúng sinh, sau đó là mọi loài, mọi sinh vật, mọi người, và tất cả mọi loài có tình thức. Mặc dù, năm loài này là đồng nghĩa nhau, nhưng tập quán chúng riêng biệt sẽ mang lại cho chúng ta nhiều quan điểm khác nhau về đối tượng tình thương của chúng ta. Tâm giải thoát với lòng Từ được thực hiện cụ thể bằng cách mở rộng lòng Từ đến các nhóm phụ nữ, đàn ông, bậc Thầy, chúng sanh bình thường, Chư Thiên, con người, và những loài trong cảnh giới khổ.

Tâm giải thoát với lòng Từ được thực hiện khắp mười phương trong mười cách, bằng cách thiền quán như trên đối với tất cả chúng sinh trong mười phương và sau đó quán về mười hai loại chúng sanh – năm loài tổng quát và bảy loài cụ thể trong mỗi hướng.

Ngoài ra, mỗi lần quán trong câu nguyện: "nguyện thoát khỏi thù hằn," "không bị phiền não," "không lo lắng", và "sống hạnh phúc" là lời thoại thiền, vì vậy nên kết hợp chúng khi quán.

Đức Phật dạy rằng các hành giả tu tập tâm giải thoát với lòng Từ sẽ trải nghiệm mười một lợi ích như sau (AN 11:15):

"Ngủ ngon, thức dậy vui vẻ, không có những giấc mơ xấu, làm vui lòng mọi người, tinh thần an vui, được Chư Thiên bảo vệ, lửa, chất độc và vũ khí không gây tổn thương, tâm nhanh chóng trở nên tập trung, diện mạo của hành giả rất thanh thản và khi chết tinh thần tỉnh táo. Dù nếu không thiền quán vào sâu hơn nữa, thì hành giả cũng sẽ được sanh vào cảnh giới Phạm Thiên (*Brahma*)".

Dùng tâm giải thoát với lòng Từ làm nền tảng cho sự phát triển Tuệ Minh Sát, hành giả có thể đạt được quả vị A-la-hán. Điều này được thực hiện bằng Nhập Thiền, sau khi Xuất Thiền và phân tích các thành phần của nó.

Thông qua việc này, hành giả sẽ giác biết rằng ngay trạng thái thiền vị an lạc này cũng là vô thường, khổ, và vô ngã. Tuệ quán sâu sắc về Tam Pháp Ấn (*ba đặc tính*) này sẽ dẫn đến việc chứng ngộ Niết-bàn và diệt trừ tất cả các kiết sử.

Tâm Bi (*Compassion*)

Tương tự như thiền quán về tâm Từ, sự tu tập tâm Bi bắt đầu bằng việc quán chiếu những bất lợi khi thiếu tâm Bi và những lợi ích của tâm Bi. Người đầu tiên mà hành giả nuôi dưỡng lòng trắc ẩn hẳn phải là người đang đầy đau khổ. Hành giả có thể quen biết hoặc không quen biết cá nhân vị ấy, nhưng lòng Từ bi sẽ phát sinh mạnh mẽ hơn nếu trực tiếp nhìn thấy đương sự đó. Nếu không gặp được người thích hợp, hành giả vẫn có thể tạo lòng Bi mẫn đối với ai đó đang tạo ra nghiệp ác khủng khiếp, ngay cả khi vị ấy đang hạnh phúc lúc này, nhưng giống như tên tử tội được cho ăn ngon ngay trước khi bị hành quyết.

Sau khi phát triển lòng Bi mẫn đối với người đau khổ, hành giả tiếp tục quán như vậy đối với người thân yêu, người trung lập (không thương không ghét), và cuối cùng là kẻ thù. Nếu hành giả cảm thấy tức giận đối với kẻ thù, hãy cố dùng phương Pháp quán tâm Bi như mô tả ở trên, quán về tâm Từ. Nếu không có người nào đang đau khổ vào lúc này, hãy quán, nuôi dưỡng tâm Bi, nhớ rằng chúng sanh luôn vẫn còn bị chi phối dưới sự kiểm soát của phiền não, nghiệp lực và không thoát khỏi khổ đau quả báo.

Sau đó, hãy phá vỡ các rào cản giữa bốn loại người - chính chúng ta, những người thân yêu, những người trung lập và những kẻ thù - cho đến khi tâm tương ưng với bi xuất hiện và đạt được tâm Bi Tam Muội. Bằng cách liên tục suy niệm về tâm tương ưng với bi đó, hành giả sẽ chứng được ba thiền đầu tiên. Thiền quán như vậy sẽ giúp hành giả trở nên nhu nhuyến và linh hoạt để có thể phát triển Tuệ quán Bi tâm cho tất cả chúng sinh trong khắp phương hướng như đã được miêu tả trong tâm Từ. Hành giả cũng sẽ tích lũy được mười lăm lợi ích như đã nêu ở trên.

Khi quán thấy người khác đau khổ và nuôi lòng trắc ẩn, nếu hành giả bị cảm giác tuyệt vọng hoặc bất lực, là hành giả đã bỏ lỡ tâm tương ưng với Bi. Phiền muộn vì nỗi đau khổ của người khác, tức giận vì các lực lượng xã hội gây ra đau khổ, hoặc thất vọng cho người khác bởi lẽ họ khiến bản thân họ rơi vào tình trạng khó xử là những cảm xúc tự nhiên với những người thế gian, nhưng lòng Bi của nhà Phật mang ý nghĩa khác (*Bi là cứu khổ tận gốc*).

Tâm bi là ước muốn cho mọi người thoát khỏi đau khổ, để tu tập tâm Bi, chúng ta phải luôn luôn bày tỏ sự quan tâm và mong muốn giúp đỡ họ.

Tâm Hỉ (Joy)

Hỉ là sự đồng cảm vui mừng khi thành công, hạnh phúc hay có công đức. Đầu tiên ta hãy nuôi dưỡng tâm Hỉ, chia sẻ tâm chúc mừng tùy Hỉ với sự thành tựu, công đức và hạnh phúc với người thân yêu trước. Nếu người đó đã thành công trong quá khứ thì hành giả mong vị ấy sẽ thành công nữa trong tương lai và cảm thấy vui mừng về điều đó. Có niềm vui cho người thân yêu này rồi, hành giả tiếp tục nuôi dưỡng tâm Hỉ đến người trung lập và sau đó là kẻ thù. Có nghĩa là làm dịu lòng hận đối với kẻ thù, phá vỡ rào chắn kết oán đối, tu tập và thực hành nhiều lần tâm tương ưng với Hỉ, tăng sự thấm nhuần tâm Hỉ khiến chứng đạt đến tầng thiền thứ ba, phát triển tính linh hoạt, và gặt hái những lợi ích như đã giải thích ở trên.

Tâm Xả (*Equanimity*)

Sau khi đã trở nên quen thuộc với thiền thứ ba về tâm Từ, Bi, và Hỉ, hành giả xuất thiền và quán "những nguy hiểm chấp trước" của ba tâm vô lượng đó và thấy lợi ích của tâm Xả. Ba tâm Từ, Bi và Hỉ trước đó là "nguy hiểm chấp trước" bởi vì vẫn chưa sạch tham sân.

Ví dụ, trong khi phát triển tâm Từ, tham có thể nảy sinh. Ngoài ra, ba tâm Từ, Bi và Hỉ có liên quan đến hạnh phúc và làm giảm độ định lực. Vì vậy, tâm Xả là sự vững chải an ổn thường xuyên của tâm. Với tâm thanh thản, chúng ta không còn khao khát tham muốn và oán giận đối với những người khác. Chúng ta chấp nhận hạnh phúc và đau khổ bởi giác biết rằng chúng phát sinh do nghiệp tạo bởi chính người đó.

Tâm Hỉ này không phải là sự thờ ơ lạnh lùng, vì các hành giả đã đạt được thiền quán về tâm Từ, Bi và Hỉ. Với tâm Xả giữ sự thanh thản cùng với Từ, Bi và Hỉ đầy tình thương đối với chúng sinh ta sẽ luôn liên hệ giúp họ.

Sau khi quán Từ, Bi và Hỉ vào người trung lập, hành giả bắt đầu tu tập tâm Xả. Khi ổn định, hãy thiền về tâm Xả đối với người thân yêu, người trung lập, sau đó với kẻ thù.

Loại bỏ những rào cản, tu tập và thực hành nhiều lần tâm tương ứng với xả như trên. Qua đó, hành giả sẽ bước vào tầng thiền thứ tư. Chỉ sau khi đạt được các tầng thiền đầu tiên, thứ hai và thứ ba về từ, bi và hỉ, hành giả mới có thể chứng được thiền thứ tư về tâm Xả này.

Sự tu tập sẽ được mở rộng, trở nên linh hoạt khi hành giả nhập thiền tam muội và khi trải nghiệm những cảm xúc tích cực. Điều này ảnh hưởng đến khả năng tiếp cận và lợi ích những người khác trong cuộc sống hàng ngày của hành giả. Ngay cả sau khi đạt giác ngộ, Đức Phật vẫn tiếp tục Thiền Định về tứ vô lượng tâm này. Do đầy lòng Từ, Bi, Hỉ, Xả, nên Đức Phật rất thành công trong việc hóa độ chúng sanh với nhiều căn cơ.

Đại sư Phật Âm (*Buddhaghosa*) so sánh tiến trình tu tập tứ vô lượng tâm với thái độ thay đổi của cha mẹ đối với con cái họ. Khi đứa trẻ đang trong bụng mẹ, cha mẹ suy nghĩ với tâm Từ rằng: "Khi nào chúng ta thấy con của chúng ta khỏe mạnh?". Sau khi chào đời, khi đứa trẻ đáng yêu nằm trên lưng và khóc vì bé đã có một giấc mơ xấu, cha mẹ cảm thấy sanh lòng Bi mẫn.

Khi đứa trẻ lớn lên chơi và học đều đặn, cha mẹ cảm thấy vui trước hạnh phúc của con. Khi đứa trẻ trở thành một người trưởng thành có trách nhiệm như một người lớn biết tự chăm sóc mình, cha mẹ lúc ấy mới thanh thản buông xả. Ví dụ này cho thấy sự hữu dụng của mỗi tình huống cụ thể.

Tứ Vô Lượng Tâm Và Trí Quán

"Tâm giải thoát" là một trạng thái định từ kết quả của thiền chỉ, và được gọi là giải thoát bởi vì không bị trói buộc trong năm kiết sử. Một mình tâm Xả không thể giải thoát khỏi luân hồi (*saṃsāra*), nhưng khi được sử dụng để thiền quán về Tam Pháp Ấn và nibbāna, thì kết quả của tuệ quán sâu sắc này sẽ dẫn tới giải thoát.

Ví dụ, hành giả phát triển và nhập sơ thiền dựa trên tâm Từ. Sau khi an định trong Từ Tam Muội rồi, hành giả xuất thiền, minh sát và quán chiếu lại trạng thái đó. Sự trải nghiệm về thiền rất tuyệt diệu nếu không minh sát nó, hành giả sẽ dễ dàng vướng mắc vào thiền vị, mà không chịu buông xả để giải thoát.

Nhưng khi hành giả phân tách về định (*jnana*) thấy chỉ đơn giản là một trạng thái tinh thần, một cảm giác dễ chịu, buông xả, khác với các yếu tố tâm hành như tình cảm, tác ý, cảm xúc, ý định và tập trung.

Tâm thức, ba uẩn tinh thần khác, và thân cũng có mặt. Bằng cách phân tách về định theo từng phần của nó, chúng sẽ được thấy đó chỉ là một hiện tượng phức hợp bao gồm năm uẩn.

Với Tuệ Minh Sát, hành giả giác thấy Thiền Định là vô thường vì nó sanh diệt theo nhân duyên. Bởi sinh diệt trong từng sát na, nên định không thể mang lại hạnh phúc vĩnh viễn và bản chất là khổ. Bởi vô thường và khổ, nên không bám víu vào thiền vị. Nó không phải là tôi, của tôi, hoặc tự ngã của tôi. Không có thực thể đáng kể nào có thể tìm thấy bên trong hoặc ngoài thân và tâm vốn từng thay đổi này.

Tiếp tục minh sát sâu xa hơn trong kinh nghiệm thiền quán của chúng ta về Tam Pháp Ấn, trí quán của hành giả càng tăng lên cho đến khi có một bước đột phá để giác ngộ được Niết Bàn Vô Vi. Hành giả trở thành bậc nhập dòng Thánh (*stream enterers*), bắt đầu quá trình từ bỏ các kiết sử lậu hoặc, cuối cùng trở thành những vị A-la-hán.

Một số hành giả đã tu tập tứ vô lượng tâm, sau khi chết sẽ tái sanh vào thế giới của Phạm Thiên. Nếu họ tiếp tục thực hành trí quán và sẽ trở thành vị A La Hán.

Đây là một sự tu tập rất khác biệt với người phàm thực hành tứ vô lượng tâm nhằm mục đích được sinh ra trong thế giới Phạm Thiên (*Brahma*). Do thiếu Tuệ Minh Sát và giác tỉnh, sau khi nghiệp ở cảnh giới Phạm Thiên hết vị này sẽ tái sinh trong một thế giới bất hạnh.

Chướng Ngại Gần Và Xa

Mỗi một trong bốn vô lượng tâm đều có "chướng ngại gần " và "chướng ngại xa".

"Chướng ngại gần" là phiền não đối với tâm vô lượng, "chướng ngại xa" là phiền não trái ngược với tâm vô lượng. Phải đảm bảo rằng chúng ta không bị ảnh hưởng bởi cả hai loại chướng ngại này.

"Chướng ngại gần" rất khó nhận diện. Chướng ngại gần của tâm Từ là vướng mắc, bởi cả hai xúc cảm đều thấy phẩm chất tốt đẹp của người khác. Tuy nhiên, sự vướng mắc vào người khác với kỳ vọng không thực tế, vì bị ô nhiễm với những sở hữu và nhu cầu riêng tư. Chướng ngại gần của tâm Bi là nỗi khổ cá nhân. Sự đau khổ này dựa trên đời sống thế gian và buồn khi những người thân yêu của chúng ta không hạnh phúc. Tương tự như tâm Bi cả hai đều có yếu tố của phiền não do ảnh hưởng bởi sự đau khổ của người khác.

Chướng ngại gần của Hỉ là hạnh phúc dựa trên cuộc sống trên trần thế khi thọ hưởng dục lạc hiện nay hoặc trong quá khứ. Quá phấn khích, chúng ta trở nên quá dấn thân và gắn bó với hạnh phúc của người khác.

Chướng ngại gần của tâm Xả là sự thờ ơ và lạnh lùng đối với cuộc sống trần thế. Chúng giống như tâm Xả là không để ý đến những lỗi lầm hay những phẩm chất tốt đẹp của người khác.

Chướng ngại xa của tâm Từ là sân si và thù hận.

Chướng ngại xa của tâm Bi là xấu ác.

Chướng ngại xa của tâm Hỉ là tật đố và chán nản.

Chướng ngại xa của tâm Xả là chấp trước, bực bội, thành kiến, và khiếm khuyết.

Truyền Thống Phạn

Tứ vô lượng tâm được giải thích rộng trong kinh Bồ Tát Tạng (*Bodhisattvapiṭaka*) và rất cần thiết trong Bồ Tát Thừa. Nói chung, Tứ vô lượng tâm được quán khi bắt đầu một buổi Thiền Định để ổn định và tăng trưởng Bồ Đề Tâm (*bodicitta*). Bài kệ về Tứ Vô Lượng Tâm là:

Nguyện cho tất cả chúng sinh đều có hạnh phúc và chánh nhân của hạnh phúc.

Nguyện cho tất cả chúng sinh được thoát khỏi đau khổ và nguyên nhân của khổ.

Nguyện cho tất cả chúng sinh đạt được hạnh phúc không còn sầu bi.

Nguyện cho tất cả chúng sinh đều an trú trong tâm Xả, không thiên vị, chấp trước, và sân giận.

Có một bài kệ khác là:

Thật tuyệt diệu nếu tất cả chúng sinh an trú trong tâm Xả, không có thiên kiến, chấp trước và sân hận.

Nguyện cho họ an trú trong cách này. Con sẽ giúp cho họ an trú theo cách này. Kính lễ Đức Phật, xin Ngài hãy truyền sức mạnh cho con, để con có thể thực hiện như vậy.

Thật tuyệt diệu nếu tất cả chúng sinh đều có hạnh phúc và chánh nhân của nó. Nguyện cho họ có những điều này.

Con sẽ giúp cho họ có những thứ này.

Kính lễ Đức Phật, xin Ngài hãy truyền sức mạnh cho con, để con có thể thực hiện như vậy.

Thật tuyệt diệu nếu tất cả chúng sinh đều thoát khỏi khổ đau và nguyên nhân của khổ đau.

Nguyện cho họ được giải thoát. Con sẽ giúp cho họ được giải thoát.

Kính lễ Đức Phật, xin Ngài hãy truyền sức mạnh cho con, để con có thể thực hiện như vậy.

Thật tuyệt diệu nếu tất cả chúng sinh luôn sanh trong cảnh giới cao hơn và an lạc của sự giải thoát.

Nguyện cho họ không bao giờ xa rời cảnh ấy. Con sẽ giúp họ không bao giờ xa rời.

Kính lễ Đức Phật, xin Ngài hãy truyền sức mạnh cho con, để con có thể thực hiện như vậy.

Trong bài kệ đầu, tâm Xả sẽ được đạt đến cuối cùng trong tứ vô lượng tâm. Điều này nhấn mạnh mong muốn của chúng ta nguyện tất cả được hưởng sự bình an, không vướng mắc với người thân, không sân giận với chướng ngại, và không thờ ơ với người không quen.

Trong bài kệ thứ hai, tâm Xả xuất hiện ngay từ đầu, làm nền tảng để tạo ra tâm Từ, Bi và Hỉ. Ở đây, trình tự của tứ vô lượng tâm là bản tóm tắt của bảy hướng dẫn nhân quả, sẽ được giải thích chi tiết hơn trong chương tiếp theo.

Trước hết, chúng ta thoát khỏi chấp trước, sân hận, và vô cảm đối với chúng sinh, đây là thiền khinh an, sơ khởi để đi đến bảy hướng dẫn nhân quả.

Thứ hai, chúng ta quán tâm Từ, bao gồm bốn Bồ Đề Tâm đầu, nhìn thấy tất cả chúng sinh là mẹ của chúng ta, nhận ra lòng tốt của họ, muốn đền đáp và tình thương.

Thứ ba, chúng ta tu tập tâm Bi, đó là tâm Bồ Đề thứ năm.

Điều này dẫn đến bước thứ sáu và thứ bảy của đại nguyện và Bồ Đề Tâm.

Với Bồ Đề Tâm, chúng ta phục vụ vì lợi ích tạm thời, và giải thoát cho chúng sinh, sự tái sinh cảnh giới cao hơn và giác ngộ. Đây là ý nghĩa rộng của Hỉ, mong muốn chúng sinh không bao giờ tách rời khỏi niềm an lạc hạnh phúc mà họ có.

Trong bài kệ thứ hai của tứ vô lượng tâm, mỗi kệ có bốn phần, dần dần phát huy cảm xúc lên như sau:

1/ Cầu nguyện: "Thật tuyệt diệu nếu...", 2/ Ngưỡng vọng: "Mong...", 3/ Lập chí: "Con sẽ giúp cho họ ...", 4/ Thỉnh Đức Phật truyền sức mạnh: "Đảnh lễ Đức Phật, xin hãy truyền sức mạnh cho con để con có thể thực hành như vậy".

Ví dụ trong tu tập tâm Từ, trước tiên chúng ta cầu nguyện cho tất cả chúng sinh luôn có hạnh phúc với những chánh nhân của họ. Do hướng vào lời cầu nguyện này, lòng chí thành của chúng ta càng tăng trưởng. Sau đó, chúng ta đưa ra một giải Pháp hữu hiệu, có trách nhiệm thực hiện mong muốn ban rải tình thương đó của mình.

Năng lực và quyết tâm cần thiết để hoàn thành chí nguyện này. Chúng ta ngưỡng mong được sự gia hộ của Đức Phật và vị Thầy hướng dẫn tinh thần. Tâm từ của chúng ta phát huy mạnh mẽ để độ sanh, cũng như dấn thân vào bất cứ điều cần thiết nào để có thể giúp chúng sinh đạt được hạnh phúc với những chánh nhân của chúng.

Cụm từ "và chánh nhân…" rõ là được thêm vào khi phát khởi tâm Từ bi, cho thấy Bồ Tát muốn chúng sinh hiểu lý nghiệp báo nhân quả và con đường giác ngộ để chúng sanh có thể tạo chánh nhân hạnh phúc và chấm dứt tạo ra những nguyên nhân khổ.

Tâm hỉ thể hiện khi mong muốn tất cả chúng sinh đạt được an lạc giải thoát, định tĩnh thoát khỏi các sầu bi ưu não. Chúng ta tùy hỉ phước báu người khác và không muốn họ tách ra khỏi phước báu mà họ đang có.

Chúng ta cũng tùy hỉ vì tất cả chúng sinh vốn có tánh Phật, bản chất tâm thanh tịnh để trở về giác ngộ.

Tâm Xả đề cập đến tâm của hành giả và chúng sanh buông xả các Pháp. Chúng ta muốn tất cả chúng sinh trải nghiệm tâm khinh an để tâm trí của họ thoát khỏi các kiết sử và sân giận tràn trề, để được hưởng những lợi ích như nhau.

Trong Abhisamayālaṃkāra (*Hiện Quán Trang Nghiêm Luận*), Đại sư Di Lặc (*Maitreya*) dạy rằng: Từ, Bi, Hỉ, Xả không thể vô lượng trừ phi chúng đi kèm với một trạng thái định (*dhyāna*) thật sự. Như thế, thiền quán về tứ vô lượng tâm này có thể được thực hiện để phát triển Bồ Đề Tâm (*bodhicitta*) hoặc để phát triển Thiền Định.

Kết hợp tứ vô lượng tâm với trí tuệ được thực hiện bằng cách quán ta, người và việc làm là trống rỗng của sự tồn tại vốn có. Ví dụ, tâm Từ có nghĩa là hành giả quán trải rộng tình thương của mình cho tất cả chúng sinh. Chúng sinh là đối tượng của tình thương đó. Lời nguyện muốn họ có hạnh phúc với những chánh nhân của họ là những sự kiện phụ thuộc vào nhân duyên. Do đó chúng vốn không có bản chất thật.

Tuệ giác liên kết với Tứ Vô Lượng tâm và Bồ Đề Tâm này dẫn đến sự tỉnh thức hoàn toàn; trong khi nếu thiếu tuệ giác này, thiền quán về tứ vô lượng tâm sẽ dẫn tới sự tái sinh trong thế giới Phạm Thiên (*Brahma*).

CHƯƠNG 12

Bồ Đề Tâm

Bồ Đề Tâm (*Bodhicitta*), nguyện mong đạt được sự giác ngộ hoàn toàn vì lợi ích của tất cả chúng sinh, là động lực chính khiến Thái Tử Sĩ-đạt-đa (*Sidhthrita Gautama*) trở thành Bồ Tát, rồi thành Phật và chuyển bánh xe Pháp Luân. Cả hai truyền thống Pāli và Sanskrit đều nói về Bồ Đề Tâm, Bồ Tát, thực hành Bồ Tát hạnh.

Phật Giáo Tây Tạng

Tiếp tục thiền quán sâu sắc về những khiếm khuyết của cõi Ta Bà (*saṃsāra*) để phát tâm hướng về giải thoát. Nguyện này là lòng Bi mẫn của chính mình muốn tự giải thoát khỏi khổ đau và nguyên nhân. Biết được tất cả chúng sinh đều bị những khổ luân hồi (*saṃsāra*) muốn họ được tự do thoát ra luân hồi, đó là lòng Từ bi và nền tảng cho Bồ Đề Tâm (*bodhicitta*).

Bồ Đề Tâm có rất nhiều lợi ích. Bồ Đề Tâm làm cho tâm trí hoan hỉ bởi lẽ có tình thương (Từ) và lòng Bi mẫn (Bi) lớn cho tất cả chúng sinh. Đó là nguyên nhân để đạt được quả Phật giác ngộ hoàn toàn. Bồ Tát giải quyết các vấn đề khó khăn một cách dễ dàng và hành sự mang lại an bình trong xã hội. Khi bắt đầu tu tập, Bồ Đề Tâm truyền cảm hứng cho chúng ta luyện tập công phu, khoảng chặng giữa tu tập, Bồ Đề Tâm cũng thúc đẩy chúng ta loại bỏ mọi phiền não và cuối cùng khiến chúng ta dấn thân vô hạn để làm lợi lạc chúng sinh, đưa họ đến sự giải thoát và thức tỉnh rốt ráo.

Bồ Tát thực hành tất cả các Pháp môn của Thanh Văn Thừa (Śrāvaka), bao gồm giữ giới (*prātimokṣa*) thân, khẩu. Ngoài ra, Bồ Tát tu tập Bồ Tát Hạnh để loại trừ tự-ngã (*cho là trung tâm*), nỗ lực để đạt đến trạng thái rốt ráo của Pháp thân (*dharmakāya*) – nhất thiết trí của một vị Phật, chứng tâm rốt ráo thanh tịnh cho sự tự độ và sở hữu các ứng hóa thân của một vị Phật (*rūpakāya*) để hoàn thành mục đích lợi tha bằng cách hiển hiện nhiều thân khác nhau để đồng sự mọi loại chúng sanh, đưa họ đến giải thoát.

Lòng bi mẫn của Bồ Tát quá mạnh mẽ đến nỗi vì lợi ích cho chúng sinh mà Bồ Tát hy sinh lưu lại trong cõi Ta Bà (*saṃsāra*) để giúp họ. Tuy nhiên, Bồ Tát có thể đem lại lợi ích cho chúng sinh nhiều hơn sau khi các Ngài đã sạch những phiền não, thực hành Tinh Tấn.

Khi loại trừ tất cả những chướng ngại, Bồ Tát không an trú Niết Bàn mà dùng các ứng hóa thân khác nhau để lợi ích chúng sanh cõi Ta Bà (*saṃsāri*), tích lũy công đức. Các Ngài tiếp tục luyện tập cho đến khi tiêu trừ tất cả các kiết sử và đạt được giác ngộ hoàn toàn.

Đại sư Liên Hoa Giới (*Śāntarakṣita*) trong Trung Quán Luận (*Madhyamakālaṃkāra*) giải thích trình tự Thiền Định cho hai bậc Bồ Tát.

Những Bồ Tát hạ căn ban đầu học hạnh buông xả, tiếp theo là rải từ bi cho tất cả chúng sinh. Bồ Tát khát ngưỡng tâm Bồ Đề (*bodhicitta*) do có sự tin tưởng mạnh mẽ vào các bậc Đạo sư dạy Bồ Đề Tâm (*bodhicitta*), và khát ngưỡng giác ngộ của Bồ Tát xuất phát từ lòng tin đối với Tam Bảo. Các Ngài phát Bồ Đề Tâm, thực hành Ba-la-mật, và tuệ quán vào Tánh Không.

Bồ Tát thượng căn không cho rằng sự thức tỉnh có thể đạt được bởi chỉ do Tam Bảo và các bậc Thầy tâm linh, nên các

Ngài minh sát để xác định xem có thể loại bỏ vô minh hoặc. Nhận thấy rằng trí tuệ giác ngộ Tánh Không có thể loại trừ được vô minh hoặc, các Ngài nỗ lực để đạt được ít nhất vai trò chính xác của Tánh Không, do đó tạo ra chắc chắn rằng sự thức tỉnh là có thể đạt được. Trên căn bản này, các Bồ Tát tạo Bồ Đề Tâm. Bồ Đề Tâm được hiển lộ bởi trí huệ nhận ra Tánh Không, rồi sau đó các Ngài thực hành các Ba-la-mật.

Có hai phương pháp để phát Bồ Đề Tâm: 1/ Bảy Hướng dẫn nhân quả. 2/ Bình đẳng giữa mình và người. Trong cả hai phương pháp này, chánh nhân của tâm Bồ Đề là đại Từ Bi. Điều này hóa ra phụ thuộc vào việc nhìn thấy người khác thật đáng thương và cảm nhận sâu sắc nổi đau khổ (*duḥkha*) của họ.

Hạnh Buông Xả

Để có được tâm Từ bi đối với tất cả chúng sinh, trước hết chúng ta phải giải thoát tâm trí khỏi sự quá dính mắc với bạn bè và người thân, sự thờ ơ đối với người lạ và thù địch đối với kẻ thù. Như đã đề cập ở trên, nuôi dưỡng tâm Xả là cách để hiện thực hóa điều này.

Để phát triển tinh thần bình đẳng, chúng ta phải quán rằng phân loại của chúng ta về người như bạn bè, kẻ thù, và người lạ là không vững chắc và có tính chủ quan cao. Nếu một ai đó tốt với chúng ta hôm nay, chúng ta coi cô ấy là một người bạn và trở nên gắn bó. Nhưng nếu ngày mai cô ấy chỉ trích chúng ta thì sự yêu thích ấy sẽ bốc hơi và cô ấy trở thành một kẻ thù.

Khi chúng ta mất liên lạc với một người bạn hoặc một kẻ thù, người đó trở thành một người lạ. Những người lạ mặt ngày nay có thể trở thành bạn hoặc kẻ thù trong tương lai và nếu chúng ta gặp một kẻ thù trong một tình huống khác, anh ta có thể trở thành một người bạn.

Không có gì cố định trong bất kỳ mối quan hệ nào trong

số những mối quan hệ này. Chúng ta đã từng là bạn bè, kẻ thù và người lạ của nhau, vô số lần như vậy từ vô thủy trong cõi luân hồi (*saṃsāra*) này. Giác tỉnh điều này, không có lý do gì để chúng ta chống lại bất kỳ một loài sinh vật nào.

Khi đối xử bình đẳng và cởi mở với những người khác không có nghĩa là chúng ta tin tưởng bình đẳng với tất cả mọi người. Vai trò và mối quan hệ truyền thống vẫn tồn tại. Chúng ta tin tưởng những người bạn cũ hơn người lạ, mặc dù chúng ta mong cho cả hai đều hạnh phúc và không bị đau khổ. Trong khi ta vẫn duy trì sự cân bằng trong nội tâm, chúng ta vẫn có thể đề phòng những người nào làm hại chúng ta.

Bảy Nhân Quả - *Sevenfold Cause And Effect Instruction*

Bảy nhân quả này được thành lập trên thực tiễn của tâm Xả, ba Bồ Đề phần đầu tiên giúp chúng ta tu tập tâm Từ bi. Đó là: 1/ nhận ra rằng tất cả chúng sinh đều là bậc cha mẹ của chúng ta trong những kiếp trước, 2/ quán lòng tốt của họ khi họ là cha mẹ của chúng ta và 3/ ước mong đền ơn họ.

Ba điều này đem lại 4/ tâm Từ cho tất cả chúng sinh, rồi mới dẫn đến 5/ tâm Bi.

Tâm Bi có hai khía cạnh chính: cảm giác gần gũi với người khác và quan tâm sự đau khổ của họ. Nhìn thấy chúng sinh đáng thương qua việc ghi nhớ sự tử tế của họ để tạo ra cảm giác gần gũi, và tình cảm trong trái tim chúng ta. Quán vào thực tế chúng sinh trải qua ba loại khổ, đặc biệt là khổ liên quan đến điều kiện (*pervasive conditioning*) khuyến khích sự quan tâm chân thành đối với nỗi đau của họ. Mang quan hệ hai khía cạnh này lại sẽ khởi lên tâm Bi đối với tất cả chúng sinh.

Chúng ta không thể chịu nổi sự đau khổ mà những người khác phải trải qua do hai chướng và lòng Bi phát sinh đại nguyện, 6/ quyết tâm dấn thân hóa độ vì an lạc cho họ. Điều này chủ yếu có nghĩa là giải thoát chúng sanh ra khỏi luân hồi (*saṃsāra*), mặc dù họ cũng được hưởng lợi ích tạm thời trong cõi này. Đại nguyện hứa hết lòng tận tâm hành đạo để mang lại hạnh phúc và giúp họ ra khỏi khổ đau (*duḥkha*).

Sáu phần nhân quả này là nguyên nhân dẫn đến cái thứ bảy 7/ Bồ Đề Tâm (*bodhicitta*). Để chuyển đại nguyện thành Bồ Đề Tâm, chúng ta suy nghĩ rằng để được hạnh phúc và không bị đau khổ, chúng sanh phải tạo ra những nguyên nhân thích hợp tương ứng cho những điều này. Để dạy chúng sanh tu tập thế nào và hướng dẫn họ trên đường đạo, chúng ta phải thực hành bằng chính kinh nghiệm chứng ngộ hoàn toàn của mình.

Chúng ta cũng phải phân biệt căn cơ và khuynh hướng tâm linh của mỗi người và biết các phương Pháp phù hợp cho họ. Để phát huy đầy đủ những khả năng này, Bồ Tát cần phải đạt đến Phật quả (*Buddhahood*), một trạng thái mà trong đó tất cả các kiết sử đã bị rơi và tất cả công đức diệu dụng được phát huy vô hạn. Bồ Đề Tâm là động lực để thực hiện điều này. Đó là ý thức tâm linh đầu tiên được hiển lộ do hai hạnh nguyện: đem lại lợi ích cho tất cả chúng sinh và đạt được sự giác ngộ rốt ráo.

Mặc dù phương Pháp phát triển Bồ Đề Tâm không khó hiểu, nhưng đòi hỏi sự kiên nhẫn và nỗ lực nhất quán. Sau khi Bồ Đề Tâm hiện diện, chúng ta cần làm cho vững qua Thiền Định thường xuyên, sau đó phát huy diệu dụng thông qua việc tu tập các Ba-la-mật. Cho dù trải qua thời gian bao lâu và những khó khăn nào thì việc trở thành một vị Phật để lợi lạc chúng sinh vẫn là quý giá nhất.

Bình Đẳng Hóa Giữa Ta Và Người - *Equalizing And Exchanging Self And Others*

Phương Pháp thứ hai để tu tập Bồ Đề Tâm có một vài điều

như sau: bình đẳng hóa thân và người, suy ngẫm những bất lợi của tự-ngã và lợi ích của việc yêu mến người khác, dùng phương Pháp quán bình đẳng hóa thân và người, nhận và cho.

Để bình đẳng giữa ta và người, chúng ta phải quán chiếu tri kiến bẩm sinh của mình về tầm quan trọng của bản thân, nhận ra rằng không có lý do gì để biện minh cho điều đó: người khác và bản thân chúng ta đều bình đẳng trong việc mong muốn hạnh phúc và thoát khỏi đau khổ.

Cả chúng ta và những người khác đều xứng đáng được hạnh phúc và chấm dứt khổ đau bởi vì chúng ta đều là những chúng sinh có tính Phật. Chúng ta chỉ là một cá thể, trong khi chúng sinh thì vô số. Thật vô nghĩa để bỏ qua phúc lợi của chúng sanh. Trong khi nguyện dứt khổ và mang lại hạnh phúc cho chúng sanh mang lợi ích, tự ngã rất có hại.

Những bất lợi của tự tôn ngã (*xem mình là trung tâm quan trọng*) là rất nhiều. Thái độ tự tôn của chúng ta đã mang lại tất cả nhiều hậu quả không như mong muốn từ vô thủy đến nay ở cõi Ta Bà (*saṃsāra*) tự ngã dẫn chúng ta vào nghiệp huỷ diệt không thể tưởng tượng được cũng như tạo ra sự tàn phá cuộc sống của nhiều người xung quanh. Chúng ta đã trải qua vô số kiếp tìm lợi ích riêng trên những chi phí của người khác nhưng vẫn không đạt được mục tiêu của mình hay người. Tự tôn ngã đổ nhiên liệu vào làm tăng thêm tội, lo lắng và sợ hãi. Thay vào đó, nếu chúng ta chăm sóc yêu mến người khác, chắc chắn chúng ta đã trở thành Phật từ lâu.

Khi quán những lỗi lầm của sự tự tôn ngã, điều quan trọng cần nhớ rằng sự tự tôn không phải là vốn có của chúng ta và rằng chúng ta không phải là "xấu" mà bởi vì chúng ta đang bị che mờ bởi ích kỷ. Hơn nữa, hạnh phúc không có nghĩa là chúng ta tập trung vào chính mình, mà là lòng trắc ẩn chân thật chúng ta có được. Thực hành con đường đạo liên quan đến Hỉ và đưa đến hạnh phúc tối thượng của sự giác ngộ hoàn toàn.

Tất cả những điều tốt đẹp đều đến từ tâm thương yêu người khác. Cách tốt nhất để đạt được hạnh phúc là đem lại lợi ích cho người khác. Chúng ta sống trong một thế giới phụ thuộc vào những người khác. Nếu chúng ta chỉ xem xét lợi ích của chính mình và bỏ qua cảnh khổ của người khác, chúng ta sẽ sớm thấy mình bị bao vây bởi những người không hạnh phúc.

Sự bất hạnh của họ chắc chắn sẽ ảnh hưởng đến chúng ta. Họ sẽ phàn nàn, oán trách sự thành công của chúng ta, và đánh cắp tài sản của chúng ta. Tuy nhiên, nếu chúng ta làm việc vì lợi ích của người khác, những người xung quanh sẽ hài lòng và tử tế, điều này chắc chắn sẽ làm cho cuộc sống của chúng ta an vui hơn!

Thương yêu những người khác sẽ mang lại hạnh phúc trong đời này và cả tương lai. Với tâm thực sự quan tâm đến tất cả những người khác, chúng ta tạo nghiệp tích cực. Kết quả, khi chúng ta chết sẽ không sợ hãi hoặc tiếc nuối vì bảo đảm sẽ có một sự tái sinh tốt lành. Nhận thức về phương Pháp tu tập sẽ đến một cách dễ dàng bởi vì tâm chúng ta có đầy đủ công đức do thương yêu những người khác.

Chúng ta sẽ phát Bồ Đề Tâm, thăng tiến trên Bồ Tát Hạnh, và đạt được sự giác ngộ hoàn toàn. Chấp thủ tự ngã sẽ đưa đến đau khổ trong khi thương yêu người khác sẽ mang an vui. Chúng ta bây giờ trao đổi vị trí giữa mình và người. Điều này đòi hỏi phải thay đổi tâm điểm của mong muốn tránh đau khổ và có hạnh phúc từ bản thân chúng ta với người khác. Ban đầu chúng ta có thể nghĩ rằng điều này là không thể, bởi vì chúng sinh thường nghĩ cho mình là điều ưu tiên hàng đầu. Chúng ta không cảm đau đớn và niềm vui ở thân người khác, do đó tất nhiên chúng ta không quan tâm đến họ nhiều như cho chính mình. Tuy nhiên, quan tâm cho khối lượng của các chất hữu cơ như "thân thể của tôi" là một vấn đề của tập khí vô minh.

Không có gì trong cơ thể này là của chúng ta: tinh trùng, trứng và genes thuộc về cha mẹ chúng ta. Phần còn lại là kết quả của thức ăn mà chúng ta ăn được từ đất và được người khác trao cho chúng ta. Thói quen chúng ta thường xem thân này là "của tôi". Quán Thân, Thọ, Tâm, Pháp với Chánh Niệm, chúng ta thấy không có "ngã" hoặc 'ngã sở' trong chúng. Chỉ có những yếu tố vật chất và những sát na tâm và các yếu tố tinh thần. Suy nghĩ có một ngã thật là các uẩn hoặc người sở hữu chúng là một sự giả hiện.

Hai trở ngại chính ngăn chặn bình đẳng hóa thân và người. Thứ nhất, chúng ta nghĩ rằng bản thân và những người khác vốn đã tách biệt khác nhau. Trên thực tế, bản thân và những người khác được đặt trong sự phụ thuộc lẫn nhau, giống như một bên của thung lũng được gọi là "bên này" trong khi phần phụ thuộc bên kia là "phía bên kia." "Bên này" và " bên kia "phụ thuộc vào vị trí nơi chúng ta đang đứng. Đối với người khác, cái mà chúng ta gọi là "tôi" thì họ coi là "bạn". Bình đẳng hóa thân và người, có nghĩa là đổi "Tôi" với người khác để thấy rằng "hạnh phúc của tôi là quan trọng nhất" ý chính là hạnh phúc của các chúng sinh là quan trọng nhất.

Trở ngại thứ hai đối với việc trao đổi bản thân và người khác là nghĩ rằng việc chuyển hóa nỗi đau của người khác là không cần thiết bởi vì đau khổ của họ không làm hại đến chúng ta

Điều này, cũng vậy, dựa trên việc thấy bản thân và người khác là hoàn toàn tách biệt trong khi trên thực tế chúng ta phụ thuộc lẫn nhau. Cũng tương tự như suy nghĩ, "Không cần phải để dành tiền cho tuổi già vì người già là một người khác và sự đau khổ này không làm hại tôi". Cũng giống như tay không chịu kéo gai ra khỏi chân, vì nghĩ chân đau không làm tổn thương bàn tay.

Hành động của chúng ta ảnh hưởng đến hạnh phúc của

người khác, có thể là một cá nhân khác hoặc chính chúng ta khi già. Cũng như chúng ta tạo điều kiện cho hạnh phúc của chính mình, chúng ta nên tạo điều kiện cho hạnh phúc của người khác. Giống như bàn tay giúp cho chân mà không có bất kỳ mong cầu nào, bởi vì chúng là những phần của cùng một cơ thể, chúng ta nên giúp đỡ chúng sinh khác bởi vì ta và chúng sinh là tất cả các bộ phận của một cơ thể sống.

Bồ Tát Tịch Thiên (*Śāntideva*) dạy rằng (BCA 8: 115):

Qua việc quen với khái niệm về "cái tôi" khởi lên từ thân vô ngã này;

Một cách tương tự, tại sao nó không nảy sinh với những chúng sinh khác?

Trước đây chúng ta cho mình là quan trọng nhất, bây giờ chúng ta nên xem những người khác là tối cao. Những lợi ích của việc nhận thức này là rất lớn. Bồ Tát Tịch Thiên (*Śāntideva*) nói tiếp (BCA 8: 129-30):

Bất kể niềm vui nào có trong thế giới này, tất cả đến từ mong muốn người khác được hạnh phúc, và bất cứ đau khổ nào có trong thế giới này đều đến từ mong muốn mình được hạnh phúc.

Cần gì để nói nhiều hơn nữa? Trẻ con làm vì lợi ích riêng của họ,

Chư Phật làm vì lợi ích chúng sinh.

Chỉ cần nhìn vào sự khác biệt giữa chúng! giữa bản thân với người khác. Không có bất kỳ hạnh phúc nào mà tự ngã mơ ước có thể so sánh được với đại hỉ Bồ Tát cảm thấy khi bình đẳng hóa thân và người qua phương Pháp thiền quán cho và nhận.

Thiền Định về nhận và cho làm sâu sắc tâm Từ bi và khả năng thay đổi vị trí giữa bản thân mình và người khác.

Nhận bắt nguồn từ lòng Bi mẫn:

"Con sẽ nhận tất cả mọi vấn đề khó khăn, đau khổ và phiền não của chúng sinh cho bản thân mình để chúng sanh có thể được giải thoát an vui."

Cho được thúc đẩy bởi tâm Từ như: "Con sẽ bố thí cơ thể, của cải và công đức của con cho người khác, để tất cả ước muốn của họ có thể được thành tựu như ý."

Đại sư Long Thọ (*Nāgārjuna*) nguyện rằng (RA 484): Nguyện con sẽ chịu thay các hậu quả xấu của chúng sanh, Và nguyện chúng sanh có thể hưởng kết quả từ công phu tu tập của con.

Chúng ta nhận tất cả những đau khổ của người khác cho chính mình và dùng ý tưởng này để chuyển hóa thái độ tự tôn của mình. Sau đó, chúng ta bố thí thân thể, của cải và công đức của chúng ta cho nhu cầu của người khác và hồi hướng cho người khác. Thông qua sự bố thí này, họ nhận được tất cả những gì họ cần, và chúng ta được thoát khỏi màng lưới của tự ngã, tự tôn.

Tự Lợi, Tự Tin, Tự Tôn Và Tự Ngã (*Self Interest, Self Confidence, Self Centered Attitude, Self Grasping Ignorance*)

Khi nghe Bồ Tát yêu thương người khác hơn bản thân mình, chúng ta có thể nghi ngờ rằng: "Nếu tôi từ bỏ tất cả sự quan tâm đến bản thân mà chỉ thương yêu người khác, tôi sẽ bỏ mặc bản thân mình và nỗi đau của tôi sẽ tăng lên."

Thương yêu người khác không có nghĩa là bỏ qua nhu cầu của chính mình mà chỉ chăm sóc cho người khác. Nếu chúng ta làm như vậy, chúng ta sẽ rơi vào trạng thái thất vọng trong đó lợi ích cho người khác và thực hành Bồ Tát hạnh là gần như không thể thực hiện được.

Trong trường hợp đó, thay vì chúng ta giúp đỡ người khác

thì ngược lại họ cần phải chăm sóc chúng ta!

Hình thức của tự lợi là ích kỷ, keo kiệt và cáu kỉnh, trong khi hình thức lợi tha là sự tự lợi khôn ngoan bằng cách hiểu rằng tự lợi cho bản thân và lợi tha giúp đỡ người khác vốn không mâu thuẫn nhau. Như đã đề cập ở trên, sự tự lợi của Bồ Tát giúp các Ngài thực hiện hóa mục đích của mình bằng cách đạt được Pháp thân của vị Phật, điều này lại giúp các Bồ Tát mang lợi ích cho người khác thông qua việc đạt được thân của Phật.

Tương tự như vậy, khi ý thức về chấp ngã vô minh - là một sự quấy rối, thì sự an định và lòng tự tin thực sự cần thiết để hoàn thành lý tưởng tu tập. Bồ Tát phải có lòng tin bất động để có thể hoàn thành các Ba-la-mật. Không còn kiêu mạn, sự tự tin như vậy khơi dậy niềm khát ngưỡng cho những đức hạnh mà không chấp thủ vào nó.

Sự tự tin là điều cần thiết để bắt đầu, tiếp tục, hoàn thành tiến trình giác ngộ, và tánh Phật của chúng ta chính là cơ sở hợp lý để tạo ra nó. Quán về Tánh Không giúp chúng ta nhận ra bản tính của chúng ta, bởi lẽ chúng ta thấy rằng các phiền não là vọng tưởng và có thể loại bỏ được. Lòng bi mẫn thương người cũng phát khởi sự tự tin, khi quán tưởng ý nghĩa, mục đích và đời sống quý báu hiếm có của loài người chúng ta.

Quan điểm tự tôn, xem mình là trung tâm quan trọng, trong khi chấp ngã vô minh khiến hiểu sai về ngã tồn tại. Bên cạnh những biểu hiện của thái độ tự tôn, rõ ràng là hại, khía cạnh tinh vi của nó là chỉ tìm kiếm sự giải thoát cho bản thân mình. Nói chung, đây không phải là một đối tượng cần loại bỏ; nó chỉ là một tâm chưa hoàn hảo khi thúc đẩy tu chứng Thanh Văn (*śravakas*) và Duyên Giác (*pratyekabuddhas*) để hoàn thành nguyện vọng tinh thần của họ, tạo ra đức hạnh và đạt được sự giải thoát - tất cả các công hạnh đáng ngưỡng mộ.

Tuy nhiên, sự tự tôn là một đối tượng không nên theo đuổi

đối với những người theo con đường Bồ Tát để đến Phật quả (*Buddhahood*).

Thái độ tự tôn không phải là phiền não chướng hay sở tri chướng; Nó không phải là yếu tố ô nhiễm và không phải là gốc rễ của luân hồi (*saṃsāra*). Ngược lại, chấp ngã là gốc rễ của luân hồi và sở tri chướng. Cả hai chướng này hẳn phải được tận diệt để đạt được sự giải thoát và giác ngộ trọn vẹn.

Thái độ tự tôn và chấp ngã không có mối liên hệ nhân quả cái này không tạo ra cái kia hoặc cả hai có cùng bản chất nếu một cái tồn tại trong tâm trí của một người, cái kia không nhất thiết phải tồn tại.

Các bậc A-la-hán (*Arhats*) đã loại bỏ chấp ngã nhưng vẫn còn tính tự tôn. Bồ Tát mới bước vào con đường Bồ Tát (có nghĩa là họ không phải là A La Hán, những người sau này trở thành Bồ Tát) và ở vị trí thấp hơn bát địa (*trong thập địa*), còn chấp ngã, nhưng không còn tự tôn. Thái độ tự tôn và chấp ngã vô minh cũng có những mặt khác nhau. Bồ Đề Tâm là lực lượng đẩy lùi lòng tự tôn và trí tuệ giác ngộ Tánh Không là để thực hiện tẩy trừ chấp ngã vô minh.

Phát Bồ Đề Tâm

Khi quán sát các đức hạnh của Đại Bồ Tát, tâm của chúng ta có thể vượt qua các phiền não. "Điều gì sẽ xảy ra với tôi nếu tôi có thiện chí giúp đỡ người khác?" Việc kết hợp quan điểm Tánh Không của Trung Quán Luận (*Madhyamaka*) hoặc Du già Luận (*Yogācāra*) có thể giúp chúng ta vượt qua nỗi sợ hãi không cần thiết và hạn chế này. Nó cũng giúp chúng ta tu tập Bồ Đề Tâm bằng cách buông chấp thủ vào ngã, Pháp, đau khổ và hạnh phúc, bạn bè, kẻ thù và người lạ.

Nó cũng làm sâu sắc lòng Bi mẫn của chúng ta đối với chúng sinh, những người đang bị chi phối bởi sự kiểm soát của phiền não và nghiệp chướng.

Theo quan điểm của Du Già Luận (*Yogācāra*), các trần cảnh (*đối tượng bên ngoài*) dường như xuất hiện nơi căn theo nghiệp làm người tàng ẩn bên trong tâm thức của chúng ta. Trong khi các đối tượng này không tồn tại dưới dạng các thực thể tách rời khỏi tâm trí của chúng ta, chúng xuất hiện theo vô minh. Trên thực tế, chúng giống như mộng, vì chúng không tồn tại như chúng là.

Có những trải nghiệm tốt và xấu như nghiệp chướng xuất hiện theo dòng tâm thức tiềm ẩn mà hiện tướng có chánh báo (*chúng sinh*) và y báo (*môi trường*). Từ quan điểm này, bạn bè, kẻ thù, người lạ chỉ đơn giản là nghiệp báo và nếu chúng ta khởi tham, sân và si đối với họ là sai lầm. Tương tự, các đối tượng khả ái và không khả ái, khen, chê, danh tiếng, không danh tiếng, giàu, nghèo chỉ đơn thuần do tâm, từ tiềm thức mà xuất hiện.

Chúng không có bất kỳ sự tồn tại bên ngoài nào tách rời khỏi tâm mà xuất hiện được. Vì vậy, thật vô nghĩa trong việc bám víu các Pháp hay sanh ác cảm với người khác. Theo quan điểm Trung Quán Luận, không có gì tồn tại từ chính chúng. Tất cả các Pháp tồn tại chỉ bằng danh nghĩa xuất phát từ tâm.

"Ngã" và "Pháp" tồn tại phụ thuộc vào nhãn hiệu. Không có ngã và Pháp vốn đã tồn tại hoặc không có sẵn sự đau khổ hoặc hạnh phúc. Quán tất cả các Pháp tồn tại theo nhân duyên và do đó không có bản chất vốn có của nó, điều này sẽ làm giảm bớt sự sợ hãi của chúng ta về khổ đau và sự bám lấy vào chính hạnh phúc của mình.

Bằng cách này, tâm chúng ta trở nên dũng cảm và an vui hơn trong việc thực hành Bồ Tát hạnh.

Phật Giáo Trung Quốc

Đại sư Long Thọ (*Nāgārjuna*) trong Thập Trụ Tỳ-bà-sa luận (*Daśabhūmikavibhāṣā*) nói có bảy nhân duyên khiến chúng sanh, tùy theo căn cơ của mình mà phát Bồ Đề Tâm như sau:

1. Được chỉ dẫn bởi một vị Phật hiểu rõ các khả năng của họ.
2. Quan sát thấy Pháp đang sắp sửa hủy diệt trong thế giới của chúng ta và muốn duy trì bảo vệ Pháp.
3. Lòng bi mẫn trước những khổ đau của chúng sinh.
4. Nhận được sự chỉ dẫn từ vị Bồ Tát, người đã cảm hóa họ phát Bồ Đề Tâm.
5. Quan sát Bồ Tát hạnh và muốn thực hành theo.
6. Đã thực hành bố thí hạnh theo các đức tính của Bồ Tát.
7. Cảm thấy hoan hỉ khi thấy hoặc nghe về ba mươi hai tướng và tám mươi vẽ đẹp của Phật.

Chúng sanh có thể phát Bồ Đề Tâm do bất kỳ một trong bảy nhân duyên này.

Tuy nhiên, chỉ có những ai đã khởi Bồ Đề Tâm trong ba cách đầu tiên chắc chắn sẽ đạt được giác ngộ hoàn toàn, bởi vì gốc rễ công hạnh từ Bồ Đề Tâm theo ba cách này rất sâu sắc. Trong khi gốc rễ công hạnh được tạo ra bằng bốn cách khác không nhất thiết phải được thành lập vững chắc. Tuy nhiên, bằng cách thực hành tốt và làm vững chắc nguồn gốc đức hạnh của ba bước đầu thì bốn bước của nhóm sau cũng sẽ đạt được Phật quả (*Buddhahood*).

Đại sư Thật Hiền (*Shixian*) (1685-1733), một bậc Thầy tu theo Pháp thiền tịnh song tu, trong Khuyến Phát Bồ Đề Tâm Văn (*Quan fa pu ti xin wen*), đã đưa ra mười điểm để phát khởi Bồ Đề Tâm. Nhưng trước tiên, để đảm bảo tu tập Bồ Đề Tâm đúng chánh Pháp và thanh tịnh, Ngài đưa ra bốn đôi (tám tướng trạng) để phân biệt trong Bồ Đề Tâm.

1-2 Các hành giả khi quán chiếu tâm của mình mà vẫn còn

tìm kiếm sự giàu có, danh vọng, và lạc thú đó là tu tập sai lầm. Trái lại, hành giả không dính mắc vào lợi ích cá nhân, danh tiếng và lạc thú trong đời này và những kiếp kế tiếp đó là sự thực hành chân chánh.

3-4 Giải Pháp đúng đắn là thường xuyên hướng tâm vào lời dạy của Đức Phật, nỗ lực làm lợi lạc cho chúng sinh trong từng suy nghĩ và kiên quyết thực hành Bồ Đề Tâm trong nhiều kiếp. Lơ là không lo làm sạch nghiệp xấu, chưa hoàn thành Phật sự một cách trọn vẹn và tâm tốt xấu còn lẫn lộn với sự ham thích tài sản, danh lợi dẫn đến sự tu tập sai lầm.

5-6 Quyết tâm đạt được giác ngộ hoàn toàn, giữ chí nguyện Bồ Đề Tâm và các giới Bồ Tát cho đến khi tất cả chúng sinh đã thức tỉnh là một đại nguyện. Mong muốn giải thoát cá nhân mà không quan tâm người khác là nguyện nhỏ.

7-8 Nghĩ rằng Phật đạo là ngoài tâm và vẫn chấp thủ vào công đức, kiến thức, và quan điểm là phiến diện. Phát tâm Bồ Đề, giữ Bồ Tát giới, thực hành Ba-la-mật với tuệ quán Tánh Không là tối thượng viên mãn.

Sau khi giác biết bốn đôi (*tám tướng trạng*) rõ ràng này, chúng ta hẳn phải tiếp tục quán sát tâm để chắc chắn Bồ Đề Tâm là đúng, chân thật, vĩ đại và hoàn hảo.

Năm khâu đầu tiên trong mười nhân duyên khuyến khích chúng ta phát Bồ Đề Tâm và Chánh Niệm về lòng Từ bi mà chúng ta đã nhận được từ Đức Phật, từ Cha Mẹ, Giáo thọ, các Ân nhân và tất cả Chúng sinh. Trầm tư điều này, khiến chúng ta biết đền ơn các bậc Ân nhân bằng cách phát Bồ Đề Tâm và thực hành Bồ Tát hạnh. Năm nhân duyên còn lại hỗ trợ và chỉ đạo Bồ Đề Tâm.

Chúng ta thường nhớ đến 1/ Nhớ khổ sanh tử (Saṃsāra), 2/ vì tôn trọng linh tánh của mình, 3/ Sám hối nghiệp chướng, 4/ Cầu sanh tịnh độ, 5/ vì mong muốn làm cho Phật pháp tồn tại lâu dài.

Sau khi khởi Bồ Đề Tâm, Đại sư Thật Hiền (Shixian) khuyên chúng ta như sau:

Ở đời đừng cầu không khó khăn, vì không khó khăn thì dễ nhút nhát. Làm việc đừng mong dễ thành, vì dễ thành lòng thường kiêu ngạo. Sự nghiệp đừng mong chóng thành, vì chóng thành thì chí nguyện không kiên cường... Đừng cho rằng một ý nghĩ nhỏ là không đáng kể.

Bồ Đề Tâm rất quan trọng cho chính chúng ta và các chúng sanh khác, và chúng ta không bao giờ nên từ bỏ nó. Nếu chúng ta thường niệm về Bồ Đề Tâm vào những lúc đau khổ, thì nỗi đau tinh thần của chúng ta sẽ giảm đi, và khuyến sanh tâm Từ bi, sự đau khổ về thể xác của chúng ta sẽ được chuyển đổi và trở nên có ý nghĩa trên con đường giác ngộ.

Phật Giáo Trung Quốc có giới thiệu vài phương Pháp thiền quán để trau dồi tâm Từ bi. Một là tứ vô lượng tâm. Một Pháp khác nữa là "Bảy thiền quán bi tâm" có nguồn gốc trong A-tỳ-đạt-ma-câu-xá (*Abhidharmakośabhāṣya* của Bồ Tát Thế Thân *Vasubandhu*). Pháp thiền này bao gồm bảy cách, mỗi cách lại có bảy bước chi tiết trong đó chúng ta quán chiếu mối quan hệ của chúng ta với bảy nhóm người. 1/ Quán niệm lòng tốt của các trưởng lão trong cuộc đời này, nhớ mỗi người đã chăm sóc, dạy dỗ, hướng dẫn, bảo vệ, và làm gương mẫu tốt cho chúng ta như sau:

"Những bậc lớn tuổi này đã làm rất nhiều điều cho tôi. Bởi họ đã giúp đỡ tôi, nên theo lẽ tự nhiên tôi sẽ nỗ lực đền đáp lại lòng tốt đó. Tuy nhiên, thay vì làm điều đó, tôi tranh luận với họ và khiến họ lo lắng. Tôi không lắng nghe những lời đề nghị của họ và không đánh giá cao tất cả những gì họ đã làm cho tôi. Tôi phát lồ sám hối về điều này."

Cảm nhận được điều này từ trái tim của ta. Bây giờ hồi hướng tất cả công đức của ta có cho họ để họ chấm dứt đau khổ và đạt được Phật quả (*Buddhahood*). Sau đó, hãy suy nghĩ về những người lớn tuổi trong quá khứ và quán giống như vậy. 2/ Quán niệm huynh đệ, bạn bè và đồng nghiệp của bạn - và quán rằng họ đã cùng làm việc, kết bạn và hỗ trợ khi bạn cần giúp đỡ. Quán rằng thay vì quan tâm đến họ, bạn đã chỉ trích và đổ lỗi cho họ, gọi họ là những người không quan tâm bạn hoặc bạn ghen tị với thành công của họ. Hãy phát lồ sám hối và hồi hướng công đức của bạn cho họ. Quán niệm cả những người bạn trong kiếp trước giống như cách trên. 3/ Quán niệm như vậy đối với những em trẻ tuổi (trẻ em, sinh viên, nhân viên), 4/ kẻ thù của các trưởng lão của bạn (những người đã làm tổn thương, phản bội, hoặc lợi dụng của các trưởng lão của bạn), 5/ kẻ thù của riêng bạn, 6/ kẻ thù của các bạn trẻ, 7/ người trung lập đã không giúp đỡ hay làm hại bạn. Quán chiếu về lòng tốt của họ. Sau đó, nhớ lại rằng thay vì trả ơn lòng tốt đó, đôi khi bạn đã có ác cảm và làm hại họ. Hãy phát lồ sám hối và hồi hướng công đức của bạn cho họ để họ có thể được hạnh phúc, thoát khổ (*duḥkha*), Quy Y Tam Bảo và được thức tỉnh. Quán niệm tương tự cho tất cả những người mà bạn đã có mối quan hệ đó trong những kiếp trước.

Quán đủ bảy cách này sẽ tạo thành một vòng. Vòng thứ hai cũng quán niệm giống như vậy, bắt đầu với những người trung lập trở xuống và theo thứ tự rồi quán ngược lại, cho tới cuối cùng là người lớn tuổi. Vòng ba là đi qua bảy cách một lần nữa theo thứ tự. Pháp thiền này được thực hiện quán xuôi, quán ngược trong bảy vòng.

Tóm lại, vắng lặng các vọng tưởng, tư tưởng, chấp thủ và giữ tâm trong sáng thanh tịnh, quán sát Tánh Không.

Những ai thực hành Pháp quán bi tâm này trong vài tháng chắc chắn sẽ thấy sự thay đổi trong cuộc sống và trong mối quan hệ của họ với chúng sinh.

Bốn Hoằng Thệ Nguyện

Các thiền giả Zen thường phát Bồ Đề Tâm bằng cách quán niệm về bốn Hoằng Thệ Nguyện:

Chúng sanh vô biên thệ nguyện độ,

Phiền não vô tận thệ nguyện đoạn,

Pháp môn vô lượng thệ nguyện học,

Phật đạo vô thượng thệ nguyện thành.

Phần cuối của câu thứ tư là phát Bồ Đề Tâm (*bodhicitta*). Để thực hiện lời hoằng thệ nguyện này, chúng ta cần phải có sự hỗ trợ của ba lời nguyện đầu tiên. Vì vậy, đại nguyện đầu tiên là giải thoát mỗi một trong vô số chúng sinh bởi vì chúng ta cảm nhận sự đau khổ của họ ở cõi luân hồi (*saṃsāra*) như chính nỗi đau khổ của chúng ta.

Lòng từ bi lớn này đưa đến lời đại nguyện thứ hai, diệt trừ vô biên phiền não của chính chúng ta và người khác bằng cách nuôi dưỡng tuệ giác nhận ra bản chất tối hậu. Điều này dẫn đến lời hoằng thệ thứ ba, tu tập vô lượng Pháp môn, thực hiện các phương tiện quyền xảo để độ sanh.

Bồ Tát duy trì bốn hoằng thệ nguyện này trong mỗi suy nghĩ, vì vậy không có thời gian nào mà không có mặt. Bồ Tát không lo ngại về sự bao la vĩ đại của bốn nguyện. Tâm trí của các Ngài tập trung vào sự giác ngộ hoàn toàn của tất cả chúng sinh, và sẵn sàng làm tất cả mọi thứ cần thiết để mang sự giải thoát đến cho chúng sanh.

Gāthas-những câu kệ ngắn được trích từ các Kinh điển hay các luận do những bậc Thầy vĩ đại viết - hướng dẫn tâm của chúng ta, tạo ra những hành động thông thường với chí nguyện của Bồ Đề Tâm và biến đổi các hành động trung lập thành công hạnh. Những điều này cũng được tìm thấy trong thực hành "Khuyến Phát Tâm" trong Phật Giáo Tây

Tạng. Một số kệ (*gātha*) từ chương 11 của kinh Hoa Nghiêm (*Avataṃsaka*) là:

Khi bố thí hãy nguyện:

Nguyện tất cả chúng sinh từ bỏ mọi thứ, tâm không bám níu.

Khi nguy hiểm và khó khăn:

Nguyện tất cả chúng sinh được tự do và không bị cản trở ở bất cứ nơi nào họ đi.

Khi ngồi thẳng:

Nguyện tất cả chúng sinh ngồi tòa giác ngộ, tâm không dính mắc.

Khi đi trên đường:

Nguyện tất cả chúng sinh đi trên đất tịnh, tâm không chướng ngại.

Khi sử dụng nhà vệ sinh:

Nguyện tất cả chúng sinh loại bỏ tham, sân, si và các hạnh nhơ.

Theo Kinh điển Phật Giáo Trung Hoa, Bồ Đề Tâm được khuyến phát và mở rộng theo năm giai đoạn:

1. Nguyện trở thành Phật và độ tất cả chúng sinh.
2. Nguyện tu các Pháp môn để chuyển hóa phiền não, tiến tới giác ngộ.
3. Nguyện trực tiếp chứng ngộ bản chất tối thượng, đó là

sự tỉnh thức thực sự của Bồ Đề Tâm.

4. Nguyện tiếp tục thực hành Bồ Tát để được tỉnh thức trọn vẹn và hoàn toàn.
5. Nguyện đạt được Bồ Đề Tâm tối cao – Phật quả.

Năm giai đoạn này tương tự như năm đạo lộ Bồ Tát được giải thích trong truyền thống Tây Tạng.

Truyền thống Chan (*Zen*), giai đoạn thứ ba được coi là trạng thái thức tỉnh. Ở đây, hành giả giác biết tâm thanh tịnh, tánh Phật vốn trống rỗng và là Bồ Đề Tâm thực sự.

Đối với Truyền thống Nguyên Thủy, Phật Giáo Trung Quốc sử dụng từ "thức tỉnh" để ứng dụng cho bất kỳ sự thức tỉnh trực tiếp vô niệm nào. Không có truyền thống nào xem sự trải nghiệm đầu tiên này là điểm giác ngộ cuối cùng. Cả hai đều nói rằng cần phải được tu tập qua nhiều thời gian để chuyển hóa tất cả các lậu hoặc kiết sử và đạt được mục đích cuối cùng.

Nguyện Phát Bồ Đề Tâm & Thực Hành Bồ Đề Tâm

Bồ Đề Tâm có hai loại:

Nguyện Bồ Đề Tâm là ước muốn đạt được sự giác ngộ hoàn toàn vì lợi ích cho số đông.

Phát Bồ Đề Tâm là sự trưởng thành của chí nguyện Bồ Đề Tâm khi đi kèm với Bồ Tát giới, các Ba-la-mật, và hội hợp tứ chúng, sẽ được thảo luận trong chương kế tiếp.

Ban đầu Bồ Đề Tâm của chúng ta được xem là tương đối. Tiếp tục quán về hai phương Pháp phát Bồ Đề Tâm, chúng ta sẽ phát triển để trở nên tuyệt đối. Tham dự lễ khuyến phát Bồ Đề Tâm với sự có mặt của vị Thầy cố vấn tâm linh sẽ giúp chúng ta thực hiện được việc này. Đây là "lễ thọ nhận tâm Bồ

Đề,» giúp chúng ta kiên quyết giữ chí nguyện.

Sau đó, khi chúng ta cảm thấy có khả năng tu tập những chánh nhân khiến Bồ Đề Tâm tăng trưởng, chúng ta có thể phát nguyện bất thối chuyển với sự hiện diện của bậc Thầy minh sư. Đây là "lễ nhận Bồ Đề Tâm với nguyện kiên cố bất thối chuyển." Vào thời điểm này, chúng ta nên giữ giới để ngăn sự thối chuyển tâm nguyện trong kiếp này và tương lai.

Sau khi nguyện Bồ Đề Tâm kiên cố, hành giả phát tâm giữ Bồ Tát giới. Làm được như vậy gọi là phát Bồ Đề Tâm. Bồ Tát thường giữ Bồ Tát giới trước khi họ là những vị Bồ Tát đầy đủ với tâm Bồ Đề bất thối. Các Giới Luật tại thời điểm này là giống nhau, chưa thật sự là Giới Luật Bồ Tát, nhưng chúng giúp chúng ta phát triển Bồ Đề Tâm và thực hành Bồ Tát hạnh.

Theo truyền thống Tây Tạng, Bồ Tát giới bao gồm mười tám giới trọng và bốn mươi sáu giới khinh. Những giới này được Đức Phật giảng dạy vào các thời điểm khác nhau trong Kinh tạng tiếng Phạn (*Sanskrit*). Đại sư Vô Trước (*Asaṅga*), Đại sư Tịch Thiên (*Śāntideva*) và Đại sư Nguyệt Cung (*Candragomin*) đã so sánh chúng, và bộ sưu tập hiện tại được hình thành bằng cách kết hợp danh sách của các giới Bồ Tát lại.

Có hai phiên bản của giới Bồ Tát đã tồn tại trong Đạo Phật Trung Quốc. Kinh Phạm Võng (*Brahmajāla Sūtra*) nói có mười giới trọng và bốn mươi tám giới khinh và trong Luận Du già Địa Luận (*Yogācārabhūmi Śāstra*) có bốn giới trọng và bốn mươi giới khinh. Có nhiều sự chồng chéo nhau giữa các danh sách trong hai bản văn này, cũng như với những Giới Luật Bồ Tát của Phật Giáo Tây Tạng.

Trong truyền thống Trung Quốc và Tây Tạng, cả Xuất gia lẫn tại gia đều áp dụng giới Bồ Tát với ý định trì giữ cho đến khi giác ngộ hoàn toàn. Mọi vi phạm, bất kể nghiêm trọng thế nào, đều có thể được phát lồ sám hối.

Theo truyền thống Trung Quốc, một nghi thức tự nguyện gọi là "Cúng dường thân cho Đức Phật" thường được thực hiện trước lễ nhận giới Bồ Tát.

Đối với Tu sĩ, lễ này được thực hiện bằng cách đốt ba liều trên đỉnh đầu, trong khi Phật tử tại gia thì thường đốt liều trên cánh tay. Điều này tượng trưng cho việc buông xả thân thể, cúng dường lên các vị Phật và Bồ Tát và sẵn sàng chịu đựng đau khổ khi làm việc vì lợi ích của chúng sinh và nỗ lực để giác ngộ hoàn toàn. Ngoài ra, ở Trung Quốc cổ đại, các Tu sĩ đã được miễn trừ khỏi trừng phạt bởi luật dân sự vì các bậc Tu sĩ bị chi phối bởi các Giới Luật Xuất gia (*vinaya*).

Để tránh bị cảnh sát bắt giữ và để được sự cúng dường, một số tội phạm đã giả đắp y nhà chùa. Để phân biệt các Tu sĩ chân chính với những tội phạm này, phong tục tập quán đốt ba liều trên đỉnh đầu các bậc Xuất gia đã xuất hiện và phổ biến.

Nói chung, các bậc Xuất gia và tại gia ở Nhật Bản đã giữ mười sáu giới Bồ Tát. Năm giới đầu tiên tương ứng với năm giới cho Phật tử tại gia và ba phần cuối cùng là Quy y Tam Bảo. Những giới khác như không bàn thị phi về người khác, không khen mình chê người, hạn chế sự trợ giúp tinh thần hay vật chất, giận dữ và hủy báng Tam Bảo.

Ba giới còn lại là từ bỏ điều ác, làm lành và giải thoát tất cả chúng sinh.

Nói tóm lại, trong nhiều truyền thống, giới Bồ Tát có những sự khác biệt nhỏ nhưng bản chất và mục đích của giới vẫn giữ nguyên giống nhau.

Truyền Thống Pāli: Bồ Đề Tâm Và Bồ Tát

Các hành giả theo truyền thống Pāli nhấn mạnh về giải thoát cá nhân và giác ngộ thành một vị Phật nhiều hành giả tìm cầu quả A-la-hán và chỉ có một số đặc biệt mới khát ngưỡng cầu quả Phật. Trong Buddhavaṃsa (*Phật Sử*), Cariyāpiṭaka (*Hạnh Tạng*), Jātakas (*Chuyện Tiền Thân*), Mahāpadāna Sutta (DN 14) và Apadāna (*Thánh Nhân Ký Sự*) là các Kinh điển nói về kiếp trước hành Bồ Tát đạo của các vị Phật. Upāsakajanālaṅkāra, một bộ luận Pāli, truyền thống Mahāvihāra, thuộc thế kỳ 12 của Tôn giả Ānanda, đã giải thích chi tiết về sự giác ngộ của Thanh văn (*sāvaka*), Duyên giác (*paccekabuddhas*) và Bồ Tát (*bodhisattas*).

Một số Kinh Pāli nhấn mạnh lòng Từ bi như động lực thúc đẩy sự giác ngộ của Phật quả. Ngài là "Một người khi xuất hiện ở đời, đem lại hạnh phúc và an lạc cho số đông, vì lợi ích, vì hạnh phúc, vì an lạc cho Chư Thiên và loài Người. (AN 1: 170). Đức Phật khuyên các đệ tử tu tập Pháp với động lực từ bi giống như vậy, thì đời sống Thánh thiện sẽ kéo dài trong một thời gian dài (DN 16: 3.50). Ngài đã gửi các Tu sĩ đi khắp nơi để truyền bá Giáo Pháp với cùng một lý tưởng như vậy (SN 4: 5).

Các Tăng sĩ tu tập giải thoát không những cho lợi ích riêng của mình mà còn để bảo vệ chánh Pháp trường tồn trong tương lai và trở thành gương mẫu truyền cảm hứng cho người khác trên đường tu tập. Vì lòng Từ bi đối với chúng sanh, Đức Phật khuyên đệ tử của Ngài nên sống theo lục hòa. Ngài tán dương Tôn giả Đại Ca Diếp (*Mahākassapa*) về việc giảng Pháp với lòng Bi mẫn và tu tập khổ hạnh với thực phẩm, quần áo và nơi ẩn náu rất đơn giản để lợi lạc cho người khác.

Nguyện của Tôn giả Ca-diếp là những người khác sẽ nhìn thấy giá trị thanh cao trong đời sống Tăng già, tu nhận và giải thoát.

Những bậc Xuất gia thể hiện lòng từ bi bằng cách nhận cúng dường và giảng Pháp đáp lễ cho thí chủ thuộc mọi tầng lớp xã hội, mọi chủng tộc, dân tộc và trình độ. Nhiệm vụ của

Tăng sĩ là sống đời sống Chánh Hạnh, hướng dẫn chúng sanh thế nào để sống đạo đức, thực hành Chánh Niệm, học Phật Pháp, và đón nhận những vật phẩm đúng Pháp để thí chủ được công đức từ việc cúng dường này.

Kinh Pāli cổ đại nói về Bồ Tát, trong kiếp sống chúng sinh cuối cùng, trước khi trở thành Phật giác ngộ hoàn toàn mà không có sự trợ giúp của một vị Thầy. Các Ngài bắt đầu một thời kỳ (*sāsana, śāsana*) chuyển bánh xe Pháp để những giáo lý khai ngộ sẽ tồn tại. Đây là sự giác ngộ đạt được bởi chư Phật, và được ca ngợi siêu việt hơn so với sự giác ngộ của Thanh văn (*sāvaka*) và Duyên giác (*paccekabuddhas*).

Trong khi một số nhà hiền triết Pāli cổ đại cho rằng con đường Bồ Tát chỉ dành cho những bậc thượng căn định tánh chuyển bánh xe Pháp, Dhammapàla nhà bình luận ở phía Nam Ấn Độ đã không đồng tình điểm này. Thay vào đó, Dhammapàla mô tả con đường Bồ Tát mở ra cho bất cứ ai khao khát theo lý tưởng đó.

Trong một Kinh thuộc hậu truyền thống Pāli, Truyện Tiền Thân về Mười vị Bồ Tát (*Dasabodhisattupattikathā*), Đức Phật dạy rằng:

"Vào một thời... và có vô số không thể đếm được các bậc Thánh... với sự dũng cảm và quyết tâm đã thành tựu các hạnh Ba-la-mật (*pāramīs*), sẽ đạt được Phật quả (*Buddhahood*) và sẽ nhập Niết Bàn sau khi hoàn thành công hạnh của một vị Phật"(26).

Sau đó, kể các chuyện của Bồ Tát sẽ thực hiện điều này trong tương lai.

Lý tưởng Bồ Tát không phải là ngoại lai trong các nước Phật Giáo Nguyên Thủy (*Theravāda*). Trong lịch sử, ở Tích Lan (*Sri Lanka*) có sự quan tâm đến con đường Bồ Tát và nhiều tượng Bồ Tát Quan Thế Âm (*Avalokiteśvara*) đã được khai quật ở Tích Lan, Thái Lan và các nước Phật Giáo Nguyên

Thủy khác. Trong quá khứ và hiện tại, các vị Vua và người dân ở các nước Phật Giáo Nguyên Thủy đã xem Bồ Tát là một lý tưởng tu tập. Bắt đầu từ khoảng thế kỷ thứ tám, một số Vua Tích Lan, Miến Điện và Thái Lan được dân xem là Bồ Tát, hoặc có Vua tuyên bố mình là hành giả đang tu tập Bồ Tát đạo. [27]

Một số học giả và nhà bình luận Phật Giáo Nguyên Thủy đã tuyên bố động lực chính của Bồ Đề Tâm là "Nguyện cho con thành một vị Phật" (*Buddho bhaveyyam*). Đại sư Phật Âm (Buddhaghosa) xem các Tăng sĩ trong truyền thống Đại Thừa như là hóa thân của Đức Phật Di Lặc (*Maitteyya Buddha*).

Một số hành giả Phật Giáo Nguyên Thủy thực hành theo lý tưởng Bồ Tát đạo [28] Ngày nay cả Xuất gia và tại gia ở các nước Phật Giáo Nguyên Thủy phát nguyện thành Phật vì lợi ích cho tất cả chúng sinh. [29] Tại Thái Lan, hai Thiền sư Thái Lan được coi là tái sanh của Bồ Tát Di Lặc (*bodhisatta Maitteya*).

Lý tưởng trong sáng của một Bồ Tát được minh họa qua câu chuyện tiền thân của Đức Phật là Vua Sivi, người bố thí mắt cho những ai cần. Để thử lòng Vua, Sakka (*Śakra*) - vị chúa tể của các vị thần, xuất hiện như một người già, mù mắt nên xin Vua đôi mắt sáng. Với lòng đại từ, Vua Sivi ngay lập tức kêu lương y khoét lấy đôi mắt của Vua để đưa cho ông lão. Sau đó, Vua nói:

"Khi tôi đang muốn cho, khi tôi đang cho và sau khi tôi đã cho, không có trạng thái mâu thuẫn của tâm; Đó là vì sự tỉnh thức của nhất thiết trí đã sanh trưởng, vì vậy tôi bố thí mắt".

Phật Sử (*Buddhavaṃsa*) kể câu chuyện kiếp trước khi Đức Phật Cồ Đàm (*Gotama*) phát Bồ Đề Tâm (bodhicitta) như sau:

"Lúc đó Đức Phật là bà-la-môn Thiện Huệ (Sumedha), được sinh ra trong một gia đình giàu có, sống một cuộc sống

vinh hoa phú quý. Tuy nhiên, khi cha mẹ qua đời, nhận ra sự vô thường của hạnh phúc trần tục, Ngài quyết tâm tìm kiếm sự giải thoát, và trở thành vị Ẩn sĩ khổ hạnh. Một ngày nọ, Ẩn sĩ Thiện Huệ nghe tin rằng Đức Phật Nhiên Đăng (Dīpaṃkara) và Tăng đoàn sẽ đi khất thực gần nơi ẩn tu của mình. Ẩn sĩ Thiện Huệ liền quét dọn đường đi cho sạch sẽ và làm bằng phẳng đường đi trước khi Tăng đoàn đến. Khi Đức Phật Nhiên Đăng đến, Ẩn sĩ Thiện Huệ vui mừng đảnh lễ và lấy thân mình lấp kín vũng bùn để Đức Phật bước qua. Sumedha kể lại sự kiện này như sau (Bv 52-54):

Nới lỏng mái tóc của con, làm rộng y bằng vỏ cây và nhiều phần y ẩn vào bùn, con nằm xuống lấp vũng bùn. "Hãy để Đức Phật cùng Tăng đoàn bước lên thân con để tránh đạp bùn. Đây sẽ là công đức vô lượng của con".

Khi Ẩn sĩ Thiện Huệ lần đầu tiên mời Đức Phật và đệ tử dùng thân mình như chiếc cầu bắc qua bùn, Ẩn sĩ đã tập trung hồi hướng công đức cho chính mình. Ẩn sĩ biết rằng nếu muốn, Ngài có thể tiêu diệt các phiền não vào chính ngày đó và trở thành một vị A La Hán bằng cách nghe một bài thuyết Pháp của Đức Phật Nhiên Đăng (*Dīpaṃkara*). Đặt câu hỏi về ý định của thí thân này, Ngài đã lập nguyện kiên quyết được trở thành Phật để dẫn dắt tất cả chúng sinh ra khỏi luân hồi (saṃsāra) (Bv 55-58):

Lợi ích gì khi vô minh chưa giác ngộ? Sau khi đạt được trí toàn tri, con sẽ trở thành một vị Phật trong thế giới này với những Chư Thiên trong cõi đó. Lợi ích gì khi một mình được sức mạnh vượt qua bờ kia? Đạt đến sự toàn tri, con sẽ làm cho thế giới cùng Chư Thiên vượt qua sự mê lầm.

Con sẽ đạt toàn tri, hồi hướng công đức đến mục đích tối cao trong cõi người. Con sẽ giúp chúng sinh vượt qua dòng sông sanh tử (saṃsāra), phá vỡ luân hồi trong ba cõi, tu tập Phật Pháp và hộ thế giới cùng các Chư Thiên vượt qua cõi

Ta Bà.

Đức Phật Nhiên Đăng (*Dipamkara*) thọ ký cho Ẩn sĩ Thiện Huệ (*Sumeha*) sau bốn a-tăng-kỳ và trăm ngàn đại kiếp sẽ thành tựu đại nguyện, giác ngộ hoàn toàn và trở thành Phật với Pháp hiệu Cồ Đàm (*Gotama*). Trở về nơi ẩn cư, Bồ Tát Thiện Huệ quán chiếu làm thế nào để hoàn thành chí nguyện toàn giác và thấy rằng mười Ba-la-mật (pāramīs) là những đức hạnh chính yếu để tu tập. Ở đây, Bồ Tát đạo được trình bày đầy đủ trong Kinh điển Pāli.

Tất cả hai mươi bốn vị Phật với những câu chuyện tiền thân được tìm thấy trong Phật Sử (*Buddhavamsa*), cũng trải qua một tiến trình tương tự như vậy. Thứ nhất, hành giả quyết chí (*paṇidhāna, praṇidhāna*) trở thành Bồ Tát, sau đó thành Phật bằng cách Tinh Tấn thực hành Thiền Định trong một thời gian dài. Nhất tâm nguyện như vậy.

Sau đó, với sự hiện diện chứng minh của chư Phật, hành giả lập nguyện (abhinīhāra) để đạt được toàn giác vì lợi ích của tất cả chúng sinh. Bồ Tát sau đó dấn thân thực hiện công đức (adhikāra) cho mỗi vị Phật với lòng chân thành, tha thiết hoàn thành chí nguyện đó, và mỗi vị Phật đều thọ ký (vyākaraṇa) cho các Bồ Tát tương lai thành Phật.

Với Bồ Đề Tâm muốn đạt Phật quả (Buddhahood), hành giả phải có tám điều kiện: 1/ là người, 2/ nam giới, [31] 3/ có điều kiện hỗ trợ cần thiết (tu tập Phật Pháp vững chắc), 4/ phát Bồ Đề Tâm trước sự chứng minh hiện diện của một vị Phật, 5/ là một bậc Xuất gia, 6/ đã đạt trí tuệ và các trạng thái Thiền Định cao, 7/ có lòng tín thành sâu sắc đối với Đức Phật rằng Ngài sẵn sàng từ bỏ cuộc đời để thực hiện những đại công đức cho Tam Bảo, 8/ và có Dục Như Ý Túc mạnh mẽ để tu tập những công hạnh dẫn đến Phật quả (Bv 59).

Chí nguyện đạt toàn giác của Bồ Tát nên mạnh mẽ đến nỗi "Nếu hành giả nghe 'Phật quả có thể chỉ đạt được sau khi trải qua sự hành hình ở địa ngục trong bốn a-tăng-kỳ và trăm ngàn đại kiếp Bồ Tát sẽ không cho là khó làm và sẽ hoàn thành chí nguyện không hề thối lui "(TP sec. 6). Bồ Tát sau đó tu tập và thành tựu các Ba-la-mật (pāramīs).

Bên cạnh việc phát nguyện đạt được toàn giác thì lòng đại bi và phương tiện thiện xảo rất cần để thực hành pāramīs. Các phương tiện thiện xảo (*upāyakosalla, upāyakauśalya*) là trí tuệ chuyển hóa các Ba-la-mật thành những bộ công hạnh cần thiết để đạt được toàn giác.

Bởi thực hành cả hai từ bi và trí tuệ, nên Bồ Tát thành tựu mười Ba-la-mật, Tinh Tấn, Thiền Định, trì giới và sáu hạnh buông xả, ẩn cư, vô tham, vô sân, vô si và giải thoát (*khỏi luân hồi)*.

CHƯƠNG 13

Bồ Tát Tu Tập Các Ba-La-Mật

Ba-la-mật (*pāramī, pāramitā*) là phương Pháp để chúng ta đạt được giác ngộ, và tứ nhiếp Pháp (*saṃgraha-vastūni*) là phương Pháp để dẫn dắt những người khác trên con đường giác ngộ.

Truyền thống Phạn bao gồm mười Ba-la-mật (*hoàn hảo nhất*): 1- bố thí ba-la-mật (*dāna*), 2- trì giới, 3- nhẫn nhục, 4- tinh tấn, 5- thiền định, 6- trí tuệ (*paññā, prajñā*), 7-phương tiện thiện xảo, 8- nguyện, 9- lực (*bāla*), và 10- trí huệ cao quý (*ñāna, jñāna*).

Bốn Ba-la-mật (*parami*) cuối cùng là những khía cạnh tinh tế của trí tuệ, khiến hoàn thiện sáu Ba-la-mật phía trước.

Trong truyền thống Pāli, mười Ba-la-mật là: 1/ bố thí Ba-la- mật (hoàn hảo nhất), 2/ trì giới, 3/ từ bỏ thế tục (*Nekkhamma*), 4/ trí tuệ, 5/ tinh tấn, 6/ nhẫn nhục, 7/ chân thật (*sacca, satya*), 8/ quyết tâm (*Adhiṭṭhāna*), 9/ tâm từ (*Mettā*) 10/ tâm xả (*Upekkhā*)

Pāramī và pāramitā có nghĩa là "vượt qua điểm cuối" hoặc "đạt đến sự hoàn hảo, hay Ba-la-mật ". Khi thực hiện với động lực Bồ Đề Tâm (*bodhicitta*), những Ba-la-mật (*parami*) này đưa chúng ta vượt xa cõi luân hồi (saṃsāra) đến Phật quả (*Buddhahood*), nơi mà tất cả các kiết sử chướng ngại đã bị loại bỏ và tất cả các đức hạnh được phát triển vô hạn. Các Ba-la-mật trở nên siêu việt khi gắn liền với trí huệ giác ngộ Tánh Không: Bồ Tát biết tác nhân, đối tượng và hành động (*tam luân không tịch*) của mỗi Ba-la-mật phát sanh theo duyên và do đó không có sự tồn tại cố hữu.

Truyền Thống Phạn

Để khuyến phát Bồ Đề Tâm (*bodhicitta*), chúng ta cần phải tích lũy đầy đủ các nhân duyên thích hợp để giác ngộ hoàn toàn. Chúng được gộp vào y thuật từ là công đức và trí tuệ. Tích luỹ công đức sẽ làm tâm trí vô lượng, tiếp nhận nhiều hơn, là nguyên nhân chính cho hình thành thân Phật. Tích lũy trí huệ sẽ diệt trừ phiền não và là nguyên nhân chính để hình thành Pháp thân (*dharmakāya*) của một vị Phật. Công đức và trí tuệ bao gồm sự hoàn hảo nhất.

Căn bản người thực hiện Ba-la-mật (*sự hoàn hảo nhất*) là những người đã giác tỉnh Bồ Đề Tâm của họ bằng cách phát Bồ Đề Tâm. Hành giả dựa vào sự hướng dẫn vị Thầy cố vấn tinh thần và nhận được những lời dạy của Đức Phật về các Ba-la-mật. Không hài lòng với thế trí biện thông, hành giả suy ngẫm và thiền quán về những lời dạy này và thực hành sự hoàn hảo ở mọi cơ hội cho phép.

Về bản chất của mỗi Ba-la-mật:

1. Bố thí bao gồm các thân, khẩu, ý dựa trên chí nguyện và sự sẵn lòng cho.
2. Trì giới để tránh ác.
3. Nhẫn nhục là khả năng giữ bình tĩnh và không bị xáo trộn khi đối mặt với những khổ đau về thể chất hoặc tinh thần, những khó khăn trong học Pháp hay những xâm hại do người khác gây ra.
4. Tinh Tấn là niềm vui nỗ lực trong tu tập và tạo ra

những nhân tốt để đạt được Pháp thân (dharmakāya) và Phật thân.

5. Thiền Định là khả năng duy trì sự bền vững đối với một đối tượng đạo đức mà không bị phân tâm.
6. Trí tuệ là hiểu sâu sắc chân đế, tục đế và khả năng phân biệt những gì cần thực hành những gì cần từ bỏ trên đường đạo.

Mỗi Ba-la-mật hoàn thiện vì lợi ích cụ thể của chúng sinh. Bố thí để giảm sự nghèo đói và cung cấp cho người khác những nhu cầu cơ bản của cuộc sống và những thứ khác để họ có thể hưởng thụ. Trì giới làm giảm nhẹ nỗi sợ hãi và đau đớn của người khác. Nhẫn nhục chịu đựng những hành vi bất cẩn và xâm hại của người khác mà không có hành động trả đũa gây cho họ đau đớn.

Tinh Tấn vui vẻ giúp đỡ người khác mà không làm biếng, oán giận, hoặc phiền lòng.

Thiền Định dẫn đến trí tuệ siêu việt. Trí tuệ hướng dẫn những người khác để họ có thể phát sanh trí tuệ, do đó họ có loại bỏ những nghi ngờ và đưa đến sự thức tỉnh.

Để hoàn thành tích lũy công đức và trí tuệ, mất rất nhiều thời gian, chúng ta cần phải đảm bảo rằng được làm người trong cuộc tái sinh tương lai để chúng ta có thể tiếp tục tu tập.

Bố thí đảm bảo chúng ta có đủ nguồn vật chất cần thiết để tu tập.

Trì giới là nguyên nhân chủ yếu để đạt được sự tái sinh tốt lành. Nhẫn nhục là thuốc hay và có bạn đồng hành tốt khuyến khích thực hành Pháp của chúng ta. Tinh Tấn nỗ lực giúp chúng ta hoàn thành các công hạnh trong tương lai. Thiền Định khiến tâm ổn định, thanh thản không bị xáo trộn. Trí tuệ hiểu đúng về nghiệp và những ảnh hưởng của nó giúp chúng ta biết cần phải thực hành điều gì, cần buông bỏ điều gì trên đường đạo như các bậc Đạo sư đã truyền đạt.

Thực hành mỗi sự hoàn hảo và trải nghiệm những kết quả của nó trong cuộc sống tương lai là rất quan trọng. Thiếu thậm chí chỉ một Ba-la-mật cũng sẽ hạn chế cơ hội thăng tiến trên Bồ Tát đạo trong tương lai.

Sáu Ba-la-mật có thể được bao gồm trong tam vô lậu học. Bố thí, trì giới và nhẫn nhục thuộc lãnh vực giới. Thiền Định (*dhyāna*) thuộc lãnh vực thiền và trí tuệ thuộc trí tuệ vô lậu học. Tinh Tấn nỗ lực là cần thiết cho tất cả ba lãnh vực.

Tất cả sáu Ba-la-mật có thể được bao gồm trong sự thực hành của mỗi một Ba-la-mật. Chẳng hạn, một bố thí nhỏ như cho ai đó một tách trà có thể được thực hiện với Bồ Đề Tâm (bodhicitta). Không làm hại người khác về mặt thể chất hoặc bằng lời nói khi cho trà là hành vi đạo đức. Nếu người nhận gây tổn hại cho chúng ta hoặc không đánh giá cao tách trà, lòng kiên nhẫn sẽ giúp giữ tâm ta tỉnh táo. Cho tách trà được thực hiện với nỗ lực vui vẻ, hoan hỉ trong việc mời trà. Tâm ổn định của Thiền Định là cần thiết để duy trì một động lực của Bồ Đề Tâm và không bị ô nhiễm bởi phiền não trong khi bố thí. Trước khi mời trà, trí tuệ là cần thiết để biết cái gì, khi nào, và làm thế nào để bố thí.

Trong khi bố thí, quán chiếu sự trống rỗng của người cho, tách trà, người nhận và thực hành như vậy sẽ đem lại trí tuệ cho người tu tập.

Hoàn thiện sự hoàn hảo đòi hỏi thời gian, thực hành và kiên nhẫn. Thay vì mong đợi để trở thành bậc thuần quán, chúng ta có thể chấp nhận những khả năng hiện tại của mình và đồng thời tiếp tục tu tập để tăng trưởng khả năng trong tương lai. Đức Phật không bắt đầu từ sự thức tỉnh hoàn toàn mà Ngài đã phải trải qua một thời gian tu tập đầy thử thách những Ba-la-mật này.

Tuy nhiên, các nguyên nhân mang lại những kết quả tương

ứng của chúng chỉ bằng cách thực hành đều đặn vững chắc, chúng ta có thể bắt đầu, phát triển và hoàn thiện tất cả các Bồ Tát hạnh này.

Truyền Thống Pāli: Mười Ba-La-Mật (*Pāramīs*)

Đại sư Hộ Pháp (*Dhammapāla*), nhà bình luận Pāli vĩ đại, đã viết các Ba-la-mật (*Pāramīs*) trong tác phẩm Hạnh của Đức Bồ Tát (*Cariyāpiṭaka*) và phụ thuộc vào Tấm Lưới của Phạm Thiên hoặc Phạm Võng (*Sutta Brahmajāla*) - giải thích mười Ba-la-mật như là Bồ Tát hạnh.

Thính chúng và mục đích của Đại sư Hộ Pháp là "các hành giả tu tập theo Kinh điển (*suttantikas*) là những vị nỗ lực thực hành lời dạy đó để đạt đạo Bồ Đề của Đại thừa (*mahābodhiyāna*), nhằm hoàn thiện phương tiện thiện xảo để tích lũy các công hạnh cần thiết cho sự giác ngộ".

Luận sư Phật Âm (*Buddhaghosa*) đã ngưỡng mộ Đức Phật vì Ngài đã thành tựu Bồ Tát Đạo và trở thành một vị Phật toàn giác: "Công hạnh của sự hoàn hảo (Ba-la-mật) để giải thoát tất cả chúng sinh mà Đức Phật thành tựu là tối thượng (Vism 1:33).

Sự hoàn hảo là những phẩm chất tối ưu để tu tập bất kể thuộc một trong ba thừa nào mà chúng ta đang thuộc về và nhiều người đang hướng đến đạo quả A-la-hán cũng tu tập các Ba-la-mật. Bồ Tát phải thực hành các Ba-la-mật mạnh mẽ hơn và trong một thời gian dài hơn để đạt được mục đích tinh thần của các Ngài. Các môn đệ ở các nước Phật Giáo Nguyên Thủy (*Theravāda*) thường tán dương công đức của các vị Thầy của mình về thực hành các Ba-la-mật (*pāramīs*).

Đại sư Phật Âm (*Buddhaghosa*) đã giải thích cặn kẽ tiến trình phát triển từ một Ba-la-mật này đến một Ba-la-mật kế tiếp (Vism 9: 124). Để tạo ra vô lượng công đức, Bồ Tát tặng quà bố thí, đó là nguồn vui, mà không phân biệt như sau:

"Món quà hắn phải trao cho người này hay món quà hắn không được trao cho người này."

Để tránh làm tổn hại đến chúng sinh, hành giả phải trì giới, thực hành Xuất gia vì mục đích hoàn thiện Giới Luật của mình.

Hành giả làm sáng trí tuệ để không nhầm lẫn giữa tốt và xấu, liên tục phát khởi sự Tinh Tấn vì an lạc và hạnh phúc cho số đông. Khi có được sự nhẫn nhục kiên trì qua nỗ lực tối cao, hành giả trở nên kiên nhẫn trước những lỗi lầm của chúng sanh.

Hành giả chân thật không lừa dối khi hứa hẹn, "Chúng tôi sẽ cho bạn điều này; Chúng tôi sẽ làm việc này cho bạn." Hành giả có quyết tâm mạnh mẽ bất động vì an lạc và hạnh phúc của chúng sinh.

Thông qua lòng Từ bi không lay chuyển, hành giả đặt lợi ích vì chúng sanh trước tiên. Thông qua tâm Xả, hành giả không mong cầu ân huệ gì cả. Vì vậy, sau khi đã hoàn tất các Ba-la-mật (*pāramīs*), Bồ Tát đạt những trạng thái thành tựu mỹ mãn như mười lực, bốn vô úy thí, sáu thần thông [*mà bậc Thanh Văn (sāvakas) chưa hưởng*] và mười tám diệu dụng thù thắng của một vị Phật.

Mười Ba-la-mật có nhiều đặc điểm như sau: có chức năng lợi ích người khác, được thúc đẩy bởi chí nguyện đạt giác ngộ, được thực hiện với một tâm thanh tịnh, không bị ô uế bởi ái dục, giả dối. Từ bi và phương tiện thiện xảo, trí tuệ chuyển hóa chúng thành yếu tố của sự giác ngộ, là những nguyên nhân cần thiết đi kèm với mỗi Ba-la-mật.

Khi thiền quán về Ba-la-mật, chúng ta nên suy gẫm: Phiền não nào cần phải đặc biệt đề phòng khi thực hành từng Ba-la-mật (*pāramī*)? Cái gì là thuốc giải độc cho chứng bệnh này? Làm sao duy trì Chánh Niệm và nội quán sâu sắc để nhận ra những phiền não và áp dụng các thuốc giải độc của chúng?

Muốn phát triển sức mạnh bên trong để hoàn thiện đạo, Bồ Tát phải cúng dường thân tâm mình cho các vị Phật. Sau đó, nếu Bồ Tát gặp khó khăn khi thực hành các Ba-la-mật (*pāramīs*) - ví dụ, thiếu các điều kiện nhu cầu sống, bị sỉ nhục, bệnh tật hoặc chấn thương, hoặc trở nên mệt mỏi cạn kiệt – Bồ Tát liền quán: "Tôi đã cúng dường thân tâm mình cho các vị Phật vì lợi ích giác ngộ của tất cả chúng sinh. Bất cứ điều gì đến, sẽ đến". Bằng cách này, hành giả tin tưởng vào Tam Bảo, luật nhân quả và nghiệp báo. Không nao núng bởi sợ hãi hoặc lo lắng, hành giả vững vàng và quyết tâm tiếp tục con đường Bồ Tát đạo.

Xóa bỏ ích kỷ, vun trồng từ bi là phương tiện để đạt được các Ba-la-mật (*pāramīs*). Bồ Tát đối xử với tất cả chúng sinh bình đẳng quan trọng như nhau và duy trì trạng thái ổn định, không thiên vị trong mọi hoàn cảnh.

Bằng cách quán chiếu chúng sinh như con ruột hoặc như họ hàng thân quyến, lòng Từ bi của Bồ Tát đối với chúng sanh gia tăng. Nhờ giảm bớt vô minh, tham chấp và sân giận, hành giả dùng tứ nhiếp Pháp hóa độ chúng sanh, khiến họ nhập đạo và sau đó hoàn thành bất kỳ một trong ba thừa Phật Giáo (*Thanh văn thừa, Bồ Tát thừa và Phật thừa*).

Thời gian cần thiết để hoàn thiện các Ba-la-mật tùy thuộc vào khả năng của mỗi Bồ Tát có trí tuệ, lòng tin hoặc năng lượng vượt trội hay không? Tất cả các Bồ Tát đều nhận được sự thọ ký thành Phật trực tiếp từ chư Phật và sau đó tiến tu để hoàn thành các Ba-la-mật trong thời gian tương ứng với khuynh hướng của Bồ Tát. Kể từ khi sự toàn giác đạt được từ sức mạnh của trí tuệ, các Bồ Tát có thiên hướng nghiêng về trí tuệ sẽ tiến tu nhanh hơn.

Bồ Tát là một lĩnh vực tối cao của công đức, được các vị thần bảo vệ và không bị động vật hoang dã hãm hại. Bồ Tát thoát khỏi tâm ác, ghen tuông, cạnh tranh, đạo đức giả, khốn khổ, bướng bỉnh và kiêu ngạo, sự hiện diện của Bồ Tát tại một nơi nào làm ngăn ngừa nguy hiểm và thiên tai tại nơi đó.

Do thực hành các Ba-la-mật (*pāramīs*), Bồ Tát có cuộc sống lâu dài để tích lũy những công hạnh diệu dụng, thiền thâm sâu hơn và hoàn thành vô số hành động đạo đức để lợi ích cho chúng sinh. Bồ Tát có một đời sống siêu thoát gương mẫu khiến những người khác ngưỡng mộ, được sinh ra trong các gia đình đạo đức, có ảnh hưởng và có nhiều người giúp đỡ ủng hộ sự tu tập của Bồ Tát để lợi ích số đông.

Bồ Tát là những người đáng tin cậy và đáng nương tựa, nên chúng sinh đánh giá cao và xem trọng lời cố vấn của các Ngài. Bởi vì tâm trí của Bồ Tát đã được biến đổi thành Pháp, Bồ Tát không thể bị chinh phục bởi những người khác, nhưng thay vào đó chinh phục người khác qua những đức hạnh thanh cao của mình. Thông qua những thành tựu này, Bồ Tát có khả năng và có nhiều cơ hội để hướng dẫn những người khác trong Giáo Pháp của ba thừa.

Tuy nhiên, chúng ta không nên mong đợi mỗi vị Bồ Tát hiển thị tất cả những lợi ích này. Bồ Tát biểu hiện bất cứ cách nào mà lợi ích cho chúng sinh theo nghiệp của họ. Do đó, chúng sanh có thể là từ tầng lớp xã hội thấp hơn, thân thể xấu xí hoặc có cuộc sống ngắn ngủi.

Kết quả của Bồ Đề Tâm và các Ba-la-mật của Bồ Tát là Phật quả (*Buddhahood*), với sự chứng đạt thân sắc tuyệt đẹp, ba mươi hai tướng hảo và tám mươi tướng phụ của một bậc Thánh vĩ đại (*mahāpurisa, mahāpuruṣa*)

Và Pháp thân (*dhammakāya*) tuyệt diệu với những diệu dụng như mười lực. Năm trong mười Ba-la-mật trong truyền thống Pāli và Phạn có cùng tên như bố thí, trì giới, nhẫn nhục, Tinh Tấn và trí tuệ. Chí nguyện bất động (truyền thống Phạn) và quyết tâm (*truyền thống Pāli*) tên khác nhau nhưng ý nghĩa giống nhau, hay Thiền Định (*truyền thống Phạn)* và buông xả (*renunciation*) (truyền thống Pāli) cũng vậy.

Trong khi sự chân thật, từ bi và buông xả được liệt kê như là các Ba-la-mật trong truyền thống Pāli và phương tiện thiện xảo, lực và trí tuệ siêu việt chỉ có trong truyền thống Sanskrit, ý nghĩa của mỗi Ba-la-mật này được tìm thấy trong các giáo lý của cả hai truyền thống.

Đại sư Hộ Pháp (*Dhammapalala*) dạy rằng khi thấy được bản chất của chúng, mười Ba-la-mật trở thành sáu Ba-la-mật như truyền thống Phạn đã đề cập. Do đó, phần lớn các tài liệu được chia sẻ chung ở cả hai truyền thống.

Sự hoàn hảo được giảng dạy trong cả hai truyền thống sẽ được giải thích cùng nhau. Điều này có nghĩa một ba-la- mật có thể được tìm thấy trong một truyền thống này, nhưng có thể không thấy ở truyền thống khác.

Tài liệu từ luận điểm của Đại sư Hộ Pháp có tiếng Pāli và tài liệu từ truyền thống Phạn có tiếng Phạn.

Bố Thí Ba-La-Mật

Do không tham đắm và loại bỏ keo kiệt, nên bố thí là tâm hào phóng rộng rãi. Bố thí có bốn loại:

1. Bố thí vật chất là cho tài sản hoặc tiền bạc. Bồ Tát cung cấp bất cứ cái gì cần thiết cho bất cứ ai cần. Bồ Tát sẵn sàng cho dù không được hỏi xin và bố thí một số tiền thích hợp, không chỉ là một chút mà vừa đủ để họ có thể tự sống. Bồ Tát không mong đợi nhận được món quà, lời khen ngợi hoặc danh tiếng để đáp lại và khi không đủ quà để cho tất cả trong vòng, các Ngài sẽ phân phát một cách công bằng giữa tất cả những ai cần. Họ không cho những thứ có thể gây hại hoặc kích thích các phiền toái phát sinh trong tâm của người khác, chẳng hạn như vũ khí, chất độc, nội dung khiêu dâm và hóa chất nguy hiểm. Bồ Tát chỉ bố thí những gì phù hợp cho

người nhận và có lợi cho sự an toàn của người khác.

Nếu các Bồ Tát minh sát thấy mình đang trở nên dính mắc gắn bó với một đối tượng cụ thể, các Ngài sẽ cho nó ngay lập tức. Khi được hỏi về sự việc, các Ngài quán những bất lợi của tâm dính mắc và nhìn thấy người thắc mắc như một thiện tri thức giúp mình khỏi sự ràng buộc với những thứ này và cho mình cơ hội để bố thí.

Bồ Tát cũng thí thân của mình bằng cách phục vụ những người khác hoặc bố thí các bộ phận của cơ thể, nhưng Bồ Tát chỉ làm điều này khi thích hợp. Nếu do dự khi cho cơ thể, Bồ Tát nên quán chiếu rằng nếu những người có nhu cầu cần các phần khác nhau của một cây thuốc, họ đến lấy cây, cây sẽ không phàn nàn. Tương tự như vậy, vì cơ thể này có tính chất của khổ (*dukkha*) và vì Bồ Tát đã nguyện dùng thân để phục vụ người khác, nên không dính mắc vào thân với suy nghĩ sai lầm rằng: "Đây là của tôi; đây là tôi; đây là tự ngã của tôi."

Bậc Thánh Bồ Tát có thể bố thí cơ thể của các Ngài mà không do dự hoặc sợ hãi.

Các hành giả dưới mức này chỉ được phép bố thí các phần của cơ thể nếu không gây nguy hiểm cho cuộc sống của họ. Thật trí tuệ hơn, nếu những Bồ Tát bình thường vẫn duy trì thân người quí giá của mình và sử dụng thân để tu học. Họ có thể thí thân của họ trong tương lai, sau khi họ trở thành bậc Thánh (*āryas*).

Bậc Thánh Bồ Tát khi thí thân không cảm thấy thân thể đau đớn là do các Ngài có đại công đức và không cảm thấy tâm bị đau khổ là do các Ngài có trí tuệ. Bồ Tát bình thường sẽ cảm thấy đau khổ khi cho các bộ phận cơ thể của mình. Tuy nhiên, nỗi đau mà họ trải nghiệm chỉ phục vụ cho lòng Bi mẫn đối với những chúng sinh khác, những người đang đau khổ nhiều hơn trong kiếp sống bất hạnh.

Chúng ta nên tập cho tài sản càng nhiều càng tốt, cúng

dường Tam Bảo mỗi ngày, cúng cơm trước khi ăn và bố thí cho những ai có nhu cầu. Tu hành qua cách quán tưởng như thí thân, tài sản và hồi hướng công hạnh của quá khứ, hiện tại và tương lai, đặc biệt nếu chúng ta biết quán tam luân không tịch, nghĩa là người cho, người nhận và quà tặng hiện hữu theo nhân duyên và không có sự tồn tại vốn có.

2. Bố thí sự không sợ hãi là cung cấp sự bảo vệ cho những người đang sợ hãi, bị mất mát hoặc đang gặp nguy hiểm bằng cách làm dịu tâm trí họ và che chở họ khỏi những đau khổ về thể xác.

3. Bố thí tình thương bao gồm việc tình nguyện trong các dự án phúc lợi xã hội, an ủi nỗi đau và khuyến khích tán dương những phẩm chất tốt đẹp của người khác.

4. Bố thí Pháp (Dhamma) là giảng chánh Pháp đưa đến hạnh phúc và an lạc trong đời này và tương lai để giải thoát và giác ngộ hoàn toàn. Bồ Tát giới thiệu Phật Pháp với chúng sinh chưa gặp Pháp và giúp những ai biết Phật Pháp rồi càng phát triển tu tập. Bồ Tát giảng về ba thừa theo căn cơ của từng chúng sanh. Khi chia sẻ Pháp thoại, Bồ Tát không mong cầu được tiếp đãi đặc biệt, tôn trọng, hay cúng dường mà chỉ đơn giản đưa ra lời khuyên hoặc hướng dẫn cho người khác như một người bạn thân của mình.

Bố thí có nhiều lợi ích. Đó là nguyên nhân để tiếp nhận kết quả. Dâng lễ vật cho Tam Bảo tạo ra một kết nối nghiệp báo cho phép chúng ta gặp được những vị Thánh sẽ hướng dẫn chúng ta trên đường đạo. Bồ Tát cung cấp cho bất cứ cái gì được yêu cầu và có lợi với tấm lòng hoan hỉ bởi biết rằng thông qua sự cúng dường này, Bồ Tát sẽ đạt được sự giác ngộ hoàn toàn.

Nếu chúng ta nghĩ đến những lợi ích của việc bố thí và những bất lợi của sự keo kiệt, nhưng vẫn không thể làm vừa ý người cầu xin, Đức Phật Bảo chúng ta khiêm tốn giải thích với vị ấy như sau:

Vào thời điểm này sức khỏe của tôi suy kém và sự tu tập của tôi chưa vững vàng... Tôi vẫn còn dính mắc và đang mắc kẹt trong việc nắm bắt những điều như "cái tôi và của tôi". Và vì vậy, bạn hữu, xin hãy tha thứ cho tôi và đừng nên buồn bã. [Trong tương lai]. Tôi sẽ thực hành và nỗ lực hết mình để hoàn thành những ước muốn của bạn và của tất cả chúng sinh.[32]

Bố thí không có nghĩa là xóa bỏ tất cả sự nghèo đói trên thế giới. Nếu chúng ta muốn cung cấp nhưng thiếu nguồn lực, điều này không có lỗi. Chúng ta cần xem xét mỗi tình huống giúp đỡ, dựa trên động cơ, khả năng và kết quả hành động của mình.

Trì Giới Ba-La-Mật

Trì giới là thái độ từ bỏ mọi ý nghĩ làm hại người khác bằng cách từ bỏ thái độ tự ngã.

Có ba loại giới:

I. Tránh ác (*nhiếp luật nghi giới*) là đòi hỏi phải từ bỏ mười bất thiện và trì giữ Giới Luật mà chúng ta đã thọ trì. Đó là sự bảo vệ tốt nhất khỏi bị tổn hại và có hiệu quả hơn so với hàng ngàn sĩ quan và các vệ sĩ tốt nhất. Giới mang lại sự bình an nơi thân, khẩu và ý. Ai trì giới sẽ tỏa "hương thơm của đức hạnh", làm cho vị ấy thanh thoát hơn người khác và do đó có hiệu quả hơn trong việc làm lợi ích cho vị ấy.

Nếu những phiền não nảy sinh trong tâm trí đe dọa phẩm hạnh, các Bồ Tát liền quán, "Không phải tôi đã quyết tâm đạt được giác ngộ vì lợi ích của tất cả chúng sinh hay sao? Để làm được điều này, tôi phải truyền đạt Phật Pháp (*Dhamma*) và trở thành người hướng dẫn đáng tin cậy. Tôi phải có tánh cách trong sáng và sở hữu những thành tựu như Thiền Định (*jhānas*) và trí tuệ. Tất cả những điều này phải được dựa trên Giới Luật thanh tịnh. Vì thế, tôi phải trì giữ Giới Luật của mình." Như vậy, Bồ Tát quyết tâm mạnh mẽ trì giữ Giới Luật, cá nhân thanh tịnh, lợi ích người khác, thọ giới tại gia và Xuất gia, tránh phạm giới bằng cách thực hành Chánh Niệm nội quán sâu sắc và sám hối mọi tội lỗi.

Bồ Tát bảo vệ bốn cửa bởi thông qua đó phi phạm hạnh có thể phát sanh:

1. Vô minh không biết cái gì nên thực hành và cái gì nên buông bỏ,
2. Thiếu tôn trọng các Giới Luật - không nghĩ rằng giới là quan trọng,
3. Buông lung vô ý.
4. Những phiền não mạnh mẽ điều ngự tâm trí.

Bồ Tát thực hành thuốc giải độc cho bốn điều này bằng cách:

1. Học thập thiện và Giới Luật.
2. Phát triển lòng tin và tôn trọng các Giới Luật bằng cách hiểu được sự không lợi lạc cho hành vi phạm giới và những lợi lạc của giữ giới.
3. Cẩn thận, chú tâm trong hành động của họ bằng cách duy trì Chánh Niệm và nhận thức sâu sắc.
4. Áp dụng thuốc giải độc cho các phiền não.

II. Làm lành (*nhiếp thiện Pháp giới*) là tận dụng mọi cơ hội bòn phước và vun bồi trí tuệ để thăng tiến trên đường đạo. Bồ Tát tôn trọng những bậc Thầy cố vấn tâm linh của họ và những bậc xứng đáng với sự tôn kính, phục vụ các Ngài và chăm sóc khi các Ngài bị bệnh. Bồ Tát đánh giá cao lời khuyên và hướng dẫn của bậc Thầy trí tuệ hoan hỉ trước công đức của người khác. Với lòng Biết ơn đối với những người đã giúp đỡ, Bồ Tát được lợi lạc và tôn vinh đáp lễ các bậc ân nhân đó.

III. Lợi ích chúng sinh khi cần (*nhiêu ích hữu tình*) bao gồm chăm sóc người ốm và bị thương, an ủi người đau buồn, tư vấn sáng suốt cho những người có hành vi liều lĩnh, giúp đỡ những người đang gặp nguy hiểm và tạo điều kiện hòa giải và tha thứ. Hành giả cũng nên giúp đỡ người mù, điếc và những người bị khiếm khuyết về thân thể hoặc tinh thần, giúp đỡ những người chưa tin Tam Bảo, dạy những người lười biếng làm thế nào để Tinh Tấn nỗ lực, tràn đầy sức sống và hướng dẫn những người bị che mờ trong năm kiết sử. Bồ Tát cảm hóa những người mất đạo đức, nghiện ngập và tội phạm.

Nói tóm lại, bằng bất cứ cách nào Bồ Tát dùng đồng sự, trí tuệ, hoặc khả năng của mình có thể mang lại lợi ích cho người khác, hành giả sử dụng những điều này mà không do dự.

Một cách trong sáng, hành giả có thể tiếp cận người khác đúng thời, đúng chỗ, và đúng hoàn cảnh. Hành giả không đẩy sự giúp đỡ và lời khuyên của mình vào người khác cũng không từ chối họ khi cần thiết.

Khi hướng dẫn người khác, Bồ Tát chỉ hành động theo cách làm tăng phẩm chất tốt đẹp và đạo đức, tránh lạm dụng hoặc làm nhục người khác. Bồ Tát hành động phù hợp với nhu cầu của người khác, miễn là những điều này không làm hại bản thân hoặc hại người khác và không tạo lơ là cho sự tu hành.

Ba loại giới này xảy ra trong một trình tự cố định: nhiếp luật nghi giới, nhiếp thiện Pháp giới, và nhiêu ích hữu tình. Tránh ác thiết lập nền tảng cho thiện hạnh, từ đó cho phép chúng ta làm việc vì an lạc của chúng sinh.

Khi nghe những công đức diệu dụng và những thành tựu

tâm linh của các Bồ Tát trước đó, hành giả không bị nản chí hoặc quá phấn khích, mà lại quán chiếu tích cực rằng, "Những bậc D9ại Bồ Tát này từng là người. Các Ngài đã thực hành các Ba-la-mật (*pāramīs*) và hoàn thành các Ba-la-mật, nhờ đó có được những khả năng diệu dụng siêu việt này. Tôi cũng sẽ luyện tập như các Ngài đã làm và đạt được sự tỉnh thức và khả năng tương tự để làm lợi lạc cho những người khác." Bằng cách quán chiếu này, hành giả tạo ra lòng tin và truyền cảm hứng sức mạnh cho chính mình.

Hành giả không kiêu ngạo khi giữ giới thanh tịnh như băng sương mà trái lại luôn luôn khiêm tốn, che giấu đức hạnh và phơi bày khiếm khuyết lỗi lầm của mình. Các Ngài biết đủ, không phàn nàn và không bị lừa dối hoặc lôi cuốn. Các Ngài trung thực và thẳng thắn nhưng lịch thiệp.

Phát triển trí tuệ không bị ô nhiễm là không chấp vào sự tồn tại vốn có của tam luân: người từ bỏ ác hạnh, ác hạnh và nạn nhân – quán như vậy khiến cho sự trì giới của Bồ Tát trở nên siêu việt.

Bồ Tát hồi hướng công đức của mình cho sự giác ngộ hoàn toàn, không phải cho một sự tái sanh may mắn, mà là thoát khỏi luân hồi (*Saṃsāra*), hoặc đạt được những trí tuệ siêu việt. Đại sư Pháp Hộ (*Dhammapalala*) (TP đoạn 10) nói rằng Bồ Tát hồi hướng công đức: chỉ với mục đích trở thành một vị Phật toàn giác để có thể giúp tất cả chúng sinh trang nghiêm Giới Luật vô thượng của mình.

Nhẫn Nhục Ba-La-Mật

Nhẫn nhục là khả năng kiên trì và định tĩnh khi phải đối diện với những khó khăn và đau khổ. Quán chiếu những bất lợi của sự giận dữ như đã giải thích trước đó để truyền năng lực cho chúng ta thực hành sự kiên nhẫn. Vì chúng ta không thể xác định ai là Bồ Tát và ai không, tốt hơn là kiềm chế cơn giận của chúng ta đối với tất cả chúng sinh

Nuôi dưỡng năng lực kiên nhẫn sẽ mang lại nhiều lợi lạc. Những người khác thấy chúng ta Thánh thiện, khi chúng ta gần gũi với các bậc Thánh thiện, trí tuệ của chúng ta sáng hơn, sự tái sanh trong tương lai của chúng ta sẽ rất may mắn và ác hạnh sẽ giảm xuống. Kiên nhẫn là cơ sở cho một danh tiếng tốt, cho phép chúng ta có thể mang lợi lạc cho người khác.

Nhẫn nhục Ba-la-mật có ba loại:

1. Nhẫn nhục không phiền trước sự xâm hại của người khác là không trả đũa khi có người làm hại chúng ta, hại những người thân, hoặc của cải của chúng ta. Dưới đây là một số chủ đề quán chiếu để tránh sự tức giận, thù oán và bất an khi những người khác làm hại chúng ta:

- Sân giận là kẻ thù thực sự bởi lẽ nó phá hủy tất cả thiện hạnh, gây tổn hại và những phiền toái tiêu cực.
- Kẻ thù là kết quả của những suy nghĩ và quan niệm thù oán. Để thoát khỏi những kẻ thù, tôi phải loại bỏ sự oán giận.
- Sân giận phá huỷ đức hạnh và công đức của tôi. Nếu còn sân hận, tôi không thể thực hiện được lý tưởng Bồ Tát của tôi và tất cả chúng sinh sẽ bị đắm chìm trong đau khổ.
- Không có thiện hạnh xuất phát từ sự tức giận. Do tức giận, phẩm chất tốt của tôi và danh tiếng bị suy giảm. Tôi không thể ngủ hay ăn ngon.
- Đau khổ này sẽ tạo nghiệp chướng, tôi không khiến nó che khuất tâm trí tôi nữa.
- Mặc dù sự đau khổ này phát sinh từ những hành động có hại của người khác, cơ thể của tôi là lĩnh vực của sự đau khổ đó và nghiệp lực khiến chính tôi tạo nên thân

thể này, nên không có lý do để đổ lỗi cho người khác vì nỗi đau của mình.

- Người hại tôi là Thầy của tôi, giúp tôi nuôi dưỡng lòng nhẫn nhục.
- Mặc dù bây giờ người này đang làm hại tôi, nhưng có thể trong quá khứ vị ấy đã từng là bạn tôi và một người đã giúp đỡ tôi.
- Tất cả chúng sanh giống như con ruột của tôi. Làm sao tôi có thể trở nên giận dữ với những sai lầm do vô minh điều khiển họ?
- Điều hại này đang cho tôi thấy bản chất đau khổ của cõi luân hồi (*saṃsāra*). Tôi phải tu tập để chấm dứt sự khổ sở của bản thân và người khác.
- Đó là bản chất của các căn khi gặp các sắc trần khả ái và không khả ái.
- Kẻ xấu, việc xấu và nạn nhân đã dừng trong giây phút này. Chúng đã thành quá khứ. Tôi sẽ tức giận với ai và ai đang tức giận? Vì các Pháp là vô ngã, ai có thể gây hại cho ai?
- Đức Phật xem chúng sinh như con ruột. Làm sao tôi có thể ghét ai mà Đức Phật yêu mến?
- Trong Tánh Không, không có tôi hoặc của tôi. Sanh diệt đều do nhân duyên, chúng không đến từ bất cứ nơi nào, chúng không đi và không thiết lập ở bất cứ nơi đâu. Không có sự chủ quyền trong bất cứ điều gì.
- Người và hành động khác nhau. Trong khi một hành động sai lầm có thể gây hại, người làm điều đó không phải hẳn là xấu. Người ấy có tiềm năng trở thành một vị Phật. Thủ phạm gây rối thực sự là những phiền toái khiến anh ta hành động sai lầm.

Truyền thống Pāli giải thích rằng Bồ Tát minh sát những

trải nghiệm của sự tổn hại và sân giận chi tiết từng phần thấy rằng mỗi yếu tố phát sinh phụ thuộc vào những duyên khác sanh diệt liên tục trong mỗi sát na. Có gì để bám lấy? Các Pháp này là vô thường, khổ; do vô thường và khổ, nên chúng không thích hợp để được xem của tôi, tôi, hoặc tự ngã. Không ai bị chỉ trích không có ai cảm thấy bị tổn thương vì nó.

Truyền thống Sanskrit giải thích rằng sau khi Thiền Định về tánh Không, Bồ Tát nhìn thấy tất cả các yếu tố gây hại, người gây hại, người bị hại và hành động gây tổn hại như giả huyễn, tương tự như những bóng ảnh ảo tưởng, dường như tồn tại, vốn có mặc dù bản chất chúng thật sự là “không”. Do tuệ tri thấy như vậy, giúp Bồ Tát chịu đựng đau khổ thể xác và tinh thần nhẹ như không có sự khổ, do đó không nảy sanh tâm sân giận.

Tu tập nhẫn nhục và từ bi không có nghĩa thân, khẩu của chúng ta luôn luôn thụ động, dễ thương. Giữ trầm tĩnh tuy thích hợp trong một số trường hợp, nhưng ở những trường hợp khác chúng ta cần phải hành động một cách mạnh mẽ, quyết đoán để ngăn không cho có kẻ làm hại người khác. Tuy nhiên ngay cả trong tình huống như vậy, chúng ta cần hành động không để tức giận nổi lên.

Khi có ai làm hại chúng ta nhưng sau đó họ nhận ra lỗi, chân thành xin lỗi chúng ta, chúng ta nên tha thứ cho vị ấy mà không nảy sanh ác cảm. Tiếp tục khiển trách người đó về lỗi của họ hoặc im lặng nguyện cho họ bị quả báo xấu thì không đúng tinh thần Bồ Tát.

2. Nhẫn chịu chấp nhận đau khổ là khả năng chịu đựng khó khăn về thể chất hoặc tinh thần trong sự bình tĩnh. Có những lúc trong cuộc sống, chúng ta sẵn sàng chịu đựng những đau khổ. Người phụ nữ khi sanh con tự nguyện chịu cơn đau sinh con. Tương tự như vậy, chúng ta tu luyện khả năng để chịu đựng đau khổ mà không khó chịu, bởi vì như vậy sẽ ngăn ngừa những đau khổ trong tương lai và giúp chúng ta thăng tiến trên con đường tu tập.

Khi trải qua cơn bịnh, hay bị thương, hoặc bị đau khổ tinh thần vì bất công hay bị phản bội, chúng ta nên nhớ rằng nỗi đau này là kết quả của hành động xấu của chúng ta.

Chúng ta có thể phản tỉnh như sau: "Tốt hơn là hạt giống nghiệp báo này ra quả bây giờ hơn là bị chịu sự tái sinh xấu trong tương lai."

Hoặc chúng ta có thể quán niệm rằng: "Nguyện rằng nỗi đau của tôi đủ thay cho sự đau khổ của tất cả chúng sinh." Chúng ta quán rằng chịu đựng sự đau khổ với một tâm trí định tỉnh xua tan những tính tự cao, phát huy tâm Xả, tin Quy Y Tam Bảo và tăng trưởng lòng Từ bi của mình.

3. Nhẫn chịu để tu học Phật Pháp (Dharma) giúp chúng ta tiếp tục tu học một cách vui vẻ không ngại thời gian để hiểu được những ý nghĩa sâu sắc của Pháp. Sợ hãi và kháng cự có thể nảy sinh trên đường tu vì Phật Pháp ngược với những định kiến và thành kiến chấp giữ của chúng ta. Cần có sự nhẫn chịu để không theo những cảm xúc, thói quen là nguồn của đau khổ, thay vào đó nhẫn để khơi dậy tánh dũng cảm tiếp tục tu tập. Thiền quán về Tánh Không thách thức chính gốc rễ của vô minh bẩm sinh, nên sự nhẫn chịu và can đảm rất là cần thiết để loại trừ vô minh.

Sự nhẫn chịu này bao gồm chấp nhận các khái niệm của Phật Pháp mà trí tuệ của chúng ta vẫn chưa thâm nhập hoàn toàn, bằng cách tin tưởng vào lời của Đức Phật dựa trên nền tảng lời dạy mà chúng ta đã hiểu hay kinh nghiệm. Điều này cho phép chúng ta tiếp tục tham khảo các giáo lý để thông hiểu Pháp hoàn toàn. Khi chúng ta có được sức nhẫn sinh ra từ việc quán Pháp, chúng ta có thể chịu đựng được những điều mà trước đây dường như không thể chịu nổi.

Tinh Tấn Ba-La-Mật

Tinh Tấn là một đức tính tích cực trong việc tu tập. Không có Tinh Tấn, việc thực hiện hóa những nguyện vọng tinh thần của chúng ta không thể đạt được. Với nỗ lực, chúng ta vui vẻ tu tập vì hạnh phúc cho mình và người, mà không phải lo lắng hay kiệt sức. Với nỗ lực khi mệt mỏi, chúng ta sẽ không bỏ tu, luôn nguyện tu tập tích lũy công đức, trí tuệ để giải thoát chúng sinh khỏi luân hồi (*saṃsāra*). Như vậy, Tinh Tấn hân hoan là nguồn gốc của tất cả những thành tựu tốt đẹp.

Các kinh đề cập đến ba loại Tinh Tấn:

1. Khoác áo giáp Tinh Tấn (*armor-like joyous effort*) là sự nhiệt tình tu tập. Tinh Tấn này cho phép chúng ta tiếp tục thăng tiến, không rơi vào tình trạng lười biếng của sự trì hoãn, theo đuổi các hoạt động vô nghĩa, hoặc chán nản. Với áo giáp này, Bồ Tát thệ nguyện, "Trong nhiều kiếp, con sẽ cúng dường thân mình để phục vụ chúng sanh dù chỉ có một chúng sinh".
2. Tinh Tấn ứng dụng khi hành động (*Joyous effort of acting*) được hỗ trợ bởi nguyện vọng sâu sắc mong mang lợi ích cho chúng sinh. Do hữu dụng này khiến cho tâm trí của chúng ta tràn đầy sức sống linh hoạt và hân hoan.
3. Tinh Tấn làm lợi ích (*Joyous effort of benefiting*) chúng sinh nhằm giúp chúng sinh đồng tu như được nhắc đến trong phần nhiếp hữu tình giới.

Abhisamayālaṃkāra nói về ba loại Tinh Tấn để trị ba loại lười biếng:

1. Tinh Tấn trị xao lãng: trị lười biếng chìm đắm vào tám việc thế gian (*eight worldly concerns*). Quán chiếu về sự ngắn ngủi của cuộc đời giúp ta không bị phân tâm.
2. Trị sự trì trệ thiếu tu: trị lười biếng thích ăn ngủ, thờ ơ

và trì hoãn. Quán cái chết giúp chúng ta quý trọng kiếp người hiện tại và xua sự trì trệ thiếu tu miên mật.

3. Trị mất can đảm do nản lòng: "Tôi không có khả năng thực hành Pháp," "Đường tu quá khó" hoặc "Mục đích giác ngộ cao quá." Đôi khi chúng ta phát một kỹ năng nhất định để giúp đỡ người khác, nhưng công việc trở nên không như ý muốn và chúng ta cảm thấy nản lòng.

Điều này cũng xảy ra với tôi. Nhưng khi tôi nội quán nguyện của mình, sự tự tin trở lại. Tôi chân thành trở lại lời nguyện làm lợi ích chúng sanh.

Bất kể những gì người khác nói, tự biết động lực (*motivation*) của tôi là chân chính mang lại cho tôi sự can đảm và sức mạnh. Mặc dù không thành công bên ngoài, tôi vẫn hài lòng. Mặt khác, nếu động lực của tôi không chân thành thì ngay cả khi người khác khen ngợi và tôi trở nên nổi tiếng, tôi vẫn khó chịu và tự nghi ngờ.

Rất quan trọng trị sự nản lòng. Quán chiếu là tất cả đều có tiềm năng giải thoát, thức tỉnh. Quán diệu dụng của giải thoát và sự may mắn hành giả có kiếp người. Nhớ lại rằng Đức Phật đã từng là người như chúng ta, nhờ Tinh Tấn tu tập, Ngài đã đạt được sự giác ngộ hoàn toàn.

Ban đầu, khả năng tập luyện của chúng ta khá yếu. Khi luyện tập nhiều lần, năng lực từ từ tăng lên. Khi năng lực trở nên mạnh mẽ, chúng ta nhìn lại và thấy những gì ban đầu tưởng như không thể thành bây giờ đã hoàn thành. Năng lực chúng ta phát triển vì có sự Tinh Tấn.

Bốn lực trị lười biếng hạn chế Tinh Tấn: khi niệm quán về lợi ích của Tinh Tấn và lỗi lầm của sự lười biếng, chúng ta sẽ quan tâm nuôi dưỡng Tinh Tấn và bỏ lười biếng.

Với quyết tâm chúng ta tiếp tục tu Ba-la-mật và hoàn thành những việc tốt đã bắt đầu. Với Tinh Tấn, chúng ta liên tục hành đạo để mang lợi ích. Với tâm Xả, chúng ta để thân tâm khinh an nhẹ nhàng khi cần nghỉ và sau đó tiếp tục Tinh Tấn với các Pháp tu.

Bồ Tát thực hành ba Pháp tự tin để duy trì Tinh Tấn của mình:

Với sự tự tin trong hành động, Bồ Tát chuẩn bị tu tập một mình mà không nương vào sự giúp đỡ của người khác.

Với sự tự tin trong khả năng của mình để làm việc với người khác, Bồ Tát tham gia vào các hoạt động có ích mà không có nghi ngờ hoặc do dự.

Với sự tự tin loại bỏ các phiền não, Bồ Tát quyết tâm ngăn chặn và chuyển hóa phiền não.

Bồ Tát quán chiếu rằng, "Ta đã tích lũy công đức hôm nay chưa? Hôm nay ta đã làm gì để làm lợi lạc cho chúng sinh?".

Bằng cách này, Bồ Tát nhớ đến nguyện vọng tâm linh chân thành của mình và khuyến khích các Ngài tiến tu. Bồ Tát sẵn sàng chịu đựng khổ đau của tất cả chúng sinh, hân hoan tạo công đức, trau dồi đức hạnh. Bồ Tát thường quán tưởng phẩm chất tuyệt vời của Đức Phật và thực hành theo Bồ Đề Tâm. Bất kể niềm an lạc nào được trải nghiệm, Bồ Tát cũng nguyện tất cả chúng sinh cũng qua trải nghiệm nó. Bằng cách này, Bồ Tát tích lũy công đức cần thiết để tỉnh thức.

Thiền Định Ba La Mật (*Perfections Of Meditative Stability*) & Buông Xả Qua Xuất Gia (*Renuciation*)

Mặc dù tên gọi khác nhau như tiếng Phạn gọi là lực, Pāli gọi là Xuất gia (*buông xả*) (*renunciation*) nhưng tu tập giống nhau: từ bỏ các thú vui giác quan và thiền. Lực Ba-la-mật bao gồm việc phát triển chín tầng thiền. Phương Pháp này đã được mô tả ở chương trước.

Trong khi Bồ Tát buông xả (*xuất gia*) (*renunciation*) việc theo đuổi những thú vui giác quan để phát triển tám Thiền Định, đây không phải là mối quan tâm chính của Bồ Tát. Mục đích cuối cùng của Bồ Tát là sử dụng định lực để phát triển tuệ quán Tánh Không, sau đó nhổ gốc rễ của luân hồi (*saṃsāra*) loại bỏ hai chướng ngại.

Buông xả Ba-la-mật (*Pāramī of renunciation*) căn cứ vào việc nhận ra bản chất không hạnh phúc của luân hồi (*saṃsāra*). Dựa vào cảm giác cấp bách tinh thần (*saṃvega*), Bồ Tát từ bỏ sự chấp trước vào những thú vui giác quan và sự hiện hữu trong cõi luân hồi. Buông xả bảo vệ Bồ Tát khỏi khổ hạnh cực đoan, liên lụy vào phiền não của người khác và thọ hưởng thú vui giác quan.

Để củng cố sự buông xả, Bồ Tát quán những nguy hiểm của lạc thú, sự phân tâm của đời sống gia đình và những lợi ích của đời sống Xuất gia.

Bồ Tát nhận thấy sự nghiệp và cuộc sống gia đình dẫn đến nhiều vướng mắc, tốn thời gian và dễ sanh phiền não. Cảm giác khoái lạc tạo ra niềm vui và sự tổn hại rất nhiều như mật ong trên thanh kiếm. Chúng vút qua nhanh như sấm chớp, và khiến tăng cường cơn khát vì như uống nước muối.

Nhìn thấy những bất lợi này, các Bồ Tát quán chiếu những lợi ích của việc Xuất gia, đơn giản, độc cư và trở thành những Tu sĩ. Sống trì giới hạnh, nuôi dưỡng sự mãn nguyện với ba tấm y, thực phẩm khất thực, nơi trú ẩn, tâm an trú chứng đạt các tầng thiền (*jhānas*). Ở đây, Đại sư Hộ Pháp (*Dhammapāla*) bàn về mười ba Pháp tu khổ hạnh và bốn mươi Pháp thiền để thực hành thiền chỉ.

Trí Tuệ Ba La Mật

Nuôi dưỡng trí tuệ và kiến thức để đến viên giác không đòi hỏi IQ cao hay trình độ học vấn. Thay vào đó chúng ta phải cởi mở, có khả năng học hỏi và phân tích rõ ràng, hãy thành tâm trong những chí vọng tinh thần, dựa vào công đức. Trí tuệ và khả năng hiểu của chúng ta có thể tăng lên trong đời này qua văn, tư và Thiền Định dưới sự hướng dẫn của một vị Thầy trí tuệ và từ bi.

Theo truyền thống Phạn, sự hoàn hảo của trí tuệ có ba loại:

1. Tuệ Minh Sát Tánh Không (*wisdom understanding emptiness*),
2. Trí tuệ và phương tiện cần thiết để làm lợi cho chúng sinh (*wisdom of fields of knowledge and skills necessary to benefit sentient beings*)
3. Trí huệ biết làm thế nào để làm lợi cho chúng sinh (*wisdom knowing how to benefit sentient beings*).

Ở đây, nhấn mạnh tuệ quán Tánh Không, bởi vì nếu không có Tánh Không, chúng ta vẫn ở trong vòng luân hồi (*saṃsāra*) khả năng lợi ích của chúng ta bị hạn chế.

Tuệ quán Tánh Không có hai loại:

1. Quán như hư không (*space like*)
2. Quán giả huyễn (*illusion-like meditation*).

Quán như hư không là thiền quán về Tánh Không - vô ngã và vô Pháp. Được gọi là "như hư không" vì "Tánh Không" không bị cản trở không giới hạn như không gian; Thiền Định về Tánh Không bao la rộng rãi, không có sự xuất hiện của các vật thể vốn đã tồn tại và không có các ngôn luận lý thuyết, khái niệm.

Sau khi phủ nhận sự tồn tại vốn có, cái gì còn lại chỉ là danh nghĩa của hiện tượng. Rõ ràng từ kinh nghiệm của chúng ta rằng các Pháp tồn tại hoặc mang lại lợi ích hoặc gây tổn hại. Hành động của ta có kết quả. Tuy nhiên, khi chúng ta phân tích dòng chảy của những Pháp tồn tại này thì chúng ta không thể tìm thấy bất cứ điều gì tồn tại "từ trong chính nó", theo thể riêng của nó. Mọi thứ tồn tại chỉ trên danh nghĩa.

Sau khi các hành giả xuất thiền Tánh Không, các Pháp dường như tồn tại do tiềm năng của vô minh. Bây giờ Bồ Tát quán các Pháp như mộng ảo bởi xuất hiện theo một cách (*như đã tồn tại*) nhưng hiện hữu trong một cách khác (*như trống rỗng của sự tồn tại vốn có*).

Pháp thiền này giúp hành giả duy trì sự cân bằng giữa yêu-ghét mà họ gặp phải. Chánh Niệm quán tính chất mộng huyễn của ngã và Pháp để củng cố sự tỉnh giác của Bồ Tát về Tánh Không trong các khóa thiền.

Trong truyền thống Pāli, trí tuệ Ba-la-mật là sự giác biết các Pháp chung và riêng, phát sinh dựa trên sự tập trung và kiến thức về bốn chân lý, làm sáng tỏ các hiện tượng.

Trí tuệ thanh tịnh hóa tất cả các Ba-la-mật khác, giúp làm nền tảng cho sự toàn giác của một vị Phật. Với trí tuệ này, Bồ Tát có thể bố thí thân thể của mình, trì giới để thoát màn lưới ái dục, nhận biết sự nguy hiểm của lạc thú và cuộc sống trói buộc của người chủ nhà, do giác biết như vậy, vị ấy Xuất gia, đạt thiền chứng (*jhāna*) và Niết Bàn (*nibbāna*).

Trí tuệ lèo lái những Tinh Tấn theo hướng thích hợp, để đạt được tất cả các công hạnh. Trí tuệ đem lại cho các Bồ Tát sự nhẫn chịu khi gặp phải những hành động sai trái và hành vi xúc phạm của người khác.

Ai có trí tuệ thì nói chân thật, có quyết tâm vững vàng, từ bi yêu thương tất cả chúng sinh, duy trì tâm Xả khi phục vụ và hướng dẫn chúng sanh trong khi vẫn tuân theo quy luật thăng trầm lên xuống của luân hồi (*saṃsāra*).

Để trau dồi văn tuệ, Bồ Tát nghiên cứu năm uẩn, sáu căn, mười tám giới, bốn chân lý, hai mươi hai xứ, mười hai nhân duyên (Vism 14-17), tứ niệm xứ và phân loại các Pháp. Bồ-tát cũng học những kiến thức thế gian để có thể hữu ích cho chúng sinh. Bồ Tát tu tập tư tuệ bằng cách quán chiếu những đặc điểm cụ thể của các hiện tượng mà các Ngài đã học.

Sau đó, Bồ Tát phát sanh tu tuệ bao gồm thế trí biện thông (*pariññā, parijñāna*). Ở đây, Bồ Tát phân biệt Tam Pháp Ấn của các uẩn, hiểu rõ bên trong, bên ngoài của tất cả các hiện tượng như sau: "Đây chỉ là danh (*tên gọi*) và sắc (*hình tướng*) (*nāmarūpamatta*), phát sanh và chấm dứt theo các điều kiện. Không có ai làm hoặc ai nhận. Nó là vô thường theo nghĩa không có thường hằng. Nó là khổ bởi lẽ thay đổi. Nó là vô ngã bởi không có chủ quyền."

Qua sự tỉnh giác này, Bồ Tát từ bỏ sự chấp trước và giúp những người khác cũng từ bỏ như vậy. Bồ Tát hướng dẫn chúng sinh theo ba thừa, chỉ cách để họ đạt được các tầng thiền (*jhānas*), giải thoát, Thiền Định, chứng ngộ trí tuệ siêu việt. Hành giả tiếp tục hành Bồ Tát đạo cho đến khi đạt được đỉnh cao trí tuệ và những đức tính của Đức Phật.

Tu tuệ có thể được nói theo hai cách: năm thần thông (*five mundane superknowledges*) (Vism 12–13) và năm Pháp thanh tịnh (*five purifications*).

Làm sạch kiết sử thân kiến, nghi ngờ, làm sạch quan điểm cái gọi là tu Đạo và không phải tu Đạo, làm sạch tri kiến là những sự thanh lọc trần tục. Sự thanh lọc tri kiến là trí tuệ siêu phàm về bốn Thánh quả (Vism 18-22).

Đại sư Hộ Pháp (*Dhammapāla*) nhận xét rằng Thanh Tịnh Đạo (*Visuddhimagga*) mô tả những chủ đề này cho những ai đi theo con đường Thanh văn (*sāvaka*) đến A-la-hán quả (*arahanta*).

Bồ Tát nên thực hành với lòng Từ bi, Bồ Đề Tâm (*bodhicitta*), phương tiện thiện xảo với trí tuệ. Ngoài ra, Bồ Tát phải phát triển trí tuệ bao gồm thanh tịnh hóa tri kiến đạo. Hành giả phải chờ đợi để đạt được thanh tịnh hóa tri kiến đạo bởi vì đây là bốn Thánh quả để giác ngộ Niết Bàn theo từng giai đoạn.

Trước khi bước vào Thánh quả, các Bồ Tát phải cân bằng một cách khéo léo sự phát triển của từ bi, trí huệ chỉ khi nào các Ba-la-mật (*pāramīs*) được hoàn thành, hành giả mới đi vào các con đường của bậc Thánh (*Arya*) và đạt được sự giác ngộ hoàn toàn. Bằng cách này, Niết Bàn (*nibbāna*) sẽ giống với sự toàn giác của Bồ Tát.

Quyết Tâm Và Nguyện Ba La Mật

Nguyện Ba-la-mật truyền thống Phạn giống như quyết tâm bất thối chuyển của truyền thống Pāli. Sự hoàn hảo của nguyện đòi hỏi phải có những ý chí mạnh mẽ quyết tâm kiên quyết để làm những việc lớn cụ thể vì lợi ích của chúng sanh.

Theo truyền thống Phạn, bao gồm mười hai lời nguyện của Đức Phật Dược Sư, 48 lời nguyện của Đức Phật A Di Đà, và mười lời nguyện của Bồ Tát Phổ Hiền (*Samantabhadra*).

Theo truyền thống Kinh Hoa Nghiêm (*Gaṇḍavyūha*), Phổ Hiền Hạnh Nguyện là lễ kính chư Phật, xưng tán Như Lai, quảng tu cúng dường, sám hối nghiệp chướng, tùy hỉ công đức, thỉnh Phật trụ thế, thỉnh chuyển Pháp Luân, phổ giai hồi hướng.

Bồ Tát có hạnh nguyện bất thối chuyển mà có thể chưa thực hiện được, chẳng hạn như hứa sẽ dẫn dắt mọi chúng sanh ra khỏi vòng đau khổ. Lời nguyện đó không phải là vô nghĩa. Nó củng cố quyết tâm của chúng ta nguyện làm bất cứ lợi ích nào có thể cho bất cứ điều gì cần thiết cho chúng sanh, bất kể những khó khăn có thể gây ra cho cá nhân Bồ Tát.

Là người phàm giới hạn khả năng thân tâm, chúng ta phải lượng sức trước khi hành động. Tuy nhiên, việc lập đại nguyện như vậy, tuy không thực tế, nhưng giúp mở rộng phạm vi và sức mạnh của tâm trí để dần dần chúng ta sẽ có thể tăng khả năng của mình để đem lại lợi ích cho người khác.

Sự hoàn hảo của quyết tâm là kiên định không lay chuyển để hoàn thành lời hứa, để giải thoát chúng sinh và để hoàn thiện mười Ba-la-mật (*pāramīs*). Quyết tâm khiến chúng ta can đảm kiên định trong thực hành, ngay cả khi các phiền não đe dọa ảnh hưởng chúng ta.

Những Ba-la-mật trên được chia sẻ trong hai truyền thống Pāli và Phạn.

Những Ba-la-mật dưới đây được tìm thấy trong danh sách Ba-la-mật của một truyền thống có thể không có ở truyền thống kia, mặc dù thực tế được thực hiện trong cả hai truyền thống.

Phương Tiện Thiện Xảo, Lực Và Trí Tuệ Ba La Mật

Phương tiện thiện xảo chỉ là cách do lòng Từ bi, chư Phật và Bồ Tát dùng nhiều phương cách uyển chuyển thích ứng để hóa độ nhiều căn cơ chúng sanh. Phương tiện khéo léo cũng bao gồm khả năng Bồ Tát quán thấy các Pháp là không mà không bỏ rơi chúng sinh và khả năng Bồ Tát lạc trú trong thiền mà không bị cản trở bởi sự tham muốn tái sanh trong cõi Sắc giới và Vô Sắc giới.

Bồ Tát Địa (*Bodhisattva-bhūmi*) mô tả hai phương tiện thiện xảo.

Một là thành tựu tất cả các công hạnh của một vị Phật, Bồ Tát nguyện tái sanh vào cõi luân hồi (*saṃsāra*) để cứu chúng sanh bởi vì các Ngài có từ bi và trí huệ, biết được bản chất tối hậu của các Pháp, nên không bỏ rơi chúng sinh trong cõi luân hồi (*saṃsāra*). Bồ Tát ước muốn có trí tuệ tối thượng của sự tỉnh thức siêu việt. Sự khích lệ tinh thần mạnh mẽ của Bồ Tát bằng Bồ Đề Tâm.

Hai là cứu độ tất cả chúng sanh, Bồ Tát phát triển khả

năng dạy chúng sinh làm thế nào để khiến những hành động nhỏ thành đức hạnh vĩ đại, làm cho họ đạt được cội gốc đức hạnh mà không vất vả, xóa tan giận dữ trong lòng cho những người chưa có duyên với Phật Giáo, khuyến khích những người có thái độ trung lập phát tâm học Phật Pháp và chứng quả giải thoát.

Lực có nhiều loại: Hành giả có sức mạnh không dấn thân vào đau khổ nữa bởi vì phiền não đã bị loại bỏ, có sức mạnh của sự trầm tư thâm sâu để huấn luyện trí tuệ siêu việt của bậc Thánh Bồ Tát, có sức mạnh của trí ghi nhớ tất cả các Giáo Pháp được nghe hay đọc.

Có sức mạnh duy trì sự tập trung sâu sắc mà không bị phân tâm, có sức mạnh của việc biết được hành vi của mỗi chúng sinh trong vô số cõi, có sức mạnh để hoàn thành tất cả các mục tiêu của chúng ta, có sức mạnh của kỹ năng phân biệt và quán chiếu các công hạnh của Đức Phật.

Có sức mạnh không từ bỏ hạnh nguyện dấn thân hành đạo, có sức mạnh hoàn thiện hoàn hảo đức tính của Đức Phật trong bản thân mình và người khác.

Có sức mạnh của lòng đại bi mẫn để loại trừ khổ đau của tất cả chúng sinh mà không thiên vị, có sức mạnh để trải nghiệm thực tại cuối cùng giống như một ảo ảnh và có sức mạnh của việc tiếp cận trí tuệ siêu việt của sự toàn tri.

Quán niệm các lực này của bậc Thánh Bồ Tát cho chúng ta một cái nhìn thoáng qua về những đức tính mà chúng ta có thể đạt được khi thực hành Bồ Tát thừa. Khi tạo chánh nhân cho những sức mạnh đó và sử dụng chúng để lợi ích cho chính chúng ta và những người khác sẽ khiến chúng ta có sự hài lòng, tự tin, và nhiệt huyết để thực hành.

Sự hoàn hảo của trí tuệ cao quý biết được sự đa dạng của các Pháp, quy ước và có thể giúp các Bồ Tát làm lợi ích lớn cho tất cả chúng sinh.

Chân Thật, Từ Bi Và Tâm Xả Ba La Mật

Chân thật là không có nói lừa dối. Thông qua nói chân thật và hành động theo lời hứa, chúng ta vẫn duy trì lời nói chân thật để làm lợi lạc chúng sinh và không từ bỏ hạnh ba-la- mật này. Thông qua điều này, chúng sanh sẽ tin tưởng và mở ra cánh cửa cho chúng ta làm lợi ích.

Bồ Tát nói sự thật, cho dù người khác có phản ứng bằng cách giúp đỡ hay làm hại Bồ Tát. Bồ Tát giảng Phật Pháp một cách khéo léo, theo từng căn cơ, nhưng không thay đổi lời dạy của Đức Phật để người khác tôn kính cúng dường. Vì thế, chúng sinh có thể tin tưởng rằng các giáo lý của Bồ Tát là chánh Pháp, không phải là điều tự tạo.

Với chân thật, Bồ Tát chấp nhận bản chất không của chúng sinh. Không bị lừa dối về bản chất thực sự của hiện tượng, Bồ Tát hoàn thành tất cả các Ba-la-mật để thức tỉnh và thực hiện Bồ Tát đạo.

Tâm từ (*love*) là ban vui và tạo điều kiện cho chúng sanh hạnh phúc. Bồ Tát quán tưởng rằng, "Rất tốt để chúc cho người khác hạnh phúc, nhưng chỉ chúc sẽ không khiến họ hạnh phúc. Ta phải hành động bằng tâm Từ và Tinh Tấn để đạt được điều này."

Bồ Tát cũng quán niệm rằng chúng sinh là những cánh đồng của công đức mà trên đó Bồ Tát có thể vun trồng đức hạnh và hoàn thành các Ba-la-mật.

Bằng cách đó, các Bồ Tát luôn thương yêu trân trọng chúng sinh và không bao giờ từ bỏ chúng. Với lòng Bi mẫn vô hạn, Bồ Tát đã ban nhiều niềm vui cho người khác. Để làm được điều đó, Bồ Tát phải chuyển hóa những đau khổ của chúng sinh và nguyên nhân của khổ. Bằng cách này, Bồ Tát tạo ra từ bi mong muốn chúng sinh thoát khỏi đau khổ và nguyên nhân của khổ đau.

Tâm xả (*equanimity*) là không thiên vị giữa ưa thích và chán ghét, hài lòng và không hài lòng. Duy trì tâm buông xả, Bồ Tát vẫn tiếp tục thực hành bất kể phương cách nào. Với tâm không chấp trước, Bồ Tát lợi ích chúng sinh mà không phân biệt giữa những người giúp đỡ và những người làm hại mình.

Nếu không có tâm buông xả thì dễ dính mắc dao động theo cảnh, người và vật xung quanh chúng ta. Sự thiếu cân bằng sẽ cản trở sức Thiền Định, khiến phạm giới và làm chướng ngại phương hướng đem lại lợi ích cho chúng sinh. Với tâm buông xả, chúng ta có thể đối mặt với bất cứ điều gì một cách cân bằng, không lo lắng, bất mãn và sợ hãi, do đó phát huy nguyện lực của chúng ta, để phục vụ chúng sinh và hỗ trợ thực hành của tất cả các Ba-la-mật (pāramīs).

Tứ Nhiếp Pháp
(*The Four Ways Of Gathering Disciples*)

Trong cả hai truyền thống Pāli và Phạn đều nói các Bồ Tát dùng tứ nhiếp Pháp để hóa độ chúng sanh học hỏi và tu tập Pháp. Những điều này còn được gọi là "Bốn cách thăng hoa tánh thiện của người khác" và "Bốn phương tiện của sự hợp nhất", trong đó chúng ta hình thành một cộng đồng hợp nhất bởi mục tiêu chung của tu tập.

1. Bố thí: vật thí là giúp đỡ người khác bằng cách cung cấp tài vật thí theo những gì họ cần. Những người khác sẽ kính nể bởi tâm rộng rãi của chúng ta và điều đó mở ra cánh cửa cho chúng ta dạy họ Phật Pháp. Đồng thời, bố thí cũng đảm bảo rằng họ có những vật dụng cần thiết để học Pháp, có vật thực rồi, mới có Pháp thực. Các truyền thống Pāli và tiếng Phạn (Sanskrit) đều chứng thực rằng Pháp thí là món quà cao nhất, bởi vì nó cho phép người khác nuôi dưỡng những nguyên nhân cho hạnh phúc tạm thời và vĩnh viễn.

2. Ái ngữ: dùng lời nói nhẹ nhàng làm vui lòng người nghe theo nhiều cách với nhiều hoàn cảnh khác nhau. Chúng ta có thể nói chuyện về những gì mà mọi người quan tâm để làm quen với họ. Khi họ đã tiếp thu Phật Pháp, chúng ta nói chuyện vui vẻ nhẹ nhàng bằng cách hướng dẫn họ tu tập theo lời dạy của Đức Phật và cho họ những lời khuyên trí tuệ khi họ gặp khó khăn.

Bồ Tát nói lịch sự, tôn trọng người khác, lắng nghe cẩn thận những gì họ nói và đừng ép họ theo ý người khác. Bồ Tát không thiên vị về đối tượng - giàu và nghèo, nam hay nữ, Xuất gia hay tại gia.

3. Lợi hành (*beneficial conduct*): hành giả khuyến khích những việc lành của chúng sanh và hỗ trợ để họ có thể tu tập và chuyển hóa thân, khẩu ý thanh tịnh. Chúng ta có thể lợi hành bằng cách tổ chức các Phật sự, khóa thiền, khóa tu. Tham gia các dự án phúc lợi xã hội, quần chúng biết lòng của chúng ta không chỉ đơn thuần qua lời nói, mà còn qua hành động để họ cảm kích Phật Pháp.

Khuyến khích chúng sanh kiên nhẫn và Tinh Tấn đối mặt với những nghiệp chướng đã khiến họ không tu được. Nói tóm lại, chúng ta cố gắng khơi dậy niềm tin vào người hoài nghi, khuyến khích lòng nhân đức trong người thiếu thiện chí, rộng lượng đối với người keo kiệt, và trí tuệ đối với người vô minh (AN 9):

4. Đồng sự: khuyến phát chúng sanh tu tập và tăng trưởng lòng tin nơi Tam Bảo. Thực hành Pháp hàng ngày là cần thiết để xứng đáng với sự tin tưởng của chúng sanh và có thể tiếp tục làm lợi cho họ.

Ở đây, chúng ta cùng làm việc và sống với người khác, cho họ thấy một ví dụ gương mẫu về cách sống thiện lành đạo đức. Bằng cách khéo léo đó, chúng ta dẫn dắt những người khác thích nghi và ứng dụng cách sống đạo đức.

Giảng dạy Phật Pháp rất có lợi, nhưng nó cũng là một trách nhiệm lớn phải được tiếp cận dần dần và với sự cho phép của bậc cố vấn tinh thần của chúng ta. Giảng Pháp với động lực từ bi là rất quan trọng, chúng ta phải liên tục quán chiếu và thanh lọc hóa mục đích động lực của mình.

Đức Phật chỉ trích các Pháp Sư truyền đạo với hy vọng Phật tử sẽ lắng nghe họ và tỏ lòng Biết ơn bằng cách cúng dường tứ vật dụng cần thiết và những món quà. Cách giảng dạy như vậy là không tinh khiết. Đức Phật đã giảng dạy phương cách giảng Pháp thanh tịnh (SN 16: 3):

Khi một vị Tỳ kheo giảng Pháp cho người khác với suy nghĩ như vầy:

"Pháp được Đức Thế Tôn trình bày rõ ràng, ngay lập tức, đến để thấy, ứng dụng, được trải nghiệm bởi bậc trí. Ồ, có thể họ nghe Giáo Pháp từ ta! Đã lắng nghe, họ có thể hiểu Pháp. Sau khi đã hiểu, họ có thể thực hành theo đúng như vậy!"

Như vậy, Thầy Tỳ kheo giảng Pháp cho người khác vì ý nghĩa thâm sâu thiết thực của Pháp. Do lòng Từ bi, Thầy chia sẻ Phật Pháp chứ không quan tâm đến danh lợi. Như vậy, sự giảng Pháp của Tỳ kheo là thanh tịnh.

Để truyền bá Pháp cho người khác, chúng ta phải biết rõ điều này. Nếu không, chúng ta có nguy cơ đưa ra những giáo lý không đúng chánh Pháp và làm hư hại thính chúng. Chúng ta không nên dạy những chủ đề chưa hiểu rõ. Khi chúng ta không biết đáp án cho một câu hỏi, tốt nhất nên nói thật, "Tôi không biết," sau đó tham khảo ý kiến với các bậc Thầy của mình hoặc nghiên cứu chủ đề trong các văn Kinh Phật.

CHƯƠNG 14

Khả Năng Giác Ngộ Và Phật Tánh

Có Thể Giải Thoát Được Không?

Nếu có khả năng chấm dứt khổ, vậy theo mục tiêu diệt khổ rất đáng quý. Có hai yếu tố khiến đưa đến giải thoát là bản chất của tâm vốn là tịnh quang (*pabftassaraara*, *prabftāsvara*) và các phiền não vốn là vọng tưởng.

Theo truyền thống Phạn, tịnh quang là đề cập đến tánh chất bản lai sáng suốt thanh tịnh và nhận thức rõ ràng về các đối thể. Năng lực khiến tâm nhận thức hoặc biết rõ các đối tượng này vốn đã hiện hữu, không phải do tu tập mới có.

Sự thiếu khả năng để nhận biết đối tượng là do có các yếu tố chướng ngại. Đối tượng vật chất, chẳng hạn như một bức tường, cản trở chúng ta nhìn thấy những gì bên kia tường. Đối với các giác quan bình thường một vật thể quá xa hoặc quá nhỏ cũng sẽ khiến không nhận thấy được.

Sự hư hỏng của các giác quan nhận thức, ví dụ: bị mù hạn chế khả năng nhận biết về một đối tượng thị giác. Ý căn và bộ não của cảnh giới loài người cản trở ta biết cảnh giới khác. Tai người không thể nghe những âm thanh mà súc vật có thể nghe được; và bộ não súc vật bị hạn chế kiến thức, khái niệm phức tạp và việc sử dụng ngôn ngữ.

Một hạn chế nữa là đối tượng được biết qua sáu thần thông,

rất vi tế, thâm sâu, rộng lớn mà tâm thông thường không thể nhận thức được. Để biết được những điều này, cần phải có lực định thâm sâu, đôi khi kết hợp với chánh trí.

Tiềm năng tinh tế của vô minh trong tâm và sự xuất hiện nhận thức sai lầm khiến chúng ta không thể biết được tất cả các Pháp như thật. Khi trí tuệ nhận ra vô ngã vi tế của tất cả các hiện tượng đã hoàn toàn loại bỏ kiết sử cuối cùng, thì tự nhiên tâm sẽ nhận rõ được tất cả các đối tượng vì không có gì để ngăn chặn điều này. Do đó, Phật là một vị toàn tri (*nhất thiết trí*), có khả năng giác ngộ tất cả các Pháp đồng thời, kể cả tánh Không.

Tánh chất bản lai của tâm là trong sáng như nước lắng. Bùn bẩn trong nước không phải là bản chất của nước và do đó bùn có thể bị loại bỏ. Bất kể nước dơ thế nào, bản chất trong sạch vốn có của nước không bao giờ bị mất.

Tương tự như vậy, phiền não là vọng tưởng, chúng không xâm nhập vào tánh chất bản lai của tâm. Không phải sự trong sáng và nhận thức của tâm đều liên quan đến những phiền não trong mỗi trường hợp. Nếu những phiền não vốn có trong tâm trí, chúng sẽ luôn hiện diện và sẽ không thể nào loại bỏ chúng.

Bản chất của tâm được gọi là tịnh quang vì tâm trí không có sự tồn tại vốn có. Đây là tánh trong sáng rõ ràng của tâm. Nếu tâm hiện hữu một cách độc lập, vô minh nắm sự độc lập tồn tại vốn có sẽ là cái biết chính xác vậy sẽ không thể loại trừ vô minh được. Tuy nhiên, tâm và tất cả các hiện tượng khác đều tồn tại một cách phụ thuộc lẫn nhau. Sự tồn tại vốn có không hiện hữu và vô minh nắm bắt nó chỉ là một ý thức sai lầm.

Trí tuệ nhận biết được bản chất trống rỗng của sự tồn tại vốn có, dù các Pháp hiện hữu như thế nào. Vì tuệ nhận ra ngược lại những gì mà vô minh nắm bắt, trí tuệ có khả năng nhổ sạch gốc vô minh. Càng gần với trí tuệ, càng xa vô minh và phiền não, cho đến khi chúng diệt hoàn toàn.

Những phiền não từ vô thủy che mờ tâm trí chúng ta không thể loại bỏ được bởi lời cầu nguyện, xin chư Phật hay các vị thần ban phước, hoặc đạt được thiền chỉ. Chúng bị tẩy trừ do trí Tuệ Minh Sát và sau đó trực tiếp nhận thức được thực tại tối hậu: Tánh Không. Vì vô minh có thuốc giải độc, nên nó có thể bị loại, để đạt được giải thoát. Phá hủy phiền não mà không phá hủy tâm trí, bản chất của tâm vẫn thanh tịnh trong sáng. Đây là ý nghĩa hư vọng của vô minh và phiền não.

Mỗi hệ thống giáo lý Phật Giáo có một cách diễn dịch khác nhau về giải thoát và Niết Bàn, nhưng tất cả đều đồng ý rằng đó là một phẩm chất của một tâm đã vĩnh viễn tách biệt khỏi những phiền não tạo ra luân hồi (*saṃsāra*) thông qua việc áp dụng các phương Pháp giải trừ những phiền não đó.

Khi minh sát sự tách rời khỏi những phiền não, chúng ta khám phá ra rằng đó là bản chất tối hậu của tâm là trạng thái không còn phiền não. Bản chất rốt ráo của tâm đã tồn tại từ vô thủy. Trong sự liên tục của một chúng sinh, bản chất tối hậu của tâm được gọi là Phật tánh hay tiềm năng của Phật. Khi bản chất rốt ráo của tâm được tách khỏi phiền não, lúc đó được gọi là Niết Bàn. Vì vậy, chính Niết Bàn là Tánh Không, luôn ở trong chúng ta. Không phải là cái gì mới tạo ra hoặc thu được từ bên ngoài.

Hơn nữa, những phẩm chất tốt của tâm có thể được tu tập vô hạn, chuyển hóa tâm thành trí toàn giác của Phật.

Có ba yếu tố làm cho điều này có thể thực hiện được:

1. Bản chất tịnh quang của tâm là một nền tảng vững chắc để tu tập tất cả công hạnh cao siêu: Tâm trí trong sáng thanh tịnh và liên tục, không thể bị cắt đứt. Đức hạnh này không thể được tu tập vô hạn trên nền tảng thân thể vật lý không bền vững. Càng tu tập những tánh chất bản lai dựa trên bản chất tịnh quang của tâm vững chắc này thì càng có nhiều phẩm chất diệu dụng, được tăng cường một cách vô hạn, cho đến khi chúng được hoàn thiện trọn vẹn trong trạng thái của Phật quả.

2. Tâm trở nên quen thuộc và tích tụ những đức hạnh: Đức hạnh có thể được tích lũy dần, mà không cần phải bắt đầu lại từ đầu mỗi khi chúng ta tập trung phát triển chúng. Một người nhảy cao không thể phát triển khả năng vô hạn của anh - mỗi lần thanh cây được nâng lên, anh ấy phải bao gồm khoảng cách tương tự như trước đây cộng với khoảng cách mới thêm vào. Tuy nhiên, năng lượng từ việc nuôi dưỡng chất lượng tinh thần này vẫn còn, nếu chúng ta tu luyện cùng đức hạnh vào ngày mai. Hôm nay chúng ta tiến dựa trên những gì chúng ta đã có hôm qua. Không cần tốn năng lực để đạt được mức độ hôm qua, nỗ lực sẽ làm tăng thêm đức hạnh đó.

Tất nhiên điều này đòi hỏi sự huấn luyện nhất quán từ phía chúng ta. Nếu không giống như một vận động viên, "cơ" tinh thần của chúng ta sẽ bị teo. Nhưng nếu chúng ta luyện tập thường xuyên, năng lượng của chúng ta có thể được hướng đến việc nâng cao đức hạnh liên tục, cho đến khi chúng trở nên quen thuộc đến mức hiển hình diệu dụng một cách tự nhiên và tự phát.

3. Do minh sát và trí tuệ, những đức hạnh được phát huy, không bị suy giảm: Thái độ tích cực và cảm xúc xây dựng có sự hỗ trợ hợp lý trong minh sát, do đó không bao giờ bị tổn hại bởi trí tuệ giác tỉnh. Từ bi, lòng tin, chính trực, và tất cả các đức hạnh nhiệm mầu khác có thể được tu tập cùng với trí tuệ và được tăng cường bởi trí tuệ. Vì lý do này, hành giả có thể tu tập vô hạn.

Tất cả các truyền thống Phật Giáo chấp nhận rằng những đức hạnh tốt có thể được gieo trồng và những phiền não có thể được loại bỏ hoàn toàn khỏi tâm trí. Mỗi truyền thống mô tả nền tảng giống nhau, nhưng dựa trên đó mà cách thức có hơi khác nhau.

Truyền Thống Pāli: Tâm Quang Minh (*Luminous Mind*)

Trong Kinh điển Pāli Đức Phật đã xác định có một số đặc điểm cho thấy khả năng giải thoát của các hành giả. Ai có thiểu dục và hân hoan khi làm lợi ích cho người chứng tỏ vị ấy là những hành giả thực hành tâm linh chân chính hướng đến giải thoát. Những đức hạnh hay tiềm năng này có thể thành tựu và tu tập hàng ngày.

Một số bài Kinh nói về tâm chiếu sáng và đây là nền tảng để phát triển tinh thần. Đức Phật dạy như sau (AN 1: 51-52):

Này các Tỳ kheo, tâm này quang minh sáng chói, nhưng nó bị nhiễm uế bởi những phiền não. Người thế gian chưa hiểu điều này như thật nó là; Do đó đối với họ không có sự phát triển của tâm.

Này các Tỳ kheo, tâm này sáng chói và nó đã thoát khỏi những phiền não. Các bậc Thầy hướng dẫn hiểu điều này như thật nó là; Vì vậy đối với các Ngài đã có sự phát triển của tâm trí.

Do đó, Đức Phật cũng kết luận như sau (DN 11:85): Thức (consciousness) là vô tướng, vô biên, quang minh chiếu sáng.

Trường Phái Du Già (*Yogācāra*): Phật Tánh

Phật tánh (*buddhtagotra*) 33 được nói đến trong các kinh Phạn (*Sanskrit*) như kinh Bát Nhã Ba-la-mật (*Prajñāpāramitā*), Cứu Cánh Nhất Thừa Tánh Luận (*Uttaratantra*) và Hiện Quán Trang Nghiêm Luận (*Abhisamayālaṃkāra*) của Bồ Tát Di Lặc và Bồ Tát Địa (Bodhtisattvabhūmi) của Đại sư Vô Trước (*Asaṅga*). Được đề cập trong ba phái: Du già (*Yogācāra*), Trung Luận (*Madhyamaka*), và Mật Pháp (*Tantrayana*).

Theo Du già, Phật tánh là hạt giống hay năng lực đã tồn tại từ vô thủy, có khả năng phát sanh ba thân Phật. Theo lý tương đối, đó là hạt giống của trí tuệ cao quý vô nhiễm. Theo hệ thống Du già, Phật tánh là một hạt giống trên nền tảng tâm thức để phát sanh các Pháp. Khi hạt giống trí tuệ siêu thoát vô nhiễm này chưa được nuôi dưỡng bởi văn, tư, tu, được gọi là Phật tánh bản lai (*naturally abiding buddha nature*). Khi được nuôi dưỡng bằng văn, tư và thiền quán về Pháp, được gọi là tánh Phật hiển bày (*evolving buddfta nature*).

Như bản tính bản lai, đó là một hạt giống đơn giản có ba đặc điểm: 1/ nó đã tồn tại từ vô thủy và tiếp tục trải qua từ đời này sang đời khác liên tục, 2/ nó không phải là mới tạo ra mà thường hằng trong mỗi chúng ta 3/ nó được chuyển tải bởi nền tảng thức theo các nhà Du Già Kinh Địa (*YogācāraScriptural Proponents*) và bởi tâm thức theo các nhà Du Già Luận Địa (*Yogācāra Reasoning Proponents*).

Cả hai quan điểm đều đồng ý rằng vì ý thức giác quan xuất hiện không liên tục, không thể là một nền tảng ổn định, nên nó không thể là Phật tánh. Sau đó, khi Phật tánh bản lai được đánh thức và hiển lộ bằng các phương tiện của văn, tư, tu, mang lại sự giác ngộ của Thánh Đạo và được gọi là Phật tánh hiển bày.

Những người ủng hộ Du già Kinh Địa khẳng định rằng những hạt giống hay năng lực này đều có trong ba thừa. Bởi vì những hạt giống này hằng hữu vốn có, chúng không thể chuyển thành hạt giống cho một thừa khác, do đó có ba thừa cuối cùng. Không phải mỗi chúng sinh sẽ trở thành một vị Phật, có một số sẽ trở thành Thanh Văn (*Śrāvaka*) hoặc Bích Chi Phật (*Pratyekabuddha*) hay A-la-hán (*arhats*) và vĩnh viễn an trú trong giải thoát tự ngã.

Các nhà Du già Luận Địa và Trung Luận đều khẳng định chỉ có một thừa cuối cùng và nói rằng tất cả chúng sinh sẽ trở thành bậc toàn giác, bao gồm cả những vị đã nhập Thanh Văn Thừa, Duyên Giác thừa và đạt A-la-hán rồi.

Trường Phái Trung Quán (*Madhyamaka*): Phật Tánh

Cứu Cánh Nhất Thừa Tánh Luận (*Ratnagotravibhāga/ Uttaratantra*) định nghĩa tánh Phật là một hiện tượng có khả năng biến hóa thành nhiều thân Phật.

Theo quan điểm Trung Quán Luận, bản chất Phật chủ yếu đề cập đến sự trống rỗng của tâm khi vẫn chưa loại bỏ phiền não. Tánh không này vượt qua thời gian, luân hồi (saṃsāra), và nghiệp thiện ác. Không có thị hay phi, nó hiện hữu như là nền tảng cho cả luân hồi và Niết Bàn. Bởi vì Phật tánh đơn giản là trạng thái vắng mặt sự tồn tại vốn có của tâm và Phật tánh cũng không có sự tồn tại cố hữu.

Đại sư Long Thọ (*Nāgārjuna*) lưu ý rằng bản chất của Như Lai (*tathāgata*) là bản tính của chúng sinh (MMK. 22:16). Tuy nhiên, điều đó không có nghĩa chúng sinh đã là chư Phật, bởi lẽ trong tâm của chúng sinh vẫn còn phiền não, trong khi tâm Phật vốn không có phiền não.

Thực tế, bản chất của tâm là trống rỗng không có nghĩa là chúng ta đã giác ngộ Tánh Không. Chỉ khi chúng ta trực tiếp giác tỉnh Tánh Không của tâm và dùng sự giác tỉnh đó để quét sạch phiền não thì nó sẽ là nền tảng cho phẩm chất của bậc Thánh (āryas).

Một Pháp Vô Vi không phụ thuộc vào nguyên nhân, sự trống rỗng của tâm về sự tồn tại vốn có cũng được gọi là Niết-bàn bản lai. Sự trống rỗng nơi tâm thức của một người bình thường tồn tại khi chúng sanh đó còn tồn tại. Khi một chúng sanh bình thường trở thành một bậc Thánh (*ārya*), sự trống rỗng của tâm thức nơi người bình thường đó không còn tồn tại nữa, nhưng sự trống rỗng nơi tâm của bậc Thầy lại có. Hai trạng thái trống rỗng này đều là sự vắng mặt của sự tồn tại vốn có và khi tâm giác ngộ nhận thức trực tiếp, thì không có sự khác biệt giữa chúng.

Như đã giải thích ở trên, vì bản chất cứu cánh của tâm không có sự hiện hữu cố hữu, những phiền não che khuất tầm nhìn của chúng ta về thực tại tối hậu có thể bị loại bỏ và tách ra khỏi nó. Những phiền não này không dính gì với bản chất tối hậu của tâm.

Tuệ quán Tánh Không, Niết-bàn bản lai, là yếu tố quyết định cần thiết để vượt qua mọi phiền não. Tu tập trí tuệ này để bắt đầu loại bỏ chuỗi Lý Duyên Khởi của mười hai nhân duyên. Khi trải nghiệm Niết-bàn bản lai, chúng ta sẽ liễu ngộ Niết-bàn là sự lắng yên của những phiền não. Niết Bàn này là Diệt đế, chân lý thứ ba trong tứ đế của bậc Thánh (*āryas*).

Như được giải thích ở chương 2, bản chất của tâm Phật có hai: một là bản lai thanh tịnh vô nhiễm không có sự độc lập tồn tại, hai là thanh tịnh vô nhiễm do loại bỏ các phiền não nhiễm ô.

Hai đức hạnh này bao gồm trong Pháp thân (*dharmakāya*) của một vị Phật. Tâm chúng sinh tuy là trống rỗng không có sự tồn tại vốn có và những phiền não của chúng tuy là huyễn vọng, nhưng chúng ta không thể nói Phật tánh của chúng sanh là Pháp thân Phật (*dharmakaya*) với hai trạng thái thanh tịnh này. Đó là vì tâm của chúng sinh vẫn còn bị phiền não che khuất.

Cũng giống như Du Già (*Yogācāras*), Trung Quán cũng nói về tánh Phật bản lai và tánh Phật đang hiển bày, mặc dù chúng được mô tả khác nhau. Hai loại bản chất này đều tồn tại nơi tất cả chúng sinh, cho dù chúng sanh có đang tu tập hay không.

Tánh Phật bản lai là Tánh Không của tâm thức chưa giải thoát khỏi phiền não và có thể biến chuyển thành Pháp thân của Phật.

Tánh Phật hiển lộ là hạt giống tâm vô nhiễm. Nó bao gồm các Pháp Hữu Vi sẽ chuyển đổi thành trí Phật Pháp thân (*dharmakāya*). Nếu không có hạt giống này trong tâm trí của chúng ta, sẽ không có cách nào để đánh thức khả năng Phật vào chúng ta bởi vì sẽ không có gì trong tâm chúng ta có thể nảy mầm khi học Phật Pháp.

Phật tánh hiển lộ giúp tâm trí chúng ta có ảnh hưởng và biến đổi bởi các lời dạy. Thực tế, Đức Phật dạy Pháp để khai tri kiến Phật, khiến chúng sanh thấy họ có tiềm năng trở thành Phật. Nếu chúng ta không tu tập trở về Phật tánh thì chuyển Pháp Luân trở thành vô dụng.

Phật tánh hiển lộ bao gồm tâm thức trung tính cũng như từ bi, trí tuệ, Bồ Đề Tâm, lòng tin và các đức hạnh có thể phát triển khi chúng ta dần dần đạt được mười Địa. Vào thời điểm chúng ta trở thành Phật, tánh Phật bản lai của chúng ta sẽ trở thành bản chất Pháp thân (*dharmakāya*), và tánh Phật hiển lộ của chúng ta sẽ trở thành Trí tuệ Pháp thân (*dharmakāya*).

Phiền não không thể biến đổi thành bất kỳ thân nào của Phật và không có Phật tánh. Các Pháp vô tình như đá và cỏ tuy không có sự tồn tại hiện hữu, cũng không có Phật tánh vì không có tâm và không thể tạo đức hạnh.

Bất kể cảnh giới nào chúng sanh được sinh ra, thì Phật tánh nguyên thủy vẫn luôn ở đó, không giảm không tăng. Vàng được chôn trong lòng đất từ nhiều thế kỷ, nhưng khi phát hiện, vàng vẫn luôn là vàng. Nó có thể phủ bằng chất bẩn, nhưng vàng không trở thành chất bẩn. Mặc dù bụi bẩn che khuất nó, nhưng khi nó được chùi sạch thì ánh sáng tự nhiên sẽ chiếu sáng. Bởi vì Phật tánh tồn tại, chúng ta có thể làm sạch phiền não và phát triển các phẩm chất tốt vô hạn.

Mật Thừa: Phật Tánh

Du Già, Mật Thừa cao nhất đã diễn tả Phật tánh là tâm tinh tế nhất (*như gió*), có bản chất là trống rỗng của các sự tồn tại vốn có. Tâm tinh tế nhất là trạng thái tinh thần cực kỳ tinh vi, còn gọi là Tâm Quang Minh bản lai (*innate clear- light mind*). Năng lượng gió tinh tế nhất là trọng lượng của tâm. Cả hai không thể tách rời nhau.

Tất cả chúng sinh đều có tâm gió tinh tế nhất (*subtlest mind-wind*) này và nó vẫn tiếp tục cho đến khi thức tỉnh. Nó không phải là một linh hồn hay bản chất độc lập. Nó thay đổi từng khoảnh khắc là vô ngã, trống rỗng của sự tồn tại độc lập. Khi chúng ta chết, tâm thô hòa vào trong Tâm Quang Minh bản lai và khi chúng ta được tái sanh, những tâm thức thô lại xuất hiện từ căn bản của Tâm Quang Minh bản lai.

Khi những mức độ thô sơ của tâm thức xuất hiện, sanh khởi và hoại diệt liên tục tạo nghiệp. Quả của những tư tưởng nhiễm ô là luân hồi (*saṃsāra*). Quả của các tinh thần tích cực như buông xả, tâm Bồ Đề, và trí tuệ là trạng thái niết- bàn.

Tâm quang minh bản lai (*innate clear light*) là nền tảng cho cả luân hồi (*saṃsāra*) và Niết Bàn. Tâm tinh tế nhất của chúng sinh là nguyên nhân cho trí tuệ Pháp thân Phật (*dharmakaya*) và năng lượng gió vi tế nhất là nguyên nhân chính cho Báo thân Phật (*form body*).

Trong những chúng sanh bình thường, tâm gió tinh tế nhất chỉ biểu hiện vào thời điểm ánh sáng rõ ràng của cái chết, khi nó đi với tâm vô tác. Nó là trung tính trong trường hợp của những người bình thường, còn đối với những hành giả Du già đặc biệt có thể biến nó thành đức hạnh và chuyển thành trạng thái toàn giác. Thực hành điều này là trung tâm của thần chú Du già cao nhất (*annuttara tantra*).

Thông qua các thực hành Mật Thừa đặc biệt, Tâm Quang Minh tinh tế này được kích hoạt, an lạc và sau đó được sử dụng để giác ngộ Tánh Không. Bởi vì năng lượng Tâm-gió này tinh tế, khi trực tiếp giác ngộ Tánh Không, nó trở thành một lực mạnh mẽ để loại bỏ các kiết sử của sở tri chướng và phiền não chướng. Bằng cách này Phật quả có thể đạt được một cách nhanh chóng.

Thiền: Phật Tánh, Bồ Đề Tâm và Như Thị

Từ quan điểm của thiền Trung Quốc, tất cả chúng sinh đều có Phật tánh bản lai thanh tịnh. Ở đây "thanh tịnh" có nghĩa là vượt qua khỏi nhị nguyên đối đãi của tịnh và bất tịnh. Khi Phật tánh được biểu lộ trọn vẹn, đó là một vị Phật. Nhưng vì những phiền não và tham ái, đặc biệt là vô minh, Phật Tánh Không hiện ra nơi các chúng sinh.

Tâm thanh tịnh và tánh Phật giống nhau nhưng tiếp cận theo các góc độ khác nhau. Tâm thanh tịnh chỉ rằng bản chất của tâm không thể bị ô nhiễm bởi các phiền não. Phật tánh đề cập đến khía cạnh của tâm đảm bảo tiềm năng và khả năng của chúng ta sẽ thành Phật.

Khi được tịnh hóa hoàn toàn, được gọi là trí tỉnh thức hay thực chứng Bồ Đề Tâm, chỉ rằng khi vô minh có mặt, chúng ta không biết bản chất thuần tịnh nhưng sau khi loại bỏ vô minh, chúng ta giác biết và hiểu rõ điều này.

Từ quan điểm chúng sanh vô minh chưa nhận ra bản chất thuần tịnh trong tâm trí, họ nói rằng không có tâm Bồ Đề (*bodhicitta*), nhưng từ khía cạnh bản chất cơ bản của tâm là thuần tịnh các phiền não nhiễm ô, ta nói rằng chúng sanh có tâm Bồ Đề.

Ở đây Bồ Đề Tâm là tâm thuần tịnh không bao giờ bị thối chuyển. Như một viên ngọc đã bị bùn bao bọc cả hàng ngàn năm. Tuy ngọc bị phủ lấp trong bùn, sự sáng đẹp bị che, nhưng không bao giờ mất. Chỉ tạm thời bị che. Khi sạch bùn, vẻ đẹp của ngọc sẽ hiển lộ.

Sự sáng bóng của ngọc không giảm bởi bùn và không tăng khi bùn đã loại. Tương tự như vậy, Phật tánh luôn tinh khiết. Phẩm chất không giảm khi bị bao phủ bởi phiền não và không tăng khi những phiền não bị loại bỏ.

Bồ Đề Tâm là Phật tánh. Trong truyền thống thiền Chan, các thuật ngữ như: như thị (*suchness*), Phật tánh (*Buddha nature*), bản lai (*original nature*), thực tại tối hậu (*ultimate reality*), bản chất thuần tịnh (*pure nature*), v.v... mang ý nghĩa giống nhau, là một trạng thái không thể diễn tả bằng lời. Giác ngộ Phật tánh hay Bồ Đề Tâm là nhận ra rằng Phật tánh bất sanh, bất diệt và thuần tịnh.

Tổ Khuê Phong Tông Mật (*Zongmi*) khen Bùi Tú (*Peixiu*) một chính khách đời Đường và giải thích rằng Bồ Đề Tâm phải được tạo ra từ "chân tâm ", từ khía cạnh thanh tịnh trong tâm của chúng ta, là một phần của bản chất Phật tánh. Bồ Đề Tâm không sinh do thân luân hồi hoặc không bị che khuất bởi dục lạc và thành đạt thế gian. Chân thân của chúng ta là "hoàn hảo, vô tướng và tịch tĩnh " và chân tâm của chúng ta là bao la rộng lớn, được thấm nhuần với trí tuệ và giác tỉnh. Pháp thân hoàn hảo và đầy đủ với vô số đức tính. Nó vô tướng vì vượt xa tất cả các hình thức, tính cách và không bị động loạn. Chân tâm rộng lớn vì hợp nhất với Pháp giới (*dharmadhātu*), một lĩnh vực của thực tại.

Chân tâm thấm nhuần trí tuệ và giác ngộ bởi vì nó định, viên thông, thanh tịnh và quang minh. Với những công hạnh diệu dụng, nó có khả năng chuyển hóa những Tà Kiến, chẳng hạn như những quan điểm sai lầm phát sinh từ ngã, Pháp, cả hai hoặc không có nguyên nhân.

Giống như trăng tròn bị những đám mây phiền não che khuất, sự trong sáng bản lai của chân tâm sẽ hiển lộ khi những phiền não được loại bỏ.

Như Kinh Hoa Nghiêm (*Avataṃsaka*) đã nói, "Tâm, Phật và chúng sinh vốn không có sự khác biệt nào."

Chân tâm là bản chất của Bồ Đề Tâm. Khi chúng ta không thấy điều này, chúng ta trở nên dính mắc vào các tà niệm, tà hạnh, cột trói chúng ta trong cõi luân hồi (saṃsāra).

Như Lai Tạng (*Tathāgatagarbha*)

Kinh Như Lai Tạng (*Tathāgatagarbha Sūtras*) phổ biến ở Trung Quốc và Tây Tạng, trong đó Đức Phật giải thích rằng mỗi chúng sanh đều sở hữu một Như Lai Tạng thường hằng, "Phật tánh" đó là một thân Phật phát triển đầy đủ với ba mươi hai hảo tướng. Trong khi một số người chấp nhận điều này như là một giáo huấn khẳng định rõ ràng, thì những người theo Trung Quán Luận (*Mādhyamikas*) không đồng ý, vì cho rằng:

"Nếu Phật hiện hữu bên trong chúng ta ngay hiện tại, vậy chúng ta có phải là những vị Phật vô minh không?

Nếu bây giờ chúng ta là Phật thì mục đích của tu tập là gì?

Nếu chúng ta đã có một bản chất thường hằng, định tĩnh và lâu dài, liệu điều đó có trái với lời dạy về vô ngã và giống với cái ngã mà những người ngoại đạo thường chủ trương?"

Những nghi vấn tương tự như vậy cũng được Trung Quán Luận trình bày trong Kinh Lăng Già (*Laṅkāvatāra Sūtra*):

Đức Phật dạy Như Lai Tạng (*Tathāgatagarbha*) là bản lai quang minh tự nhiên, hoàn toàn thuần khiết ngay từ ban đầu và tồn tại, sở hữu ba mươi hai tướng tốt trong thân của tất cả chúng sinh. Giống như viên ngọc quí bị bao bọc trong tấm vải bẩn, Như Lai Tạng [*tathāgatagarbha*] bị bao bọc bởi các uẩn, căn, trần và bị chi phối bởi tham lam, sân giận, vô minh, khiến tánh chân thường, chân ngã và chân định bị ô nhiễm, thế thì sao được gọi là Như Lai Tạng (*tathāgatagarbha*) và có khác gì với cái ngã của ngoại đạo đề xuất.

Khi xem xét ý nghĩa của giáo lý Như Lai Tạng, Trung Quán Luận đưa ra ba câu hỏi như sau:

Cái gì là ý tưởng tối hậu của Đức Phật khi tuyên bố trạng

thái như vậy?

- Khi Đức Phật nói về bản chất chân thường, chân ngã, chân định của mỗi chúng sinh, ý của Đức Phật là sự trống rỗng của tâm, tánh Phật bản lai là thường trụ và vững bền. Bởi vì tâm là sự trống rỗng của các trạng thái tồn tại vốn có và những phiền não là huyễn vọng, nên mới có thể tu đến giác ngộ Phật.

Mục đích của Đức Phật là gì khi giảng dạy điều này?

- Hiện tại, một số người chưa thuần thục trong tu tập, ý tưởng về vô ngã và tánh "không" khiến họ sợ hãi. Họ nhầm lẫn nghĩ rằng không có cái gì tồn tại và sợ hãi rằng khi nghĩ họ sẽ không còn tồn tại nữa khi thấy Tánh Không. Để làm dịu nỗi sợ hãi của họ, đưa họ đến giác ngộ cho hiểu chính xác về Tánh Không, Đức Phật đã giảng tương ứng theo căn cơ với những ý tưởng hiện tại của họ khi nói rằng có một bản chất chân thường, chân định, chân lạc và đầy đủ với ba mươi hai tướng hảo.

Cái gì là mâu thuẫn không nhất quán phát sinh từ giá trị của câu tuyên bố này?

- Theo nghĩa đen thì sẽ không có sự khác biệt giữa điều này với những chủ trương của ngoại đạo tin rằng có một đại ngã vĩnh hằng, vốn đã hiện hữu. Một bản chất vĩnh cửu mâu thuẫn và bị bát bỏ bởi ý nghĩa khẳng định-trạng thái trống rỗng của sự tồn tại vốn có như được thể hiện trong kinh Bát Nhã Ba-la-mật (*Prajñāpāramitā*).

Trạng thái trống rỗng của sự tồn tại vốn có - thực tại tối hậu và bản lai thanh tịnh của tâm, tồn tại trong tất cả chúng sinh mà không có sự khác biệt. Theo nghĩa này, mọi người tin rằng có một vị Phật ở nơi chúng sinh, nhưng Phật thực sự không tồn tại ở nơi chúng sinh. Chư Phật và chúng sinh đều giống nhau, trong tính chất tối hậu của tâm là Tánh Không. Còn thực tại rốt ráo thì không giống nhau, bởi vì một bên là bản chất tối thượng của tâm Phật – Pháp thân (*dharmakāya*) và bên kia là tính chất rốt ráo của tâm ô nhiễm (*defiled mind*).

Nếu tự tánh Pháp thân tồn tại ở các chúng sinh, trí tuệ Pháp thân, vốn cùng một bản tính với nó, cũng sẽ tồn tại trong các chúng sinh. Điều đó có nghĩa là các chúng sinh sẽ có nhất thiết trí (*omniscient*), nhưng không phải là trường hợp như vậy! Tương tự, nếu loại bỏ tất cả phiền não tồn tại ở chúng sinh, sẽ không có gì ngăn cản họ trực tiếp lãnh hội được Tánh Không và họ sẽ đạt được sự giác ngộ đó. Điều này, cũng không phải là trường hợp như vậy.

Nếu ba mươi hai tướng hảo đã hiện diện trong chúng ta rồi, sẽ là mâu thuẫn để nói rằng chúng ta vẫn cần tu tập tạo ra những nguyên nhân cho các tướng hảo đó.

Nếu ai đó nói rằng các tướng hảo đã hiện diện trong chúng ta dưới dạng hình thức tiềm ẩn và chỉ cần làm hiển lộ chúng ra, điều đó sẽ giống với trường phái Số thuật (Sāṃkhya) phát sinh từ ngã và Trung Luận bác bỏ quan niệm đó. Kinh điển tiếp tục với câu trả lời của Đức Phật như sau:

Này Mahāmati, sự giảng dạy của Thế tôn về Như Lai Tạng (*tathāgatagarbha*) không giống với ngã của những nhà ngoại đạo. Này Mahāmati, các bậc A-la-hán, Như Lai (*tathāgata arhats*), các vị Phật toàn giác, đã chỉ ra Như Lai tạng (*tathāgatagarbha*) với ý nghĩa của các thuật từ như Tánh Không, giới hạn của thuần tịnh, niết bàn, bất sanh, vô tướng, vô nguyện, v.v…để giúp trấn an hành giả mới bắt đầu trên đường tu buông bỏ nỗi sợ hãi do ngộ được vô ngã, và truyền đạt tâm vô niệm, vô tướng.

Ở đây, chúng ta thấy rằng Đức Phật khéo dạy Pháp khác nhau cho các căn cơ khác nhau, theo những gì cần thiết vào lúc đó, đúng thời để đưa họ đi trên đường giác ngộ. Chúng ta cũng học được rằng chúng ta phải trầm tư sâu sắc về các giáo lý, sử dụng lý luận, và học rộng các Kinh Phật và các bình luận để phân biệt ý nghĩa rõ ràng của Kinh Phật.

Bằng cách đó, chúng ta sẽ đạt được sự thông hiểu chính xác về các kinh Như Lai Tạng (*Tathāgatagarbha sutras*), nơi chứa đựng những lời dạy thâm sâu để ngầm chỉ ra sự tồn tại của Tâm Quang Minh bản lai, như được giải thích trong Pháp Mật Giáo.

Mục đích của việc tu học về Phật tánh và Như Lai Tạng là để hiểu rằng tâm không phải là bản chất thiếu sót, trái lại tâm vốn có thể hoàn thiện, các khía cạnh chức năng của tâm đó đã tồn tại để giúp tâm được thanh tịnh và hoàn hảo hơn. Hiểu được điều này giúp chúng ta tăng lòng tự tin và có năng lượng lớn hiện thực hóa các phương Pháp thanh lọc và hoàn thiện để trở thành chân tâm của bậc toàn giác.

CHƯƠNG 15

Mật Tông

Theo sự hiểu biết của các bậc Đạo sư Kim Cang Thừa, Mật Tông (*Tantrayana*) là một phần quan trọng của di sản Phật Giáo được truyền xuống từ các bậc Đại sư ở viện Phật Học Nālandā và Siêu Giới (*Vikramaśīla*), Ấn Độ cổ đại, cũng như các nhà Du già (*yogis*) Pháp Sư du hành. Mật giáo khác với các tông phái khác ở chỗ xem Quy Y Tam Bảo như là một nền tảng, sự Xuất gia, tâm Bồ Đề (*bodhicitta*) và trí tuệ là trụ cột của sự thực hành. Như vậy, Kim Cang Thừa phát triển từ những ý tưởng được đề cập đến trong truyền thống Pāli và phổ biến trong truyền thống tiếng Phạn nói chung.

Nhìn chung, tính độc đáo của Kim Cang Thừa đến từ sự tinh tế trong trạng thái Thiền Định để đạt được giác ngộ nhanh chóng hơn so với tu tập tích góp công đức và trí tuệ trong ba đại a-tăng-kỳ kiếp như kinh tạng (*Sutrayāna*) thường nói. Nói về lý tưởng chung, Mật Tông (*Tantrayāna*) được thực hành trên nền tảng của cả Thanh văn thừa (*Śrāvakayāna*) và Bồ Tát thừa (*Bodhisattvayāna*). Khi đã thực hành giới-định-tuệ và sáu Ba-la-mật, Bồ Tát với Bồ Đề Tâm mạnh mẽ đặc biệt nhập vào định Mật Tông (*Tantrayāna*).

Với lòng đại từ bi, cảm thấy không chịu nổi trước những nỗi đau khổ của chúng sinh ở luân hồi (*saṃsāra*), những vị Bồ

Tát này đã thỉnh cầu và xin nhận lễ quán đỉnh (*abhiṣeka*), giữ giới Mật Tông. Sau đó, các Ngài sẽ tham gia vào việc nghiên cứu và thiền quán về giáo lý Mật Tông cùng với những điều được dạy trong các Kinh sách.

Kim Cang thừa được phổ biến rộng rãi trong số những người theo Phật Giáo Tây Tạng và giáo phái Chân Ngôn Tông (*Shingon*) Nhật Bản. Thực hành Mật Tông là các chủ đề trong giới Phật Giáo Trung Quốc, Hàn Quốc và Việt Nam, v.v... Thật hay, những phương Pháp tịnh độ niệm danh hiệu A-di-dà (*Amitābha*) phổ biến ở những quốc gia này được tìm thấy trong Phật Giáo Tây Tạng như là một Pháp thực hành của Mật Thừa.

Thật không may, do thiếu thông tin chính xác, có những quan niệm sai lầm về Kim cang Thừa cho rằng tình dục Du Già (*cách bày tỏ tình yêu, gợi cảm*) và rượu hay chất làm say được phép sử dụng trong một số Pháp Mật Tông (*tantric*). Pháp này chỉ được sử dụng hạn chế đối với những hành giả ở giai đoạn tu tập rất cao. Rất ít người đủ điều kiện để thực hành Pháp này trong bí mật.

Tự cho mình có trình độ Mật Tông (*tantric*) cao nhập vào Kim Cang Thừa và tham gia vào tình dục Du Già này khi chưa giác ngộ, chứng được thực tại tối hậu là phạm giới Mật Tông và tạo nghiệp phá hoại. Hơn nữa, một số đệ tử Mật Tông đã làm giảm giá trị Mật Thừa trong việc thực hành các nghi lễ với động cơ trần tục để tìm kiếm lợi dưỡng hay uy tín.

Một số người ban Quán đảnh (*initiations*) để nhận cúng dường. Điều này sai và nằm ngoài phạm vi của Phật Pháp. Trong chương này, tôi sẽ giải thích những người thực hành Kim Cang thừa chân chánh và nghiêm túc như thế nào.

Các Vị Thần Kim Cang

Bởi vì tâm chúng sanh quá bị mê mờ che khuất, không nhận ra lời dạy trực tiếp từ trí toàn giác của Đức Phật, nên

Ngài ứng hiện nhiều thân khác nhau để đồng sự cảm hóa chúng sinh. Do khuynh hướng căn cơ khác nhau và các thành phần cấu tạo thân khác nhau, nên nhiều vị Thiện Thần xuất hiện. Tất cả các vị Thần Mật Thừa là cùng một bản chất – trí tuệ tối thượng của an lạc và Tánh Không. Họ không phải là cá nhân riêng với bản ngã.

Vì xử dụng tâm khinh an (blissful mind) để nhận ra Tánh Không, rất nhiều vị thần trong Mật Tông tối thượng (highest yoga or annuttara tantras) được miêu tả trong sự kết hợp (union) với các Thần Nữ. Những hình ảnh này không phải để miêu tả những vị Thần đã giác ngộ mà còn ham muốn tình dục; mà để miêu tả vị Thần Nam tượng trưng cho lòng từ bi, hạnh bố thí v.v… và vị Thần Nữ tượng trưng cho trí tuệ.

Phật trí có thể biểu hiện ra như các vị thần hiền hòa hoặc hung dữ. Sự xuất hiện của các vị ác thần minh họa sức mạnh và sự trong sáng của lòng Từ bi và trí tuệ. Sự hung dữ đối với vô minh, phiền não, và ích kỷ thực sự là kẻ thù phá hủy sự an lạc của chúng ta. Những vị thần tỉnh thức này với lòng Từ bi, không bao giờ hại chúng sinh.

Phật tử không hiểu Mật Tông, có thể xem Thần là một thiên thể bên ngoài cần được thờ phượng. Các hướng dẫn nghi lễ Mật Thừa có cúi đầu, dâng hương và cầu nguyện, nhưng Mật Thừa không tôn thờ một đấng thiêng liêng bên ngoài để ban phước hay ban quả Niết Bàn cho chúng ta. Đức Phật rõ ràng dạy rằng chính chúng ta cần phải tu tập và chuyển hóa tâm trí của chúng ta. Đảnh lễ, cúng dường, v.v... là những phương Pháp để thanh lọc nghiệp xấu của mình và tạo ra công đức, chuẩn bị cho tâm thiền quán và thiền chỉ.

Nhập Kim Cang Thừa

Nhận được lễ Quán Đảnh đánh dấu việc chính thức vào Mật Thừa. Trước khi nhận được lễ Quán Đảnh này từ một bậc Đạo sư tinh thần, điều quan trọng là phải xem đức hạnh và kinh nghiệm tu tập của bậc Đạo sư. Một vị Pháp Sư Kim Cang Thừa phải đủ tiêu chuẩn phẩm chất của một Bồ Tát cố vấn tinh thần, đặc biệt là hiểu đúng về Tánh Không, được hỗ trợ bởi Bồ Đề Tâm (*bodhicitta*). Một bậc Pháp Sư như vậy biết điều ngự thân, khẩu và ý khỏi hành động phi đạo đức, thực hành giới-định-tuệ, có kiến thức về cả Kinh điển và Mật Tông, có lòng Từ bi, chân thật và không giả dối ngụy tạo.

Vị Thầy đó có mười phẩm chất bên ngoài và mười phẩm chất bên trong của một bậc Đạo sư Kim Cang Thừa. Vị Thầy này phải nhập vào Kim Cang Thừa (*Vajrayāna*), giữ Giới Luật như băng sương, biết học cách tu tập tốt, hoàn thành những khóa tu phù hợp và kết thúc lễ nghi và có trải nghiệm sâu sắc về cách tu tập truyền thừa này. Tìm một bậc Thầy Mật Thừa có phẩm lượng đủ tiêu chuẩn có thể mất nhiều năm, nhưng lựa chọn cẩn thận là điều đáng nên làm.

Các kinh văn Mật Thừa chỉ rỏ rằng các buổi lễ Quán Đảnh chỉ nên được ban cho những hành giả đã có sự chuẩn bị chu đáo

cả về lòng tin, buông xả, Bồ Đề Tâm và đã hiểu biết đúng đắn về Tánh Không. Không nên ban cho những người thiếu hiểu biết về nền tảng Phật Giáo. Tuy vậy, một số Lạt ma Tây Tạng cho phép những hành giả mới đến tham dự các buổi lễ Quán Đảnh để "trồng những hạt giống Mật Giáo" trong tâm thức người tham dự đó. Nói chung, điều này có thể mang lợi ích. Tuy nhiên, kết quả không hay đôi khi xảy ra sau lễ Quán Đảnh.

Giới Luật là điều cốt yếu trong Mật Tông. Các Giới Luật Mật Thừa được lấy trên nền tảng giới Bồ Tát dựa trên sự Quy Y Tam Bảo và ưu việt hơn cả, chính là năm giới.

Những người mới nhập Mật Thừa bắt đầu phải học và nỗ lực thực hành nhiều Giới Luật và nguyên tắc nghiêm ngặt.

Tương tự như vậy, hành giả Mật Tông phải tiếp nhận Giáo Pháp và nghiên cứu tầng thiền minh sát về Tánh Không, quán tưởng các vị Thần Kim Cang, niệm thần chú, trong nghi thức thiền Mật Thừa và hành trì hàng ngày.

Hành giả Kim Cang Thừa phải tiếp tục tăng trưởng sự buông xả, phát Bồ Đề Tâm và trí huệ giác ngộ Tánh Không, thực hành lễ sám hối làm sạch tâm thức của mình về nghiệp xấu và Tinh Tấn tích lũy công đức.

Nên giữ kín "bí Pháp", giáo lý và thực hành Kim cang, các hành giả Mật Tông không nên khoe khoang về những lễ Quán Đảnh mà mình nhận được hoặc quảng cáo cho người khác rằng mình đang đặc biệt thực hành Kim Cang Thừa (*Vajrayāna*). Hành giả nên giữ bí mật sự tu tập của mình cho đến khi thiền quán. Bằng cách này, hành giả sẽ tránh nguy cơ của tâm tự tôn và kiêu ngạo, làm cản trở sự tiến bộ trên bước đường tu tập.

Diệu Dụng Của Du Già Mật Giáo Vô Thượng (*Tối Thượng Du Già - Anuttara Yoga Tantra*)

Theo hệ thống phân loại, Mật Thừa Phật Giáo có thể được chia thành bốn loại - hành động (*action tantra*), biểu hiện (*performance tantra*), Thiền Định Du Già (*yoga tantra*) và tối thượng Du Già (*anuttara yoga tantra*). Thiền tối thượng Du Già cho thấy ý nghĩa tối hậu của Phật tánh bằng cách giải thích mức độ tinh tế nhất của tâm – tánh giác quang minh bản lai. Khi thức vi tế này được chuyển hóa thành đạo lộ, hành giả được trang bị một Pháp khí rất mạnh mẽ để nhanh chóng tịnh hóa cả kiết sử và thành tựu tất cả các đức hạnh diệu dụng phi phàm của vị Phật.

Một số yếu tố căn bản để phân biệt tối thượng Du Già như:

- Hành giả có chí nguyện mạnh mẽ muốn trở thành Phật

nhanh để đem lại lợi lạc cho chúng sinh, nên vị ấy nỗ lực đặc biệt trong tu tập.

- Hành giả thực tập thiền chỉ rất tinh tế, đưa đến thiền chứng thâm sâu.
- Quán chiếu các đối tượng thiền tinh tế và tâm tinh vi nhận rõ Tánh Không càng tăng trưởng rõ ràng.
- Thực hành phương cách thiền đặc biệt để thiền chỉ và thiền quán được thực hiện đồng thời.
- Sự khinh an được phát sanh để biểu hiện tánh minh giác rõ ràng sâu lắng nhất, sau đó được sử dụng để giác ngộ Tánh Không trực tiếp và loại bỏ ngay cả những kiết sử u ám nhất.
- Phương Pháp và trí tuệ được tu tập đồng thời trong một sát na tâm duy nhất, nhưng đồng thời lại tích lũy các phương Pháp và trí tuệ.
- Hành giả Mật Thừa được tu luyện để đạt hai chân lý: tục đế và chân đế cùng một lúc và chuẩn bị bước lên cho Phật quả (*Buddhahood*).
- Sự kết hợp (*union of bliss and emptiness*) của an lạc và Tánh Không dẫn đến giác ngộ thân giả huyễn (*illusory body*) là chánh nhân để đạt được thân Phật (*form body*).
- Thân huyễn vọng (*illusory body*) và tánh giác quang minh bản lai (*actual clear light*), trong Kim cang Thừa là những nhân chính yếu trực tiếp tương xứng với hậu thân và chân thân.

Hành giả tối thượng Du Già Mật Thừa dùng phương tiện để chuyển hóa cái muốn qua hiện thực hóa trạng thái an lạc và phải nghiêm túc giữ Giới Luật Mật Thừa. Sự vi phạm giới này là vô cùng nghiêm trọng và dẫn đến nghiệp lực xấu và hậu quả rất xấu. Thiền sinh muốn nhập đạo Tối thượng Du Già phải có sự từ bỏ mạnh mẽ, phát Bồ Đề Tâm và trí tuệ bền vững. Hiếm có người có đủ điều kiện tiên quyết nhập bí Pháp này. Ngay cả khi các Tu sĩ được thăng cấp thọ giới, cũng không thực hành Pháp này vì họ phải giữ giới độc thân.

Một số vị nhầm lẫn khi tin rằng, vì các Pháp là Không, vốn không tốt xấu. Khi một người giác ngộ Tánh Không, vị ấy vượt qua những Giới Luật về đạo đức. Đây là một sai lầm!

Đức Liên Hoa Sanh (*Padmasambhava*) dạy rằng càng giác ngộ về Tánh Không cao thì càng tôn trọng nghiệp lực và quả báo, do đó càng quyết chí mạnh mẽ giữ Giới.

Trái với những Tà Kiến, các hành giả Mật Thừa không thực hành phép thuật và hành chú Mật Thừa không phải là lý do để cư xử hành động một cách kỳ quái. Đức Phật luôn khiêm tốn, và Ngài là bậc Thầy của chúng ta. Ngài Tinh Tấn tu tập, sống đơn giản và hành trì miên mật. Chúng ta nên theo gương Thánh thiện của Đức Phật.

CHƯƠNG 16

Kết Luận

Trong quá khứ, do thiếu kiến thức, người ta có ấn tượng rằng truyền thống Pāli và Phạn (*Sanskrit*) hoàn toàn khác biệt và riêng rẽ. Đó là một sai lầm. Truyền thống Pāli là nền tảng của Phật Pháp và trì giữ Giới Luật (*vinaya*) là điều thiết yếu cho sự tồn tại chánh Pháp. Chính Đức Phật đã cạo tóc và trở thành một Tu sĩ trì giữ Giới Luật. Ngài đã trải qua sáu năm khổ hạnh, sau đó Thiền Định dưới cây Bồ Đề, đạt được trí tuệ và giác ngộ.

Cuộc đời Đức Phật đã minh họa cho tam vô lậu học của giới, định và tuệ. Là một đệ tử Phật, chúng ta phải theo gương của Ngài và thực hành những điều này.

Kinh Bát Nhã Ba-la-mật (*Prajñapāramitā*) được tìm thấy trong truyền thống Phạn tường thuật chi tiết về các giáo lý cốt lõi của đạo Phật được các Phật tử thực hành. Trong những Kinh điển này, Đức Phật giải thích rất nhiều khả năng lọc bỏ hoàn toàn vô minh trong tâm thức chúng ta và đưa ra lời giải thích toàn diện về Diệt đế và Đạo Đế. Ngài cũng giải thích chi tiết về Bồ Tát đạo.

Trong quá khứ đã có một khoảng cách giữa những người theo truyền thống Pāli và Phạn. Điều này không có lợi. Chúng ta nên đến với nhau và trao đổi lẫn nhau. Ví dụ, chúng ta có thể học hỏi Giới Luật (*prātimokṣa*) của hai truyền thống lẫn nhau. Chúng ta nên có các cuộc gặp mặt thường xuyên hơn: không chỉ dự lễ, mà có những cuộc gặp gỡ nghiêm túc với sự trao đổi hữu dụng chân thực. Các buổi thảo luận đầy trí tuệ để tìm hiểu về truyền thống của nhau rất là cần thiết.

Tôi là Phật tử, nhưng ở mức sâu hơn tôi là một người trong bảy tỷ người trên hành tinh này. Con người là động vật xã hội, do đó tương lai của mỗi cá nhân phụ thuộc vào phần còn lại của nhân loại. Vì vậy, cho lợi ích riêng của tôi, tôi phải suy nghĩ nghiêm túc về tất cả nhân loại. Mỗi người trong chúng ta đều muốn có một cuộc sống hạnh phúc và không muốn đau khổ, và mỗi người đều có quyền đạt được điều đó. Không có sự khác biệt giữa những người thuộc các Tôn Giáo khác hoặc giữa những người tu và người thế tục. Không có vấn đề giữa các nền tảng giàu nghèo, trình độ văn hoá thấp cao, có hoặc không có học vấn, tất cả chúng ta đều giống nhau. Nhiều vấn đề mà nhân loại phải đối mặt xuất phát từ việc phân biệt những sự khác biệt bề ngoài giữa chúng ta.

Lời dạy của Đức Phật xuất hiện đã hơn 2,600 năm và vẫn hiện hữu trên thế giới ngày nay. Ngay cả một số nhà khoa học hàng đầu cũng mong muốn tìm hiểu các phương Pháp trong Phật Giáo để giải quyết phiền não (*destructive emotions*). Trong khi lời dạy của Đức Phật thật là lý tưởng, thì lại có những dấu hiệu suy giảm tu hành trong một số Lạt ma, hóa thân (*Tulkus*) và Pháp Sư. Nếu các Giáo thọ và bậc lãnh đạo tinh thần không có cuộc sống có kỷ luật, làm sao có thể dạy cho người khác?

Để chứng minh cho người khác thấy đúng đường, chúng ta phải thực hành đúng đường đạo. Chúng ta, các con của Phật, bất kể thực hành truyền thống nào hay có chức cấp nào, phải là đệ tử chân chính của Đức Phật.

Thay đổi trang phục chưa đủ. Ngay cả một con rối (*puppet*)

cũng có thể đắp y! Sự thay đổi thực sự phải xảy ra sâu trong thân tâm. Để trở thành một Phật tử chân chính hoặc một bậc Xuất gia thực sự, chúng ta phải thực hành Giới Luật một cách nghiêm túc trong sáng.

Đức Phật dạy con đường đến Niết Bàn, nhưng có đạt được hay không tùy thuộc vào chúng ta. Đức Phật không thể dẫn ta đến giác ngộ bằng cách ban phước. Chúng ta chính là Thầy của mình và tất cả phụ thuộc vào hành động của chúng ta.

Một hành vi xây dựng hay phá hoại đều phụ thuộc vào ý của chúng ta. Phật Pháp đóng góp đáng kể vào sự bình an nội tâm qua cách dạy ta luôn có ý thức đúng đắn (*correct motivation*).

Tất cả các Tôn Giáo lớn trên thế giới đều có tiềm năng xây đắp hòa bình nội tâm, để tạo ra một thế giới tốt đẹp hơn. Nhưng một phẩm chất độc đáo của Phật Giáo, Đạo Lõa thể (*Jainism*) và một phần của truyền thống Số thuật (*Sākhkhya*) nhấn mạnh đến trách nhiệm cá nhân. Chúng ta tin vào luật nhân quả. Nếu chúng ta thực hành điều thiện, hạnh phúc sẽ đến với ta. Nếu chúng ta làm ác hạnh, hậu quả xấu sẽ xảy ra. Nhân quả là một luật tự nhiên, không ai có thể cứu chúng ta thoát khỏi những hậu quả xấu mà ta đã tạo ra, ngay cả Đức Phật.

Những người tu đôi khi có hành động giả tạo, cầu nguyện cho tất cả chúng sinh nhưng quên đi quyền của một số chúng sinh và khai thác bóc lột họ. Chúng ta có thể có những hình tượng Tôn Giáo và Kinh sách trong nhà, nhưng hành động của chúng ta lại bất thiện. Không một bậc Thầy tâm linh nào nói với chúng ta rằng: "Khai thác người khác càng nhiều càng tốt. Sau đó, ta sẽ ban phước cho các con".

Nếu hành giả chấp nhận Đức Phật, Chúa Kitô, Thần Krishna, hay Hohammed, hành giả nên là một người chân thật và trung thực. Bằng cách đó hành giả sẽ có được sự tự tin hơn khi trầm tư rằng, "Tôi không có gì để dấu. Tôi có thể nói những gì tôi thấy, và hành động của tôi luôn trong sáng minh bạch.". Những người khác sẽ tin tưởng hành giả. Vì vậy, nếu hành giả quan tâm đến bản thân, sự chân thành và trung thực là nguồn sức mạnh quan trọng cho nội tâm và sự tự tin. Một số người nói chuyện rất hay và cười rất nhiều, nhưng hành động của họ thì khác. Làm thế nào người khác có thể tin tưởng hoặc tôn trọng họ?

Chúng ta phải luôn nghiêm túc giữ giới hạnh. Là một Tu sĩ Phật Giáo, tôi luôn quan sát tâm trí của mình. Khi thức dậy mỗi sáng, tôi tưởng nhớ đến Đức Phật và quán niệm lại một số giáo lý của Ngài.

Tôi trầm tư rằng: "Là một hành giả tu tập Phật Pháp, hôm nay con nguyện sẽ sống với lòng chân thành, trung thực, từ bi, an tịnh và bất bạo động". Bất cứ khi nào có thời gian, tôi học, tư duy và thiền quán về lời dạy trong Kinh Phật và các bài luận giải. Nhờ thấm nhuần tư tưởng Thánh hiền trong các tác phẩm này, tôi tin chắc rằng việc thực hiện Giới-định-tuệ không thể nào thiếu được.

Những người con Phật có trách nhiệm phục vụ nhân loại. Động lực thúc đẩy sự giác ngộ của Đức Phật Cồ Đàm (*Gautama*) là làm lợi ích cho chúng sinh. Cuộc đời và toàn bộ học thuyết của Đức Phật có ý nghĩa cho hạnh phúc của chúng sinh. Tuy nhiên, đôi khi chúng ta trầm tư rằng, "Hãy để Đức Phật Tinh Tấn tu tập; chúng ta sẽ có một cuộc sống sung sướng." Làm thế nào chúng ta có thể nghĩ như vậy? Nếu chúng ta là Phật tử, chúng ta phải noi theo gương của Đức Phật: Ngài đã sống đơn giản và hài lòng với những gì Ngài nhận được.

Ước muốn chân thành của tôi đối với các huynh đệ Phật tử là khi chúng ta nói về Phật Pháp và nguyện, "Hoằng dương chánh Pháp của Đức Thế Tôn", chính chúng ta trước hết phải truyền bá Pháp trong lòng chúng ta. Điều đó là cần thiết.

Trí thông minh của nhân loại đã nâng cao kiến thức khoa học và kỹ nghệ, đem lại cả lợi ích lẫn sức mạnh hủy diệt. Tạo ra một thế giới hạnh phúc lại cần phụ thuộc vào động cơ của từng cá nhân. Các người sống cùng nhau tạo thành cộng đồng, Quốc Gia, và các nhà lãnh đạo phát sinh từ những tập thể này. Khi các cá nhân tạo sự bình an, nội tại trong trái tim mình, cộng đồng và thế giới sẽ trở nên yên bình. Đây là cách duy nhất.

Dịch Giả

Hòa Thượng Thích Như Điển Đệ Nhị Chủ Tịch Hội Đồng Điều Hành GHPGVNTN, Âu Châu; Phương Trượng Chùa Viên Giác, Hannover, Đức Quốc.

Đại học Teikyo (Đế Kinh) tại Tokyo ngành giáo dục học, năm 1977, ra trường với luận án tốt nghiệp tối ưu và tiếp tục thi đỗ vào Cao Học Phật Giáo tại Đại học Risso (Lập Chánh) tại Tokyo. Hòa Thượng thông thạo: Hán văn, Phổ Thông Trung quốc, Nhật, Anh, Pháp và Đức ngữ.

Từ năm 1974 đến 2016, Hòa Thượng đã sáng tác 66 tác phẩm và dịch phẩm từ các tiếng Việt, Anh, Hán, Nhật và Đức ngữ. Từ năm 2004 đến năm 2018, Hòa Thương đã hướng dẫn Phái Đoàn Hoằng Pháp Âu, Mỹ, Úc đi khắp các châu lục để giảng Pháp cho các Phật tử Việt Nam, Hoa Kỳ, Mễ v.v... tại các quốc gia ở Âu Châu cũng như Hoa Kỳ và Canada. Chùa Viên Giác - Karlsruherstr. 6 30519 Hannover – GERMANY

Ni Sư T.N. Giới Hương sinh năm 1963 tại Bình Tuy, Xuất gia năm 15 tuổi với Sư Bà Hải Triều Âm. Ni sư tốt nghiệp Cử nhân Văn tại Sài Gòn, 1994. Du học tại Ấn Độ, tốt nghiệp Tiến sĩ Phật học tại Đại học Delhi năm 2003, tốt nghiệp Cử nhân Văn tại Đại học Riverside, California và đang theo học chương trình Cao học Văn, và là giảng viên của Học Viện Phật Giáo Việt Nam, TpHCM. Trụ trì Chùa Hương Sen 19865 Seaton Avenue, San Diego, CA 92570.

Tỳ Kheo Thích Đạo Tỉnh Trụ trì Thiền viện Trúc Lâm Bảo Chí 1445 Old Fountain Rd., Lawrenceville, GA 30043

Ban biên tập Prajna Upadesa Foundation cộng tác.

TỦ SÁCH BẢO ANH LẠC

do Ni Sư Tiến Sĩ T.N. Giới Hương biên soạn

1.1. SÁCH TIẾNG VIỆT

1. *Bồ Tát và Tánh Không Trong Kinh Tạng Pali và Đại Thừa*
2. *Ban Mai Xứ Ấn* (The Dawn in India) - *Tuyển tập các Tiểu Luận Phật Giáo* (3 tập).
3. *Sārnātha - Vườn Nai – Chiếc Nôi Phật Giáo*
4. *Quy Y Tam Bảo và Năm Giới*
5. *Vòng Luân Hồi*
6. *Hoa Tuyết Milwaukee*
7. *Luân Hồi trong Lăng Kính Lăng Nghiêm*
8. *Nghi Thức Hộ Niệm, Cầu Siêu*
9. *Quan Âm Quảng Trần*
10. *Nữ Tu và Tù Nhân Hoa Kỳ*
11. *Nếp Sống Tỉnh Thức của Đức Đạt Lai Lạt Ma Thứ XIV*
12. *A-Hàm: Mưa Pháp chuyển hóa phiền não, 2 tập.*
13. *Góp Từng Hạt Nắng Perris*
14. *Pháp Ngữ của Kinh Kim Cang*
15. *Tập Thơ Nhạc Nắng Lăng Nghiêm*
16. *Nét Bút Bên Song Cửa*
17. *Máy Nghe MP3 Hương Sen* (Hương Sen Digital Mp3 Radio Speaker): Các Bài Giảng, Sách, Bài viết và Thơ Nhạc của

Thích Nữ Giới Hương (383/201 bài).

18. *DVD Giới Thiệu về Chùa Hương Sen,* USA
19. *Ni Giới Việt Nam Hoằng Pháp tại Hoa Kỳ*
20. *Tuyển Tập 40 Năm Tu Học & Hoằng Pháp của Ni sư Giới Hương,* Thích Nữ Viên Quang, T.N. Viên Nhuận, T.N. Viên Tiến, and T.N. Viên Khuông.
21. *Tập Thơ Nhạc Lối Về Sen Nở*
22. *Nghi Thức Công Phu Khuya – Thần Chú Thủ Lăng Nghiêm*
23. *Nghi Thức Cầu An – Kinh Phổ Môn.*
24. *Nghi Thức Cầu An – Kinh Dược Sư.*
25. *Nghi Thức Sám Hối Hồng Danh*
26. *Nghi Thức Công Phu Chiều – Mông Sơn Thí Thực*
27. *Khóa Tịnh Độ – Kinh A Di Đà*
28. *Nghi Thức Cúng Linh và Cầu Siêu*
29. *Nghi Lễ Hàng Ngày - 50 Kinh Tụng và các Lễ Vía trong Năm*
30. *Hương Đạo Trong Đời 2022* (Tuyển tập 60 Bài Thi trong Cuộc Thi Viết Văn Ứng Dụng Phật Pháp 2022)
31. *Hương Pháp 2022* (Tuyển Tập Các Bài Thi Trúng Giải Cuộc Thi Viết Văn Ứng Dụng Phật Pháp 2022)
32. *Giới Hương - Thơm Ngược Gió Ngàn, Nguyên Hà.*
33. *Pháp Ngữ Kinh Hoa Nghiêm, 2 tập*
34. *Tinh Hoa Kinh Hoa Nghiêm*
35. *Phật Giáo – Tầm Nhìn Lịch Sử Và Thực Hành,* Hiệu đính: Thích Hạnh Chánh và Thích Nữ Giới Hương.
36. *Nhật ký Hành Thiền Vipassana và Kinh Tứ Niệm Xứ*
37. *Nghi cúng Giao Thừa*
38. *Nghi cúng Rằm Tháng Giêng*
39. *Nghi thức Lễ Phật Đản*

40. Nghi thức Vu Lan

41. Lễ Vía Quan Âm

42. Nghi cúng Thánh Tổ Kiều Đàm Di

43. Nghi thức cúng Tổ và Giác linh Sư trưởng

44. Nghi Lễ Chẩn Tế Mười Hai Loại Cô Hồn

45. Kỷ Yếu Lễ Tưởng Niệm Thánh Tổ Kiều Đàm Di tại Chùa Hương Sen năm 2024

46. Nghi Thức Cầu Siêu Chư Hương Linh Thai Nhi

47. Kim Quang Minh Kinh Sám Trai Thiên Khóa Nghi

48. Phật Giáo và Thánh Tích Sri Lanka

49. Đấu Tranh Bất Bạo Động Là Nền Tảng Xây Dựng Hòa Bình Toàn Cầu

50. Vũ Trụ Luận dưới lăng kính Khoa học và Phật Giáo,

51. COVID-19: Vai trò Phật Giáo trong Việc Chữa Lành

52. Đại Dịch Coronavirus trong Thế Kỷ XXI

53. Đóng góp của Phật Giáo cho Hòa Bình Thế Giới và Hòa Hợp Xã Hội

54. Phật Giáo Toàn Cầu - Đặc Biệt Liên Kết Với Sri Lanka

55. Phật Giáo Sri Lanka từ Thế Kỷ 19-21

56. Ngày Nhà Giáo Việt Nam 20/11 – Tri Ân Người Khai Trí

57. Lịch Sử Giáo Dục Phật Giáo ở Sri Lanka: Sự Phục Hồi của Ni Đoàn Tỳ-kheo-ni

58. Sự Tiến Hóa của Vũ Trụ, Con Người và Nghiệp Báo

59. Vũ Trụ Luận dưới lăng kính Khoa Học và Phật Giáo

1.2. SÁCH TIẾNG ANH

1. *Boddhisattva and Sunyata in the Early and Developed Buddhist Traditions.*
2. *Rebirth Views in the Śūraṅgama Sūtra.*
3. *Commentary of Avalokiteśvara Bodhisattva.*
4. *The Key Words in Vajracchedikā Sūtra.*
5. *Sārnātha-The Cradle of Buddhism in the Archeological View.*
6. *Take Refuge in the Three Gems and Keep the Five Precepts.*
7. *Cycle of Life.*
8. *Forty Years in the Dharma: A Life of Study and Service—Venerable Bhikkhuni Giới Hương.*
9. *Sharing the Dharma -Vietnamese Buddhist Nuns in the United States.*
10. *A Buddhist Nun and American Inmates.*
11. *Daily Monastic Chanting.*
12. *Weekly Buddhist Discourse Chanting.*
13. *Practice Meditation and Pure Land.*
14. *The Ceremony for Peace.*
15. *The Lunch Offering Ritual.*
16. *The Ritual Offering Food to Hungry Ghosts.*
17. *The Pureland Course of Amitabha Sutra.*
18. *The Medicine Buddha Sutra.*
19. *The New Year Ceremony.*
20. *The Great Parinirvana Ceremony.*
21. *The Buddha's Birthday Ceremony.*
22. *The Ullambana Festival (Parents' Day).*
23. *The Marriage Ceremony.*

24. *The Blessing Ceremony for The Deceased.*
25. *The Ceremony Praising Ancestral Masters.*
26. *The Enlightened Buddha Ceremony.*
27. *The Uposatha Ceremony (Reciting Precepts)*
28. *Buddhism: A Historical and Practical Vision.* Edited by Ven. Dr. Thich Hanh Chanh and Ven. Dr. Bhikṣuṇī T.N. Gioi Huong.
29. *Contribution of Buddhism for World Peace & Social Harmony.* Edited by Ven. Dr. Buddha Priya Mahathero and Ven. Dr. Bhikṣuṇī T.N. Gioi Huong.
30. *Global Spread of Buddhism with Special Reference to Sri Lanka.* Buddhist Studies Seminar in Kandy University. Edited by Dr. Ven. Kahawatte Sumedha Thero and Dr. Bhikṣuṇī T.N. Gioi Huong.
31. *Buddhism In Sri Lanka During the Period of 19th to 21st Centuries.* Buddhist Studies Seminar in Colombo. Edited by Prof. Ven. Medagama Nandawansa and Dr. Bhikṣuṇī T.N. Gioi Huong.
32. *Diary: Practicing Vipassana and the Four Foundations of Mindfulness Sutta.*
33. *Prayer for the Souls of Unborn Babies.*
34. *Nonviolent Struggle - The Foundation for Building Global Peace*
35. *History of Buddhist Education in Sri Lanka: Revival of The Bhikkhuni Sangha*
36. *The Essential Teachings of Avataṃsaka Sūtra*

1.3. SÁCH SONG NGỮ (VIET.N.AMESE-ENGLISH)

1. *Bản Tin Hương Sen: Xuân, Phật* Đản, *Vu Lan (*Hương Sen Newsletter: Spring, Buddha Birthday and Vu Lan, annual/ Mỗi Năm).
2. *Danh Ngôn Nuôi Dưỡng Nhân Cách* - Good Sentences Nurture a Good Manner.
3. *Văn Hóa Đặc Sắc của Nước Nhật Bản* - Exploring the Unique Culture of Japan.
4. *Sống An Lạc dù Đời không Đẹp như Mơ* - Live Peacefully though Life is not Beautiful as a Dream.
5. *Hãy Nói Lời Yêu Thương*-Words of Love and Understanding.
6. *Văn Hóa Cổ Kim qua Hành Hương Chiêm Bái* - The Ancient- Present Culture in Pilgrim.
7. *Nghệ Thuật Biết Sống* - Art of Living.
8. *Dharamshala - Hành* Hương *Vùng Đất Thiêng, Ấn Độ, Dharamshala - Pilgrim*age to the Sacred Land, India.
9. *The Great Contribution to World Peace and Social Harmony of Emperor Ashoka and Emperor Trần Nhân Tông* - Sự Đóng Góp cho Hòa Bình Thế Giới và An Toàn Xã Hội của Hoàng Đế A-Dục và Vua Trần Nhân Tông.

1.4. SÁCH CHUYỂN NGỮ

1. *Xá Lợi Của Đức Phật* (Relics of the Buddha), Tham Weng Yew.
2. *Sen Nở Nơi Chốn Tử Tù* (Lotus in Prison), many authors.
3. *Chùa Việt Nam Hải Ngoại* (Overseas Vietnamese Buddhist Temples).
4. *Việt Nam Danh Lam Cổ Tự* (The Famous Ancient Buddhist Temples in Vietnam).
5. *Hương Sen, Thơ và Nhạc* – (Lotus Fragrance, Poem and

Music).

6. *Phật Giáo - Một Bậc* Đạo *sư, Nhiều Truyền Thống* (Buddhism: One Teacher – Many Traditions), Đức Đạt Lai Lạt Ma 14th & Ni Sư Thubten Chodren.
7. *Cách Chuẩn Bị Chết và Giúp Người Sắp Chết - Quan* Điểm *Phật Giáo* (Preparing for Death and Helping the Dying – A Buddhist Perspective)

2. ALBUMS NHẠC

Từ Thơ Thích Nữ Giới Hương

1. *Đào Xuân Lộng Ý Kinh* (The Buddha's Teachings Reflected in Cherry Flowers).
2. *Niềm Tin Tam Bảo* (Trust in the Three Gems).
3. *Trăng Tròn Nghìn Năm* Đón *Chờ Ai* (Who Is the Full Moon Waiting for for Over a Thousand Years?).
4. *Ánh Trăng Phật Pháp* (Moonlight of Dharma-Buddha).
5. *Bình Minh Tỉnh Thức* (Awakened Mind at the Dawn) (*Piano Variations for Meditation*).
6. *Tiếng Hát Già Lam* (Song from Temple).
7. *Cảnh Đẹp Chùa Xưa* (The Magnificent, Ancient Buddhist Temple).
8. *Karaoke Hoa Ưu Đàm Đã Nở* (An Udumbara Flower Is Blooming).
9. *Hương Sen Ca* (Hương Sen's Songs)
10. *Về Chùa Vui Tu* (Happily Go to Temple for Spiritual Practices)
11. *Gọi Nắng Xuân Về* (Call the Spring Sunlight)
12. *Đệ Tử Phật* (Buddhist Disciples)
13. *Hoa Pháp Cú* (Dhammapada Flower)

14. Vu Lan Báo Hiếu (The Filial Piety on Vu Lan Season).

15. Nương Bóng Từ Quang (Refuge in the Buddha)

Mời xem: http://www.huongsentemple.com/index.php/kinh-sach/tu-sach-bao-anh-lac

www.ingramcontent.com/pod-product-compliance
Lightning Source LLC
LaVergne TN
LVHW060320051026
849517LV00004B/1160